வைக்கம் வீரரும் ஜெயமோகனின் கயமையும்

வைக்கம் வீரரும் ஜெயமோகனின் கயமையும்

ப. திருமாவேலன்

கருப்புப் பிரதிகள்

வைக்கம் வீரரும்
ஜெயமோகனின் கயமையும்
ப. திருமாவேலன்

© ஆசிரியருக்கு

முதற்பதிப்பு: நவம்பர், 2023

வெளியீடு: கருப்புப் பிரதிகள்
பி 55, பப்பு மஸ்தான் தர்கா, லாயிட்ஸ் சாலை,
சென்னை 600 005.
பேச: 94442 72500
மின்னஞ்சல்: karuppupradhigal@gmail.com

அட்டை ஓவியம்: டிராட்ஸ்கி மருது
அட்டை: விஜயன்
வடிவமைப்பு: ஜீவமணி, 96000 00112
அச்சாக்கம்: ஜோதி எண்டர்பிரைசஸ், சென்னை 600 005.

விலை: ரூ. 400.00

Vaikkam Veerarum
Jeyamohanin Kayamaiyum
Pa. Thirumavelan

© Author

First Edition: November, 2023

by Karuppu Pradhigal
B55, Pappu Masthan Darga, Lloyds Road,
Chennai 600 005, Tamil Nadu, South India.
Mobile: 94442 72500
Email: karuppupradhigal@gmail.com

Cover Drawing: Trotsky Marudu
Cover Design: Vijaan
Layout: Jeevamani, 96000 99112
Printed by: Jothy Enterprises, Chennai 600 005.

Price: ₹ 400.00

ISBN: 978-93-95256-11-7

கருப்புக் குறிப்புகள்

சரியாக சொல்வதானால் 90 களின் தொடக்கத்தில் பெரியாரையும், அம்பேத்கரையும், கலைஞரையும், திராவிடர் இயக்கத்தையும், மார்க்சிய சிந்தனைகளையும் கொச்சைப்படுத்துவதற்கென்றே *தினமணி, கணையாழி, காலச்சுவடு, இந்தியா டுடே* போன்ற பார்ப்பனப் பத்திரிகைகளால் கூலிப்படை அடியாளாக உருவாக்கப்பட்டவர் தான் ஜெயமோகன்.

இலக்கியவாதி, விமர்சகர், தத்துவ உபாசகர் என்கிற பிம்பங்கள் எல்லாமே அவரை உருவாக்கிய அந்தப் பார்ப்பனிய இதழ்கள் தந்த பிம்பங்களேத் தவிர ஒரு போதும் அவைத் தமிழ் மக்களின் கருத்துகள் அல்லவே அல்ல.

பிற்காலத்தில் அம்பேத்கரிய, மார்க்சியர்களில் கூட சிலப் போலிகளை தனக்கென நண்பர்களாக உருவாக்கிக் கொண்டு தொடர்ந்து திரிபுவாதங்களை மேற்கொண்ட அந்தப் பார்ப்பன அடியாளால் பெரியாரையும், திராவிடர் இயக்கத்தையும் நெருங்க முடியாமைக்கு காரணம், அதன் மூலபலச் சிந்தனையானப் பார்ப்பன எதிர்ப்பை முதன்மையாகக் கொண்ட ஜாதி எதிர்ப்பு சிந்தனைகள் தாம். அதனால் தான் தமிழகத்தையும், பெரியாரையும் பற்றி தவறான சித்திரத்தை தமிழிலும், தனது தாய்மொழியான மலையாளத்திலும் ஏற்படுத்துவதற்கான தில்லுமுல்லு வேலைகளை தனது எழுத்து வேலையாக தொடர்ந்து செய்து வருகிறார் ஜெயமோகன்.

அப்படிப்பட்ட நபரால் பொய்களும், புளுகுகளும் வரலாறு என்கிறப் போர்வையில் குப்பையைப் போல கொட்டப்பட்டுள்ள நிலையில், ஜெயமோகன் குயுக்தியாக மறைத்து வரும், ஜாதி எதிர்ப்பு வரலாறுகளைக் கொண்டே இலக்கியப் போலி ஜெயமோகனின் பித்தலாட்டத்தை முறியடிக்கும் நூலாகவும், கருத்தியல் பொருண்மை மிக்கப் பிரதியாகவும் தமது ஊடகப்

பெரும் பணிச்சுமைக்கு இடையே நின்று தோழர் திருமாவேலன் இந்நூலை உருவாக்கியுள்ளார்.

வைக்கம் போர் குறித்து நம்மிலும் சில அறியாமை கொண்ட நண்பர்கள் ‘ஆங்கிலத் தரவுகள் உண்டா? மலையாளச் சான்றுகள் உண்டா? என்று எழுப்பும் கேள்விகளுக்கு பதிலாக, ஆவணப் பிரதிகளின் அணிவகுப்பு பேரணியாக, வரலாற்றுச் சான்றுகளின் குவியமாக, அதே வேளை வாசிப்புத் தன்மையை அயற்சியடையா வண்ணத்தோடு நூலை உருவாக்கியுள்ள தோழர் திருமாவேலனோடு கைகோர்ப்பதில் கருப்புப் பிரதிகள் பெரும் மகிழ்ச்சியை எய்துகிறது.

இந்த இன நலத்தின் ஒட்டுமொத்தக் குறியீடான பெரியார் மீது நடந்துவரும் திரிபுவாதங்களையும், அவதூறுகளையும் எதிர்கொண்டு முறியடித்துவரும் பெருமிதப் பணிகளை முன்னெடுத்த நண்பர்கள் பேராசிரியர் அ. மார்க்ஸ், சுகுணா திவாகர், ம. மதிவண்ணன், பெரியவர் வே.மு. பொதியவெற்பன் ஆகியோருடன் பெரியார் மற்றும் அம்பேத்கர் எதிர்ப்பு, அவதூறுப் பிரச்சாரங்களை முறியடித்துவரும் கருப்புப் பிரதிகளின் வரிசையில், இந்தத் தனித்துவம் மிக்க நூலை வெளியிட வாய்ப்பை அளித்த தோழர் திருமாவேலன் அவர்களுக்கு மனங்கொள்ளத்தக்க நன்றியினை பதிகிறேன். பதிப்பின் முயற்சிகளிலும் பிழைத் திருத்தத்தின் பெரும்பங்காற்றி துணையென்கிற தோழமையின் பெரும் பொருளாய் இருந்து வரும் அமுதாவிற்கும் அன்புச் சகோதரர் ஜீவமணிக்கும், நண்பர் பி.என்.எஸ். பாண்டியனுக்கும், பதிப்பகத்தின் உற்ற நட்புக் குழுவான மதிவண்ணன், ஷோபாசக்தி, விஜய் ஆனந்த் (பெங்களூரு) மேட்டூர் சுரேஷ், சுதந்திர குமார், தம்பிகள் அறிவொளி, அரிதாஸ், அருள் குமார் உள்ளிட்ட அனைவருக்கும் அன்பையும், நன்றியையும் தெரிவிக்கிறேன்.

தோழமையுடன்,
நீலகண்டன்

உள்ளே

☐ முன்னுரை:
வைக்கத்துக்குள் நுழைவோம்! 9

1. பிறரைப் புண்படுத்துவதே
அவருக்குத் தொழில்! 23

2. முகமும் குணமும் 33

3. கேரள வரலாற்றை
மறைக்கிறார்... திரிக்கிறார்! 40

4. பெரியாருக்குக் கேரள
சமூக அமைப்பு தெரியாதா? 88

5. வட்டாரத் தலைவரா?
சிறு தலைவரா? 100

6. வைக்கம் வீரர் பட்டம்
யார் தந்தது? 124

7. அப்போது அவரே
'காந்தியவாதி'தான்! 131

8. இது காந்திய
இயக்கப் போராட்டமா? 149

9. டி.கே. மாதவனை
எங்கே மறைத்தோம்? 165

10.	கேரளத் தலைவர்களும் பெரியாரும்	170
11.	சிறைக்கு போனதே இல்லையா?	185
12.	ஆலய நுழைவுப் போராட்டங்கள்	194
13.	இல்லை இல்லை இல்லை! ஆம் ஆம் ஆம்!	223
14.	காந்தி விமர்சிக்கப்படுவது ஏன்?	231
15.	தொன்மம் அல்ல உண்மை	290
☐	எடுத்தாளப்பட்ட எழுத்துகள்	357

முன்னுரை
வைக்கத்துக்குள் நுழைவோம்!

கேரள ஜாதி வேறுபாட்டை நேரடியாக தானே உணர்ந்தவர் பெரியார். அது அவர் சாதாரண இராமசாமியாக இருக்கும் போதே!

அரசியலுக்கு எல்லாம் வருவதற்கு முன்னால் மொத்த குத்தகை மண்டி நடத்தி வந்த பெரியார் அவர்கள் மலபாருக்கு வருகிறார். அப்போது அங்குள்ள குளத்தில் இறங்கி குளிப்பதற்கோ - குடிப்பதற்கோ தண்ணீரைத் தொடுகிறார். குளத்தில் இறங்கி தண்ணீரைத் தொட்ட காரணத்துக்காக குளம் தீட்டாகிவிட்டது என்றும், அதற்குப் புண்ணியாவசனம் செய்ய வேண்டும் என்றும், அவ்வூர்க்காரர்களால் கூறப்பட்டு அதற்காக பத்து அணா தண்டனை கொடுத்து வெளியேறினார். (விடுதலை, 4.1.1955, இவர் தான் பெரியார் 11, போராட்டங்கள், பக்கம் 10, புலவர் மா. நன்னன்) எனவே கேரளா தீண்டாமையை அனுபவபூர்வமாக அறிந்தவர் பெரியார். அவரது அண்ணன் ஈ.வெ.கி. சம்பத் அவர்கள் ஒரு அலுவல் காரணமாக வர்க்கலைக்கு வந்தபோது அவர் தனது ஜாதி அடையாளத்தைச் சொல்லிவிட்டுத் தான் செல்ல வேண்டியதாக இருந்தது என்றும் மா. நன்னன் அவர்கள் எழுதுகிறார்கள்.

1924 ஆம் ஆண்டு வைக்கம் போராட்டத்துக்கு வந்த பெரியார், 'உங்கள் ஊரோடு இருபது ஆண்டுகளாகப் பழக்கம்' என்று சொல்வது இதனால் தான். சொந்த ஊரைப் போலவே தங்கியதற்கும் இதுதான் காரணமாக இருந்திருக்க முடியும்.

வைக்கத்தில் நடந்த போராட்டம் என்பது கோவிலுக்குள் நுழையும் போராட்டம் அல்ல. 'வைக்கத்தப்பன் மகாதேவர் கோவில்' இருக்கும் சாலைக்குள் நுழையும் போராட்டம் தான்.

நான்கு சாலைகள் இருந்தன. அந்த நான்கு சாலைகளிலும் தீண்டாதார் செல்லத் தடை இருந்தது. சாலையையும் தாண்டி கோவிலுக்குள்ளும் நுழைய வேண்டும் என்று முதலில் டி.கே. மாதவனும், பின்னர் பெரியாரும் சொன்னார்கள். காந்தியால் அது தடுக்கப்பட்டது. சாலைக்குள் நுழையும் போராட்டமாக அது சுருக்கப்பட்டது. இதனை டி.கே. மாதவனும் தனது கட்டுரையில் குறிப்பிடுகிறார்.

கடவுள் மறுப்பாளரான பெரியார், கோவில் நுழைவுப் போராட்டங்களில் உறுதியாக இருந்தார். கோவில் நுழைவு என்றால், கோவிலுக்குள் சென்று வழிபடும் உரிமையோடு பலரும் நின்று விடுகிறார்கள். ஆனால் பெரியார் தான், கருவறைக்குள் நுழைந்து வழிபாடு நடத்தும் உரிமையும் அனைவர்க்கும் வேண்டும் என்பதில் உறுதியாக இருந்தார். சீர்திருத்தவாதிகள் அனைவரும் ஓர் எல்லையோடு இருந்தபோது பெரியார் மட்டுமே புரட்சியாளராக இருந்தார்.

இத்தகைய புரட்சிகர சிந்தனை அவரது இளமைக்கால அனுபவங்களின் மூலமாக வாய்த்தது ஆகும். வைக்கம் போராட்டத்தின் போதோ, அதற்குப் பின்னரோ தோன்றிய சிந்தனையல்ல. காந்தியின் தீண்டாமை ஒழிப்பு போராட்டங்களின் காரணமாக ஏற்பட்ட பிற்காலத்திய சிந்தனையுமல்ல அது.

திண்ணைப் பள்ளிக் கூடத்தில் பெரியார் படிக்கும் போது, அதன் ஆசிரியராக இருந்தவர் உயர் வகுப்பைச் சேர்ந்தவர். அவருடைய வீட்டில் தண்ணீர் குடிக்க முடியாது. அதனால் வேறு வீட்டுக்குச் சென்று தண்ணீர் குடித்துவிட்டு திண்ணைப் பள்ளிக்கூடத்துக்குச் செல்கிறார். திண்ணைப் பள்ளிக்கூடத்தில் குடிக்க நேர்ந்தால், இவர் குடித்துவிட்டு வைத்த குவளையை கழுவி எடுத்துச் சென்றுள்ளதை பார்க்கிறார். இந்த வடு அவர் மனதில் குழந்தை பருவத்தில் பதிந்தது. மேலும், அவரது வீட்டு ஆச்சார முறையும் அவரை உணர வைத்தது.

> "என் வகுப்பின் பெண் மக்கள் முக்காடுடன் 'கோஷாவாக' இருக்க வேண்டியவர்கள் எனவும், விதவா விவாகத்தை அனுமதிக்கப்படாத வகுப்பினரெனவும் வழங்கப்படுபவர்கள். நான் பிறந்த குடும்பமோ அளவுக்கு மிஞ்சிய ஆசாரத்தையும் வைணவ சம்பிரதாயத்தையும் கடுமையாக ஆதரிக்கும்

குடும்பம். இப்படி இருந்தபோதிலும் என்னுடைய 7 ஆவது வயதிலிருந்தே மக்களில் உயர்வு - தாழ்வு கற்பித்தலையும், ஒருவர் தொட்டதை மற்றொருவர் சாப்பிடலாகாதெனச் சொல்வதையும் நான் பரிகாசம் செய்துவந்ததோடு, யாரையும் தொடுவதற்கும், எவர் தொட்டதையும் சாப்பிடுவதற்கும் நான் பின்வாங்கியதே கிடையாது.

என்னை, இளம் போதிலிருந்தே எங்கள் வீட்டு ஆக்குபுரைக்குள் செல்ல அனுமதிப்பதில்லை. நான் தொட்ட சொம்பை என் தகப்பனார் தவிர மற்றையோர் கழுவாமல் உபயோகப்படுத்த மாட்டார்கள். எங்கள் குடும்ப ஆகார அனுஷ்டானங்களைப் பார்த்துப் பொறாமைப்படுபவர்கள், என்னைப் பார்த்து சாந்தியடைந்துவிடுவார்கள். 'நாயக்கருக்கு அவர்கள் அச்சாரத்திற்கு ஏற்றாற்போல்தான் ஒரு பிள்ளையென்றாலும் பிள்ளை நவமனியாய்ப் பிறந்திருக்கிறது' என்று சொல்லுவார்கள். என்னுடய 16 ஆவது வயதிலேயே பெண் மக்களைத் தனித்த முறையில் பழக்குவதும் அவர்களுக்கென சில கட்டுத் திட்டங்களை ஏற்பாடு செய்வதையும் ஆண் மக்களின் அகம்பாவம் என்று நினைத்து வந்தேன்.

இவ்வாறாக என் தங்கை தன் இளம் வயதிலேயே ஒரு பெண் குழந்தையையும் ஒரு ஆண் குழந்தையையும் விடுத்து விண்ணுற்றாள். அவற்றுள் அம்மாயி என்று அழைக்கப்படுவதும் அப்பெண் குழந்தைக்கு அதன் 10 ஆவது வயதில் சிறந்த செல்வாக்கோடு ஒரு செல்லக் கல்யாணம் செய்து வைத்தோம். கலியாணம் செய்த 60 ஆம் நாள் அப்பெண்ணின் கணவன் எனும் 13 வயதுள்ள சிறு பையன், பகல் 2 மணிக்கு 'விஷபேதி'யால் விண்ணுற்றான். அவன் இறந்தான் என்ற செய்தி கேட்டதும், அப் பெண்குழந்தை என்னிடம் ஓடிவந்து, 'மாமா! எனக்குக் கலியாணம் செய்து வை என்று நான் உன்னைக் கேட்டேனா? இப்படி என் தலையில் கல்லைப் போட்டாயே!' என்று ஓவென்று அலறிய சத்தத்தோடு என் காலடியில் அதன் மண்டையில் காயமுண்டாகும்படி திடீரென்று விழுந்தது. துக்கம் விசாரிப்பதற்காக அங்கு வந்திருந்த ஆண், பெண் உள்பட சுமார் 600, 700 பேர்கள் அக்குழந்தையையும் என்னையும் பார்த்த வண்ணமாய்க் கண்களிலிருந்து தாரை தாரையாய்

நீர் வடித்தனர். எனக்கும் அடக்கவொண்ணா அழுகை வந்துவிட்டது. ஆனால் கீழே கிடந்த அந்தக் குழந்தையை நான் கையைப் பிடித்துத் தூக்கும்போதே, மறுபடியும் அதற்குக் கலியாணம் செய்துவிடுவது என்கின்ற உறுதியுடனேயே தூக்கினேன்.

பிறகு அந்தப் பெண் பக்குவமடைந்த ஒரு வருடத்திற்குப் பின், அதற்குக் கல்யாணம் செய்ய நானும் எனது மைத்துனரும் முயற்சி செய்தோம். இச்செய்தி எனது பெற்றோருக்கும் மற்றோருக்கும் எட்டவே, அவர்கள் இதைத் தங்கள் வகுப்புக்கு ஒரு பெரிய ஆபத்து வந்துவிட்டதுபோல் கருதி, பெரிதும் கவலைக்குள்ளானவர்களாகி, நாங்கள் பார்த்து வைத்திருந்த இரண்டொரு மாப்பிள்ளைகளையும் கலைத்தார்கள். முடிவில் எனது மைத்துனரின் இரண்டாந்தாரம் மைத்துனரைப் பிடித்து சரிசெய்து, எவரும் அறியாவண்ணம் பெண்ணையும் மாப்பிள்ளையையும் சிதம்பரத்திற்கு அழைத்துச் சென்று அங்கு கோயிலில் கலியாணம் செய்துவித்து ஊருக்குக் கூட்டிவந்தனர்...இக்கலியாணத்தின் பலனாக இரு மூன்று வருட காலம் பந்துக்களுக்குள் வேற்றுமையும் பிளவும் ஏற்பட்டு சாதிக் கட்டுப்பாடு இருந்து பிறகு அனைத்தும் சரிப்பட்டுப் போயின" *(குடிஅரசு, 22.8.1926)*

என்று பெரியாரே எழுதி இருக்கிறார்.

"நான் 1900க்கு முன்பே கடவுள், மத, சாதி விஷயங்களில் நம்பிக்கை இல்லாதவனாகவே இருந்துவந்தேன். நான் அக்காலத்தில் சிறிது செல்வாக்குள்ள குடும்பத்தவனாகவும், வியாபார விஷயத்தில் ஈடுபடுபவனாகவும் இருந்து வந்ததால் யாரிடமும் தர்க்கமும், விவகாரமும் பேசுவதில் பிரியமும் உற்சாகமும் உடையவனாக இருந்துவந்தேன். மாடு, எருமை கன்று போட்ட நேரங்களைக் குறித்து வைத்துக்கொண்டு ஜோசியர்களிடம் கொடுத்து ஜோசியம் கேட்பேன். 1900 இல் இருந்தே எனக்கு ஜோசியம், முகூர்த்தம், சகுனம் முதலியவைகளில் நம்பிக்கை இருந்ததில்லை" *(விடுதலை, 25.8.1972)*

என்று பேசியும் இருக்கிறார் பெரியார்.

1907 இல் பெரியார் பொதுவாழ்வுக்கு வருகிறார். 1917 இல் ஈரோடு நகராட்சியின் தலைவராகப் பொறுப்பேற்றார். அப்போது 'கொங்கப்பறைத் தெரு' என்றிருந்த பெயரை மாற்றி, 'வள்ளுவர் தெரு' எனப் பெயரிட்டார். நகராட்சிப் பள்ளிகளில் தீண்டப்படாத வகுப்புக் குழந்தைகள் சேரவும், படிக்கவும் வழி கண்டார். அக்காலத்தில் 18 தேவஸ்தானங்களில் அவர் ஏதாவது ஒரு பொறுப்பை ஏற்றிருந்தார். அவருடைய ஆளுகைக்கு உட்பட்டிருந்த கோயில்களில் தீண்டப்படாதவர்களை அழைத்துச் செல்ல வேண்டும் என்னும் எண்ணம் அக்காலத்திலேயே அவருக்கு அரும்பியது. அது பற்றி அவரே கூறுகிறார்:

> "பஞ்சமர்களும் கோவிலில் நுழையத் தயாராகும் வரை நாடார்களும் பொறுத்திருந்து பிறகு ஒன்றாய்ச் செல்லலாம் என்று சொல்வது சரியல்ல. நான் அதை ஒப்புக்கொள்ளவே மாட்டேன். என் வட்டகையில் எனது செல்வாக்குக்கும் சிபார்சுக்குமுள்பட்ட சுமார் 18 தேவஸ்தானங்களிருக்கின்றன. அவைகளில் பஞ்சமர்களைக் கூடப் பிரவேசிக்கும்படிச் செய்வதற்கு ஏற்ற பிரயத்தனம் செய்து கொண்டிருக்கிறேன். ஆனால் கவர்ன்மெண்டில் 'ராவ்பகதூர்', 'சர்' முதலிய கவுரவப் பட்டங்கள் பெற்ற கனவான்களிற் சிலரால் தடையாயிருக்கிறது"

என பாலையம் பட்டியில் 31.10.1922 இல், தன்னை நேர்காணல் செய்த அருப்புக்கோட்டை பாலிய நாடார்கள் சங்க உறுப்பினர்களிடம் அவர் கூறிய செய்தியிலிருந்து, தீண்டப்படாதவர்களாக நடத்தப்படுவோரின் விடுதலையில் அவருக்கு அப்போதே நாட்டமிருந்ததை நாம் அறியலாம்.

அருப்புக்கோட்டையில் இருந்து வெளியான 'நாடார் குலமித்திரன்' 11.11.1922 தேதியிட்ட இதழை ஆதாரமாகக் காட்டி இதனை எழுதுகிறார் வே. ஆனைமுத்து அவர்கள். (பெரியாரியல், பாகம் 2, பக்கம் 23)

நாடார்கள், பஞ்சமர்கள் மட்டுமின்றிப் பார்ப்பனர் அல்லாதார் எந்தச் சாதியைச் சேர்ந்தவராயிருந்தாலும் இந்துக் கோயில்களில் கருவறைகளில் அவர்கள் அனைவரும் தீண்டப்படாதவராகவே பார்ப்பனர்களால் நடத்தப்பட்டனர். அத்தகைய இழிவுக்குத் த்ானே ஆளாக நேரிட்டது பற்றியும் பெரியாரே சொல்லுகிறார்:

"நான் சமீபத்தில் திருச்செந்தூருக்குச் சென்றிருக்கும் பொழுது அங்குள்ள கோவிலினுள் செல்ல அடி எடுத்து வைக்கும் பொழுது ஒரு சேவகனால் தடுக்கப்பட்டு, நான் மேலே அணிந்திருந்த மேல் வேட்டியை எடுத்துவிட்டு உள்ளே போகும்படி ஆஞ்ஞாபிக்கப் பட்டேன். சரியென்று அப்படியே உள்ளே சென்றவுடன், அங்கே ஒரு போலிஸ்காரன் தலையில் தொப்பி, இடுப்பில் தோல்வார், காலில் பூட்சு முதலியவைகளுடன் நின்றான். இதைக் கவனிப்பார் (நமக்குள்) ஒருவரும் இல்லை. இதிலிருந்தே, நான் குறிப்பிட்ட குருட்டுத் தனத்தை, நீங்கள் அறிந்து கொள்ளலாம். கடவுள் பக்தியின் காரணமாகவே எனது மேல்வேட்டியை எடுக்கச் சொன்னார்கள் என்று நினைக்க முடியுமா? இம்மட்டா! நான் மேல், நீ கீழ்! நீ தீண்டப்படாதவன்! என்னும் சண்டைகள் தென்னாட்டில் தான் அதிகமாய்த் தெரிகிறது. இவைகளை எல்லாம் கண்டு என் மனம் மகா சஞ்சலமடைகிறது. இவைகள் எல்லாம் அடியோடு ஒழிந்து நமக்குள் உண்மையான சகோதரத்துவம் உண்டானால் ஒழிய நமக்கு (இந்தியர்களுக்கு) சுயராஜ்யம் கிட்டவே கிட்டாது. அப்படியே கிடைத்தாலும் அது நிலைப்பது கஷ்டமே..."

என, அருப்புக்கோட்டை பாலிய நாடார்களிடம் 31.10.1922 அன்றே தம் கவலை பற்றிக் கூறியுள்ளார் பெரியார். இதனையும் *'நாடார் குலமித்திரன்'* 11.11.1922 தேதியிட்ட நாளில் இருந்து மேற்கோள் காட்டுகிரார் வே. ஆனைமுத்து. *(பெரியாரியம், பாகம் 2, பக்கம் 24)*

காங்கிரசு மாநாடுகளில் வகுப்புரிமை தீர்மானம் கொண்டு வந்த பெரியார், 1922 ஆம் ஆண்டு திருப்பூரில் நடந்த காங்கிரசு மாநாட்டில் கோவில் நுழைவு தீர்மானத்தைக் கொண்டு வந்து, இதற்காக காங்கிரசு போராட வேண்டும் என்றார். அதனை வைத்தியநாத அய்யர் உள்ளிட்ட பார்ப்பனர்கள் கடுமையாக எதிர்த்தார்கள் என்று திரு.வி.க. தனது வாழ்க்கைக் குறிப்புகளில் எழுதி இருக்கிறார். இந்து மத சாஸ்திரங்களைக் கொளுத்த வேண்டும் என்று காங்கிரசு மேடைகளில் பேசினார் பெரியார்.

இதைத் தொடர்ந்து சேரன்மாதேவி குருகுலப் பிரச்சனை கிளம்புகிறது. கானாடுகாத்தான் வயி.சு. சண்முகம் அவர்களது நிதி

உதவியால் வ.வே.சு. அய்யர் அவர்களால் அமைக்கப்பட்டதே சேரன்மாதேவி குருகுலம் என அழைக்கப்படும் பரத்துவாஜ ஆசிரமம். மாணவர்களுக்கு கல்வி கற்பிக்கப்படும் இடமாக இது இருந்தது. இதன் ஆசிரியர்களாக வ.வே.சு. அய்யர், வித்துவான் சுவர்ணம் பிள்ளை, இலட்சுமண சர்மா ஆகிய மூவரும் இருந்தார்கள். மகாதேச அய்யர் என்பவர் நிதி திரட்டி வந்தார். 1923 ஆம் ஆண்டு தமிழ் மாகாண காங்கிரசு கமிட்டியின் கூட்டுச் செயலாளர்களில் ஒருவராக பெரியார் செயல்பட்டு வந்த காலக் கட்டம் அது.

அந்த குருகுலத்தில் பார்ப்பனர் - பார்ப்பனரல்லாதார் மாணவர்க்கு தனித்தனி குடிநீர் பானைகள் இருந்தன. உணவும் தனித்தனியாக தயாரிக்கப்பட்டது. இதனை அங்கு படித்து வந்த ஓமந்தூரார் அவர்களின் மகன் (சென்னை மாகாண முதல் அமைச்சராக இருந்த ஓமந்தூர் இராமசாமி) தனது தந்தையிடம் சொல்ல, அவர் பெரியாரிடம் சொல்ல பிரச்சனை வெளியில் வெடித்தது. டாக்டர் வரதராஜுலு, திரு.வி.க. ஆகியோர் இதனைப் பார்த்து கொதித்தார்கள். டாக்டர் வரதராஜுலு தலைமையில் இவர்கள் அனைவரும் சேர்ந்து போராடினார்கள். இந்த பாகுபாட்டை நீக்க வ.வே.சு. அய்யர் உடன்படவில்லை. இந்த குருகுலத்துக்கு காங்கிரசு கமிட்டியின் சார்பில் 10 ஆயிரம் ரூபாய் தர ஏற்பாடு ஆனது. 5 ஆயிரம் பெரியாரால் முன்பே தரப்பட்டு விட்டது. ஜாதிப் பிளவு கற்பிக்கப்படுவதால் மீதியைத் தராமல் நிறுத்தி வைத்தார் பெரியார். 5 ஆயிரத்தை பெரியாருக்கு தெரியாமல், இன்னொரு செயலாளரான சந்தானம் கொடுத்துவிட்டார். ‘பார்ப்பனர்கள் தீண்டாமையைப் பற்றி பேசுவது வெறும் பேச்சு என்றும், அவர்கள் தேசியம் பேசுவது வீண்’ என்றும் அதன்பிறகு தான் பெரியார் கருதினார்.

பார்ப்பன துவேஷம் செய்து வருவதாக்க் கூறி டாக்டர் வரதராஜுலுக்கு எதிராக காங்கிரஸ் கமிட்டியில் கண்டனத் தீர்மானம் கொண்டு வரப்பட்டது. இதனைத் தோற்கடித்தார் பெரியார். உடனே, டாக்டர் டி.எஸ்.எஸ். ராஜன், இராஜாஜி, என்.எஸ். வரதாச்சாரியார், கே. சந்தானம், டாக்டர் சாமிநாத சாஸ்திரி ஆகிய ஐந்து பேரும் மாகாண கமிட்டியில் இருந்து விலகினார்கள்.

"அந்தக் குருகுலத்திலேயே படிப்பதற்காக அனுப்பப்பட்ட ஓமந்தூர் இராமசாமி ரெட்டியார் அவர்களின் மகன், பார்ப்பனப் பிள்ளைகளுக்காக வைக்கப்பட்டிருந்த பானையில் தண்ணீர் மோந்து குடித்துவிட்டதற்காக அவன் மிகவும் கடுமையாகத் தண்டிக்கப்பட்டான். இது என் காதுக்கு வந்தது. நான் ஆச்சார்யாரிடம் சொன்னேன். அவர் கோபித்துக் கொண்டு, வ.வே.சு. அய்யரைக் கூப்பிட்டு, 'இந்த மாதிரி செய்வது சுத்தத் தப்பு' என்று அவரைக் கண்டித்தார். அதற்கு வ.வே.சு. அய்யர் அவர்கள், 'வைதிகர்கள் வசிக்கிற இடத்தில் இதை ஆரம்பித்துவிட்டேன். கொஞ்சம் கொஞ்சமாக சரிசெய்து வருகிறேன்' என்றார். நானும் ஒப்புக்கொண்டேன். பிறகு வ.வே.சு. அய்யர் பாக்கி 5 ஆயிரத்தைக் கேட்டார். 'காரியம் முடியட்டும், கொடுக்கிறேன்' என்று கூறினேன். அவர் கோபித்துக்கொண்டு போய்விட்டார்.

'நாங்கள் 5, 6 பேர் இருந்துகொண்டு ஜஸ்டிஸ் கட்சியை எதிர்த்துக்கொண்டு, காங்கிரசுக்குச் செல்வாக்குத் தேடிக் கொண்டிருக்கிறோம். இப்படியெல்லாம் நடந்தால் என்ன நியாயம்?' என்று கேட்டேன். அதே சாக்கில் மெஜாரிட்டியாக இருந்த நாங்கள், 'காங்கிரசைப் பொறுத்தமட்டிலாவது ஜாதி பேதம் இருக்கக் கூடாது' என்று தீர்மானம் நிறைவேற்றிவிட்டோம். பார்ப்பனர்கள் கட்டுப்பாடாக வெளியேறியது பற்றி காந்தியாருக்குக் கடிதம் எழுதி, 'ஜாதி ஒழியக்கூடாது என்று சொல்வது நியாயமா?' என்று கேட்டோம்...

உடனே காந்தியார், 'ஜாதி ஒழியக் கூடாது என்பதல்ல அவர்கள் கருத்து. அந்த மாதிரி தீர்மானம் போடுவது அவர்கள் மனசாட்சியை உறுத்துகிறது. ஆகவேதான் எதிர்த்தார்கள்' என்று எங்களுக்குப் பதில் எழுதிவிட்டார். அப்போதே எங்களுக்குக் காங்கிரசின் மேல் வெறுப்பு ஏற்பட்டுவிட்டது.
(விடுதலை, 30.3.1950)

என்று பிற்காலத்தில் சொல்லி இருக்கிறார் பெரியார்.

இது தொடர்பாக கோவை அய்யாமுத்து சொல்கிறார்.

"இவ்விஷயமாக மகாத்மா காந்தியின் கருத்தை அறிவதற்காக ஈ.வெ.ரா.வும், எஸ். இராமநாதனும் அவரை அணுகினர். வர்ணாசிரம தர்மத்திலே பற்றுதல் கொண்டிருந்த காந்தியார், யாரையும் கட்டாயப்படுத்தி உடனிருந்து உணவருந்தச் செய்ய முடியாதென்று தீர்ப்பளித்துவிட்டார். அக்காலத்தில் தமிழ்நாடு காங்கிரசு கமிட்டியில் நாயக்கர், நாயுடு, முதலியாராகிய மூவருக்குச் செல்வாக்கு மிகுந்திருந்தது. 'மக்கள் பிறவியில் உயர்வு தாழ்வு இல்லை' என்றொரு தீர்மானம் அவர்கள் கொணர்ந்தார்கள். அரசியல் ஸ்தாபனத்தில் அத்தகைய தீர்மானம் நிறைவேற்றுவதை இராஜாஜி ஆட்சேபித்தார். அவரும் அவரது சகாக்கள் சிலரும் காங்கிரஸ் கமிட்டியை விட்டு வெளியேறினார்கள். *(1924-25)*. துரதிஷ்டவசமாக அவர் செய்த இக்காரியம் தமிழ்நாட்டில் தலைவிரித்தாடிய பிராமணர் - பிராமணரல்லாதார் பூசலை அதிகரிக்க உதவி செய்தது" *(இராஜாஜி என் தந்தை - என்ற நூலில்)*

என்று குறிப்பிடுகிறார் கோவை அய்யாமுத்து.

அன்றைய காங்கிரஸ் மேடைகள் குறித்து இப்படி விவரிக்கிறார் பெரியார்:

'நான் தொட்டால் தீட்டாயிடும் சாமியை உடைச்சி ரோட்டுக்கு சல்லியாகப் போடணும், என்னைத் தொட்டால் தீட்டுன்னு சொல்கிற ஒரு மனிதனை கழுவிலே ஏத்தணும்... இதையெல்லாம் அவுகளை, காங்கிரஸ் தலைவர்களை வைத்துக்கொண்டுதான் சொல்லுவேன்' நான். இந்தப் பக்கம் சீனிவாசய்யங்கார் இருப்பார். இந்தப் பக்கம் இராஜாஜி இருப்பாரு. இன்னொரு பக்கம் டி.எஸ்.எஸ். ராஜன் இருப்பார். இன்னொரு பக்கம் மதுரை வைத்தியநாதய்யர் இருப்பார். இதைத்தான் நான் சொல்லுவேன். நான் சொன்னதைக் கேட்டுகிட்டு எல்லா பார்ப்பனரும் சிரிப்பாங்க.

அவுங்க என்னிடம், 'நாயக்கரே உங்க மருந்து ரொம்ப ஸ்ட்ராங் டோஸ். இந்த ஜனங்களுக்கு அது தெரியுதோ இல்லையோ. அதைக் கொஞ்சம் குறைச்சிக்கணும்' என்று சொல்வாங்க. நான் அவர்களிடம், 'இந்த முட்டாப் பசங்களுக்கு ஸ்ட்ராங் என்ன, லைட் என்ன?' அப்படீம்பேன். இவுங்களுக்குத்தான் (பார்ப்பனர்களுக்குத்தான்) ஸ்ட்ராங்க்

டோஸ். நம்மைத் தொட்டால் தீட்டுங்கிறான். தீட்டுன்னு சொல்றவனை கழுவிலே ஏத்தவேணும்னு சொன்ன உடனே அவுங்களுக்குத்தான் 'ஸ்ட்ராங் டோசே' தவிர மற்றவங்களுக்கு அப்படி இருக்காது. ஆனால், அவுங்க சொல்லுவாங்க எனக்கு ஸ்ட்ராங் டோசுனு. ஏன்னா? இந்த முட்டாள் பசங்களுக்கு ஸ்ட்ராங் டோசென்னா அப்படீன்னுதான் சொல்லுவேன். நான் இப்படி சொல்றதை அவங்க பொறுத்துக்கிட்டுதான் இருப்பாங்க.

நான் காங்கிரசிலே முதன் முதலில் போய் சேர்ந்தபோது அவுக பார்ப்பான் சாப்பிட்டதற்கு அப்புறம்தான் எங்களுக்கும் பார்ப்பனரல்லாதோருக்கு சோறு போடுவாங்க காங்கிரஸ் மாநாட்டிலே. முதன் முதலில் அவுக பார்ப்பனர் சாப்பிடுவாங்க. பார்ப்பான்தான் சமையல் பண்ணுவான். நாங்கள் போனதுக்கு அப்புறம் நாங்க எல்லோரும் ஒரே மாதிரியே உட்கார்ந்து சாப்பிட்டோம். இதெல்லம் காந்தியாருடைய சமதர்மம் சார்ந்ததல்ல. ஏன்னா உட்கார்ந்து சாப்பிடுவது என்பது ஒரு மனுசன் இன்னொரு மனுசன் உட்கார்ந்து ஜலவாதி இருப்பதுபோல் எனப்பட்டது அவரால். தான் சாப்பிட்டது மானசீகமா இன்னொருத்தன் சாப்பிட்டது மாதிரி அது அப்படீன்னு காந்தியாரே சொன்னார். சமபந்தி கூடாதுன்னார். நாங்கல்லாம் காங்கிரசில் போட்ட சப்தத்தினால் எல்லோரும் உட்கார்ந்து சாப்பிட வேண்டியதாச்சு. எல்லோரும் சேர்ந்து சமைக்க வேண்டியதாச்சு. ஆனதினாலே நான் காங்கிரசுக்கு போயிட்டதினாலே அவுங்களைத்தான் என் கொள்கைக்கு சம்மதிக்க செய்தேன். *(விடுதலை, 17.9.1968)*

என்று சொல்கிறார் பெரியார்.

இப்படி பிராமணர் - பிராமணரல்லாதார் போராட்டம் சென்னை மாகாணத்தில் வெடித்து நின்ற காலத்தில் தான் கேரளத்தில் வைக்கம் போராட்டம் தொடங்கியது. இத்தகைய பின்னணி கொண்டவராக பெரியார் இருந்ததால் தான் வைக்கத்துக்கு கேரளத் தலைவர்களால் அழைக்கப்பட்டார். வைக்கம் போராட்ட படிப்பினைகள் பெரியாரை காங்கிரசுவில் இருந்து வெளியேறிச் செல்லக் காரணமாக அமைந்தது. காங்கிரசு போன்ற அரசியல் இயக்கங்களாலோ, காந்தி போன்றவர்களாலோ இந்தியச் சமூக

அமைப்பை மாற்றி அமைக்க முடியாது என்ற நிலைப்பாட்டுக்கு பெரியார் வரக் காரணமானது.

வைக்கம் போராட்டத்துக்கு பிறகு பெரியார் சுயமரியாதை இயக்கத்தைத் தொடங்கிச் செயல்பட்டதை வைக்கம் போராட்டத்தைத் தொடங்கிய டி.கே. மாதவன் பாராட்டி எழுதி இருக்கிறார்.

> തെക്കേ ഇന്ത്യയിൽ തമിഴ്നാട്ടിൽ ശ്രീമാൻ ഇ.വി. രാമസ്വാമി നായരുടെ നേതൃത്വത്തിൽ നടത്തിവരുന്ന ആത്മാഭിമാന പ്രസ്ഥാനത്തിന്റെ പ്രവർത്തകന്മാരും ...

"தென்னிந்தியாவில் தமிழ்நாட்டில் ஸ்ரீமான் ஈ.வி. ராமசாமி நாயக்கர் தலைமையிலான சுயமரியாதை இயக்கத்தின் செயல்பாட்டாளர்களும் கோவிலுக்குள் அனைவரையும் அழைத்துச் செல்ல முயற்சிக்கின்றனர்... என்று வைக்கம் போராட்ட விளைவுகளை டி.கே. மாதவன் எழுதி இருக்கிறார். (வைக்கம் மலர், மலையாளம், தொகுப்பாசிரியர் கே.பி. கேசவமேனன்) சுயமரியாதை இயக்கத்தின் முக்கிய வேலைத் திட்டங்களில் ஒன்றாக கோவில் நுழைவும் இருந்தது. சுசீந்திரம், ஈரோடு, மதுரை, திருச்சி, மயிலாடுதுறை, சென்னை, திருவண்ணாமலை என பல ஊர்களில் கோவில் நுழைவுப் போராட்டங்கள் நடந்தது.

கடவுள் மறுப்பாளராகவும் — அதேநேரத்தில் கோவிலுக்குள் அனைவரும் நுழையலாம், வழிபாடு செய்யலாம் — செய்விக்கலாம் என்ற உரிமைக் கிளர்ச்சியாளராகவும் என இரண்டு வழிகளிலும் பயணம் செய்தார் பெரியார்.

சுயமரியாதை இயக்க வீரர்களில் ஒருவரான நாகர்கோவில் வழக்கறிஞர் பி. சிதம்பரம் அவர்கள், கோவில் நுழைவு பிரச்னை குறித்து பெரியார் நடத்திய 'ரிவோல்ட்' இதழில் தொடர்ந்து எழுதினார். அந்தக் கட்டுரைகளையும், இன்னும் சில கட்டுரைகளையும் சேர்த்து புத்தகமாக 1935 ஆம் ஆண்டு வெளியிட்டார். (சித்தரஞ்சன் பிரஸ், நாகர்கோவில்) இந்த ஆங்கில நூலுக்கு முகவுரை எழுதி வழங்கினார் பெரியார். அதிலேயே, அப்போதே தனது நிலைப்பாட்டை தெளிவாகச் சொல்லி இருக்கிறார்.

"ஒவ்வோர் இந்துவும், தீண்டப்படுபவனாயினும், தீண்டப்படாதவனாயினும், ஜாதியுள்ளவனாயினும், ஜாதிக்குப் புறம்பானவனாயினும் எந்தவிதமானதொரு பொதுக் கோவிலுக்குள்ளும் நுழைந்து அங்குள்ள விக்ரகத்தை ஆராதிக்கும் பிறப்புரிமை உடையவனாகவே இருக்கிறான். பிரத்தியேகமாகவும், தனிமையான முறையிலும் ஒரு தனி மனிதனுக்கோ அல்லது ஒரு தனிப்பட்ட ஜாதிக்கோ கட்டப்பட்டுள்ள கோவில்களைப் பற்றிப் பேச்சே கிடையாது. அவற்றில் நுழைவு உரிமை அவற்றை ஏற்படுத்தியவர்களது இஷ்டத்தையும், விதியையும் பொறுத்ததாகும். ஆனால், பொதுவாக இந்துக்களுக்கென்று ஏற்படுத்தப்பட்ட கோவில்களில் இந்து எனக் கூடியவன் ஒவ்வொருவனும் பிறருக்கு இடர் விளைவிக்காத முறையில் எங்கு வேண்டினும் செல்லலாம். இதுதான் உண்மையான சட்டம்..."

என்று எழுதினார் பெரியார்.

1920 முதல் 1973 இழிவு ஒழிப்புப் போராட்டம் வரை பெரியாரின் போராட்ட வரலாற்றில் கோவில் நுழைவு போராட்டங்கள் தொடர்ந்தது. ஒரு நாத்திகர் வரலாற்றில் கோவில் நுழைவும் தொடர்வது முரணாகாது. இதில் வைக்கம் கோவிலும் அவரது வரலாற்றில் முக்கியமானது. அத்தகைய உரிமைப் போராட்டத்தில் தன்னை ஒப்படைத்துக் கொண்ட பெரியாரை, தனது சிறுமைக் குணத்தால் இழிவுபடுத்தி எழுதி வருகிறார் எழுத்தாளர் ஜெயமோகன். திரும்பத் திரும்பப் பொய் சொல்வதன் மூலமாக, அதனை உண்மையென மெய்ப்பிக்கத் துடிக்கிறார். ஜெயமோகன் திரிக்கும் வைக்கம் - பெரியார் வரலாற்றுக்கான மறுப்பே இந்த நூல்.

ஓரிரு மாதங்களில் எழுதப்பட்டது இந்நூல். வைக்கம் நூற்றாண்டு விழாவை தமிழ்நாடு அரசும் கேரள அரசும் இணைந்து கொண்டாட வேண்டும் என்று மாண்புமிகு தமிழ்நாடு முதலமைச்சர் மு.க. ஸ்டாலின் அவர்கள் வேண்டுகோள் வைத்தார்கள். வைக்கம் நூற்றாண்டு விழாவை எந்த வகையில் எல்லாம் கொண்டாட வேண்டும் என்பதற்கான அறிவிப்பை தமிழ்நாடு சட்டமன்றத்தில் 30.3.2023 அன்று செய்தார்கள். கேரள அரசின் சார்பில் நடைபெற்ற வைக்கம் விழாவில் மாண்புமிகு

முதலமைச்சர் அவர்கள் கலந்து கொண்டார்கள். இது எல்லாம் ஜெயமோகனை இன்னும் வயிறு எரிய வைத்தது. தனது பழைய பொய்களை மீண்டும் கக்க வைத்தது. இவற்றுக்கு பதில் அளிப்பது மிகமிகத் தேவை என நான் நினைத்தேன். வெறுமனே கடந்து செல்வது நல்லது அல்ல என நினைத்தேன். இன்றைய சமூக வலைத்தளங்களில் இதுபோன்ற பொய்களே அதிகமாக பரவுவதால், உண்மையைச் சொல்ல ஒரு புத்தகமாகவே இவை வந்தாக வேண்டும் என்று நினைத்தேன். அந்த வேகத்தில் விரைவாக எழுதி முடித்தேன்.

'கருப்பு பிரதிகள்' தோழர்கள் நீலகண்டன் - அமுதா இணையர் இந்நூலை வெளியிடுவது இந்நூலுக்கான மரியாதை என்றே கருதுகிறேன். கால் நூற்றாண்டு காலமாக பெரியாரிய - அம்பேத்கரிய - மார்க்சிய கொள்கைகளுக்காக 'சேதாரங்களுடன்' போராடி வருபவர்கள் அவர்கள். நீதிக்கட்சி குறித்த எனது நூலை அவர்களுக்குத் தருவதாக நான் வாக்குறுதி அளித்து ஓராண்டு ஆகிவிட்டது. அதற்கு இடையில் இதனை வெளியிடுங்கள் என்று நான் கேட்டுக் கொண்டேன். அவர்களும் உடனடியாக இதனை வெளிக்கொண்டு வந்துவிட்டார்கள். தோழர்கள் இருவருக்கும் நன்றி.

வைக்கம் குறித்து இதுவரை எத்தனையோ நூல்கள் வந்துள்ளன. அதன் அனைத்து தகவல்களும் இதில் சொல்லப்பட்டுள்ளது. ஜெயமோகனை மறுக்க இவை பயன்படுத்தப்பட்டுள்ளது. கூடுதலாக பல்வேறு தகவல்களை தேடி இதில் இணைத்துள்ளேன். 1980 ஆம் ஆண்டில் 'துக்ளக்' கிளப்பிய அவதூறுகளுக்கு அன்றே ஆணித்தரமான மறுப்பை பதிவு செய்தவர் திராவிடர் கழகத் தலைவர் மானமிகு ஆசிரியர் கி. வீரமணி அவர்கள். நேரடியாகவே வைக்கம் சென்று ஆய்வை மேற்கொண்டார் பெரியவர் வே. ஆனைமுத்து அவர்கள். பேராசிரியர் சக்குபாய், கு.வே.கி. ஆசான், வாலாசா வல்லபன், மஞ்சை வசந்தன், த. அமலா வரிசையில் ஆய்வாளர் பழ. அதியமானின் நூல் மிக முக்கியத்துவம் பெற்றது. ஜெயமோகனின் கோபத்துக்கு அதிகமான காரணம் பழ. அதியமான் நூல் தான். இந்நூல் கொடுத்துள்ள ஆதாரங்கள் எதையும் ஏற்காமல் தான் சொன்னதையே திரும்பத் திரும்ப சொல்லி வருகிறார் ஜெயமோகன். இவரது புனைவு வரலாறுகள் இந்நூலின் மூலமாக நொறுக்கப்பட்டுள்ளது.

சென்னை ஆவணக் காப்பகம், கேரள அரசு ஆவணக் காப்பகம், சென்னை அண்ணா அறிவாலயம் பேராசிரியர் ஆய்வு நூலகம், பெரியார் திடல் பெரியார் ஆய்வு நூலகம், இணையக் கல்விக் கழகம், சென்னை ஆராய்ச்சி மற்றும் வளர்ச்சிக் கழகம், சென்னை சமூகப் பணிக் கல்லூரி - ஆகிய நூலகங்களுக்கும் நூலகர்களுக்கும் எனது மனமார்ந்த நன்றி. இதனை பயன்படுத்திக் கொள்ளவும், இந்நூலுக்குத் தேவையான பயனுறு தகவல்களையும் வழங்கிய எனது நண்பர்கள் படை என்பது மிகப் பெரியது. அவர்கள் அனைவர்க்கும் மனமார்ந்த நன்றியைத் தெரிவித்துக் கொள்கிறேன்.

சித்தானை, பழ. அதியமான், வாலாசா வல்லபன், 'பரிசல்' செந்தில்நாதன், 'நற்றிணை' யுகன், அருள் எழிலன், மாநிலக் கல்லூரி முதல்வர் இராமன், பூ.கோ. சரவணன், பொ. தங்கப்பாண்டியன், முத்துகிருஷ்ணன், தமிழரசன், பி.என்.எஸ். பாண்டியன், வீரசோழன் திருமாவளவன், இராம் தங்கம், பேராசிரியர் ரகு, நூலகர் கோவிந்தன், நூலகர் சுந்தரம், நூலகர் அறிவழகன், ஆகியோருக்கு நன்றிகள். வாழ்விணையர் ரேணுகா அவர்களுக்கும் நன்றிகள். பதினைந்து ஆண்டுகளுக்கு முன்னால் கே.பி. கேசவமேனனின் '*பந்தனத்தில் நின்னு*' நூலை கோவையில் இருந்து பெற்றுத் தந்தவர் சித்தானை. பெரியார் குறித்து மேனன் எழுதிய வரிகளை அப்போது மொழிபெயர்த்துக் கொடுத்தவர் நண்பர் சிவன். அவருக்கும் எனது நன்றிகள்.

ஆங்கிலம், மலையாள மொழிபெயர்ப்புகளை எனது நண்பர்கள் வழங்கினார்கள். நூலின் ஆசிரியர் என்று நான் எனது பெயரை போட்டுக் கொள்வதற்கு உள்ளே, இவர்கள் அனைவரும் இருக்கிறார்கள்.

இதுவரை வெளியான பல நூல்களின் தொடர்ச்சியே இந்நூல். தொடர்வேன். தொடருங்கள்.

15.7.2023
(மதுரையில் கலைஞர் நூற்றாண்டு நூலகம் திறப்புவிழா நாள்)

ப. திருமாவேலன்

பிறரைப் புண்படுத்துவதே அவருக்குத் தொழில்!

"என் இயல்பு எப்போதும் பிறரைப் புண்படுத்துவது" - என்பது ஜெயமோகனின் ஒப்புதல் வாக்குமூலம். (கொடிக்கால் ஷேக் அப்துல்லா எழுதிய கட்டுரையில் - பக். 183, ஜெயமோகன் - 60 மணிவிழா தொகுப்பு நூல், சியமந்தகம்)

இப்படிப்பட்ட ஒரு கதாசிரியனின் சதா வேலை என்பது பிறரைப் புண்படுத்துவதாக அமைந்திருப்பதற்கு ஏராளமான சாட்சியங்கள் உண்டு.

அதனை நம்மை விட அவரது அடிப்பொடிகள் அதிகம் அறிவார்கள். யாரைப் பற்றி எல்லாம் என்னவெல்லாம் புண்படுத்தி இருக்கிறார் என்பதை முதலில் கவனிப்போம்.

யாருக்குப் பேட்டி கொடுத்தாலும், தான் எழுத வந்த பாதையைச் சொன்னாலும் சுந்தர ராமசாமியைச் சொல்லாமல் விடமாட்டார் ஜெயமோகன். அதே சு.ரா. பற்றி இவர் என்ன எழுதி இருக்கிறார்? சு.ரா. மறைந்ததும் - 'நினைவின் நதியில்' என்ற புத்தகத்தில் இவர் எழுதியவை இவை...

- சு.ரா. இளம் வயதில் அழகானவராக இல்லை. (பக். 15)

- பேறு சார்ந்த உடல் மற்றும் உணர்வமைப்புகள் காரணமாகவே பெண்கள் ஏதோ வகையில் அறிவார்ந்தும், ஆன்மிகமாகவும் தாழ்ந்தவர்கள் என்று அவர் சொல்லி இருக்கிறார். அவரைப் போன்ற தந்திரமான மனிதர் கண்டிப்பாக அதை எங்கும் எழுதி இருக்க மாட்டார். (பக். 56)

- அவரிடம் தரிசனம் இல்லை. (பக். 77)

- சுந்தர ராமசாமி ஒரு வகையில் மௌனியைப் போன்றவர். அவரது எழுத்து வரலாறு அற்றது. (பக். 79)

- சுந்தர ராமசாமிக்கு ஒரு வழக்கம் உண்டு. ஒருவரிடம் உங்க கதை படிச்சேன் என்று சொல்லிவிட்டு பேசாமலிருந்துவிடுவார். எழுத்தாளர் தவிப்பார். மென்று விழுங்குவார். முகம் செத்துவிடும். அது ஒரு குரூரமான தந்திரம் தான். (பக். 79)

- சு.ரா. உடன் நெருக்கமாக இருந்த எழுத்தாளர்களில் பெரும்பாலானவர்களுக்கு ஒரு மனவிலகல் உருவாகியிருக்கிறது என்பதைக் காணலாம். (பக். 80)

- இந்திய மரபிலிருந்து அவர் பெற்றுக் கொண்டது ஏதுமில்லை. (பக். 82)

- சில வருடங்களுக்குள் அவருக்கு இருந்த மையம் இல்லாமலாயிற்று. (பக். 87)

- ஜேஜே சில குறிப்புகள் வடிவ ரீதியாக வெற்றி என்றாலும் அதை நான் முழுமையான நாவலாகக் கொள்ளவில்லை (பக். 88)

- சுந்தர ராமசாமி தன் இறுதிக் காலத்தில் தான் ஒதுக்கப்படுவதாக, நிராகரிக்கப்படுவதாக கற்பனை செய்து கொண்டு அதீத துன்பம் கொண்டார் என்றே எண்ணுகிறேன். தன்னைத் தானே தனிமைப்படுத்திக் கொண்டார் அவர். (பக். 93)

- சு.ரா.வின் இறுதிக் காலம் வருத்தம் நிறைந்ததாக இருந்தது. (பக். 93)

தனது குருநாதர் என்று சொல்லப்பட்டவரையே எந்தளவுக்கு குதறி வைத்துள்ளார் ஜெயமோகன் என்று பாருங்கள்? மற்றவர்கள் எம்மாத்திரம்?

அரசியல் ஆளுமைகள் குறித்து:

- **அண்ணல் அம்பேத்கர்:** பிரிட்டிஷாரால் அவர் அரசியலுக்கு கொண்டுவரப்பட்டார். இவர் இந்தியத் தலித்துகளின் ஒட்டுமொத்த தலைவர் அல்ல. இவரது அமைப்பு அரசியலில்

வெற்றி பெற்றதே இல்லை. தனது வாழ்நாளில் எப்போதுமே ஓர் அரசியல் சக்தியாக மாறவே இல்லை. ஓர் அறிவுஜீவியான அம்பேத்கர் அனைத்து மேதமையுடனும் ஒரு மேல்மட்ட கனவான் தலைவராகவே இருந்தார். வசீகரமான மக்கள் தலைவராக அல்ல.

- **அம்பேத்கர், ரெட்டமலை சீனிவாசன், எம்.சி. ராஜா:** இவர்கள் அறிவுஜீவிகளான பார்லிமெண்டேரியன்களே தவிர நேரடியாக மக்களிடம் சென்று பணியாற்றிய மக்கள் தலைவர்கள் அல்ல.

- **மார்க்ஸ்:** ஹெலன் டெமூத்தை படுக்கை அறைக்குப் பயன்படுத்திவிட்டு கூசாமல் தூக்கி எறிந்த மார்க்சுக்கு ஜென்னி மீது என்ன காதல் இருந்திருக்க முடியும்? *(பி. தொ.நி.கு)*

- **லெனின்:** பிரெஞ்சுக் காதலிக்காக குரூப்ஸ்கயாவைத் துரத்திவிடத் தயாராக இருந்த லெனினுக்கு பெண்கள் மாற்றி அடையும் உடையே அன்றி வேறு என்ன? *(பி.தொ.நி.கு)*

- **சோவியத் ஸ்டாலின்:** தன் மனைவியையே கொன்றவர் ஸ்டாலின். *(பி.தொ.நி.கு)*

- **கலைஞர்:** இலக்கியவாதியே கிடையாது. நவீன இலக்கியத்தில் அவருக்கு இடமில்லை.

- **எம்.ஜி.ஆர்:** அவர் இரு லேகியங்களைத் தவறாமல் உண்பதுண்டாம். ஒன்று தங்கபஸ்பம். நிறம் மாறாமல் இருப்பதற்காக. இன்னொன்று சிட்டுக்குருவி லேகியம், வீரியத்துக்காக!

- **மாவோயிஸ்ட்டுகள்:** இக்குழுக்கள் பத்து சதவிகிதம் உண்மையான மக்கள் அதிருப்தியின் மீது தொன்னூறு சதவிகிதம் சீன ஆயுத பணபலத்தால் கட்டி எழுப்பப்படுபவை.

- **தமிழ்த் தேசியர்கள்:** பாசிஸ்ட்டுகள்.

- பள்ளி ஆசிரியர்கள் எதையும் படிப்பதே இல்லை.

- கல்லூரி பேராசிரியர்களைப் பொருத்தவரை அவர்கள் என்ன வாசித்தாலும் இலக்கியத்தின் அழகியலைப் புரிந்து கொள்ள முடியாது.
- அரசு பள்ளி மாணவர்கள் பொறுக்கிகள்.

இலக்கிய கர்த்தாக்கள் குறித்து:
- விஷ்ணுபுரத்துக்கு முன்பு வரை தமிழில் நாவலே இல்லை.
- **கமலாதாஸ்:** தனது இளம் வயது தோழனின் விந்து வாசனையைப் பற்றிய வர்ணனைகள் அவரை புகழ் பெறச் செய்தன.
- **அருந்ததிராய்:** அடிப்படையான வரலாற்றறிவோ, சமநிலையோ இல்லாத அருந்ததி போன்ற குருவி மண்டைகள் ஊடகங்களில் இன்று பெறும் அதீத முக்கியத்துவம் மிகமிக ஆச்சர்யமானது.
- **பொன்னியின் செல்வன்:** வரலாற்று மிகு கற்பனைப் படைப்பு. கறாரான இலக்கணப்படி நாவல் அல்ல.
- **தி.க.சி.:** சாகித்ய அகாதமி இவருக்கு தரப்பட்டது கடைசி காலத்து பென்ஷன்.
- **அசோகமித்திரன்:** எந்த கதாபாத்திரத்துக்கும் நினைவில் நிற்கும் தனித்துவம் கொண்ட பெயர் வைக்கத் தெரியாதவர்.
- **சூடாமணி:** கதைகளில் இலக்கிய மதிப்பு மிகக் குறைவு.
- **சாரு நிவேதிதா:** நேர் பேச்சில் கூட தொன்னூறு சதவிகிதம் பொய்தான் பேசுவார் என இருபது வருடங்களாக அவரை அறிந்த நான் கண்டிருக்கிறேன். அவரால் உண்மையை அவரே நினைத்தால் கூட பேச முடியாது.
- **இன்குலாப்:** நவீன கவிதையின் ஆரம்ப பாடமே புரியவில்லை. அவர் எழுதியவை வெறும் கூக்குரல்கள். நேர்மையான இலக்கியச் செயல்பாட்டாளர் என நினைத்திருந்தேன். அப்படியல்ல.

- **எஸ்.வி. ராஜதுரை:** இடதுசாரியாக அறியப்பட்ட இவர் எண்பதுகளில் சட்டென்று இந்திய தேசிய எதிர்ப்பு அரசியலை எழுதிக் குவிக்க அவர் பெறும் அன்னிய நிதியே காரணம்.

- **பெண் எழுத்தாளர்கள்:** பெண்களில் பலர் சொல்லும் படி எதுவுமே எழுதாமல் பலவகை உத்திகள் மூலம் ஊடக பிம்பங்களாக ஆனவர்கள். இன்று ஆண்கள் எழுதித்தான் நிற்க வேண்டியிருக்கிறது. பெண்களுக்கு பெண்களாக தங்களை முன் வைத்தாலே இடம் கிடைத்துவிடுகிறது.

- **இலங்கை படைப்பாளிகள்:** தங்கள் படைப்புலகின் தேவை என்ன என்பது பற்றிய பிரக்ஞையுடன் இல்லை.

சக படைப்பாளிகள், படைப்புகள் மீது விமர்சனம் என்ற பெயரால் வாந்தி எடுத்து அவர்கள் முகத்தில் அப்புவது தான் ஜெயமோகனின் பாணியாகும்.

இதுதான் அவரது படைப்புகளிலும் இருக்கும். அவர் 'அறம்' என்று எழுதிய கதையே கூட, அறம் அல்ல 'சாபம்' தான். இதோ ஜெயமோகனின் மகன் அஜிதன் சொல்கிறார்:

> "சமீபத்தில் எனக்கும் அப்பாவுக்கும் நடந்த ஒரு விவாதத்தில் அப்பா, 'தான் நவீன தமிழ் எழுத்தாளர்களிடம் இருந்து அடிப்படையில் வேறுபடுவதாகவும், அவர்கள் படைப்புகளில் இருக்கும் கசப்பும் வெறுமையும் தன் படைப்புகளில் இல்லை, மாறாக மானுடத்தின் மீது நம்பிக்கையும் இலட்சியவாத கனவுமே தன் படைப்பின் அடிப்படைக் குரல்' எனவும் வாதிட்டார். இரண்டு அடிப்படைகளில் நான் அந்தக் கூற்றை ஏற்றுக்கொள்ளவில்லை..." (பக். 189, ஜெயமோகன் 60 - மணிவிழா தொகுப்பு நூல்) என்று எழுதுகிறார் அஜிதன்.

இப்படி சதா சர்வ காலமும் எதிரே தென்படுபவர்கள் அனைவரையும் கடித்து வைப்பதையே கலையாக வைத்திருப்பவர் ஜெயமோகன்.

இதனை அவரே வாக்குமூலமாகவும் சொல்லிக் கொள்ளவும் செய்கிறார்:

"என்னிடம் உள்ள இயல்பான தன்னகங்காரத்தையும் - கட்டுப்பாடில்லாத சினத்தையும் வெல்வது எனக்கு என்றுமே சிரமமாக இருந்துள்ளது.

இலக்கியம் என் அம்மாவிடமிருந்து கிடைத்தது. அகங்காரம் அப்பாவிடமிருந்து. வெறிகொண்டு ஆயுதமேந்தி எதிரிகளைக் கொல்ல ஓடிய பரம்பரையின் ரத்தம். என் நண்பர்கள் அனைவருமே அந்த முள்ளால் ஒரு முறையேனும் குத்துப்பட்டவர்களே" (பக். 94, நினைவின் நதியில்) என்கிறார்.

இப்படிப்பட்டவருக்கு பதில் எழுதுவது கூட பரிதாபகரமானது தான்.

சுயமோகத்தின் மூலமாக தனது இருப்பை கட்டமைத்துக் கொள்ளும் ஜெயமோகனுக்கு திராவிட இயக்கத்தின் மீதான ஒவ்வாமை எப்போதும் உண்டு. அவை அனைத்துக்கும் இங்கு விளக்கம் அளிக்கப் போவதில்லை. அதிலும் குறிப்பாக பெரியார் மீதான அவதூறுகள் அதிகம். பெரியாரை 'வைக்கம் வீரர்' என்று சொல்வதைக் கேட்டால் ஜெயமோகனுக்கு பொத்துக் கொண்டு வருகிறது. 'அவரை எப்படி வைக்கம் வீரர் என்று சொல்லலாம்?' என்று கேட்கிறார். எப்படிச் சொல்லலாம் என்று செத்துப் போன திரு.வி.க.விடம் தான் கேட்க வேண்டும். அவர் தான் முதன் முதலாக 'வைக்கம் வீரர்' என்று எழுதியவர். இப்போதல்ல, வைக்கம் போராட்டம் நடந்து கொண்டு இருக்கும் போதே - 100 ஆண்டுகளுக்கு முன்பே 'வைக்கம் வீரர்' என்று எழுதியவர் தமிழ்த்தென்றல் திரு.வி.க. அந்தப் பட்டம் மிகமிக உண்மையானதாக இருப்பதால் தான் நூறு ஆண்டுகள் கழித்தும் நின்று நிலைத்திருக்கிறது.

ஜெயமோகன் அடிப்படையில் வரலாற்றியல் அடிப்படையிலான ஆய்வாளர் அல்ல. அதனை அவரே சொல்லி இருக்கிறார்:

"நான் ஆய்வாளன் அல்ல. முறையான விரிவான ஆய்வுகளைச் செய்ய என் புனைவிலக்கியப் பணி எனக்கு பொழுது அளிக்காது. நெடுநாட்கள் ஓர் ஆய்வை தொடருமளவுக்கு பொறுமை கொண்டவனும் அல்ல. நான் கூறுவன எவையுமே ஆய்வு முடிவுகள் அல்ல. தேடிச் சென்று கண்டடைந்த

தகவல்களும் அல்ல. மிகமிக அடிப்படையான தரவுகளையே நான் சொல்கிறேன். எந்த வாசகனும் சாதாரணமாகக் கண்டடையக் கூடிய பொதுச் செய்திகள்.

நான் அவற்றைக் கொண்டு ஒரு எளிமையான பொதுப் பார்வையை மட்டுமே உருவாக்குகிறேன். அரிய, சிக்கலான வாதங்களை உருவாக்குவதில்லை. அது நேர்மையும் அறவுணர்வும் கொண்ட இயல்பான வரலாற்று நோக்கு. அது அரசியல் சார்ந்த கழைக்கூத்தாட்டங்களுக்கு எதிரானதாக நிலைகொள்கிறது" (ஜனவரி 18, 2020) என்று அவரே சொல்லிக் கொள்கிறார்.

ஆனால் நேர்மையோ அறவுணர்வோ வரலாற்று நோக்கமோ இல்லாமல் வன்மம் கொண்டதாக மட்டுமே 'வைக்கம் போராட்டம்' குறித்த அவரது கட்டுரைகள் அமைந்திருக்கின்றன.

வைக்கம் போராட்டம் குறித்த அவர் எழுதிய கட்டுரைகளை மொத்தமாகத் தொகுத்துப் பார்த்தால் அவருக்கு வைக்கம் போராட்டத்தின் சமூகநோக்கத்தை ஆதரிப்பதை விட பெரியாரை நிராகரிக்கவே வைக்கம் பற்றி அவர் அதிகம் எழுதத் தொடங்கினார் என்பதை அறியலாம்.

'இன்றைய காந்தி' என்ற ஜெயமோகனின் நூல் 2009 ஆம் ஆண்டு வெளியானது. இதில் 'வைக்கம் போராட்டம்' என்ற கேள்வி பதில் இடம் பெற்றுள்ளது. பக்கம் 342 முதல் 368 வரையிலான மிக நீண்ட பதில் அது. அதையே தான் 15 ஆண்டுகளாக மாற்றி மாற்றி கட் அண்ட் பேஸ்ட் பண்ணிக் கொண்டு இருக்கிறார். இவருக்கு வந்த மறுப்புகளையோ, புதிய தரவுகளையோ அவர் கண்டுகொள்ளவே இல்லை.

ஜெயமோகனின் இணையத் தளத்தில் உள்ள வைக்கம் தொடர்பான கட்டுரைகள் இவை.

1. வைக்கமும் காந்தியும் - 1 (17, ஜனவரி, 2010)

2. வைக்கமும் காந்தியும் - 2 (18, ஜனவரி, 2010)

3. வைக்கமும் ஈ.வெ.ரா.வும் (26, டிசம்பர், 2013)

4. வைக்கம், ஈ.வெ.ரா., புதிய கழைக்கூத்தாடிகள் (16, ஜனவரி, 2020)

5. வைக்கம் ஈ.வெ.ரா. எனது மதிப்பீடு (18, ஜனவரி, 2020)

6. வைக்கம், ஈ.வெ.ரா., ஜார்ஜ் ஜோசப் கடிதங்கள் (19, ஜனவரி, 2020)

7. வைக்கம், காந்தி, அய்யங்காளி (22, பிப்ரவரி, 2020)

8. வைக்கம் - மாபெரும் பிரச்சார இயந்திரம் (31, மார்ச், 2023)

9. வைக்கமும் கேரளமும் (2, ஏப்ரல், 2023)

ஆகியவை வைக்கம் போராட்டம் குறித்த பெரியாரின் பங்களிப்பை நிராகரிக்கும் நோக்கத்துடன் ஜெயமோகன் எழுதிய புனைவுகள் ஆகும்.

வைக்கம் குறித்த ஜெயமோகனின் அவதூறுகள், 2020 ஆம் ஆண்டுக்குப் பிறகு வேகம் எடுக்கக் காரணம், பழ.அதியமான் அவர்களின் 'வைக்கம் போராட்டம்' என்ற ஆதாரப்பூர்வமான நூல் வெளி வந்ததே ஆகும்.

திராவிட இயக்கத் தலைவர்கள் சொல்வதை, திராவிட இயக்க எழுத்தாளர்கள் எழுதுவதை ஏற்கமாட்டேன் என்று சொல்லி வந்த ஜெயமோகன், பெரியாரின் பங்களிப்பு குறித்து மலையாளப் பதிவுகள் இருக்கிறதா என்று புலம்பிக் கொண்டு இருந்தார். பழ.அதியமான், மலையாளப் பதிவுகளையும் கொண்டு வந்து முன் வைத்தார். ஆங்கிலப் பதிவுகளையும் அடுக்கினார். கேரள ஆவணக் காப்பக தரவுகளையும் புரட்டி எடுத்து வந்தார். அதன் பிறகும் உண்மையை ஒப்புக் கொள்ளும் மனித இயல்பு ஜெயமோகனுக்குக் கிடையாது. 'பிறரைப் புண்படுத்துவதே தன் இயல்பு' என்று சொல்லி வரும் அவர், வைக்கத்தை வைத்து திராவிட இயக்கத்தைப் புண்படுத்த முடியுமா என்று பார்க்கிறார்.

நண்பர்களைக் கூட குத்துவது அவரது வழக்கமாக இருக்கலாம். ஆனால், அதனை பெரியாரிடத்தில் காட்டக் கூடாது. ஏனென்றால் பெரியார் 'குத்துவெட்டு' வழக்கிலேயே கைதானவர்.

இதே வைக்கத்தில் பெரியாரின் தியாகம் எத்தகையது தெரியுமா? இதோ கே.பி. கேசவமேனன் விவரிக்கிறார்...

"... தமிழ்நாடு காங்கிரஸ் கமிட்டியின் தலைவரும், ஈரோடு முனிசிபல் கவுன்சிலின் சேர்மனுமாக இருந்தவரும், ஒரு பெரும் பணக்காரரும், உத்தம தேசாபிமானியுமான நாயக்கரின் காலில் சங்கிலிகளும் கைதிகளது தொப்பியும், முழங்கால் வரையிலான வேட்டியும் கழுத்தில் மரக்கட்டையும் மாட்டி கொள்ளைக்காரர்கள் மற்றும் கொலைகாரர்களுடன் ஒன்றாக வேலைக்குச் செல்வதைக் கண்டு கேரளாவின் தீண்டாமைச் சாதிக்காரர்களது சுதந்திரத்துக்காக தமிழ்நாட்டின் ஒரு பெரிய மேற்குல இந்துவை, இப்படிப்பட்ட தியாகத்துக்கு உந்திய சிரேஷ்டமான இயக்கத்தின் மகிமை எங்களுக்கு புத்துயிர் தராதிருக்கவில்லை..." ('*பந்தனத்தில் நின்னு*' மலையாள நூல், பக். 76, தமிழில் - சிவன்). இவர் தான் பெரியார்.

1963 ஆம் ஆண்டு தமிழ்நாட்டில் கடுமையான மழை. மாநிலமே மிதக்கிறது. அப்போது திருச்சி பெரியார் மாளிகையில் அவரைச் சந்திக்கிறார் தோழர் ஆளவந்தார். கனமழை பெரியாரை பழைய நினைவுகளுக்கு அழைத்துச் செல்கிறது. இதோ பெரியார் விவரிக்கிறார்...

"இப்பொழுது மழை விடாது பெய்கிறது. இதைப் போன்றே முன்னொரு தடவை மழை பெய்தது. அப்போது நான் மலையாளத்தில் மாட்டிக் கொண்டேன். அங்கு ஒரு பெரிய இயக்கத்தை ஆரம்பித்தோம். அதுதான் வைக்கம் போராட்டம்.

என்னை ஜெயிலில் பிடித்துப் போட்டுவிட்டார்கள். ஒருநாள் இரவு என்னையும் என்னுடன் கைதான ஒருவரையும் ஒரு படகில் ஏற்றிக் கொச்சியிலிருந்து திருவனந்தபுரம் சிறைக்கு அழைத்துச் சென்றார்கள். மழை நன்றாகப் பெய்கிறது. மழையுடன் காற்றும் பலமாக அடித்தது.

படகு ஓட்டுபவன் மிகவும் கெட்டிக்காரன். மிகவும் சாமர்த்தியமாகப் ஓட்டிச் சென்றான். இரவு வெகு நேரமாகிவிட்டது. மழை பெய்து கொண்டிருந்ததால் என்னையும் எனது நண்பரையும் படகின் பலகையால்

ஒரு முனையில் மூடப்பட்ட பாகத்தின் கீழ்ப் பகுதியில் சவுகரியமாக உட்காரவைத்து விட்டார்கள்.

சிறிது நேரம் கழித்து திடீரென்று படகுக்காரன் ஒரு சப்தம் கொடுத்தான். "அய்யய்யோ! படகு திசை திரும்பி செல்கிறதே" என்றான். எங்களையும் மற்றும் படகில் இருந்தவர்களையும் நோக்கி அவன் கூறினான்: "ஆபத்து வந்துவிட்டது: நாம் பிழைக்க மாட்டோம்போல் இருக்கிறது நீங்கள் உங்கள் 'சாமி'யை வேண்டிக் கொள்ளுங்கள்" என்றான். நமக்குத்தான் கடவுள் நம்பிக்கை இல்லையே! நாம் எப்படி வேண்டிக் கொள்வது? அப்போதுதான் எனக்கு மனத்தில் ஒரு எண்ணம் தைத்தது. அதாவது, ஓகோ! நமது காலம் இத்துடன் இங்கே முடியப் போகிறது போல் இருக்கிறது என்று.

பின் படகு ஓட்டி மிகமிக முயன்று அங்குமிங்குமாகப் படகை ஓட்டினான். பிறகு, சிறிது நேரம் கழித்து படகுக்காரன் எங்களிடம் சந்தோஷத்துடன், "நாம் ஆபத்திலிருந்து தப்பித்து விட்டோம்; இனிமேல் பயப்படவேண்டாம்; நாம் கரையை நோக்கி வந்துவிட்டோம்; அதோ பாருங்கள், விளக்கு எரிகிறது" என்று கூறினான். படகை விளக்கு எரியும் திசையை நோக்கி ஓட்டினான். படகு கரையோரம் வந்ததும், படகுக்காரன் கரையில் இறங்கினான். பின்பு எங்களிடம் வந்து கூறினான், அந்த விளக்கு என்ன தெரியுமா? அங்கு ஒரு ஆள் வழிபோக்கர்களுக்குக் கஞ்சா விற்றுக் கொண்டிருக்கிறான்" என்று கூறினான். பிறகு படகை ஓட்டிக்கொண்டு விடியற் காலையில் எங்களைப் பத்திரமாகத் திருவனந்தபுரம் கொண்டு சேர்த்தான்" **(உண்மை, 1.5.1975)**

இப்படி வாழ்நாளெல்லாம் ஆபத்துகளில் கலம் செலுத்தியவர்தான் பெரியார். அவரை ஜெயமோகன்களால் கவிழ்க்க முடியாது.

⊙

முகமும் குணமும்

ஜெயமோகன் வகுப்புவாத எண்ணம் கொண்டவர் என்பதை அவரது படைப்புகளை வாசிப்பவர்கள் தெரிந்து கொள்ள முடியும்.

"ஆர்.எஸ்.எஸ். அமைப்பில் இருந்தவன்" என்பதை மார்தட்டிச் சொல்லிக் கொள்ளக் கூடியவர் தான் ஜெயமோகன்.

இதோ அவரே எழுதுகிறார்:

"பள்ளிநாட்களில் நான் மார்க்ஸியக் கம்யூனிஸ்டுக் கட்சியின் ஆதரவாளன். எங்களூரில் அன்றிருந்த பெரிய அரசியலியக்கம் அதுவே. மேலும் அதன் பெருந்தலைவரான மறைந்த ஜெ. ஹேமச்சந்திரன் என் நெருக்கமான உறவினர். நெருக்கடிநிலைக்கு எதிராக கட்சி மேற்கொண்ட போராட்டங்களில் எந்த விபரமும் தெரியாமல் நானும் பிற பையன்களைப் போல பங்கெடுத்திருக்கிறேன்.

நான் கல்லூரி இரண்டாமாண்டு படிக்கையில் ஆர்.எஸ்.எஸ் தொடர்பு உருவாகியது. மிகச் சாதாரணமான அன்றாடப் பிரச்சினையில் இருந்து அது ஆரம்பமாகியது. எங்களூர் திருவரம்பு மகாதேவர் ஆலயம் சுற்றிலும் கிறிஸ்தவ குடியிருப்புகள் நடுவே பதினைந்து இந்து வீடுகள் சூழ இருந்தது. நாங்கள் கோவிலை மய்யமாக்கி இளைஞர் கும்பல் இருந்தோம். சும்மா பிரேம் நஸீர், ஜெயபாரதி, ஒரு தகழி, பஷீர் என்று பேசிக் கொள்வோம். கோயில் செயல்பாடுகள் எங்களைத் தொகுத்துக் கொள்ள உதவின. அவற்றில் மதம் ஏதும் இல்லை. கோயிலில்தான் பொது இடமாக இருந்தது. கோயில் பேரைச் சொன்னால் தான் ஊரில் பைசா கிடைக்கும். பணம் சேர்த்து சிறிய கலை நிகழ்ச்சிகள் நடத்துவோம்.

ஆனால் ஊரில் கிறித்தவர்கள் ஒரு கட்டுப்பாடு போட்டிருந்தார்கள். கிறித்தவப் பகுதிகளில் ஒலி கேட்குமளவுக்கு கோயில்மணி அடிப்பதோ ஒலிப்பெருக்கி வைப்பதோ கூடாது. 'சாத்தானின்' சத்தம் அவர்களின் மதவழிபாட்டுக்குத் தடையாக இருக்கிறது என்றார்கள். ஆனால் கோயிலின் தூணிலேயே கிறித்தவ விழாக்களுக்கான ஒலிபெருக்கிகளைக் கட்டுவார்கள். இன்று இது நம்ப முடியாததாக இருக்கலாம். ஆனால் சீர்திருத்தக் கிறித்தவர்களின் (CSI) அப்பட்டமான மதவெறியை நேரில் அனுபவித்தவர்கள் இதை எளிதில் உணர்வார்கள். முப்பது வருடம் முன்பு குமரி மாவட்டத்தின் கல்குளம் விளவங்கோடு பகுதியில் பல ஊர்களில் இப்பிரச்சினை இருந்தது.

இவ்வாறு மதவெறியுடன் செயல்பட்டவர்கள் அதிகபட்சம் ஒரு அய்ம்பதுபேர்தான். அவர்களே ஊரில் பணபலம் மிக்கவர்கள். மற்றபடி ஊரில் பெரும்பாலான கிறித்தவர்களுக்கு எந்தவிதமான மதவெறியோ காழ்ப்போ கிடையாது. வயிற்றுப்பாட்டுக்கு அலையும் எளிய மக்கள் ஒருவரை ஒருவர் சார்ந்து வாழ்ந்தாக வேண்டியவர்கள். கோயிலில் நாடகம் போட்டால் அவர்களே வீட்டில் இருந்து பாயைச் சுருட்டிக் கொண்டு வந்து உட்கார்வார்கள்.

நாங்கள் ஒருமுறை ஒரு கதாபிரசங்கத்துக்கு ஒலிப்பெருக்கி ஏற்பாடு செய்தோம். ஜி. விவேகானந்தனின் 'கள்ளு' என்ற நாவலின் கதாப்பிரசங்க வடிவம். நிகழ்ச்சி நடந்து கொண்டிருந்த போது தேவாலயத்தில் மணி அடித்து ஆட்களைக் கூட்டிக் கொண்டு திரண்டு வந்த கிறித்தவர்கள் எங்கள் நிகழ்ச்சியை நிறுத்தினார்கள். நான் உட்பட சம்பந்தப்பட்ட இளைஞர்களுக்கு எல்லாம் அடி கிடைத்தது. மேடை பிய்த்து வீசப்பட்டது. அந்த நிகழ்ச்சிக்குப் பின் ஊரின் பெரிய மனிதர்கள் கூடி சமரசம் பேசிய போது தேவாலயத்தின் பாதிரியார் சாத்தானின் சத்தமே வெளியே கேட்கக் கூடாது என்று ஆணையிட்டார். பெரியவர்கள் அதற்கு ஒத்துக் கொண்டார்கள். நாங்கள் இளைஞர்களுக்குத்தான் ரத்தம் கொதித்தது.

முக்கியமான விஷயம், அடிபட்டவர்களில் இந்து நாடார்கள் இருந்தார்கள் என்பதே. அன்று வரை இல்லாத ஒரு புதிய

விஷயம் அது. ஆகவே நாங்கள் ஆற்றுக்கு மறுகரையில் வலுவான இந்து நாடார் மய்யமாக விளங்கிய கிருஷ்ணன் கோயிலை நடத்தி வந்த செல்லன் நாடாரைச் சென்று பார்த்தோம். அவர் எங்களுக்கு ஆதரவளித்தார். அவரே அவரது ஆட்களுடன் வந்து நின்று கோவிலில் விழாவை கொட்டும் குரவையுமாக நடத்தினார். அவர் உறுதியான ஆர்.எஸ்.எஸ். காரர். அபாரமான ஒழுக்கமும் நேர்மையும் கொண்ட தீ போன்ற மனிதர். அவரது ஆளுமையின் கவர்ச்சியால் நாங்கவெல்லாருமே ஆர்.எஸ்.எஸ்ஸில் இணைந்தோம். அவர் நடத்தி வந்த ஷாகாவுக்குச் செல்ல ஆரம்பித்தோம். பின்னர் நாங்களே ஒன்றை ஆரம்பித்தோம்.

இக்காலகட்டத்தில் குமரி மாவட்டத்தில் காப்புக்காடு என்ற ஊரில் அம்மாவின் சொந்தக்காரர் வீட்டுக்குச் செல்லும் போது நெற்றியில் விபூதியுடன் ஒரு கிறித்தவத் தெருவில் வழிதவறி நுழைந்து விட்டேன். என்னைப் பிடித்து அடித்து இழுத்துச் சென்று உள்ளூர் சர்ச்சில் வைத்தார்கள். பாதிரியார் வந்து அவரே என்னை அடித்து என் விதைப்பையில் உதைத்தார். பல வருடக்காலம் எனக்கு பெரும் வலியைக் கொடுத்த உள்காயமாக அது இருந்தது.

எனக்கு கிறித்தவ மதம் மீது உக்கிரமான வெறுப்பு உருவாகியது இக்காலகட்டத்திலேயே. என் மனத்தில் இளமையிலேயே குடியேறிய கிறிஸ்துவின் ஒளிமிக்க சித்திரமே அதனால் கறைபட்டது. அதிலிருந்து என்னை மீட்டது நான் என் கல்லூரி நண்பனுடன் கடியப்பட்டிணம் கடற்கரைக்குச் சென்று அவர்களுடன் சில நாள் தங்கிய போதுதான். அவனுடைய எளிமையான அம்மாவே எனக்கு கிறிஸ்துவை மீட்டளித்தார்கள். பல நிழல் கோணங்களில் அவர்கள் என் ஆக்கங்களில் வந்திருக்கிறார்கள். ஓர் உதாரணம், பின் தொடரும் நிழலின் குரலில் வரும் கே.கே.எம்மின் மனைவி. என் அகத்தில் இருந்த கிறிஸ்துவை நான் அப்போதுதான் மீட்டுக் கொண்டேன்.

கல்லூரி வாழ்வின் கடைசி நாட்களில் என் உயிர்நண்பன் ராதாகிருஷ்ணனின் தற்கொலையும் அதன் விளைவாக நான் மனச்சிக்கல் கொண்டவனாக ஆனதும் என்னை மாற்றியமைத்தது. நான் ஊரை விட்டு ஓடினேன். துறவியாக

பல திசைகளில் அலைந்தேன். மீண்டு வந்த பின்னர் ஆர்.எஸ்.எஸ். ஊழியராக இணைந்தேன். குறுகிய காலம் அவ்வியக்கத்தில் பணியாற்றியிருக்கிறேன். இன்று அதைப் பற்றி விரிவாகச் சொல்ல முடியாது. அவ்வியக்கத்தின் உச்சத்தளங்களில் தொடர்புடையவனாக இருந்தேன் என்றும் கிட்டத்தட்ட மூன்று வருடம் அவர்களின் அதிகாரபூர்வ இதழ் விஜயபாரதத்தை 'ஜெயன்' என்ற பேரில் நடத்தினேன் என்றும் என்னால் சொல்ல முடியும். சில நூல்களும் எழுதினேன்.

நான் ஆர்.எஸ்.எஸ். இயக்கத்தில் நீடித்திருந்தால் இன்று அதன் முக்கியமான பொறுப்புகளில் இருந்திருக்கக் கூடும். ஆனால் நான் அதில் இருந்து விலகினேன். ஆர்.எஸ்.எஸ். இயக்கத்தில் நான் சந்தித்த பெரும்பாலானவர்கள் எனக்கு மிக மிகப் பிரியத்திற்குரியவர்களாக இருந்தார்கள். அசாதாரணமான நேர்மையும் அர்ப்பணிப்பும் கொண்ட மனிதர்கள். அவர்கள் எவரிடமும் எந்த வகையான தனிப்பட்ட முரண்பாடும் எனக்கு வரவில்லை. இன்றும் தனிப்பட்ட நெருக்கமே உள்ளது. நான் முழுக்க முழுக்க கொள்கை சார்ந்த முரண்பாட்டினாலேயே வெளியேறினேன்.

வெளியே பிரச்சாரம் செய்யப்படுவது போல ஆர்.எஸ்.எஸ். ஒன்றும் ஒற்றைப்படையான மதவெறி அமைப்பு அல்ல. பிற எந்தப் பெரும் இயக்கங்களைப் போலவே அதிலும் முரண்பட்டு இயங்கும் உள்ளோட்டங்கள் உண்டு. அர்ப்பணிப்புள்ள காந்தியவாதிகள் அதற்குள் உண்டு. பிற எந்த சமூகசேவை அமைப்பை விடவும் அவர்கள் வழி நடத்திய சேவை அமைப்புகள் மாபெரும் பணி புரிந்திருக்கின்றன. நாத்திகர்களும் உண்டு. ஏன் இடதுசாரிக் கொள்கைகள் கொண்டவர்களும் உண்டு. உறுதியான சாதியவாதிகள், மதவெறியர்கள், பழமைவாதிகளும் உண்டு. பொதுவான ஒரு கருத்தியலே அவர்களை ஒரே அமைப்புக்குள் வைத்திருக்கிறது.

எண்பதுகளில் நான், நானாஜி தேஷ்முக்கைச் சந்தித்திருக்கிறேன். அதற்குப்பின் சில மாதங்கள் கழித்து வேறு ஒரு கூட்டத்தில் சுந்தர்லால் பஹுகுணாவைச் சந்தித்தேன். இருவரும் ஒரே காந்தியக் கருத்தியல் கொண்டவர்களாக எனக்குப்பட்டார்கள். நானாஜி தேஷ்முக் பின்னர் உயர்மட்ட அரசியல் சலித்து

ஆர்.எஸ்.எஸ். பணிகளில் இருந்து விலகி காந்திய கிராம நிர்மாண சேவைக்குச் சென்று அரும் சாதனைகளை ஆற்றியிருக்கிறார். அப்படி வெளியேறாமலேயே பிரமிக்கத்தக்க பணிகளைச் செய்தவர்களையும் நான் அறிவேன். அறியப்படாமலேயே சென்றுவிடும் மனிதர்கள் அவர்கள்.

நான் தேர்ந்தெடுக்க இரு வழிமுறைகள் இருந்தன. ஒன்று நானாஜி தேஷ்முக் போன்றவர்களின் வழி. இன்னொன்று அதிகார அரசியலின் வழி. இரண்டுமே எனக்கு உசுக்கவில்லை. நான் எதிர்மறையான விஷயங்கள் மீது ஈடுபாடு கொள்பவன் அல்ல. எந்த மதத்தையும் எந்த மனிதக் குழுவையும் வெறுக்க என்னால் இயலாது. அது எழுத்தாளனின் வழி அல்ல. அப்படி வெறுக்க ஆரம்பிப்பவன் அவனது ஆன்மிகத்தை இழந்து கலையைக் கைவிட்டுவிட நேரும். நான் என்றுமே என்னை எழுத்தாளன் என்றே உணர்ந்தவன். ஆகவே நான் விலகிச் சென்றேன்" (சாட்சி மொழி, பக். 17-20, 2009)

என்று வெளிப்படையாகவே எழுதி இருக்கிறார் ஜெயமோகன்.

மூன்று ஆண்டு காலம் ஆர்.எஸ்.எஸ்.சில் ஜெயமோகன் செயல்பட்டுள்ளார். 'விஜயபாரதம்' இதழை பொறுப்பேற்று நடத்தி இருக்கிறார். அதில் எழுதி இருக்கிறார். அவர்களுக்கு பரப்புரை நூல்கள் எழுதித் தந்துள்ளார். அங்கிருந்து வெளியேறினாலும், "ஆர்.எஸ்.எஸ். ஒன்றும் ஒற்றைப்படையான மதவெறி அமைப்பு அல்ல" என்று சொல்பவராகவே ஜெயமோகன் இருக்கிறார். எனவே ஆர்.எஸ்.எஸ்.சின் அடிப்படையை அவரும் ஏற்பவராகவே இருக்கிறார் என்றே முடிவுக்கு வர முடிகிறது.

ஆர்.எஸ்.எஸ். இந்து அல்லாத மதத்தவர் மீது காட்டும் வெறுப்பை தான் ஏற்பதில்லை என்பது போல ஜெயமோகன் கட்டுரையின் இறுதி வரிகள் அமைந்துள்ளன. அது உண்மையாக இருந்தால், 'ஆர்.எஸ்.எஸ். ஒற்றைப்படையான மதவெறி அமைப்பு அல்ல' என்று அவர் சொல்வது கூட தவறான கருத்து ஆகும். 'ஒற்றைப்படையான மதவெறி அமைப்பு அல்ல' என்று சொல்லி விட்டு, 'மற்ற மதங்களை என்னால் வெறுக்க முடியாது. ஆகவே விலகிச் செல்கிறேன்' என்பதே முன்னுக்குப் பின் முரணானது ஆகும்.

'எந்த மதத்தையும் எந்த மனிதக் குழுவையும் வெறுக்க என்னால் இயலாது' என்று சொல்லிக் கொள்ளும் ஜெயமோகன், அப்படி நடந்து கொண்டாரா என்றால் இல்லை. அவரது படைப்புகளில் கிறித்துவமும், இசுலாமியமும் ஆர்.எஸ்.எஸ். அமைப்பின் நோக்கத்துடன் தான் விமர்சிக்கப்படுகிறது. அதே அளவுகோலுடன் தான் நோக்கப்படுகிறது.

"குரானையும் மூலதனத்தையும் எடுத்துப் பார்த்து எந்தப் புத்தகத்தில் மரண பாவத்தோட கனம் குறைவுன்னு பார்த்தா மூலதனம் காத்து மாதிரி இருக்கும்னு தோனுது. இப்ப மூலதனம் பசியடங்கியாச்சு. குர்ரானுக்கு இன்னும் ஒரு நூற்றாண்டுக்காவது ரத்த தாகம் தணியாது"

இது 'பின் தொடரும் நிழலின் குரலில்' அவர் சொல்வது!

'இந்திய ஒருமைப்பாட்டை முதல் எதிரியாகக் கொள்ளும் இரு சக்திகள், ஒன்று சீனா; இன்னொன்று கிறித்துவ மத மாற்ற அமைப்புகள்' என்கிறார்.

'இசுலாம் என்பது அடிப்படையில் ஒரு தேசிய கற்பிதம். அது மதமோ வாழ்க்கை முறையோ மட்டும் அல்ல. அது பிற தேசிய கற்பிதங்களை ஏற்காது. ... எத்தனை தலைமுறைக் காலம் ஒரு நாட்டில் வாழ்ந்தாலும் சரி, அந்த நாட்டாலே மேன்மை பெற்றிருந்தாலும் சரி - அந்த நாட்டை மதநோக்கில் அழிக்க அவர்களுக்கு தயக்கம் இருக்காது என்பதைக் கண்டிருக்கிறது அய்ரோப்பா...' *(சாட்சி மொழி, பக். 27)*

என்கிறார். இவை அனைத்தும் ஆர்.எஸ்.எஸ். குரல்கள். ஒற்றை மதவெறிக் குரல்கள். எந்த மதத்தையும் எந்தக் குழுவையும் என்னால் வெறுக்க முடியாது என்று சொல்லிக் கொள்ளும் ஜெயமோகனின் குரல்.

கவிஞர் மனுஷ்யபுத்திரன் தனக்கு சென்னையில் வீடு கிடைக்கவில்லை என்று பதிவு போடுகிறார். அதற்கு ஜெயமோகன் ஆற்றிய எதிர்வினை என்ன தெரியுமா?

"இஸ்லாமியர்களில் இன்றுள்ள வலுவான வன்முறை அமைப்புகளை அனைவரும் அறிவார்கள். அவ்வமைப்புகளில்

கணிசமானவர்கள் கட்டைப் பஞ்சாயத்தைத் தான் தொழிலாகச் செய்கிறார்கள். ... இஸ்லாமியர்கள் மேல் அச்சம் கண்டிப்பாக உள்ளது. அந்த அச்சமே வீட்டின் விஷயத்தில் வெளியாகிறது. என்னை எடுத்துக் கொள்ளுங்கள். எனக்கு இஸ்லாமியர்கள் மேல் அச்சம் உள்ளதா? கண்டிப்பாக ஆழமான அச்சம் உள்ளது" (30 மார்ச், 2017, இணையதளம்)

என்று பதில் சொல்கிறார் ஜெயமோகன். அதாவது காத்திருக்கிறது ஜெயமோகனின் மனம். வன்மத்தைக் கக்குவதற்கு. அதே பதிவில்,

'குமரி மாவட்டத்தில் பெந்தெகொஸ்துகளுக்கு (வீடு) கொடுக்க மாட்டார்கள். மிக விரைவிலேயே அந்த வீட்டை ஜெபவீடாக ஆக்கிக் கொண்டு பேரம் பேச வந்து அமர்வார்கள்" என்கிறார்.

தான் படித்த கல்லூரியைப் பற்றி எழுதும் போது, 'எங்கள் கல்லூரியில் உச்சகட்ட மதமாற்றப் பிரச்சாரம் எப்போதும் நிகழும்' என்று எழுதுவார்.

அந்நிய நிதி வருகிறது, மதமாற்றம் செய்கிறார்கள் என்று கிறித்துவத்தின் மீதும் - வன்முறையாளர்கள் என்று இசுலாமியர்கள் மீதும் ஒன்றைக் கட்டமைத்துக் கொண்டு அதனை தனது கட்டுரைகளில் எங்கெல்லாம் முடியுமோ அங்கெல்லாம் நுழைப்பது ஜெயமோகனின் வேலை.

கிறித்துவம், இசுலாமியம், கம்யூனிஸம் - ஆகிய மூன்றும் தான் ஆர்.எஸ்.எஸ். அமைப்பின் எதிரிகள். இந்த மூன்றுக்கும் எதிராகதான் அவர்களது வெளியீடுகள் இருக்கும். இவை எல்லாம் ஒரு காலத்தில் ஜெயமோகனால் 'எழுதப்பட்டது தானா' என்றும் நமக்குத் தெரியாது.

இத்தகைய வகுப்புவாத எண்ணம் கொண்டவர் பெரியாரை ஆதரித்து கருத்துச் சொல்வார் என்று யாரும் எதிர்பார்க்கவில்லை.

⊙

கேரள வரலாற்றை மறைக்கிறார்... திரிக்கிறார்!

'**வை**க்கம் போராட்டம்' பற்றி இத்தனை கட்டுரைகள் எழுதிய ஜெயமோகன், வைக்கம் பற்றி ஏன் நாவல் எழுத முன்வரவில்லை? வாசகனாக எழும் சாதாரணக் கேள்வி தான் இது. ஏனென்றால் வைக்கம் போராட்டம் பற்றி அவர் எழுதுவது பெரியாரைச் சிறுமைப்படுத்துவதற்கே தவிர, அப்போராட்டத்தைப் பெருமைப்படுத்துவதற்காக அல்ல. வைக்கம் குறித்து தான் எழுதும் கட்டுரைகளில் ஒடுக்கப்பட்ட மக்களை உயர்ஜாதியினர் எப்படி கொடுமைப்படுத்தினார்கள் என்றோ, கேரள ஜாதிக் கொடுமைகள் பற்றியோ எழுதி இருக்க மாட்டார். இதுதான் உண்மையான ஜெயமோகன்.

அவர் கதைகளே நாயர் ஜாதிப் பெருமையைப் பேசி, ஒடுக்கப்பட்ட மக்களின் வளர்ச்சியைச் சிறுமைப்படுத்தும் நோக்கம் கொண்டவையே.

அவரது முதல் சிறுகதை தொகுதி 'திசைகளின் நடுவே' 1992 ஆம் ஆண்டு வெளியானது. அதில் 'பல்லக்கு' என்ற ஒரு கதை இருக்கும்.

மிகப் பெரும் பணக்கார நாயர் குடும்பம், காலப் போக்கில் பொருளாதார, தொழில் ரீதியாக வீழ்ச்சியைச் சந்திக்கிறது. குடும்பத்தில் இருக்கும் பொருள்களையே விற்றுவிற்றுச் சாப்பிடுகிறது அந்தக் குடும்பம். இதனை விற்றுத் தருபவர் நாடார் இனத்தைச் சேர்ந்த (கதையில் சொல்லப்படுவதால் மட்டுமே ஜாதிப் பெயர் இங்கு குறிப்பிடப்பட வேண்டிய அவசியம் ஏற்படுகிறது) ஒரு வேலையாள். நாயர் கொடுக்கும் பொருட்களை ரகசியமாக போய் விற்று வந்து இந்த வேலையாள் பணம் கொடுக்கிறார். அந்தக் குடும்பத்துக்கு

பரம்பரைச் சொத்தாக ஒரு பல்லக்கு இருக்கிறது. இறுதியாக அந்த பல்லக்கும் விற்கப்படுகிறது.

ஒருநாள் நாயர், சாலையில் நடந்து செல்லும் போது அந்த பல்லக்கு போய்க் கொண்டு இருக்கிறது. யார் அதில் போவது என்று கேட்கிறார் நாயர். 'உங்க வீட்டுல வேலை பார்க்கிற நாடாரின் மகன் தான்' என்று சொல்லப்படுகிறது. 'வேதக்கார சாமியார் தயவில் படித்து வாத்தியார் உத்தியோகம் பார்க்கிறான். தாழ்ந்த சாதிப்பயலெல்லாம் பல்லக்கில் போறான்' என்று சொல்லப்பட்டதும் நாயர் உடைந்து போகிறார். இதுதான் கதை. ஜெயமோகன் உடைந்து போன கதை இது. இதில் என்ன அறம் இருக்கிறது? எல்லாப் பொருளையும் விற்றுக் கொடுத்த நாடாருக்கு, அந்தப் பல்லக்கை நாயர் பரிசாகக் கொடுத்தார் என்று சொன்னாலாவது அதில் ஒரு அறம் இருந்திருக்கும்!?

ஒடுக்கப்பட்ட சமூகத்தைச் சேர்ந்த ஒருவர் தனது மகனைப் படிக்க வைத்ததும், அந்த இளைஞன் வாத்தியாராக ஆனதும், பல்லக்கில் போனதும் ஏன் ஜெயமோகனுக்கு வருத்தம் தருகிறது? அதே பல்லக்கை தனது வேலைக்காரனே வாங்கிக் கொண்டானே என்று ஒரு நாயர் வருந்தியது அறம் ஆகுமா? இப்படி ஒரு கதையை எழுதியவர் தான் 'வைக்கம்' கண்ணீர் வடிக்கிறார்!

'ரப்பர்' நாவலும் நாயர் குடும்பத்தை அறத்தின் பாற்பட்டதாகவும், நாடார் குடும்பத்தை அறம் வழுவிய குடும்பமாகவும் காட்டவே எழுதப்பட்டது.

நாயர்கள் கையில் நிலபுலங்கள் இருக்கிறது. விவசாயம் செழித்துக் கிடக்கிறது. ஒரு நாயரின் நிலத்தில் வேலையாளாகச் சேர்கிறார் பொன்னுமணி என்ற நாடார். உண்மையான வேலையாள் என்பதால் வசதி பெருகி, அவரது குடும்பமும் செழிக்கிறது. வாழைத் தோப்பு வைக்கும் அளவுக்கு வளர்கிறார். வாழைகளுக்கு மத்தியில் ரப்பர் மரங்களை பொன்னுமணி நடுகிறார். இதனால் அவருக்கு நிறைய பணம் கிடைக்கிறது. தொழிலில் நாடார்கள் முன்னேறுகிறார்கள். நாயர்கள் சுணங்குகிறார்கள். சுற்றுச்சூழலைக் கெடுக்காத அறம் நாயர்களிடம் இருந்தது என்றும், சுற்றுச்சூழலை நாடார்கள் கெடுத்துவிட்டார்கள்

என்றும் எழுதுகிறார். இது தான் ஜெயமோகனின் 'ரப்பர்' - அறமற்ற ரப்பர்.

"நாயர் சாதியை குறைத்து ஒருவர் எழுதினாரென வைத்துக் கொள்வோம். நாயர் சாதியினனாகிய நான் உடனே அதற்கு எதிர்நிலை எடுக்க வேண்டியதில்லை" என்று தனது வகுப்பை ஒப்புக் கொண்டு எழுதிக் கொள்பவர் தான் ஜெயமோகன். (20 செப்டம்பர், 2009)

தனது தாய்மொழி மலையாளம் என்பதையும் ஒப்புக் கொண்டு சொல்லிக் கொண்டவர் தான் ஜெயமோகன்.

"தமிழ்நாட்டில் மொழி சார்ந்த சிறுபான்மையினர் பலர் இருக்கின்றனர். அதில் ஒரு தரப்பாகவே என்னையும் சேர்த்துக் கொள்ள வேண்டும். எங்க தாய்மொழி மலையாளம். பள்ளியில் படிச்சது தமிழ். வீட்டுக்குள்ள பேசறது மலையாளம். அதுவும் சரியான மலையாளம் கெடயாது. முக்கால் பங்கு மலையாளம். பாதி தமிழ்" (சுபமங்களா, 1-15 நவம்பர் 1996)

என்று தனது பேட்டியில் சொல்லி இருக்கிறார்.

"இந்த பிராமணர்களுடன் இணைந்து கொண்டதுதான் பல நாயர் குடும்பங்களுக்கு பிற நாயர் குடும்பங்களை விட மேலதிக அதிகாரத்தை அளித்தது. அதன் பொருட்டே பிராமண சம்பந்தம் என்ற கருதுகோள் உருவானது. பல கோவில்களில் நிர்வாக அதிகாரம் கொண்டிருந்த நாயர்கள் பிராமண உதவியுடன் மன்னர்களாக ஆனார்கள். இவர்கள் கோவில்கல்தம்புரான் என்று சொல்லப்பட்டார்கள்" (20, செப்டம்பர், 2009) என்று எழுதி இருக்கிறார்.

நாயர்கள் இப்போது மேலாதிக்கம் செய்வதாக ஜெயமோகன் ஒப்புக் கொள்வது இல்லை. "கேரள அரசியலில் நாயர்கள் மேலாதிக்கம் வகிக்க முடியாது. ஏனென்றால் அவர்கள் அங்குள்ள ஆதிக்கச் சாதியினர் என்றாலும் மிகச் சிறுபான்மையினர். நாயர்களுக்கு அங்குள்ள ஆதிக்கம் என்பது மூன்று தளங்களில். ஒன்று, கல்வி அதன் மூலம் அடையப்பட்ட அரசுப் பதவிகள். அதுதான் முதன்மையானது. இரண்டாவதாக

நில உடைமை. ஆனால் நாயர்கள் தொடர்ச்சியாக நிலத்தை இழந்து கொண்டிருக்கிறார்கள். மூன்றாவதாக கலையிலக்கிய சிந்தனைத்தளத்தில் உள்ள மேலாதிக்கம். அது கல்வியின் இன்னொரு பகுதி. அது நீடிக்கிறது.

ஆனால் கேரள அரசியலைத் தீர்மானிக்கும் முக்கியமான அம்சங்கள் வணிகம், தொழில். இரண்டிலும் நாயர்களுக்கான இடம் அனேகமாக இல்லை. முஸ்லிம்கள் மரம், கயிறு போன்ற தொழில்களில் மேலாதிக்கம் கொண்டிருக்கிறார்கள். சிரியன் கிறிஸ்தவர்கள் ஏற்றுமதித் தொழிலையும், ரப்பர் வேளாண்மையையும் கையில் வைத்திருக்கிறார்கள். ஈழவர்கள் மது வணிகத்தை நடத்துகிறார்கள். நாயர்கள் அனேகமாக எந்தத் தொழிலும் இல்லை'' என்பது தான் அவரது இன்றைய படப்பிடிப்பு ஆகும். *(2016)*

"உண்மையில் இந்தியாவெங்கும் சுதந்திரத்திற்குப்பின் உருவானது பிற்படுத்தப்பட்டோர் அரசியல். ஏனென்றால் அவர்கள்தான் எண்ணிக்கையில் அதிகம். இயல்பாகவே அரசியல் அதிகாரம் அவர்களின் கைகளுக்குச் சென்றது. இந்தியாவெங்கும் மெல்ல மெல்ல நிகழ்ந்த அரசியல் மாற்றம் இதுதான்.

திடீரென்று இதழாளர்களால், பிற்படுத்தப்பட்டவர்களும், மிகவும் பிற்படுத்தப்பட்டவர்களும் 'ஆதிக்கசாதி' என்று கண்டுபிடிக்கப் பட்டிருக்கிறார்கள். ஆகவே மொத்தச் சித்திரத்தையும் அதனடிப்படையில் மாற்றி எழுதுகிறார்கள், அவ்வளவுதான்'' (ஏப்ரல் 9, 2016) என்கிறார் ஜெயமோகன். இதன் மூலமாக இப்போது இந்தியா முழுக்க ஆதிக்க சாதியாக இருப்பது முந்தைய ஆதிக்கச் சாதிகள் அல்ல; அடக்கப்பட்ட பிற்படுத்தப்பட்டவர்களே ஆதிக்கச் சாதிகள் ஆகிவிட்டார்கள் என்கிறார்.

வைக்கம், வைக்கம் போராட்டம் என்று தான் ஜெயமோகன் எழுதுவாரே தவிர, அது எத்தகைய சாதி ஆதிக்க எதிர்ப்பு போராட்டமாக நடந்தது என்பதை எழுதமாட்டார். யார் ஆதிக்கம் செலுத்தினார்கள், யார் அடக்கி ஒடுக்கினார்கள், யார் கட்டுப்பாடுகளை விதித்தார்கள் என்பதைச் சொல்லாமல் பொதுமைப்படுத்தி விடுவது அவரது பாணியாகும்.

"1924 முதல் 1925 வரை நடந்த வைக்கம் சத்தியாக்கிரகம் இந்திய வரலாற்றில் மிக முக்கியமான ஒரு நிகழ்ச்சியாகும். கோட்டயம் அருகே உள்ள வைக்கம் கேரளத்தில் உள்ள மிகப் பெரிய சிவாலயங்களில் ஒன்று. பிராமணியத்தின் மய்யமும் கூட. கேரளத்தில் அன்றிருந்த தீண்டாமை முறை வைக்கத்திலும் இருந்தது. வைக்கம் கோவிலுக்குள் நுழைவதற்கும் ஆலயத்திற்குச் சுற்றிலும் இருந்த தெருக்களிலும் குளங்களிலும் ஈழவர் உட்பட தாழ்ந்த சாதியினர் நடமாடுவதற்கும் தடை இருந்தது. இந்தத் தடை கேரளத்தில் இருந்த எல்லா கோவில்களிலும் இருந்தது"

என்று சொல்வதன் மூலமாக கேரளாவே அப்படித்தான் இருந்தது, அதுதான் வைக்கத்திலும் இருந்தது என்று பொதுமைப்படுத்தி விடுகிறார்.

"கேரளம் கடுமையான ஆசாரங்களால் கட்டுப்படுத்தப்பட்ட சமூகமாகவே எப்போதும் இருந்து வந்துள்ளது. அங்கிருந்த தீண்டாமை என்பது பிற இந்தியப் பகுதிகளில் நிலவியதைவிட அதிகம். அதாவது எல்லா சாதியினரும் தீண்டாமையால் பாதிக்கப்பட்டனர். பிராமணர்களுக்குள்ளேயே சிலரை பிறர் தீண்டமாட்டார்கள். நாயர்களை பிராமணர் தீண்டமாட்டார்கள். நாயர்கள் ஈழவர்களை தீண்டமாட்டார்கள்"

என்று சொல்லும் தந்திரம் புரிகிறதா? அங்கே ஆதிக்கம் செலுத்திய சாதி யார்? என்ற கேள்விக்கு நீங்கள் பிராமணர்கள் என்று நினைத்துவிடக் கூடாது அல்லவா? அதனால், 'பிராமணர்களுக்குள்ளே சிலரை தீண்டமாட்டார்கள்' என்று சொல்லிவிடுகிறார்.

நாயர்களை பிராமணர்கள் தீண்டமாட்டார்கள், அதனால் புலையர்களை நாயர்கள் தீண்டமாட்டார்கள் என்று நியாயம் கற்பித்துக் கொள்வார்.

"தீண்டாமை மட்டுமல்ல; ஆயித்தம் என்று சொல்லப்பட்ட தூரம் விடும் ஆசாரமும் உண்டு. நாயரைப் பார்த்தால் ஈழவர் நான்கடி விலகி நிற்க வேண்டும். ஈழவரைப் பார்த்தால் புலையர் நான்கடி விலகி நிற்க வேண்டும். ஆகவே நாயரிடமிருந்து புலையர் எட்டடி தள்ளி நிற்க வேண்டும்.

நாயாடிகள் போன்ற சில சாதியினரை கண்ணால் பார்ப்பதே தீட்டு என்ற நிலை நிலவியது"

என்று சொல்லும் ஜெயமோகன் இது எல்லாம் எதனால் தெரியுமா என்பதற்குச் சொல்லும் கண்டுபிடிப்புதான் மானுடவியலாளர்கள் அனைவரையும் நெஞ்சடைக்க வைக்கும் கண்டுபிடிப்பாக இருக்கிறது.

"ஏன் இந்த உக்கிரம் என்று யோசித்தால் தெரிவது கேரளம், தமிழகம் சந்தித்த பிற அன்னியப் படையெடுப்புகள் ஏதும் நிகழாமல் மலைகளால் பொத்திப் பாதுகாக்கப்பட்ட நிலம் என்பதே. இவ்வாறு புறப்பாதிப்பு இல்லாத இடங்களில் இருப்பவர்களே தேங்கிப் போய் பழங்குடிகளாக நின்றுவிடுகிறார்கள். கேரளத்தில் மிகத் தொன்மையான தமிழக ஆசாரங்களும் கொண்டாட்டங்களும் நம்பிக்கைகளும் இப்போதும் நிலவுகின்றன. தொன்மையான பழங்குடித் தமிழே பேசப்பட்டு பின்னர் சம்ஸ்கிருதம் கலந்து மலையாளமாகியது. கேரளம் முழுக்க இன்றும் பழங்குடிப் பண்பாட்டுக்கூறுகள் வலுவாகவே இருக்கின்றன.

அதாவது கேரளம் புறத்தொடர்புகள் இல்லாமல் பழங்குடி மனநிலையை அப்படியே நீட்டித்துக் கொண்ட நிலமாகவே பதினெட்டாம் நூற்றாண்டு வரை தொடர்ந்தது. கேரளத்தில் இருந்த சாதி விலக்குகளும், தீண்டாமையும் பழங்குடி மரபில் இருந்து வந்தவையே. இதற்கு ஆதாரமாகக் கூறப்பட வேண்டியது கேரளத்திலேயே உள்ள எந்த புறத்தொடர்பும் இல்லாத உச்சிமலைப் பழங்குடிகளுக்குள் இன்றும் நிலவும் இன்னும் உக்கிரமான தீண்டாமையும் ஆயித்தமும்தான்.

தீண்டாமை, ஆயித்தம் தவிர இன்னும் பலவகையான பழங்குடித்தன்மை கொண்ட விலக்குகளும் கேரளத்தில் இருந்தன. பலவகையான உணவுகளுக்கு விலக்கு. உதாரணமாக, புலையர்கள் சமீபகாலம் வரைக் கூட பால் குடிக்கமாட்டார்கள். அதே போல குடுமி வைத்துக் கொள்வது உடைகள் அணிந்து கொள்வது போன்ற அனைத்திலுமே விதிகளும் விலக்குகளும் உண்டு. மண உறவுகளில் விசித்திரமான பல விஷயங்கள் உண்டு. நாயர், ஆசாரிமார்

உட்பட பல சாதிகளில் ஒரு பெண்ணுக்கு ஒரே சமயம் பல கணவர்கள் இருக்கலாம் என்ற வழக்கம் இருந்தது.

அதே போல சமூக விலக்குகள் பல இருந்தன. விலங்குகளை சுமைதூக்க வைக்க கேரளத்தில் தடை இருந்தது. குறிப்பிட்ட இரு ஆறுகளுக்கு நடுவே வாழ்பவர்கள் அந்த ஆறுகளை தாண்டிச் செல்லக் கூடாது என்ற ஆற்றுவிலக்கு [புழவிலக்கு] இருந்தது. வருடத்தில் ஒரு நாள் தாழ்ந்த சாதியைச் சேர்ந்தவர்கள் எந்த உயர்சாதிப் பெண்ணை கண்ணால் பார்க்கிறானோ அவளை சொந்தமாக்கிக் கொள்ளலாம் என்ற ஆசாரம் இருந்தது. இதற்கு புலைப்பேடி என்று பெயர். இன்னும் மிகமிகப் பழமையான பல பழங்குடி ஆசாரங்கள் இருந்தன"

என்று நீட்டி முழக்குகிறார் ஜெயமோகன். இதையெல்லாம் உருவாக்கியவர்கள் யாரப்பா? அதென்ன பழங்குடி பண்பாட்டுக் கூறுகள்? அதனை உருவாக்கியது யார்? கற்பித்தது யார்?

'கேரளம் ஒரு பைத்தியக்கார விடுதி' என்று விவேகானந்தர் சொன்னதைச் சொல்கிறார் ஜெயமோகன். அதனை பைத்தியக்கார விடுதி ஆக்கியது யார்? எவர்? இதையே சொல்லாமல் வைக்கம் போராட்டம் பற்றி பக்கம் பக்கமாக எழுதுவது தான் நவீன ஆதிக்க வர்க்கத்தின் கயமைக் கூறுகள் ஆகும்.

தாழ்ந்த சாதியினர் நுழைவதற்கு தடையாக இருந்த கூறுகளை ஏன் பேசுவது இல்லை? 'பழங்குடி ஆச்சாரங்களாம்'. இதுதான் அவரது கண்டுபிடிப்பு.

கேரள சாதிப் பிரிவினைகள் பலவாகும். இது குறித்து பேராசிரியர் அய்வி பீட்டர் கொடுத்துள்ள தகவல்களை தொகுத்துப் பார்க்கலாம்.

மேல்மட்டத்தில் இருப்பவர்கள் பார்ப்பனர்கள். நம்பூதிரிகள் அல்லது மலையாள பார்ப்பனர்கள் என்பார்கள். மற்ற பார்ப்பனர்கள் மலையாளி அல்லாத பார்ப்பனர்கள் (கர்நாடகா, மகாராஷ்டிரா, தமிழ்நாடு, துளு பார்ப்பனர்கள்) என அழைக்கப்படுவார்கள். இதற்கு அடுத்து சத்ரியர்கள். திருவிதாங்கூர் மன்னர்கள் இந்த சமுதாயத்தைச் சேர்ந்தவர்கள்.

இவர்களுக்கு அடுத்து அம்பலவாசிகள். இவர்கள் தான் இந்துக் கோவில்களில் வழிபாடு நடத்துபவர்கள்.

உயர்சாதி இந்துக்களில் கீழ் வரிசையில் இருப்பவர்கள் நாயர்கள். கேரளாவில் பெரும்பான்மை இனத்தவர்கள். பிள்ளை, தம்பி, மேனன் பட்டங்களை இவர்கள் போட்டுக் கொள்வார்கள். (நாயரான ஜெயமோகனின் அப்பா, பிள்ளை பட்டத்தை போட்டுக் கொண்டு இருப்பார்) பிள்ளை என்பது மன்னரிடமிருந்து சலுகை பெற்றவர்களுக்கும், தம்பி என்பது திருவிதாங்கூர் மன்னர்களின் நாயர் மனைவியருக்கு பிறந்த புதல்வ்ர்களுக்கும் கொடுக்கப்பட்ட பட்டப் பெயர்களாகும். மேனன் என்பது கவுரவமான நாயர் குடும்பத்தைச் சேர்ந்தவர்களுக்கு கொச்சி மன்னரால் அளிக்கப்பட்ட பட்டமாகும். நாயர்கள் அனைவரும் மலையாளிகள் என அழைக்கப்பட்டனர்.

பிரபுக்களாகவும், நில உரிமையாளர்களாகவும் இருந்த நாயர்களுக்கு போர் செய்வது முக்கியத் தொழிலாக இருந்தது. ஏழு வயதில் இருந்தே இவர்கள் வில், அம்பு, வாள் ஆகிய ஆயுதங்களைக் கையாள்வதில் திறமைசாலிகளாக வளர்க்கப்பட்டார்கள். உடற்பயிற்சி நிலையங்களும், களரி நிலையங்களும் தான் இவர்களது முக்கிய கல்வி நிலையங்கள். ('வெறிகொண்டு ஆயுதமேந்தி எதிரிகளைக் கொல்ல ஓடிய பரம்பரையின் ரத்தம்' தனக்கு இருப்பதாக ஜெயமோகன் சொல்லிக் கொள்வது இதன் அடிப்படையில் தான். பக். 94, *நினைவின் நதியில்*) இவர்களது சமுதாய அமைப்பில் தாய்வழி வாரிசுரிமையைக் கடைப்பிடித்தார்கள். மருமக்கள்தாயம் என்று இதற்குப் பெயர். இந்தக் குடும்பங்கள் தான் தரவாடு என அழைக்கப்பட்டன. உயர்சாதிப் பிரிவின் அடுத்த நிலையில் இருந்தவர்கள் வெள்ளாளர்கள். விவசாயம், அரசுப்பணியில் இருந்தார்கள்.

இவர்களுக்கு அடுத்த நிலையில் ஈழவர்களும் நாடார்களும் வைக்கப்பட்டார்கள். பெரும்பாலும் விவசாயிகள், விவசாயக் கூலிகளாக இருந்தார்கள். பனை, தென்னைமரத் தொழில்களில் இருந்தார்கள். இவர்களுக்கு அடுத்த நிலையில் தட்டான், கன்னான், தச்சன், கல்தச்சன், கொல்லன் ஆகிய அய்ந்து உட்பிரிவுகளை உள்ளடக்கிய கம்மாளர் இருந்தனர். இவர்களுக்கு

அடுத்த நிலையில் மீனவர்கள் இருந்தனர். வட திருவிதாங்கூரில் புலையர்களும், தென் திருவிதாங்கூரில் பறையர்களும் அதிகமாக இருந்தார்கள். ஊருக்கு வெளியில் இவர்களை வைத்திருந்தார்கள். காடு மலைப் பகுதிகளில் காணிக்காரர்கள், மலைப்பண்டாரங்கள், குறவர்கள், வேடர்கள் இருந்தார்கள். (பக். 2 - 7, ஒடுக்கப்பட்ட சமுதாயம் வரலாறு படைத்தது, அய்வி பீட்டர்)

தீண்டத்தகாதவர்களாக வைக்கப்பட்ட ஈழவர்கள் எத்தகையவர்களாக நடத்தப்பட்டார்கள் என்பதை அய்வி பீட்டர் வரிசைப்படுத்துகிறார்.

1. **சுதந்திரமாக நடமாடத் தடை:** பார்ப்பனர்களிடம் இருந்து 36 அடி தூரத்திலும், நாயர்களிடமிருந்து 12 அடி தூரத்திலும் நிற்க ஈழவர்கள் அனுமதிக்கப்பட்டார்கள். இந்தக் கட்டுப்பாடுகளை மீறுகிறவர்களை வெட்டிக் கொல்வதற்கு நாயர்களுக்கு உரிமை தரப்பட்டது. ஒரு நாயரை தொட்டுத் தீட்டுப்படுத்தும் ஈழவருக்கு மன்னிப்பளிக்க நாயருக்கே உரிமையில்லை. குற்றம் புரிந்தவரை நாயர் தண்டிக்க மறுத்தால் அந்த நாயருக்கு மரண தண்டனை வழங்கப்படும். பொதுக்குளங்கள், கிணறுகள், சந்தைகள், சாலைகள் ஆகியவற்றைப் பயன்படுத்த தடைவிதிக்கப்பட்டது. கோவில்களுக்கு அருகில் உள்ள பொதுச்சாலைகளை ஈழவர்கள் பயன்படுத்த தடை செய்து அறிவிப்பு பலகைகள் வைக்கப்பட்டு இருந்தன. அரசு அலுவலங்களுக்குள் அதிகாரிகள், நீதிபதிகளிடம் கூட 50 முதல் 60 அடி தள்ளி தான் நிற்கவேண்டும். இடையில் ஒருவர் நின்று அவருக்கு ஈழவர் சொன்னதை எடுத்துச் சொல்வார். கிறித்துவர்களாக மதம் மாறிய ஈழவர்களும் தீண்டாமைக் கொடுமையில் இருந்து விடுபட முடியாது. திவான் கிருஷ்ணராவின் திருவில்லா ஆணை - 1851 இதனைத் தடை செய்கிறது.

2. **மேலாடை அணியத் தடை:** ஈழவர்கள், உயர்சாதியினரைப் போல ஆடை அணியத் தடை இருந்தது. ஆணாக இருந்தாலும் பெண்ணாக இருந்தாலும் இடுப்புக்கு மேலே துணி அணியத் தடை இருந்தது. 1821 ஆம் ஆண்டு தொடக்கத்தில் உருவான போராட்டம் 1865 ஆம் ஆண்டு தான் வெற்றி பெற்றது.

3. **சமய வழிபாடுகளில் தடை:** கோவிலின் வெளிப் பகுதிகளுக்குக் கூட வர முடியாது.

4. **பொருளாதாரத் தடைகள்:** வரிகள் என்ற பெயரால் இவர்களது வருமானங்கள் சுரண்டப்பட்டன. பரம்பரைச் சொத்துக்கு 'புருசாந்திரம்' வரி விதிக்கப்பட்டது. வைத்திருக்கும் சொத்தில் 40 சதவிகிதம் வரியாகச் செலுத்த பிராயச்சித்தம் வரி செலுத்த வேண்டும். 16 - 60 வயதுள்ள ஆண்களிடமிருந்து தலையிறை வரி வசூலிக்கப்பட்டது. பெண்கள் தாலி அணிய தாலியிறை வரி கட்ட வேண்டும்.

5. ஊதியம் இல்லாமல் வேலை பார்க்க கட்டாயப் படுத்தப்பட்டார்கள். இதற்கு ஊழியம் என்று பெயர்.

6. சொத்துரிமைக்கு தடை இருந்தது.

7. கல்வி கற்கத் தடை இருந்தது.

8. அரசுப் பணிகளுக்குள் நுழைய முடியாது.

என்று வரிசைப்படுத்துகிறார் அய்வி. பீட்டர். இது ஈழவர்களைப் பற்றியது மட்டும் தான். இப்படி ஒவ்வொரு சமூகத்துக்கும் தடைகளும் வரிகளும் இருந்ததை வரிசையாகச் சொல்ல வேண்டும். இப்போதைய கேள்வி என்பது... இதனை உருவாக்கியது யார்? இதனை புனிதப்படுத்தியது யார்? என்பதுதான். ஜெயமோகன் சொல்லும் பழங்குடி மரபு என்பது எங்கேயாவது வருகிறதா?

அய்யங்காளி குறித்த வரலாற்று நூலில் நிர்மால்யா இதனைக் குறிப்பிடுவதை சுருக்கமாகக் காண்போம். இந்த நூல் ஜெயமோகன் முன்னுரை எழுதிய நூல் என்பதால் மேற்கோளுக்காக எடுத்துக் கொள்ளப்படுகிறது.

கி.பி. மூன்றாம் நூற்றாண்டிலேயே ஆரியர்கள் கேரளத்துக்கு வருகை தந்தார்கள். கி.பி. எட்டாம் நூற்றாண்டில் பார்ப்பனர்களின் பெருங்கூட்டம் வெளியில் இருந்து கேரளத்துக்கு குடிபெயர்ந்த போது ஏற்கனவே இங்கிருந்த பார்ப்பனர்களின் சக்திக்கு வலுவூட்டியது. ஒன்பதாம் நூற்றாண்டில் ஆரிய மதத்தின் செல்வாக்கு இங்கு மிக உயர்ந்தது. இவர்கள் தான் சாதியற்ற கேரள சமுதாயத்தில் சாதிமுறையைத் தந்திரமாகப்

புகுத்தினார்கள். அரசர்களின் துணையுடன் நீண்ட ஆயுளுக்காகவும் நற்பலனுக்காகவும் வேதம் சார்ந்த வேள்விகளை நடத்தினார்கள். தங்களைத் தவிர மற்றவர்களை கீழ் சாதி ஆக்கினார்கள். புத்த விஹாரைகளை அழித்தார்கள். புதிய கோவில்களை எழுப்பினார்கள். மனுஸ்மிருதியின் சாதியமைப்பு தீவிரமாகப் பின்பற்றப்பட்டது. அறுபத்தி நான்கு ஆசாரங்கள் என்ற பெயரில் பார்ப்பனர்கள் தமது ஆசாரங்களைப் பரவலாக்கி, தீண்டல், தொடீல் போன்றவற்றை நடைமுறைப்படுத்தினார்கள். கேரளத்தின் அரசியல், மதம் சார்ந்த விஷயங்களை கி.பி. 12 ஆம் நூற்றாண்டு முதல் 19 ஆம் நூற்றாண்டு வரை கட்டுப்பாட்டில் வைத்திருந்தவர்கள் சிறுபான்மையினரான பார்ப்பனர்கள் ஆவர்.

நம்பூதிரி நிலக்கிழார் தோற்றத்தின் மூலம் ஆரியர்களின் புகழும் வலிமையும் பன்மடங்கு பெருகியது. நம்பூதிரி ஜமீன் முறை நடைமுறைக்கு வந்ததும் நிலங்களின் உரிமையை விவசாயிகள் இழந்தனர். நிலங்களோடு தொடர்பில் இருந்தவர்கள் அடிமைகள் ஆக்கப்பட்டார்கள். இந்த அடிமைகளில் பெரும்பகுதி புலையர்கள். பிறப்பால் அடிமையாக்கப்பட்டவர்கள் நீங்கலாக பஞ்சம், குற்றம் காரணமாக அடிமையாக்கப்பட்டவர்களும் இருந்தார்கள். அடிமைச் சந்தைகள் இருந்தது.

பார்ப்பனர், சத்திரியர், வைசியர், சூத்திரர் என்பது நால்வருணம். கேரளத்தை பொருத்தவரை பார்ப்பனர், சத்திரியர், சூத்திரர் (நாயர்) ஆகியோர் ஸ்வர்ண வகுப்பினராகக் கருதப்பட்டனர். பார்ப்பனக் கலப்பின் காரணமாக கேரள சூத்திரர்(நாயர்)கள் ஸ்வர்ண தகுதியைப் பெற்றனர். ஸ்வர்ணர் என்ற சொல்லுக்கு மேல்சாதியைச் சேர்ந்தவர் என்று பொருள். ஈழவர், அரையர், ஆசாரி, தட்டான், கொல்லன், பறையர், புலையர் வரையிலான சாதியினர் அவர்ணர்கள் ஆனார்கள். ஸ்வர்ணர்களுக்கும் - அவர்ணர்களுக்கும் தீண்டாமை இருந்தது. ஸ்வர்ண சாதியைச் சேர்ந்தவர்களும் ஒருவருக்கொருவர் தீண்டாமையைக் கடைப்பிடித்தார்கள். (பக். 68, நிர்மால்யா)

இவை அனைத்தும் ஜெயமோகன் சொல்லி வருகிறாரே ‘இந்திய மரபு’ அதன் மீது கட்டமைக்கப்பட்டது தான். வேற்றுமைகளை புனிதம் ஆக்கியது இவர் சொல்லிக் கொள்ளும் மரபுகளே.

டெல்லி இந்துஸ்தான் டைம்ஸ் இதழில் பல்லாண்டுகளாக பணியாற்றி ஓய்வு பெற்றுள்ள ஏ.வி. சக்திதரனின் புத்தகம் தமிழில் மொழிபெயர்க்கப்பட்டு வெளியாகி இருக்கிறது. 'கேரள பிராமணிய காலனியத்துவத்தின் சுருக்கமான வரலாறு' என்ற துணைத் தலைப்புடன் வெளியான இந்த நூலின் பெயர்: 'எதிர்க்கடவுளின் சொந்த தேசம்' என்பது ஆகும். (எதிர் வெளியீடு)

இவர் சொல்லும் பழங்குடி மரபல்ல; பார்ப்பனிய மரபே இவை அனைத்துக்கும் காரணம் என்பதை ஏ.வி. சக்திதரன் வரிசையாகச் சொல்கிறார்.

> பரசுராமரின் கோடரி கடலைப் பிளந்ததால் தோன்றிய நாடு கேரளம் என்பது அவர்களது புராணக் கதை. விஷ்ணுவின் ஆறாவது அவதாரம் பார்கவராமன், பார்ப்பனன் ஜமதக்கினிக்கும் அவனது சத்திரிய மனைவி ரேணுகாவுக்கும் பிறந்து சூதுவாதுகளில் வாமனனை விஞ்சுபவனாக இருந்தான். பரசு எனப்படும் கோடரியை ஆயுதமாகக் கொண்டுள்ளதால் பரசுராமன் என்று அறியப்பட்டான் பார்கவராமன். கன்னியாகுமரியில் நின்று வடபுலத்திலுள்ள கோகர்ணத்தை நோக்கி கோடரியை எறிந்தான். கடல் பின்வாங்க, கோடரியால் வளைக்கப்பட்ட நிலத்தையெல்லாம் பரசுராமன் மீட்டு, பார்ப்பனர்க்கு தானமாக வழங்கினான். பார்ப்பனர்க்கு நிலம் வழங்கியது, அவனது பாவங்களுக்கு பரிகாரம் தேடியதாக இருந்தது. பார்ப்பனர்க்கு பரசுராமன் நிலக்கொடை அளித்த கதை 'கேரளோல்பத்தி'யில் உள்ளது. கேரளத்து வரலாற்றைச் கூறும் பாவனையில், நம்பூதிரிகளின் மேலாதிக்கத்தை விதந்தோதும் 15 ஆம் நூற்றாண்டு மலையாளப் பிரதி அது. நில உரிமையுள்ள பிராமணனுக்கு இக்கதை தெய்வீக மணத்தைத் தந்தது. (பக். 44 - 45)
>
> அய்ந்தாம் நூற்றாண்டில் இருந்து ஒன்பதாம் நூற்றாண்டு வரை பெருமளவிலான ஆரிய புலப்பெயர்வு நடந்தது. சமஸ்கிருதம் - பிராகிருதம் பேசுவோர் வட இந்தியாவிலிருந்து மேற்குக் கரை வழியே தெற்கிற்குச் சென்ற வெளியேற்றமும் நடந்தது. இன்னும் பழங்குடி

> நிலையிலிருந்து விடுபட்டிராத சமூகத்தில், ஆரியர் முன்னெப்போதும் கண்டிராத வேளாண் உத்திகளை அறிமுகப்படுத்தினர். இதன் விளைவாக வேளாண்மையில் ஊக்கம் பிறக்கவே, பார்ப்பனர் படிப்படியாக ஆற்றல்மிக்க சமூகப் பொருளாதார சக்தியாகினர். ஆரியர் 64 கிராமங்களில் குடியமர்ந்தனர். பம்பா, பேரார், பெரியார், பாரதப்புழா ஆற்றங்கரைகளின் மீதுள்ள வளமான நிலப்பகுதிகளில் 32 கிராமங்கள் மற்றும் தெற்கு கனரா மாவட்டத்தில் அதே எண்ணிக்கை. புலம் பெயர்ந்து வந்த ஆரியர், கலப்பையினையும் புதிய வேளாண் முறைகளையும் மட்டுமின்றி, சாதிய அமைப்பையும் கொண்டு வந்தனர். சடங்குகள் நிறைந்த கோவில் பண்பாட்டையும், சாதியிலிருந்து பிறந்த ஆணாதிக்கத்தையும் கேரளாவுக்குக் கொண்டு வந்தனர். (பக். 46)

பார்ப்பனர் குடியமர்வு சந்தர்ப்பவசத்தால் அல்லாமல், திட்டமிட்டே நிகழ்ந்ததாகச் சொல்லும் சக்திதரன், 'உள்ளூர் இந்துக்களின் பரம்பரையை மேம்படுத்திட வட இந்தியர்கள் கேரளாவுக்கு அனுப்பப்பட்டனர்' என்று ஆர்.எஸ்.எஸ். தலைவர் கோல்வால்கர் சொன்னதை மேற்கோள் காட்டுகிறார். 9 - 12 ஆம் நூற்றாண்டுகளில் பார்ப்பனிய அதிகாரம் மற்றும் மேலாதிக்கம் நிலைபெற்றதாகவும் எழுதுகிறார் சக்திதரன். 1124 ஆம் ஆண்டு சேர அரசு வீழ்ச்சிக்குப் பிறகு உள்ளூர் தலைவர்கள் சமூக அரசியல் வாழ்வில் மேலாண்மை செய்யத் தொடங்கியதாகவும் சொல்கிறார்.

> கேரளத்துப் பார்ப்பனர் வேதகால ஆரிய மரபை தூய்மையுடன் எடுத்து வருபவர்களாகக் கருதப்பட்டனர். கோவிலைச் சுற்றிய பார்ப்பனிய பண்பாடு மலர்ந்தது. 9 - 18 ஆகிய நூற்றாண்டுகளில் இது முழுமையாக நடந்தது. 11 ஆம் நூற்றாண்டில் சோழ - சேர யுத்தத்தின் சிக்கலான கட்டத்தின் போது நிலங்களையும் சொத்துகளையும் வைத்திருந்த சாதாரண வாரதாரர் பலர், நம்பூதிரி பார்ப்பனர்களிடம் அவற்றைக் கைமாற்றினர். இப்படி கைமாற்றப்பட்டவை கோவில்களுக்கும், குடும்பங்களுக்கும் (தேவஸ்வம், பிரம்மஸ்வம்) உரியவை என்று கருதப்பட்டன. நம்பூதிரிகளின் நில உரிமையையும்

மேலாதிக்கத்தையும் நியாயப்படுத்தி நீட்டிக்கச் செய்திடும் ஒரு சித்தாந்த அமைப்பை நிர்மாணித்திட, பரசுராமன் சாகசக் கதை பயன்படுத்தப்பட்டது. குடியிருப்புகள், அரைபாதி பழங்குடி தன்மையையும் அரைபாதி நாடோடித் தன்மையையுமுள்ள சமூகத்தை ஆலயம் சார்ந்ததாக வேளாண்மையை மய்யமிட்டதாக சாதிய சமூகமாக மாற்றியமைத்தன. (பக். 50 - 51)

கேரளாவைப் பாதுகாக்க 36,000 பார்ப்பனருக்கு பரசுராமன் ஆயுதங்கள் வழங்குவது பற்றிய குறிப்பு 'கேரளோல்பத்தி'யில் உள்ளதாக சக்திதரன் சொல்கிறார். சாதிய படிமுறையின் சிக்கலான அமைப்பு ஆதிசங்கரரின் அங்கீகாரம் பெற்றதாக மேற்சொன்ன நூலில் இருப்பதாகவும் சொல்கிறார். நம்பூதிரிகள் சீக்கிரமே, மதிக்கப்படும் புரோகித சமுதாயமாக வளர்ந்தனர். வாரியர், மரார், பொதுவில் போன்றோர் புரோகிதராக இல்லாவிடிலும் சமூகக் குழுக்களாக கோவில்களுடன் பிணைக்கப்பட்டிருந்தனர். அணுகக் கூடாது என்ற தடையில்லாத நாயர்கள், நம்பூதிரிகளுக்குச் சேவை புரிந்தனர். (பக். 54)

நம்பூதிரிகளின் இல்லங்கள் காட்டுமிராண்டித்தனமான ஆணாதிக்கக் கோட்டைகளாக இருந்தன. அப்பட்டமான ஆணாதிக்க மனுஸ்மிருதியே, கேரளாவுக்குள் நுழைந்த பார்ப்பனர்களின் வாழ்வைத் தீர்மானித்தது. 14 - 15 ஆம் நூற்றாண்டுகளுக்கிடையே, நம்பூதிரிகள் 'லகுதர்ம பிராகாஷிகா அல்லது சாங்கரஸ்மிருதி' என்னும் புதிய நெறிமுறையை வடிவமைத்தனர். அது மனுஸ்மிருதியைவிடவும் கெட்டிதட்டியதாக ஆணாதிக்கமுள்ளதாக இருந்தது. இந்த சாங்கரஸ்மிருதியின் பாரத்தினால், அனைத்து சாதிப் பெண்களுமே அறிவைப் பெறுவதில் இருந்து தடுக்கப்பட்டனர். (பக். 56)

பார்ப்பனப் பெண்களும் சேர்ந்து எந்தளவுக்கு கொடூரமான அடக்குமுறைக்கு உள்ளாக்கப்பட்டனர் என்பதை சக்திதரன் விரிவாகச் சொல்வதைப் படிக்கும் போதே பதற்றமாக இருக்கிறது.

இவை எது பற்றியும் ஜெயமோகன் பேசுவது இல்லை. பொத்தாம் பொதுவாக 'பழங்குடி மரபு' என்று சொல்லி பார்ப்பன மேலாதிக்க கருதுகோள்கள் அனைத்தையும் மறைக்கப் பார்க்கிறார். வைக்கம் போராட்டத்தைப் பற்றி எழுதினால் இதை எழுத வேண்டும் என்பதால் ஒட்டுமொத்தமாக பெரியாரை அவதூறு செய்வதன் மூலமாக வைக்கம் போராட்டத்தின் நோக்கத்தைப் பேசவிடாமல் தடுக்கப் பார்க்கிறார். வைக்கம் போராட்டமே பார்ப்பன மேலாதிக்கத்தை முறியடிப்பதற்காக நடந்தது தான்.

குப்தப் பேரரசு காலத்தில் (கி.பி. 4 - 6 ஆம் நூற்றாண்டு) வட இந்திய பார்ப்பனர்கள் தென்னிந்தியாவிலும், கேரளாவிலும் குடியேறத் தொடங்கினார்கள். குப்தர் காலத்தில் உதிரிப் பார்ப்பனப் போர் வீரர்கள் குழுக்களாக இருந்த ஆயுதம் ஏந்திய கட்டாக்கள், பட்டாக்கள் போன்றவர்களும் அவர்களது துணையோடு பிற பார்ப்பனர்களும் களப்பிரர்களின் வீழ்ச்சிக்குப் பிறகு அதிகளவில் கேரளாவில் குடியேறினார்கள். இவர்கள் தங்களை பரசுராமன் வழி வந்தவர்களாகவும், பரசுராமன் தங்களுக்கு வழங்கிய பூமிதான் கேரளா எனவும் கேரளாவை ஆளுவதற்குத் தங்களுக்கு உரிமை உண்டு என்பது போன்ற புனைவுகளை உருவாக்கி அவற்றைக் கேரள மக்கள் நம்புமாறு செய்தார்கள். நாளடைவில் கேரளாவில் குடியேறிய பார்ப்பனர்கள் அனைவரும் ஒன்றிணைந்து நம்பூதிரி பார்ப்பனர்கள் ஆனார்கள்.

பார்ப்பன ஊர்களில் இருந்த சபா போன்ற பார்ப்பன உள்ளூர் ஆட்சியமைப்புகளும், கோவில் நிர்வாகக் கமிட்டிகளும், நாடு அளவில் இருந்த அரசியல் அதிகாரமிக்க நாலுதாலி (Nalutali) போன்ற பார்ப்பன அமைப்புகளும் கி.பி. 9 ஆம் நூற்றாண்டில் நடைமுறையில் இருந்து வந்துள்ளன. இவை பார்ப்பனக் குடியிருப்புகளின் அரசியல் அதிகாரத்தையும், சமூக உயர்நிலையையும் உறுதிப்படுத்தின. இந்த அரசியல் அதிகாரமும் சமூக உயர்நிலையும் நம்பூதிரி பார்ப்பனர்கள் வைதீக பார்ப்பனிய கருத்தியலையும், சாதியக் கட்டமைப்பையும் நிலைநிறுத்தி இருப்பதற்கான சாத்தியக் கூறுகளை உறுதி செய்தன. அடுத்ததாக கி.பி. 9 ஆம் நூற்றாண்டிலிருந்து கோவிலை மய்யமாகக்கொண்ட சமூகமாகக் கேரள சமூகம் உருவாக்கப் பட்டிருந்தது. கோவில்களும் அதன் அனைத்துச் சொத்துகளும்

அவற்றின் நிர்வாகமும் பார்ப்பனக் குழுக்களின் கைவசம் இருந்து வந்தது. சமஸ்கிருதம் கோவில்களில் வழிபாட்டு மொழியாகவும், அரசவைகளில் ஆட்சி மொழியாகவும், கேரள சமூகத்தில் செல்வாக்குமிக்க மொழியாகவும் ஆகியிருந்தது என்பதை சமஸ்கிருதத்தில் பொறிக்கப்பட்டிருக்கும் கோவில் கல்வெட்டுகள் உறுதிப் படுத்துகிறது. பார்ப்பனர்களின் முழுமையான கட்டுப்பாட்டில் கோவில்கள் இருப்பதும், கோவில்களை மய்யமாகக் கொண்ட சமூகம் இருப்பதும், சமஸ்கிருத மொழி வழிபாட்டு மொழியாக, ஆட்சி மொழியாக, கல்வி மொழியாக ஆகியிருப்பதும் வைதிக பார்ப்பனியமும், சாதியக் கட்டமைப்பும் உருவாகி விட்டது என்பதை உறுதி செய்கின்றன.

கி.பி. 849 ஆம் ஆண்டு தாரிசப்பள்ளி செப்புப்பட்டயம் (Tarisappalli copper plates) தீண்டத்தகாத சாதியைச் சேர்ந்த உழவர்களான புலையர்கள் நிலங்களோடு இணைக்கப் பட்டிருந்ததைக் குறிப்பிட்டுள்ளது என 'கேரள வரலாறு' என்ற நூல் கூறுகிறது. ஆகவே கி.பி. 9 ஆம் நூற்றாண்டிலேயே புலையர்கள் தீண்டத்தகாத சாதிகளாக ஆக்கப்பட்டிருந்தார்கள் என்பதை இச்செய்தி உறுதிப் படுத்துகிறது.

ஆகவே மேற்கண்ட தரவுகள் கி.பி. 800க்குள் கேரளாவில் நால்வருண சாதி அமைப்புக்கான அனைத்து அடிப்படைகளும் உருவாக்கப்பட்டிருந்தன என உறுதி செய்யலாம். நம்பூதிரி பார்ப்பனர்கள் தங்களை உயர் சாதியினராக நிலை நிறுத்திக் கொண்டதோடு, இவர்களுக்கு அடுத்த நிலையில் இருந்த நாயர் போன்றவர்களையும், அம்பலவாசி சாதிகளையும் உருவாக்கி இருந்தார்கள்.

நாயர்களையும் மற்றவர்களையும் அவர்கள் சூத்திரர்களாகவே நடத்தி வந்தார்கள். பார்ப்பனர்களைப் பொருத்தவரை சத்திரியர்கள் யாரும் இல்லை என்பதால் தங்களைத் தவிர கேரள சமூகத்தில் இருந்த மக்கள் அனைவரும் சூத்திரர்கள்தான். அனுலோமத் திருமண முறையில் பார்ப்பனர்களுக்குக் கிடைக்கும் சலுகையும் உரிமையும்தான் இந்த சம்பந்தம் முறையில் நம்பூதிரி பார்ப்பனர்களுக்குக் கிடைத்து வந்துள்ளது. இந்த சம்பந்தம் முறையை கி.பி. 800க்குள் அவர்கள் செயல்படுத்தி இருந்தார்கள்

என்பதால் அன்றே கேரளாவில் நால்வருண சாதிமுறை நடைமுறைக்கு கொண்டு வரப்பட்டிருந்தது எனலாம்.

ஆகவே நம்பூதிரி பார்ப்பனர்கள், நாயர்கள், நாயர்களோடு சேர்ந்த பணிக்கர்கள், சர்மாக்கள் போன்றவர்களும் கோவில்களைச் சேர்ந்த அம்பலவாசிச் சாதிகளும் கி.பி. 800க்குள் சாதிய முறைக்குள் கொண்டு வரப்பட்டிருந்தினர். கேரள சமூகத்தின் படிநிலையில் மேல் அடுக்கிலுள்ள இவர்கள் அனைவரும் சாதிய முறைக்குக் கொண்டு வரப்பட்டிருந்தார்கள் என்பதால் அதற்கு கீழ் உள்ளவர்கள் அனைவரும் நாளடைவில் சாதிய முறைக்கு மிக எளிதாகக் கொண்டு வரப்பட்டார்கள். இதன் பின் புலையர் போன்றவர்கள் தீண்டத்தகாதவர்களாக ஆக்கப்பட்டார்கள். இவை அனைத்தும் கி.பி. 9 லிருந்து 10 ஆம் நூற்றாண்டுக்குள் நடந்து முடிந்துவிட்டது என்பதோடு, அக்கால கட்டத்திற்குப் பின்னர் கிளைச்சாதிகளும் உருவாகத் தொடங்கிவிட்டன. (கணியன் பாலன்)

இதைவிட இன்னொரு இடத்திலும் ஜெயமோகனின் வரலாற்று அறியாமை வெளிப்படுகிறது.

> “ஏன் இந்த உக்கிரம் என்று யோசித்தால் தெரிவது கேரளம், தமிழகம் சந்தித்த பிற அன்னியப் படையெடுப்புகள் ஏதும் நிகழாமல் மலைகளால் பொத்திப் பாதுகாக்கப்பட்ட நிலம் என்பதே. இவ்வாறு புறப்பாதிப்பு இல்லாத இடங்களில் இருப்பவர்களே தேங்கிப்போய் பழங்குடிகளாக நின்றுவிடுகிறார்கள்”

என்கிறார் ஜெயமோகன். அதாவது தமிழ்நாடு சந்தித்த பிற அன்னியப் படையெடுப்புகள் ஏதும் கேரளாவில் நடைபெற வில்லையாம். சாதாரணமாக கேரள வரலாற்றை மேலோட்டமாகப் படித்தாலே அங்கு நடந்த அன்னியப் படையெடுப்புகளை அறியலாம்.

தமிழ்நாடு சந்தித்த பெரும்பாலான அன்னியப் படையெடுப்புகள், கேரளக் கரைகளின் மூலமாகத் தான் வந்தன என்பதை வரலாறு அறிந்தவர்கள் அறிவார்கள்.

கி.பி. 500 வரை கேரளச் சமூகம் தமிழ்ச் சமூகமாகத்தான் இருந்து வந்தது. அதில் தொடர்ச்சியாக நடந்த அன்னியப் படையெடுப்புகளால் தான் அது தனிச் சமூகமாக மாறியது. 1 - 5 ஆகிய நூற்றாண்டுகளில் புத்தமும் சமணமும் இங்கு நுழைந்துவிட்டது.

களப்பிரர் படையெடுப்புக்குப் பிறகு - களப்பிரர் ஆட்சியில் இரு சமூகங்களும் சமயம் சார்ந்த சமூகங்களாக மாறிப்போயிருந்தன. முதலில் பாலி பிராகிருத மொழிகளும், இறுதியாக சமஸ்கிருத மொழியும் செல்வாக்கு பெற்ற மொழிகளாக ஆகியிருந்தன. அடுத்த 300 ஆண்டுகளுக்குள் அதாவது கி.பி. 800க்குள் இரு சமூகங்களும் வேறுபட்ட சமூகங்களாக மாறிப்போயிருந்தன. கேரளச் சமூகம் மருமக்கள் தாயமுறை, சம்பந்தம் முறை போன்றனவற்றைக் கொண்டனவாகவும் படிநிலைகளைக் கொண்ட சாதியச் சமூகத்திற்கான அடிப்படைகளைக் கொண்ட சமூகமாகவும் மாறியிருந்தது. (கணியன் பாலன்)

கேரளச் சமூகத்தின் இந்த வேறுபட்ட நிலைமைக்கு, கி.பி. 500க்குப் பிறகு மெதுவாகவும், கி.பி. 550க்குப் பிறகு மிக வேகமாகவும் கேரளாவில் நடைபெற்ற பார்ப்பனக் குடியேற்றங்களே காரணம். கி.பி. 800க்குள் கேரளப் பார்ப்பனர்கள் கேரளாவின் பெரும்பகுதிகளில் நிலபுலன்களும் செல்வ வளமும் உடைய, அரசியல் அதிகாரமும், சமூகச் செல்வாக்கும் கொண்ட ஒரு ஆதிக்கமிக்க சமூகமாக உருவாகி, கேரளச் சமூகத்தை தங்களின் நலன்களுக்கு ஏற்றவாறு மாற்றி அமைத்திருந்தார்கள்.

புறநானூறு, அகநானூறு ஆகிய நூல்களில் ரோமக் கப்பல்கள், கேரள துறைமுகங்களுக்கு வந்தது குறித்த பதிவுகள் உள்ளது. மிளகு இங்கிருந்து வெளியில் சென்றுள்ளது. சேரர்களின் தலைநகராக வஞ்சி இருந்தது. மேற்கு ஆசியா, தென் அய்ரோப்பிய வணிகர்களால் கேரளத்தின் கடலோரக் குடியேற்றங்கள் நிகழ்ந்தன. யூதர் தொடர்பு கி.மு. 573 இல் தொடங்கிவிட்டது. அரேபியர் தொடர்பு கி.மு. நான்காம் நூற்றாண்டுக்கு முன்பே தொடங்கி விட்டது. எரோடோட்டஸ் (கி.மு. 484 - 413) தன் குறிப்புகளில் கேரளப் பொருட்களை அரேபியர்கள் கொண்டு வந்து ஈடன் யூதர்களிடம் விற்றதாகக்

குறிப்பிட்டுள்ளார். 4 ஆம் நூற்றாண்டில் பாரசீகத்திலிருந்து சில கிறித்துவர்கள் கேரளாவுக்கு வந்துவிட்டார்கள்.

பேரரசின் உள்ளூர் நிர்வாகம் மாகாணங்களாகப் பிரிக்கப்பட்டு, ‘நடுவழிகளக்கு’ என்னும் நாயர் தலைவர்களின் கட்டுப்பாட்டின் கீழ் விடப்பட்டன. ஒவ்வொரு மாகாணமும் பல தேசங்களாக பிரிக்கப்பட்டு தேசவழி என்னும் தலைவர்களின் கட்டுப்பாட்டின் கீழ் விடப்பட்டன. சேரப் பேரரசை 1102 ஆம் ஆண்டு சோழரும் பாண்டியரும் சேர்ந்து தாக்கி வென்றனர். 14 ஆம் நூற்றாண்டில் தெற்கில் வேணாடு அரசை ரவிவர்ம குலசேகரன் (1299-1314) ஆட்சி செய்தார். அவரது மரணத்துக்குப் பிறகு கேரளத்தில் வலுவான மய்ய ஆட்சி இல்லை. குறுநில நாயர்கள் மற்றும் பல சிற்றரசர்களால் முப்பது சிறிய அரசுகள் உருவானது. கோழிக்கோடு நாடு, வேணாடும், கொச்சி நாடும் அப்போது குறிப்பிடத்தக்கதாக அமைந்திருந்தன.

போர்ச்சுக்கீசிய வாஸ்கோடகாமா 1498 ஆம் ஆண்டு கடல் பாதையைக் கண்டுபிடித்து கோழிக்கோடு வந்து இறங்கினார். அவர்களது வர்த்தகம், கேரளத்தில் மட்டுமல்லாது தென்னகத்தில் பொருளாதார ஆதிக்கத்தை உருவாக்க அடித்தளம் அமைத்தது. 1724 ஆம் ஆண்டு மாகியில் பிரெஞ்சு கிழக்கிந்திய நிறுவனம் கோட்டையைக் கட்டியது. 1753 ஆம் ஆண்டு டச்சுக்காரர்கள் திருவிதாங்கூர் மன்னரிடம் ஒப்பந்தம் செய்து கொண்டார்கள். மைசூர் அய்தர் அலி, வடக்கு கேரளத்தை 18 ஆம் நூற்றாண்டில் கைப்பற்றினார். கோழிக்கோட்டை 1766 ஆம் ஆண்டு கைப்பற்றினார்.

அய்தர் அலி மற்றும் அவரது வாரிசான, திப்பு சுல்தான் ஆகியோரின் எதிர்ப்புகளால் 18 ஆம் நூற்றாண்டின் பிற்பகுதியில் தென்னிந்தியா முழுவதும் நான்கு ஆங்கிலோ - மைசூர் போர்களுக்கு வழி வகுத்தது. 1792 ஆம் ஆண்டில் திப்பு சுல்தான் ஆங்கிலேயர்களுக்கு மலபார் மாவட்டத்தை விட்டுக்கொடுத்தார். மேலும் 1799 இல் தற்போதைய தென் கன்னட மாவட்டம், காசர்கோடு மாவட்டம் ஆகியவற்றையும் விட்டுக்கொடுத்தார். ஆங்கிலேயர்கள் கொச்சி (1791) மற்றும் திருவாங்கூர் (1795) ராஜ்ஜிய ஆட்சியாளர்களுடன் ஒப்பந்தங்கள் செய்து கொண்டனர். தங்கள் தன்னாட்சியைப் பராமரிக்க ஆங்கிலேய இந்தியாவின்

சுதேச அரசுகள் ஆங்கிலேயருக்கு ஆண்டுக்கு ஒருமுறை கப்பம் கட்டும் நிலைக்கு தள்ளப்பட்டன. மலபார் மற்றும் தெற்கு கன்னட மாவட்டங்கள் ஆங்கிலேய இந்தியாவின் சென்னை மாகாணத்தின் ஒரு பகுதியாக இருந்தன.

இப்படி களப்பிரர் ஆட்சி முதல் பிரிட்டிஷ் ஆட்சி வரை அதிகப்படியான அன்னியப் படையெடுப்புகளைச் சந்தித்த பகுதிதான் கேரளம். எனவே, இந்த விபரம் தெரியாமல் அவர்கள் ஆரிய அடிமை மரபைப் பின்பற்றவில்லை என்று ஜெயமோகன் சாதிக்கிறார். ஆதிசங்கரரைப் படித்திருந்தால் கூட இப்படி அவரால் சொல்லி இருக்க முடியாதே!

அத்வைதத்தின் எழுச்சிக்கு காரணமான ஆதிசங்கரர், (கி.பி. 788-820) கேரளத்தின் காலடியில் பிறந்தார். இந்தியாவில் நான்கு இடங்களில் சங்கர மடத்தை நிறுவினார். அத்வைத கோட்பாட்டை நாடு முழுவதும் பரப்பினார். இந்து மதத்தின் மூன்று அடிப்படை நூல்களாக அறியப்படும் பத்து உபநிடதங்கள், பிரம்ம சூத்திரம், பகவத் கீதைக்கு உரை எழுதினார்.

தெற்கில் சிருங்கேரி, வடக்கே பத்திரிநாத், கிழக்கே பூரி, மேற்கே துவாரகா ஆகிய நான்கு மடங்களை நிறுவினார். காஞ்சிபுரத்தில் உள்ளது இவர் நிறுவியது அல்ல.

அவரிடம் இருந்த ஜாதி மேலாண்மையை விவேகானந்தரே கண்டித்து எழுதி இருக்கிறார்.

"சங்கரருக்கு சவரம் செய்வதற்குப் பயன்படும் கத்தியைப் போன்ற கூர்ந்த அறிவு இருந்தது. அவர் ஒரு மிகச் சிறந்த தருக்கவாதி என்பதிலோ கல்விமான் என்பதிலோ வாதம் செய்வதில் வல்லவர் என்பதிலோ சந்தேகம் ஏதும் இல்லை. ஆனால் அவருக்குப் பெருந்தன்மை இருக்கவில்லை. அவருடைய இதயமும் அப்படிப்பட்டதாகத் தான் இருந்திருக்கும் போலத் தோன்றுகிறது. அத்தோடு அவர் தான் பிராமணன் என்பதைப் பற்றியும் மிகவும் பெருமை பீற்றிக் கொண்டு இருந்திருக்கிறார். தென் இந்தியாவின் புரோகித வர்க்கத்தவர்களான பிராமணர்களைப் போன்று மிக்க கர்வம் கொண்டவராக இருந்தார் என்று சொல்லலாம். பிராமணர்கள் அல்லாத பிற ஜாதியைச்

சேர்ந்தவர்களுக்கு பிரம்மஞானம் சித்திப்பதில்லை என்று வேதாந்த சூத்திரங்களின் பாஷ்யத்தில் எவ்வளவு அழகாக நிரூபணம் செய்துள்ளார். எப்படிப்பட்ட டாம்பீகமான வாத விவாதங்கள்!

முந்தைய ஜென்மத்தில் விதுரன் பிராமணனாகப் பிறந்திருந்ததால்தான் அவனுக்கு பிரம்மஞானம் கிடைத்தது என்று கூறுகிறார். அது சரி, யாரோ ஒரு சூத்திரனுக்கு பிரம்மஞானம் கிடைக்கப் பெற்றதால் அவன் முந்திய ஜென்மத்தில் பிராமணனாகப் பிறந்திருக்க வேண்டும்; அதனால் தான் அவனுக்கு பிரம்மஞானம் கிடைக்கப் பெற்றது என்று கூறும் உங்கள் சங்கரரின் வாதத்தை இக்காலத்திலும் கூட நம்ப வேண்டுமா? நன்றாயிருக்கிறதே கதை! பிராமணத்துவத்தை இவ்வளவு சிரமப்பட்டு காப்பாற்றுவதால் என்ன பயன்? மூன்று வர்ணங்களைச் சேர்ந்தவர்கள் யாவருக்கும் வேதத்தைக் கற்றுக் கொள்வதற்கும் பிரம்மத்தைக் கண்டறிவதற்கும் உரிமை உண்டு என்று வேதங்களே சொல்லுவதில்லையா? அப்படி இருக்கும் போது, வேதத்திற்கு எதிரான இவ்விசயத்தைப் பற்றி சங்கரர் தன் புலமையின் விசித்திரமான ஒரு பகுதியை வெளிப்படுத்தும் அவசியம் ஏதும் இல்லை.

எண்ணிக்கையில் அடங்காத பல புத்த மத பிட்சுக்களை வாதத்தில் வென்று நெருப்பில் இட்டு எரித்துவிட்டோம்! அந்தப் புத்த பிட்சுக்கள் கூட தாம் வாதத்தில் தோற்றுப் போய்விட்டதால் தம்மைத் தாமே எரித்துக் கொண்டு இறந்து போகும் அளவுக்கு மூடர்களாக உள்ளார்கள்! என்றெல்லாம் எண்ணி மகிழும் அளவுக்கு அவருடைய இதயம் இரும்பால் ஆகியிருந்தது. சங்கரரின் இத்தகைய செயல்களை மதவெறி என்று சொல்லாமல் வேறெப்படி சொல்லமுடியும்?" *(Swami Vivekananda, The Complete Works, Vol. 7, pp116-118, Calcutta, 1964)*

"சூத்திரர்கள் வேதத்தை கற்கக் கூடாது என்று வேதங்களில் உள்ளது என்னும் செய்திக்கு எத்தகைய ஆதாரத்தையும் கொடுக்காமல் சென்றுவிட்டார் இந்த ஆச்சாரியார்!

யக்ஞங்கள் செய்வதற்கான அருகதை இல்லாத போது உபநிஷத்துக்கள் போன்றவற்றைப் படிப்பதற்கு உரிமை இல்லை என்று சாதிப்பதற்காக 'யக்ஞே அனுவக்லுப்தாஹ்' (சூத்திரனுக்கு யக்ஞம் செய்வதற்கு உரிமையில்லை - தைத்திரீய சம்ஹிதா vii-1.i.6) என்னும் வாக்கியத்தை மட்டும் உதாரணமாகக் காட்டுகிறார். ஆனால் ஆச்சாரியார் "அதாதோ பிரம்மஜிங் ஞாசா" (தற்பொழுது பிரம்ம மீமாம்சை - அதாவது - ஆராய்ச்சி - ஆரம்பமாகிறது - வேதாந்த சூத்திரங்கள் 1.i.1) என்னும் விஷயத்தில் 'அதா' என்னும் சொல் "வேதங்களைப் பின்பற்றுவதற்குக் கொடுக்கப்பட்ட அனுமதி அல்ல" என்று குறிப்பிடுவதாக வாதம் செய்கிறார்.

ஏனென்றால் இது, வேத மந்திரங்களையும் 'பிராமண'ங்களையும் முன்னரே கற்றிருக்காவிட்டால் உபநிஷத்துக்களைப் பின்பற்றுவதற்கு அனுமதி இல்லை. மேலும் இது வேதத்தின் கர்மகாண்டத்திற்கும் ஞான காண்டத்திற்கும் ஒன்றுக்கொன்று தொடர்பில்லை என்று கூறப்படும் கூற்றுக்கு எதிரானதாக உள்ளது. ஆகவே வேதங்களில் உள்ள சாஸ்திரங்களால் அங்கீகரிக்கப்பட்ட பாகங்களைக் கற்காமலே பிரம்மஞானத்தைப் பெற்றிட முடியும் என்பது தெளிவாகிறது. சம்பிரதாய முறைப்படியான விதிமுறைகளைப் பின்பற்றுவதற்கும் ஞானத்திற்கும் சம்பந்தம் இல்லாதிருக்கும் பொழுது இந்த ஆச்சாரியார் சூத்திரர்களின் விசயம் வரும் போது மட்டும் ஏன் "அதே தருக்கத்தின் பலத்தால்" என்னும் உத்தியைச் சேர்த்துக் கொண்டு தான் கூறிய விசயத்தையே மறுக்க வேண்டும்? சூத்திரர்கள் ஏன் உபநிஷத்துக்களைக் கற்கக் கூடாது?

ஸ்பார்டனைச் சேர்ந்தவர்கள், அமெரிக்காவைச் சேர்ந்தவர்கள், ஹேலாடர்களையும் நீக்ரோக்களையும் காலில் போட்டு மிதித்ததைக் காட்டிலும் மோசமாகச் சில வேளைகளில் சூத்திரர்கள் மிதிக்கப்பட்டுள்ளார்கள் என்பதில் சந்தேகம் ஏதுமில்லை. என்னைப் பொருத்த அளவில் சொல்லுவதென்றால் இந்த ஜாதி பிரச்சினையில் எந்த பிரிவினருக்கும் எனது ஆதரவு கிடையாது... எந்த ஒரு

ஜாதி வேறுபாட்டையும் கணக்கில் எடுத்துக்கொள்ளுவது மிக்க அழிவைத் தருவதாகவே அமையும்..." *(Swami Vivekananda, The Complete Works, Vol. 6, pp 208-210, Calcutta, 1968)*

"... உபநிஷத்துக்களின் அடிப்படையில்தான் பவுத்த மதம் வளர்ந்தது. சங்கரரின் தத்துவ சாத்திரம் தோன்றுவதற்கும் கூட அவையே ஆதாரமாக இருந்திருக்கின்றன. புத்த பெருமானுக்கு இருந்த மகா அற்புதமான இரக்கவுணர்வு கொண்ட இதயம் சங்கரருக்கு இருக்கவில்லை. சங்கரருக்கு இருந்ததெல்லாம் இரக்க சிந்தை இல்லாத வெறும் புத்திக் கூர்மை மட்டுமே. தந்திரங்களுக்குப் பயந்தும், மக்கள் சமுதாயத்திற்குப் பயந்தும் புண்ணைச் சரிசெய்யும் முயற்சியில் அது இருந்த தோளையே வெட்டி எடுத்த கதையாகச் செய்துவிட்டார். அவற்றை எல்லாம் விளக்கிக் கூறவேண்டும் என்றால் ஒரு பெரிய புத்தகமே எழுத வேண்டும். ஆனால் அவற்றை எழுதுவதற்கு வேண்டிய புலமையோ கால அவகாசமோ எனக்கு இல்லை. *(Swami Vivekananda, The Complete Works, Vol. 6, pp223, Calcutta, 1968)*

"பாஷ்யத்தை எழுதிய பெரிய ஆச்சாரியார்கள் எல்லோரும் தமது சித்தாந்தங்களுக்குச் சரியான அர்த்தத்தைச் சூத்திரங்களின் மூலமாகக் கொடுக்கும் போது சில வேளைகளில் வேண்டுமென்றே பொய்களைக் கூறியுள்ளனர். பலாத்காரம் செய்ததன் மூலம் கோடிக்கணக்கான மக்கள் தமக்கு உடன்பாடில்லாத கருத்துகளை ஏற்றுக்கொள்ளும்படிச் செய்ததைப் பார்த்தால் இது தெளிவாகும். இது ரிஷிகளும் அறிவாளிகளும் சேர்ந்து கொண்டு செய்த அநியாயச் செயல் என்பதை நாம் கவனத்தில் கொள்ள வேண்டும்! விஷயம் அறிந்தவர்கள் செய்யும் அநியாயம் விஷயம் அறியாதவர்கள் செய்யும் அநியாயத்தைக் காட்டிலும் கொடூரமானது. பண்டிதர்கள் புத்தி பலம் மிக்கவர்கள். மற்றவர்களின் மேல் தனது கருத்துகளைப் பலாத்காரம் செய்து திணிப்பதற்கு ஆயிரக்கணக்கான அசாத்தியமான தடைகளைச் சாமானியர்களின் பாதையில் ஏற்படுத்தும் வல்லமை

கொண்டவர்கள். ஸ்மிருதிகளும், புராணங்களும் குறுகிய சிந்தனைகளில் வெளிப்பாடேயாகும். அவைகளில் பெருமளவில் தவறுகள் உள்ளன. சாதிப்பெருமைகளும் காழ்ப்புணர்ச்சிகளும்கூட மிகுந்துள்ளன. (The Smritis and the Puranas are productions of men of limited intelligence and are full of fallcies, errors and the feelings of class and malice)"

என்று விவேகானந்தர் சொன்னது அனைத்தையும் அவரது நூலில் இருந்து வரிசையாக எடுத்துக் காட்டுகிறார் பகவான். (பக். 62-66, *ஆதிசங்கரரின் மக்கள் விரோதக் கருத்துகள்,* தமிழில் முனைவர் சி. சிவசண்முகம்)

'ஆதிசங்கரரின் மக்கள் விரோதக் கருத்துகள்' என்ற இந்நூல், மைசூர் பல்கலைக்கழக ஆங்கிலத் துறை பேராசிரியரான முனைவர் கே.எஸ். பகவான் அவர்களால் கன்னடத்தில் எழுதப்பட்டது. இதன் ஆங்கில மொழிபெயர்ப்பை *'Violence in Hinduism'* என்ற தலைப்பில் *'தலித் வாய்ஸ்'* பெங்களூர் வி.டி. ராஜசேகர் வெளியிட்டார். இந்த ஆங்கில மொழிபெயர்ப்பை கரூர் பி.ஆர்.கே. என்று அழைக்கப்பட்ட பூ.அர. குப்புசாமிக்கு அனுப்பி வைத்தார் பகவான். அதன் தமிழ் மொழிபெயர்ப்பை 'அலைகள் வெளியீட்டகம்' (1997) வெளியிட்டுள்ளது.

இந்நூலில் ஆதிசங்கரரின் பிரம்மம், ஜகம், ஜீவன் ஆகிய சொற்கள் அதிகமாக ஆராய்ச்சி செய்யப்படுகின்றன. பிரம்மமே சத்தியம், உலகமெல்லாம் மாயை, ஜீவனும் பிரம்மமும் வேறுவேறல்ல, அவையிரண்டும் ஒன்றே என்கிறார் ஆதிசங்கரர். இப்படிப்பட்ட அத்வைதக் கொள்கைக்காரர் தான் ஜாதி வேறுபாட்டையும் அதிகமாகப் பார்த்தார் என்பதை இந்நூல் நிறுவுகிறது.

- *தன் எதிரில் சண்டாளன் ஒருவன் வந்தால் தனது தூய்மை கெட்டுவிடும், தனக்கு அசுத்தம் வந்துவிடும் என்று ஒதுங்கிச் செல், ஓடிப் போய் விடு என்று ஆரவாரம் செய்துள்ளார்... அவருக்கு அத்வைத உணர்வு மனதில் பதிந்துள்ளதா என்பதை பரிசோதனை செய்வதற்காக பரமசிவனே பஞ்சமனின் வேடத்தில் வந்தான் என்று கதை விட்டார்கள். (சங்கர விஜயம் - வித்யாரண்ய சுவாமிகள், பக். 12)*

- சங்கராச்சாரியார் பிரம்ம சூத்திரங்களுக்கு எழுதிய விளக்க உரையானது தாம் கொண்டிருந்த மனித விரோதக் கொள்கைக்குத் தானே செதுக்கிய என்றும் அழியாத கல்வெட்டாக உள்ளது. (பக். 12)

- மனிதர்கள் பகுத்தறியும் உணர்வு கொண்டவர்களாக இல்லாமல் நம்பிக்கைகளை வளர்த்துக் கொள்பவர்களாக இருக்க வேண்டும் என்று பிரம்ம சூத்திர விளக்கவுரையில் சொல்கிறார். (பக். 12)

- சூத்திரர்களுக்கு உபநயனம் செய்யப்பட்டாத காரணத்தினால் அவர்கள் வேதத்தைக் கற்றறிந்து கொள்ளும் உரிமை இல்லை என்று '*பிரம்ம சூத்திர பாஷ்யம்*' என்னும் நூலில் சொல்கிறார் (பக். 16)

- சூத்திரர்கள் வேதங்களைக் கேட்பதும், பயில்வதும், பொருளை விளங்கிக் கொள்வதும் தவிர்க்கப்பட வேண்டும் என்கிறது ஸ்மிருதி. (பக். 17)

- அவரின் அத்வைதக் கொள்கையின் முக்கியக் குறிக்கோளாக இருந்தவை பார்ப்பன இனத்தைப் பாதுகாப்பதும், நான்கு வர்ணப் பாகுபாட்டினை உறுதிப்படுத்துவதும் ஆகும். (பக். 22) என்கிறார் பகவான்.

கீழ்க்கண்டவாறு ஆதிசங்கரரை அடையாளப்படுத்துகிறார் பகவான்.

> "சங்கராச்சாரியார் வாழ்ந்த காலம் கிருத்துவுக்குப் பிந்தைய எட்டாம் நூற்றாண்டாகும் (சுமார் கி.பி. 775 - 807). அவர் காலத்தில் சமுதாயத்தில் சமத்துவத்தைத் தோற்றுவித்துச் சாதிப் பாகுபாடுகளை அழிக்கும் முயற்சியில் ஈடுபட்ட பவுத்தர்களின் புகழ் குன்றத் தொடங்கியது. குப்தர்களின் ஆட்சியில் புரோகிதர்களின் இனம் தலைதூக்கிப் புகழ்பெற ஆரம்பித்தது (குப்தர்கள் வட இந்தியாவில் மிகுதியாகக் காணப்படும் ஜாட் என்னும் சாதியைச் சேர்ந்த சூத்திரர்கள். புரோகிதப் பிரிவைச் சேர்ந்த பார்ப்பன தருமத்திற்கு சூத்திரர்கள், கல்வியறிவு பெற்றிராத மூட சூத்திரர்கள் ஆகியோர், பலியாவதைப் போன்று வேறு

பிரிவைச் சேர்ந்த மக்கள் ஆகாமலிருப்பது இந்திய நாட்டு வரலாற்றில் காணப்படும் சுவாரசியமான செய்தியாகும்.) அதன் தர்க்க ரீதியான முடிவாக சங்கராச்சாரியார் வந்து சேர்ந்தார். அவருடைய அத்வைதக் கொள்கையின் முக்கிய குறிக்கோளாக இருந்தவை பார்ப்பன இனத்தைப் பாதுகாப்பதும் நான்கு வர்ணப் பாகுபாட்டினை உறுதிப்படுத்துவதும் ஆகும். அது மேம்போக்காகப் பார்ப்பதற்குச் சிறப்பான கொள்கையைப் போல் தோற்றமளித்தாலும் சாதிப் பாகுபாட்டை உட்கூறாகக் கொண்டுள்ளது என்பது உண்மை.

நாட்டில் வளம் பெருகி மக்கள் மகிழ்ச்சியாக இருப்பதற்கான அடையாளங்கள் எங்கும் வெளிப்படையாகத் தெரிந்தன. அச்சூழ்நிலையில், உண்மை நிலையைப் புரிந்து கொண்டு, நாட்டின் வளத்தை நேரடியாக மேம்படுத்தும் கடமையை - அதாவது மொத்த மக்கள் தொகையில் சுமார் 85 - 90 சதவீதம் உள்ள மக்களுக்குக் கல்வியையும் அறிவையும் அளிக்கும் பொறுப்பையும் கடமையையும் சங்கராச்சாரியார் ஏற்றுக் கொள்ளவில்லை. அதற்கு மாறாக 'உலகே மாயம்' என்றும் பொய்யென்றும் ஒதுக்கித் தள்ளச் சொன்னார். அப்படிப்பட்ட கொடிய, நற்பண்புகள் ஏதுமில்லாத கொள்கையைப் பரப்புவதற்காக நாட்டின் நான்கு மூலைகளிலும் — வடக்கே பத்திரிநாத், மேற்கே துவாரகை, கிழக்கே பூரி, தெற்கே சிருங்கேரி — நான்கு மடங்களை நிறுவினார். இவ்வாறு மடங்களை நிறுவும் திட்டம் உண்மையில், புத்த மதத்திலிருந்து சங்கராச்சாரியாருக்குத் தோன்றியதாகும். பவுத்தர்கள் சங்கங்களை நிறுவியதைக் கண்டுதான் கிறிஸ்தவர்களும் சர்ச்சுகளைக் கட்டி நிருவகிக்கும் திட்டத்தை உருவாக்கினர். அவர்களின் செயல்பாடுகளைக் கண்டுதான் முஸ்லிம் இனத்தவர்களும் கூட மசூதிகளைக் கட்டுவித்தனர். ஸ்மார்த்தர்களைப் பின்பற்றி தமக்கென்று மடங்களைக்கட்டுவதில் மத்வர்களும் பின்தங்கிப் போய்விடவில்லை. இவர்களுக்குப் பின்னர் தோன்றிய வீரசைவர்களும் கூடத் தம்முடைய மடங்களைத் தோற்றுவித்தனர். இப்போட்டியில் இன்றைய நாட்களில் ஒக்கலிகர்களும் சேர்ந்து கொண்டுள்ளார்கள்.

புத்தர் தோற்றுவித்த சங்கங்களின் முறைமைக்கு புத்தருக்குப் பின்னர் தோற்றுவிக்கப்பட்ட மடங்கள், சர்ச்சுகள், மசூதிகள் ஆகியவற்றின் முறைமைக்கும் அடிப்படையிலேயே வேறுபாடுகள் உள்ளன. புத்தர் தோற்றுவித்த சங்கங்கள், சாதி என்ற குறுகிய கண்ணோட்டத்தை அகற்றி அனைவரும் சமம் என்னும் உணர்வுடன் மக்கள் யாவரும் மதங்களின் ஒன்று சேர்ந்து வாழ்வதற்கான வழிவகையைச் செய்யலாயின. ஆனால், மேலே கூறப்பட்ட மடங்கள் தத்தமது சாதிசனங்களைக் காப்பதிலும் அவர்களுக்கு இடையே உட்பிரிவுகளை வளர்ப்பதிலும் ஈடுபட்டன.

தமது குலத்தைச் சேர்ந்தவர்களை வளர்ச்சி பெற செய்கிறோம் என்னும் போர்வையில் சுயநல சக்திகள் தமது செல்வத்தைச் சேர்த்துக் கொண்டார்கள். தத்தம் இனங்களைச் சேர்ந்த மக்களுக்கு குறுகிய கண்ணோட்டங்களைக் கொண்ட கருத்துகளைக் கூறி அவர்களை வறியவர் ஆக்கிவிட்டார்கள். இப்படிப்பட்ட குறுகிய கண்ணோட்டங்களைக் கொண்ட சூழ்ச்சிகளில் சிக்கிக் கொண்டு, ஒருவரை ஒருவர் நம்பி வாழ்க்கை நடத்த முடியாது என்று எண்ணத்தூண்டும் அவலநிலை நாட்டில் தோன்றியது.

ஒரு சாதியைச் சேர்ந்த மக்கள் மற்றொரு சாதியைச் சேர்ந்த மக்களை அன்புடனும் உரிமையுடனும் யாவரும் சமம் என்னும் உணர்வுடனும் பார்க்கும் பண்பும் அற்றுப் போய்விட்டது...” *(பக். 22 - 24)*

என்கிறார். இவை அனைத்தையும் சுருக்கமாக ஓரிரு வரியில் சொன்னார் விவேகானந்தர்.

‘... ... and those powerful epoch-makers, Sankaracharya and others, were the great caste-makers. I cannot tell you all the wonderful things they fabricated and some of you may resent what I have to say...’ (Swami Vivekananda, The Complete Works, Vol. 3., P. 296, Calcutta, 1964)

என்றும் மேற்கோள்காட்டுகிறார் பகவான்.

"சங்கராச்சாரியாரைப் போன்ற திறன்மிக்க, புதுச்சிந்தனா முறையைத் தோற்றுவிக்கக் கூடியவர்கள் சாதிப் பாகுபாட்டை உருவாக்குவதில் பெரும் பணியாற்றியுள்ளார்கள்"

என்ற விவேகானந்தரின் கூற்றே இறுதித் தீர்ப்பு போல உள்ளது. ஆதி சங்கரர் மட்டுமல்ல; இவரைப் போல பலரும் கிளம்பினார்கள். கி.மு. 500க்கும் கி.பி. 300க்கும் இடைப்பட்ட காலத்தில் பல்வேறு உலகாயதக் கொள்கைகள் உருவானதாக வரலாற்றாசிரியர் ஆர்.எஸ். சர்மா சொல்கிறார். (பக். 380, பண்டைக்கால இந்தியா)

இந்தக் கோட்பாடுகள் குறித்து விரிவாக எழுதிய ஆர்.எஸ். சர்மா, இவை அனைத்துமே மரணத்துக்குப் பிறகு வீடு பேறு அடைவதற்கான மார்க்கங்களாக அமைந்தன என்கிறார். இவர்கள் அனைவரும் சேர்ந்து கி.பி. அய்ந்தாம் நூற்றாண்டில் உலகாயத சித்தாந்தத்தை ஒளிமங்கச் செய்துவிட்டனர் என்கிறார்.

"சமய வினை முறைகளை ஆற்றுவதும், ஆன்மிகத்தை வளர்ப்பதுமே முக்தி பெறுவதற்கான மார்க்கம் என்று பரிந்துரைத்தனர். உலக இயக்க நிகழ்வுகளுக்கு தெய்வீக சக்திகளே காரணம் என்று போதித்தனர். விஞ்ஞான விசாரணையும், பகுத்தறிவுப் பூர்வமான சிந்தனையும் வளர்வதற்கு இந்தப் போதனைகள் முட்டுக்கட்டைகளாக, தடைகளாக இருந்தன. மூடநம்பிக்கைகளிலிருந்து விடுபட்ட விபரம் தெரிந்த அறிவுத்துறையினர் கூட, புரோகிதர்களும் படைவீரர்களும் அனுபவித்து வரும் அதீத சலுகைகளைத் தட்டிக் கேட்க இயலாத நிலையில் இருந்தனர். ஆன்மிக சித்தாந்தங்களில் மூழ்கிப் போன மக்களோ வருண அமைப்பு முறையின் அடிப்படையில் அமைந்த சமூக அமைப்பும், வலுவான அரசதிகாரமும் இழைக்கும் கோரக் கொடுமைகளை அநீதியை அக்கிரமங்களைச் சகித்துக் கொள்வது தங்களது தலைவிதி என்று அமைந்தடங்கி வாய்பொத்தி இருந்தனர்" (பக். 381, பண்டைக்கால இந்தியா) என்கிறார் ஆர்.எஸ். சர்மா.

வகுப்பு ரீதியில் பிளவுண்ட சமுதாயம் பிந்திய வேத காலத்தில் அதன் முழுத் தோற்றத்துடன், வெளிப்பட்டதை

வரலாற்றாசிரியர்கள் பலரும் விரிவாக விளக்கி இருக்கிறார்கள். புரோகிதர்களும் அதிகாரிகளும் நிலமானியங்கள் பெற்றார்கள். வருணங்களும், சமூகப் பிரிவுகளும் சட்டரீதியில் அங்கீகாரம் பெற்ற மரபுகளாக மாறின. சொந்த தர்மத்தைப் பின்பற்றுவதும், அடுத்தவர் தர்மத்தை பின்பற்றாமல் இருப்பதும் சமூக ஒழுங்காகக் கட்டமைக்கப்பட்டது. இதனையே பகவத்கீதை போதித்தது. உழைப்புச் சக்திகளுக்கு வாழ்க்கை மாயை என கற்பிக்கப்பட்டது. அதிகார வர்க்கம் அரசு, நிலம், கோவில், படை, வணிகம் ஆகிய அனைத்தையும் அடக்கி ஆண்டது.

இதனையே ஆங்கிலேயர் ஆட்சியும் செய்தது. ஆங்கிலேயர் ஆட்சியில் அதிகாரிகளாக இருந்த பார்ப்பனர்கள், தங்களது மேலாதிக்கம் பறிபோய்விடாமல் காப்பாற்றிக் கொண்டார்கள். ஆங்கிலேயர் ஆட்சி பார்ப்பன ஆதிக்கத்துக்கு பொதுமக்களை எப்படி அடி பணிய வைத்தது என்பதை தவத்திரு தர்மதீர்த்த அடிகளார் விரிவாக தனது நூலில் எழுதி இருக்கிறார்.

மலையாளத்தில் சுவாமி தர்மதீர்த்த மகராஜ் என்று அழைக்கப்படும் இவரின் பெயர் பரமேஸ்வர மேனன் என்பதாகும். 1893 ஆம் ஆண்டு குருவாயூரில் பிறந்த இவர், நாராயணகுருவினால் 1927 ஆம் ஆண்டு துறவியாக்கப்பட்டார். இந்தியாவில் பல பகுதிக்கும் நடைபயணமாகச் சென்றவர். ராஜமுந்திரியில் தங்கியிருக்கும் போது தனது ஆய்வுகளை வைத்து 1941 ஆம் ஆண்டு ஒரு புத்தகத்தை ஆங்கிலத்தில் வெளியிட்டார். *The menace of hindu imperialism* என்பதாகும். இதனையே அடிப்படையாக வைத்து மலையாளத்தில் 1969 ஆம் ஆண்டு ஹைந்தவ துஷ் பிரபுத்துவ சரித்திரம் என்ற நூலை வெளியிட்டார். 1978 ஆம் ஆண்டு இவர் மறைந்தார். இவரது நூல் 1992 ஆம் ஆண்டில் கன்னடத்தில் வெளியானது. இதனை தமிழில் மொழிபெயர்த்து, 'இந்துமதக் கொடுங்கோன்மையின் வரலாறு' என்ற நூலாக வெளியிட்டு இருக்கிறார்கள். அதில் ஆங்கிலேயர் ஆட்சி எந்தளவுக்கு பார்ப்பன மேலாதிக்கத்தை உருவாக்கித் தந்தது என்பதை தர்மதீர்த்த அடிகளார் பட்டியலிடுகிறார்.

1. உயரதிகாரமும் பொறுப்பும் வருவாயும் மிக்க பதவிகளில் பார்ப்பனர்களை ஆங்கிலேயர் நியமித்தனர்.

2. செல்லரித்து வரவர அழிந்து கொண்டிருந்த கோவில்களையும் அவற்றில் இருக்கும் விக்கிரக பூஜை, உற்சவங்கள், அழகிகளான தேவதாசிகள், சொத்துகள் போன்றவற்றின் பாதுகாப்புரிமையைக் கம்பெனி அதிகாரிகள் மேற்கொண்டு புத்துயிரூட்டி காப்பாற்றி வைத்தனர்.
3. இந்துக்களைப் பயமுறுத்தி நடுங்க வைத்த சாதி நீதிமன்றங்களை அவர்கள் நிறுவினர்.
4. புரோகிதர்கள் ரகசியமாக வைத்திருந்த, மிகப் பெரும்பான்மை மக்கள் கேட்டிராத போலிச் சாத்திரங்களைச் சகல இந்துக்களையும் ஆளும் சட்டங்களாக அவர்கள் உயர்த்தினர்.
5. கோவில் நிர்வாகங்களை டிரஸ்டிகளிடம் விட்டுக் கொடுத்ததன் விளைவாக அவை பார்ப்பன மதத்தின் கீழ் வந்து ஏராளமான பார்ப்பனரல்லாதோரின் உரிமைகளும் பறிபோயின.
6. அரசுச் சட்டங்கள், நீதிமன்றத் தீர்ப்புகள், சாதிப் பிரிவினைக் கேற்ப அரசு நிபந்தனைகள் போன்றவற்றின் மூலம் கிறித்துவர்கள், முஸ்லிம்கள் தவிர்த்த இந்திய மக்கள் எல்லோருக்கும் இந்துச் சட்டத்தை அவர்கள் பொதுவாக்கினர்.
7. அரசு அங்கீகாரம், அரசுப் பாதுகாப்பு, கவுரவப் பதவி, தனிச் சலுகைகள், அரசியல் முக்கியத்துவம் போன்றவற்றை அளித்து அவர்கள் சாதி வேற்றுமைகளை நிலைப்படுத்தினர்.
8. மத குருமார்களும், சீர்திருத்தக் கர்த்தாக்களும் எவ்வளவோ முயன்றும் மாற்ற முடியாத அளவுக்கு சாதி வேற்றுமை அமைப்பை அவர்கள் உறுதிப்படுத்தினர்.
9. நடுநிலையுடனும் நீதியின் பேரிலும் எதிர்க்க வேண்டிய கேடுகளையும் அநீதிகளையும் அவர்கள் பலப்படுத்தினர்.
10. இறுதியாக பழமைவாத அறிஞர்களாகிய கிறித்துவர்கள், கிறித்துவ நீதிக்கு ஒவ்வாத சாதி வேற்றுமைகளையும் விக்கிரக பூஜைகளையும் புனிதமான பண்பாட்டுப் பாரம்பரியங்கள் என்று கூறிப் புகழ்ந்து மனித சமுதாயத்திற்கே தவறிழைத்து அவமதித்தனர். (பக். 169, தர்மதீர்த்த அடிகளார் நூல்)

இவர் தான் திருவிதாங்கூர், கொச்சி சமஸ்தானங்களில் சாதி இழிவுகளுக்கான காரணங்களையும் விரிவாக எழுதி இருக்கிறார்.

புரோகிதர்கள் தங்களை உயர்ந்தவர்களாகவும், மற்றவர்களை இழிவானவர்களாகவும் ஆக்கியதை இவர் குறிப்பிடுகிறார். பார்ப்பனரல்லாத மக்களை சுரண்டிக் கொழுக்க பார்ப்பனர்களால் புரோகித அமைப்புகள் உருவாக்கப்பட்டன என்கிறார் இவர்.

"சீரழிந்தவர்களின் பார்வையில் அவர்களுடைய அறிவுசூன்யம் ஞானமாகவும், அவர்களுடைய மூடநம்பிக்கைகள் புனிதச் செயல்களாகவும், அவர்களுடைய வஞ்சகங்கள் உண்மையாகவும், அவர்களுடைய அவமானம் கவுரவமாகவும் காணப்படுகிறது" *(பக். 173)* என்கிறார்.

"சில இந்து மாநிலங்களின் சமகால வரலாற்றை ஆராய்ந்தால் இதைப் புரிந்து கொள்ளலாம். கல்வி முன்னேற்றத்திலும் அரசியல் எழுச்சியிலும் இந்தியாவின் இந்து மாநிலங்களில் திருவிதாங்கூர் மாநிலம் முன்னணியில் இருக்கிறது. திருவிதாங்கூர் மகாராஜா தன்னுடைய கோவில் நுழைவுப் பிரகடனத்தின் வாயிலாக புத்தமத காலத்திற்குப் பிந்திய மகத்தான ஒரு புரட்சியை இந்து சமுதாயத்தில் ஏற்படுத்தினார். இந்துக்கள் எல்லோருடைய உள்ளங்களிலும் அடைபட்டுக் கிடந்த மூடநம்பிக்கையை ஒழிக்கவும், கோடிக்கணக்கான பிற்படுத்தப்பட்ட, தாழ்த்தப்பட்ட மக்களுக்கு அவர்கள் முன்னெப்போதும் அனுபவித்தறியாத சுதந்திரத்தையும் தன்மானத்தையும் மகிழ்ச்சியையும் இந்த ஒரே ஒரு உத்தரவின் மூலம் அவர் கிடைக்கச் செய்தார். தீண்டத்தகாதவர்கள் என்று ஒதுக்கப்பட்ட இந்த அடித்தட்டு மக்களைக் கோவிலுக்குள் நுழைய அனுமதித்த இந்தத் துணிச்சலான செயலை உலகெங்கிலுமுள்ள மாமனிதர்களெல்லாம் வானளாவப் புகழ்ந்தனர். இருப்பினும் மகாராஜாவின் தலைமையை ஏற்றுக்கொண்டு இந்துக்களால் ஒன்றுபடவோ முன்னேறவோ முடியவில்லை. உடனே நிகழ்ந்த ஒரு அரசியல் போராட்டத்தில் இந்துக்களும் இந்துக்களல்லாதோர்களும் ஒன்று சேர்ந்து ஆட்சியைக் கவிழ்க்கத்தான் முயன்றனர். சாதிச் சண்டை இருக்கும் வரை யாருடைய தலைமையிலும் இந்துக்களால் ஒன்றுபட முடியாது என்று மீண்டும் தெளிவாகியது. சாதி வேற்றுமைகள் மன்னருக்கும் மக்களுக்கும் இடையிலும்,

மக்களிலேகூட ஏராளமான பிரிவுகளுக்கிடையிலும் நிரப்ப முடியாத இடைவெளியாக நீடிக்கும் வரை இந்துத்துவத் தலைமையில் ஒற்றுமையான ஒரு நாட்டை உருவாக்க முடியாது"

என்று சொல்லும் தர்மதீர்த்த அடிகளார், திருவிதாங்கூர் நிலைமையைச் சொல்வதைப் பாருங்கள்.

"1729 முதல் முப்பதாண்டுக் காலம் திருவிதாங்கூர் சமஸ்தானத்தை மார்த்தாண்ட வர்மா மகாராஜா ஆண்டு வந்தார். சமகால திருவிதாங்கூர் சமஸ்தானத்தின் சிற்பியென அவர் போற்றப்பட்டார். ஆற்றல் மிக்க பிராமணனாக இருந்த திவான் ராமய்ய தளவாயின் பேருதவியுடன் திருவிதாங்கூர் முழுக்க தன்னுடைய அதிகாரத்தை நிலைநாட்டி கோலோச்சினார். முஸ்லிம்களின் படையெடுப்பு ஆரம்பமானதும் பிராமண மதம் வடக்கிலிருந்து தெற்கு நோக்கி நகர ஆரம்பித்தது. திருவிதாங்கூர், பிராமணர்களுக்குப் பாதுகாப்பான சரணாலயமாகி விட்டது. 'குறுநில மன்னர்களையெல்லாம் வென்று நாட்டைக் கீழ்ப்படுத்திய மார்த்தாண்ட வர்மா தன்னுடைய குடிமக்களை ஆள்வதில் ஈவிரக்கமின்றி செயல்படும் சர்வாதிகாரியாக இருந்தார். பிராமணர்களுக்காக ஏராளமான பணத்தைச் செலவிட்டு அவர்களுடைய ஆலோசனைகளைக் கேட்டுத்தான் அவர் ஆட்சி புரிந்தார்." (பி. சிதம்பரம் பிள்ளை).

"போரில் பராக்கிரமசாலியும் வீரதீரம் படைத்தவருமான மார்த்தாண்ட வர்மா பிராமணர்களின் சொல்லுக்கு அடிபணிந்து தன்னுடைய நாட்டை சிவாஜியை போல் பிராமணர்களுக்குக் காணிக்கையாக்கினார்.

கை கட்டி வாய்பொத்தியவாறு நாட்டைப் பிராமணர்களுக்குக் காணிக்கை செலுத்திய மகாராஜா மூன்று காரியங்களைச் செய்தார். முதலாவதாக நாட்டை ஸ்ரீ பத்மநாப ஸ்வாமிக்குக் காணிக்கையாக்கி அந்தக் கடவுளின் தாசனாக மாறினார்.

இரண்டாவதாக நாள்தோறும் பிராமணர்களுக்கு உணவளிப்பதற்காக நாடெங்கிலும் 'ஊட்டுபுரைகள்' எனப்படும் சோறூட்டு மனைகளை நிறுவினார்.

மூன்றாவதாக பிராமணர்களை மகிழ்விக்க ஆறாண்டுகளுக்கு ஒருமுறை ஏராளமான பணத்தைச் செலவிட்டு 'முறைஜபம்' என்ற உற்சவத்தை மேற்கொண்டார். போர்க்காலத்தில் கோவில்களை அழித்ததற்கான பிராயச்சித்தமாக இதை மேற்கொண்டார். ஆனால் உண்மையில் கோவில்கள் எதுவும் அழிக்கப்படவில்லை. பொது சொத்தைச் செலவிட்டுப் பிராமணர்களைத் தீனிபோட்டு வளர்க்க ஒரு சாக்காக இவ்வாறு வதந்தியைப் பரப்பினர்.

நாட்டையும் மக்களையும் திவாலாக்க இன்னொரு காரியத்தையும் செய்தார் மகாராஜா. கனத்த வரியைச் சுமத்தி மக்களிடமிருந்து கசக்கிப் பிழிந்த பொதுச் சொத்துகளை பத்மநாப ஸ்வாமி கோவிலுக்கடியில் இருப்பதாகச் சொல்லப்படும் ஒரு ரகசியச் சுரங்க அறைக்குள் போட்டு வைத்தார்." (பி. சிதம்பரம் பிள்ளை).

"நாட்டின் பொதுச் சொத்திலிருந்து முப்பத்து நான்கு லட்சம் ரூபாய் அரண்மனை கஜானாவுக்கு மாற்றி, அதையெல்லாம் கோவிலில் வழிபாடுகளுக்கும் மற்ற சடங்குகளுக்கும் பயன்படுத்தப்பட்டன. இவ்வாறு அரண்மனை கஜானாவும் காலியாகிவிட்டது."

"மாதத்தில் பெரும்பாலான நாட்கள் கோவில் சடங்குகளுக்காகவே கழிந்தன. பெரும் தொகைகள் கோவிலுக்களிக்கப்பட்டன. ஒருமுறை லட்ச ரூபாய் சூரத் நோட்டுக்களாகவே அளிக்கப்பட்டன. அதையெல்லாம் விக்கிரகத்தின் முன் குவித்து மகாராஜாவே பணமூட்டைகளை ஒவ்வொன்றாக எடுத்து வெள்ளிப் பாத்திரத்தில் கொட்டினார். உடல் நலம் குன்றியவராக இருந்த போதிலும் இந்தப் பணியைச் செய்து முடிக்க அவர் தயங்கவில்லை." (பி. சிதம்பரம் பிள்ளை).

கோவில்களுக்கும் பார்ப்பனர்களுக்கும் இவ்வாறு பொதுப் பணம் விரயமாக்கப்பட்டதால் அரசு கருவூலம் காலியாகிவிட்டது.

மார்த்தாண்ட வர்மாவுக்குப் பிறகு வந்த மகாராஜா ஆங்கிலேய அரசுக்குக் கப்பம் கட்ட பணமில்லாமல் கோவிலிலிருந்து கடன் பெற்றுக் கப்பம் கட்ட வேண்டியதாயிற்று. பிறகு அய்ம்பது சதவீத வட்டியுடன் சேர்த்து அந்தத் தொகை கோவிலுக்குத் திருப்பியளிக்கப்பட்டது.

இந்துக்களில் பெரும்பான்மையினராக ஈழவர்களும் பின்தங்கிய மற்றும் தாழ்த்தப்பட்ட மக்களும் இருந்தனர். அவர்களுக்கெல்லாம் கோவில்களிலும் கல்விக் கூடங்களிலும் நுழைய உரிமையில்லை. அவர்கள் பொதுச்சாலைகளில் நடக்கவோ, பொதுக் கிணறுகள், குளங்களில் நீர் எடுக்கவோ உரிமையற்ற தீண்டத்தகாதவர்களாகக் கருதப்பட்டனர்.

1860 ஆம் ஆண்டில் திவான் மாதவராவ் காலத்தில் இவ்வாறு ஒடுக்கப்பட்டவர்களில் ஒருவர் உயர்நீதிமன்ற வழக்கறிஞர் தேர்வுக்கு பணம் செலுத்தியிருந்தார். இருப்பினும் உயர்சாதி இந்துக்களின் எதிர்ப்பால் தேர்வில் கலந்து கொள்ள அரசு அவருக்கு அனுமதியளிக்கவில்லை. 1805 வரை இந்தத் தடைகளெல்லாம் கடைபிடிக்கப்பட்டு வந்தன. 1856 ஆம் ஆண்டில் பட்டதாரியான ஒரு ஈழவருக்கு ஆங்கிலேய அரசப் பிரதிநிதி முயற்சித்தும்கூட கொச்சியிலும் திருவிதாங்கூரிலும் உத்தியோகம் கிடைக்கவில்லை. பிறகு அவர் ஆங்கிலேய மலபாரில் டிப்டி கலெக்டராக உயர்ந்தார். 1891 ஆம் ஆண்டில் அரசு பணியில் நுழைவதற்கான ஈழவ இந்துக்களின் உரிமையை நிலைநாட்ட திருவிதாங்கூர் குடிமக்கள் பத்தாயிரத்துக்கு மேற்பட்டவர்கள் கையெழுத்திட்ட ஒரு விண்ணப்பம் அரசிடம் சமர்ப்பிக்கப்பட்டது. கிறித்துவர்களுக்கும் முஸ்லிம்களுக்கும் அளிக்கப்பட்ட உரிமை பிற்படுத்தப்பட்ட இந்துக்களுக்கும் கிடைக்க வேண்டும் என்பது அவர்களுடைய கோரிக்கை. ஆனால் உயர்சாதி இந்துக்களின் எதிர்ப்புக் காரணமாக இந்தக் கோரிக்கையையும் அரசு ஏற்க மறுத்து விட்டது. இதைப் போன்ற அநீதிகளின் காரணமாக பெரும்பான்மையான இந்துக்கள் நாகரிக உலகின் அனைத்து நன்மைகளையும் அடைய முடியாதவாறு வெளியே தள்ளப்பட்டனர்.

தாழ்த்தப்பட்ட இந்துக்கள் அனுபவித்த பல்வேறு இன்னல்களையும் கொடுமைகளையும் ஒவ்வொன்றாக எடுத்துக்

கூறத் தேவையில்லை. ஆனால் எடுத்துக்காட்டாக சிலவற்றைக் கூறலாம்.

உயர்சாதி இந்துப் பெண்கள் மார்பை மறைத்து உடையணிவதைப் போல் கீழ்சாதிப் பெண்களுக்கு உடையணியும் உரிமையில்லை. இத்தகைய ஆயிரக்கணக்கான பெண்கள் லண்டன் மிஷனரி சொசைட்டியினர் தலைமையில் கிறித்துவ மதத்தைத் தழுவினர். அந்தக் கிறித்துவப் பெண்கள் மார்பை மூடி உடையணியத் தொடங்கினர். இந்த நிகழ்ச்சி உயர்சாதி இந்துக்களுக்கும் கீழ்சாதி இந்துக்களுக்கும் இடையில் சச்சரவுக்குக் காரணமாகி பிறகு பெரும் மோதல்களாக வெடித்தன. பழைய மாமூல் வழக்கத்திற்கு மாறாக கீழ்சாதிப் பெண்கள் உடையணியக் கூடாதென்று திருவிதாங்கூர் அரசு உத்திரவு பிறப்பித்தது. கிறித்துவ மிஷினரிகள், இந்த உத்திரவுக்கு எதிராக 1859 ஆம் ஆண்டில் சென்னை மாநில அரசுக்கு மேல் முறையீடு செய்தனர்.

சென்னை மாநில ஆளுநர் திருவிதாங்கூர் ஆங்கிலேய அரசப் பிரதிநிதிக்குக் கீழ் வருமாறு கடிதம் எழுதினார்:

> "உண்மைக்கும் நீதிக்கும் நாமெல்லாம் மதிக்கும் மனிதநேய அடிப்படைகளுக்கும் எதிரான இத்தகைய ஒரு நிகழ்ச்சியை நான் கேள்விப்பட்டிருப்பேனா என்பதே சந்தேகம்தான். இந்த விஷயத்தில் நாம் உறுதியான ஒரு நிலையை மேற்கொள்ளாவிட்டால், நாகரிக உலகம் முழுக்க நம்மை நிந்திக்கும். இன்னொரு விஷயத்தையும் இந்த சந்தர்ப்பத்தில் கருதிற்கொள்ள வேண்டும். பிறருடைய சுதந்திரத்தைத் தடுக்காமல் அவர்களுடைய சிந்தனைச் சுதந்திரத்தையும் செயல்படும் சுதந்திரத்தையும் பேணும் குடியுரிமையைப் பாதுகாக்கத்தான் அரசதிகாரம் பயன்படுத்தப்பட வேண்டும். ஆனால் இங்கு இந்த சிறப்பதிகாரத்தைப் பயன்படுத்தி தனி நபர் சுதந்திரத்தைத் தடுக்கவும் ஏராளமான பேரை ஈவிரக்கமின்றி தண்டிக்கவும் முயற்சிக்கப்படுவதாகத் தெரிகிறது. மேன்மை தாங்கிய நம்முடைய சக்கரவர்த்திப் பெருமகனார் அன்புடன் சமஸ்தான மன்னர்களுக்கு அளித்த இந்த உயரதிகாரத்தைச் சக்கரவர்த்திப் பெருமகனாரின் பெண் பிரஜைகளுக்கு எதிராக மன்னர்கள் பயன்படுத்துவதாகப் பெருமகனார்

கேள்விப்பட்டால் அவருக்கேற்படும் மனத்துயரத்தை நான் விளக்குவதென்பது சாகச முயற்சியாகும். எனவே இந்த விபரங்களைத் தாங்கள் மகாராஜாவுக்குத் தெரியப்படுத்தி 1829 பிப்ரவரி மூன்றாம் தேதியிட்ட அரசு அறிக்கையின் படியான தடைகள், இந்தக் காலகட்டத்தின் எந்த ஒரு நாகரிக மக்களுக்கும் ஏற்புடையதல்ல என்பதை அழுத்தம் திருத்தமாக மகாராஜாவுக்குச் சுட்டிக்காட்ட வேண்டியது தங்களுடைய பொறுப்பாகும்." (பி.சிதம்பரம் பிள்ளை)

இந்து ஆட்சியின் விளைவாக சில ஆண்டுகளுக்குள்ளேயே இந்து மதத்தின் மய்யமாகத் திகழ்ந்த திருவிதாங்கூர் சமஸ்தானம் இந்தியாவின் மிகப் பிரபலமான கிறித்துவ மதப் பகுதியாக மாறிவிட்டது. 1901 கணக்கெடுப்பின்படி திருவிதாங்கூரில் ஆறு லட்சம் கிறித்துவர்கள் இருந்தனர். 1931 ஆம் ஆண்டில் அவர்களுடைய எண்ணிக்கை 17 லட்சமாக அதாவது மொத்த மக்கள் தொகையின் மூன்றில் ஒன்றாக அதிகரித்தது.

திருவிதாங்கூர் அரசின் அதிகாரப்பூர்வ வரலாற்றாசிரியர் கூறுவதைப் போல்,

"ஒரு இந்து சமஸ்தானமாகிய திருவிதாங்கூர் இந்துக்களின் நிலைமை ஒரு முஸ்லிம் சமஸ்தானமாகிய ஹைதராபாத் இந்துக்களின் நிலைமையைவிட மோசமாக இருப்பதை என்னென்று சொல்வது?" (பி. சிதம்பரம் பிள்ளை).

"முஸ்லிம் ஆட்சியிலிருக்கும் ஹைதராபாத்திலும் கிறித்துவ ஆட்சியில் இருக்கும் ஏனைய இந்தி மாநிலங்களிலும் வாழும் மிகக் கீழ்சாதி இந்துக்களுக்கிருக்கும் குடியுரிமை கூட இந்து ஆட்சி நடைபெறும் திருவிதாங்கூர் ஈழவ மக்களான இந்துக்களுக்கில்லை. இந்து சமஸ்தானமாகிய திருவிதாங்கூரில் வாழ்வது கீழ்சாதி இந்துக்களுக்கு ஒரு சாபக்கேடாகவும் அவமானமாகவும் இருந்தது. எனவே திருவிதாங்கூர் உயர்சாதி இந்துக்கள் தங்களுடைய அதிகார உரிமைகளை இந்து மதத்தினுடைய இந்துக்களுடைய பொது நன்மைக்காகப் பயன்படுத்தவில்லை. மாறாக தங்களுடைய சுயநலத்திற்குத்தான் பயன்படுத்தினர் என்பது தெளிவாகிறது." (பி. சிதம்பரம் பிள்ளை)

சித்திரைத் திருநாள் மகாராஜா ஆட்சியைத் தொடங்கிய போது திருவிதாங்கூர் ஒரு ஆபத்தான கட்டத்தில் இருந்தது. ஒரு பெரும்பகுதி இந்துக்கள், இந்து சமுதாயத்தின் அடிமைகளாக வாழ்வதைவிட கிறித்துவ மதத்தை ஏற்றுக் கொள்வதுதான் சிறந்தது என்று முடிவு செய்தனர். அப்போதுதான் மகாராஜா தீண்டத்தகாத மக்களுக்கும் கோவிலில் நுழையும் உரிமையைப் பிரகடனமாக வெளியிட்டார். மகாராஜாவின் அந்தப் பிரகடன அறிவிப்பால் கீழ்சாதி மக்கள் கூட்டமாக கிறித்துவ மதம் தழுவுவது தவிர்க்கப்பட்டது. பழைய அனாச்சாரங்களை படிப்படியாக மாற்ற முடியுமே தவிர ஒரேயடியாக மாற்ற முடியாது என்று வாதாடுபவர்களுக்கு இந்த நிகழ்ச்சி ஒரு படிப்பினையாகும்.

மீட்க வேண்டுமென்ற இந்துக்களை அவர்களுடைய வீழ்ச்சியிலிருந்து ஆங்கிலேய ஆட்சியும் இந்து மன்னர்களும் விரும்பியிருந்தால் நொடிப் பொழுதிலேயே இந்து சமுதாயத்தை அவர்களால் மீட்டிருக்க முடியும். அறிவுபூர்வமாகச் சிந்தித்தால் ஒரு வினாடி கூட அனுமதிக்கக் கூடாத கெட்ட வழக்கங்கள் ஏராளமாக இருக்கின்றன. அவற்றைக் குப்பைத் தொட்டிக்குள் தூக்கியெறிய மன்னர்களும் அரசுகளும் அன்றைக்கு அக்கறை கொள்ளவில்லை என்பதால்தான் அவை இன்றைக்கும் நிலைபெற்றுக் கொண்டிருக்கின்றன.

இன்னொரு இந்து சமஸ்தானமான கொச்சியின் நிலைமையும் இதைப்போலத்தான். கல்வியைப் பரப்புவதில் இந்தியாவிலேயே கொச்சிக்குத்தான் முதலிடம். அங்கு இந்துக்களில் மூன்றில் இரண்டு பகுதி அதாவது நான்கு லட்சம் பேர் இன்றைக்கும் தீண்டத்தகாதவர்களாகவே இருக்கிறார்கள். அவர்களுக்கு இந்து மன்னரின் ஆட்சியைவிட நேரடியாக ஆங்கிலேய ஆட்சி அல்லது வேறு ஏதேனும் ஆட்சியின் கீழ் இருப்பதே நலமாக இருந்திருக்கும். மொத்த மக்கள் தொகையில் இருபத்தேழு சதவீதம் (இரண்டரை லட்சத்திற்கு மேல்) கிறித்துவர்களாக மாறியிருக்கிறார்கள். இந்தியாவில் திருவிதாங்கூருக்கு அடுத்ததாக மிகக் கூடுதலாக கிறித்துவர்கள் கொச்சியில்தான் இருக்கிறார்கள்.

இந்துப் பண்பாட்டின் மிகப் புராதன மய்யமாக காஷ்மீர் திகழ்ந்திருந்தது அந்தக் காலம். இன்றைக்கு இந்து சமஸ்தானம்

என்றழைக்கப்பட அதற்கு தகுதி இல்லை. 334 லட்சம் (1921) மக்கள் தொகையில் 254 லட்சமும் முஸ்லிம்களே. இந்துக்கள் ஆறு சதவீதம் மட்டுமே. இன்றைக்கும் ஏராளமான இந்துக்கள் ஆரிய சமாஜத்தினராகவும், சீக்கியர்களாகவும், புத்த மதத்தினராகவும் மாறிக் கொண்டிருப்பதைப் பார்க்கும் போது, இந்து சமுதாயத்தின் சகிக்க முடியாத கொடுமைகளைப் பற்றி எளிதில் யூகிக்க முடியும். இந்து நாடுகள் எப்போதுமே இந்துக்களுக்காக அவர்களுடைய பொதுநலன்களுக்காகச் செயல்படவில்லை. பெரும்பான்மையான மக்களைச் சுரண்டியும் கீழ்ப்படுத்தியும் உயர்சாதியினரான ஒரு சிலருக்கு ஆதாயம் பெற்றுத் தரத்தான் முயற்சித்திருக்கின்றன. ஒரு வரலாற்றாசிரியன் கூறியதைப் போல் மனுவின் காலத்திலிருந்து 'மக்களுக்கு எதுவுமில்லை. மன்னனுக்கு கொஞ்சம் ஏதோ இருக்கிறது. அனைத்துமே புரோகிதனுக்குத்தான்...' என்பதுதான் இந்துத்துவ வாழ்க்கை, இந்து மதம், இந்து நாடு ஆகிய கோட்பாடுகளின் குணாம்சமாகும். இன்றளவும் அது மாறவில்லை. (பக். 173 - 179, தர்மதீர்த்த அடிகளார்) என்கிறார். இவையே கேரள சமூக அமைப்பின் சாதியக் கொடுங்கோன்மைக்கு வேர்கள் யாவை என்பதை விளக்கப் போதுமானவை ஆகும்.

சாதி வேற்றுமை அமைப்பை அரசுகள் அங்கீகரித்தன என்றும், அதனால் வெவ்வேறு சமூகத்தினர் தனித்தனி சாதியாயினர் என்றும் 1911 ஆம் ஆண்டிற்கும் 1921 ஆம் ஆண்டிற்கும் இடையில் 95 புதிய சாதிகள் தோன்றின என்கிறார். (பக். 184) அரண்மனையில் திவானைவிட அதிகச் செல்வாக்குப் படைத்தவர்கள் பார்ப்பனப் புரோகிதர்கள் என்று எழுதுகிறார் அடிகளார்.

திருவிதாங்கூர் கோவில் இருந்த சாலைகளில் தாழ்த்தப்பட்ட சாதியினர் நுழையக் கூடாது என்ற வழக்கம் எந்த நூற்றாண்டில் புகுத்தப்பட்டது என்பதைக் கூற முடியவில்லை என்று சொல்லும் ஆய்வாளர் அ.கா. பெருமாள், தென் திருவிதாங்கூரில் பிற்காலச் சோழர்களின் மறைமுக ஆட்சி நடந்த போது பார்ப்பனர்களின் செல்வாக்கு பெருகியது என்றும் பார்ப்பனர்கள் குறிப்பிட்ட சில சாதியினரைச் சமூகத்திலிருந்து முழுக்கவே ஒதுக்கி வைத்திருந்தனர் என்றும் கே.கே. பிள்ளை கூற்றை மேற்கோள் காட்டிச் சொல்கிறார்.

“பிராமணருக்குக் கீழ் உள்ள அடக்குமுறை மிகுந்த சாதிப் படிநிலை வழக்கங்களை எந்த எதிர்ப்புமின்றி ஏற்றுக்கொள்ளும் மனப்பக்குவம் அன்று இருந்திருக்கிறது.

தெய்வாதீனம் ஜகத்சர்வம்
மந்ராதீனம் துவைவதம்
தன் மந்த்ரம் ப்ராஹமணா தீனம்
ப்ராஹ்மணோ மமதைவதம்

இறைவனுக்கு அடங்கிதான் உலகில் சர்வமும் உள்ளன. இறைவனோ மந்திரத்துக்குக் கீழே இருப்பவன். அந்த மந்திரமோ பிராமணனுக்கு அடங்கியது. ஆகவே பிராமணனே என் தெய்வம் என்ற தாரக மந்திரத்தை அன்றைய திருவிதாங்கூர் அரசர்கள் கண் போல் போற்றினார்கள்.” *(பக். 128, தென்குமரியின் கதை)*

என்கிறார் அ.கா. பெருமாள். ‘நம்பூதிரிகள் கோவிலையும் திருவிதாங்கூர் அரசையும் முழுதும் ஆக்கிரமித்த பின்னர் இவ்வழக்கம் நடைமுறைக்கு வந்திருக்கலாம்’ *(பக். 137)* என்கிறார்.

வைக்கம் வந்த காந்தி நம்பூதிரிகளைச் சந்திக்கிறார். ‘உங்களது இந்த வேற்றுமைக்கு என்ன ஆதாரம்?’ என்று அவர்களிடம் கேட்கிறார் காந்தி. அவர்கள், சங்கரஸ்மிருதியை ஆதாரமாகக் காட்டுகிறார்கள்.

சமஸ்கிருத நூலை என்.பி. உன்னி என்பவர் ஆங்கிலத்தில் மொழிபெயர்த்து வெளியிட்டு இருக்கிறார்.

கேரளாவின் தோற்றம் தொடர்பான பரசுராம புராணம் பண்டைய கேரளாவின் புவியியல் தொடர்பான சில அடிப்படை உண்மைகளைப் புரிந்து கொள்ள உதவும் என்றும், கேரளாவின் நிலம், பத்து அவதாரங்களில் ஒன்றான பரசுராமனுக்கு அரபிக் கடலில் பரிசாக வாய்த்தது என்றும் சொல்கிறது. பரசுராமன் தனது பரசுவை (அல்லது கோடரியை) கடலின் குறுக்கே கோகர்ணம் முதல் கன்னியாகுமரி வரை (அல்லது கன்னியாகுமரி முதல் கோகர்ணம் வரை) எறிந்தார் என்றும் அது விழுந்த இடம் வரை தண்ணீர் குறைந்துவிட்டது என்றும் புராணக்கதை

கூறுகிறது. பார்ப்பனர்களால் ஆளப்படும் நாடு இது என்கிறது. (பக். 2) பிருகு இனத்தைச் சேர்ந்த ராமன், சிவன் கோவில் இருக்கும் கோகர்ணா நிலத்தின் பகுதியை உயர்த்தினார்; கேரள நிலம் உருவாக்கப்பட்டவுடன், அதை ஆட்சியாளர்களாக நிர்வகிக்க பார்ப்பனர்களுக்கு வழங்கினார். (பக். 3)

கேரளாவை 64 கிராமங்களாகப் பிரித்து பார்ப்பனர்கள் அதிகாரம் செலுத்தியதாக புராணம் கூறுகிறது. பல்வேறு பிராந்தியங்களில் உள்ள ஆட்சியாளர்கள், அவர்களின் மறைமுகமான ஒப்புதலுக்கு உட்பட்டு, நீதியை நிர்வகிப்பதற்கு, கேரளாவின் நிர்வாகத்தில் பார்ப்பனர்களின் இந்த அதிகாரத்தை சுகசந்தேஷம், சரணம் I. 63.13 இல் பின்வருமாறு குறிப்பிட்டுள்ளார்.

> 'இந்தத் தலைநகரம் பெரும் பிராமணர்களால் பிரகாசிக்கிறது. அரசன் அரசாட்சிக்கு அதிபதியாகிறான்; இந்தப் பிராமணர்களின் சாஸ்திரங்களின் அடிப்படையில் ஆள்கிறான். பிராமணர்களின் கட்டளைப்படி ஆள்கிறான்'. (பக். 4)

கேரளாவுக்குள் ஆரியர் வருகையை இந்நூல் பேசுகிறது. 'குடும்பத்தின் இளைய உறுப்பினர்கள் உள்ளூர் பெண்களுடன் திருமண உறவுக்குள் நுழைய அனுமதித்தனர். அதே நேரத்தில் ஆரிய இனத்தின் தூய்மையான தூய்மையைப் பேணும் மூத்தவர்கள் தங்கள் சொந்த சாதியில் இருந்து மட்டுமே திருமணமாக வேண்டும். இதன் விளைவாக இரு வேறுபட்ட இனக்குழுக்களுக்கு இடையே இனக்கலப்பு ஏற்பட்டது. இந்த செயல்முறை படிப்படியாக நிலையானது. ஆயிரம் ஆண்டுகளுக்கும் மேலாக நம்புதிரி கேரளாவில் இறையாட்சியை உருவாக்கினார். நிலத்தின் உரிமையானது நிலப்பிரபுத்துவ முறையில் ஏற்பாடு செய்யப்பட்டது. நம்புதிரி தலைவர்களுக்கு சொத்துரிமை வழங்கப்பட்டது. சில புராண அதிகாரங்களின் அடிப்படையில், பரசுராமனிடமிருந்து பெறப்பட்டதாகக் கூறப்படுகிறது. அவர்களில் சிலர் குறிப்பிட்ட சில இடங்களில் அரசர்களாக ஆனார்கள். சமஸ்கிருதம் நிலத்தின் அறிவுஜீவிகளிடையே கருத்துகளை பரப்புவதற்கான பொதுவான வாகனமாக மாறியது. அதில் ஆரியர்கள் மற்றும் ஆரியர்கள் அல்லாதவர்கள் இருவரையும் உள்ளடக்கியது. கேரளாவின்

மண்ணில் நடந்த இந்த கலாச்சார பரவல், இந்தியாவில் வேறு எங்கும் அரிதாகவே காணக் கூடிய பல விஷயங்களில் தனித்துவமானது. *(பக். 6)*

வர்ணங்களின் தோற்றம் மற்றும் அவற்றின் கடமைகள் அதில் விரிவாக இடம் பெற்றுள்ளது. நான்கு வர்ணங்களின் விளக்கமாக இது இருக்கிறது.

பார்ப்பனர்கள், சத்ரியர்கள் வைசியர்கள் மற்றும் சூத்திரர்கள் நான்கு சாதிகள் முறையே முகம், கைகள், தொடைகள் மற்றும் கால்களில் இருந்து படைக்கப்பட்டார்கள். ஒவ்வொரு வர்ணத்தவரின் கடமைகள் விரிவாக விவரிக்கப்பட்டுள்ளது. முதலில் சமஸ்கிருதத்தில் இருக்கும் ஸ்லோகங்கள் 173 ஆவது பக்கத்தில் ஆங்கிலத்தில் மொழி பெயர்த்து தரப்பட்டுள்ளன. இதனைத் தான் தங்களது மேலாதிக்கத்துக்கான ஆதாரமாக நம்பூதிரிகள் காந்தியிடம் காட்டி இருக்கிறார்கள்.

எந்தச் சாதியைச் சேர்ந்த திருமணமான பெண்ணாக இருந்தாலும், அவளுடைய முதல் பிள்ளைக்கு நம்பூதிரி தான் தந்தையாக இருக்க வேண்டும் என்று ஆக்கி வைத்திருந்தார்கள். அதன் பிறகு தான் அவளுடைய கணவன் மூலமாக குழந்தைகள் பெற்றுக் கொள்ள வேண்டும். இதனை ஒழுக்கக் கேடு அல்ல என்று சொன்னவர் ஆர்.எஸ்.எஸ். தலைவர் குருஜி கோல்வார்க்கர்.

நம்பூதிரிகளின் திருமண முறையை பச்சையாக நியாயப்படுத்திய ஆர்.எஸ்.எஸ். தலைவர் கோல்வால்கர், குஜராத்தில் 17.12.1960 அன்று ஒரு கருத்தரங்கில் கலந்து கொண்டு பேசினார்.

> *"Today experiments in cross-breeding are made only on animals. But the courage to make such experiments on human beings is not shown even by the so-called modern scientist of today. If some human cross-breeding is seen today it is the result not of scientific experiments but of carnal lust. Now let us see the experiments our ancestors made in this sphere. In an effort to better the human species through crossbreeding the Namboodri Brahamanas of the North were settled in Kerala and a rule was laid down that the eldest son of a Namboodri*

family could marry only the daughter of Vaishya, Kashtriya or Shudra communities of Kerala. Another still more courageous rule was that the first off-spring of a married woman of any class must be fathered by a Namboodri Brahman and then she could beget children by her husband. Today this experiment will be called adultery but it was not so, as it was limited to the first child" (M.S. Golwalkar cited in Organizer, January 2, 1961, p. 5. It is reproduced below)

என்று பேசி இருக்கிறார். இது 2.1.1961 அன்று வெளிவந்த ஆர்கனைசர் பத்திரிகையின் அய்ந்தாம் பக்கத்தில் வெளியாகியுள்ளது.

இன்றைக்கு விஞ்ஞானம் இத்தனை தூரம் வளர்ந்த பின்னும், விஞ்ஞானிகள் கலப்பின இனப்பெருக்கம் என்பதை விலங்குகளில் மட்டுமே செய்து பார்க்கிறார்கள். அவர்களுக்கு அதை மனிதனிடம் செய்து பார்க்க துணிவு உள்ளதா? ஓரிரு இடங்களில் மனிதரிடையே இனக்கலப்பு நடந்திருந்தாலும் அது காமத்தின் இச்சை காரணமாகவே தானே தவிர ஒரு விஞ்ஞான ரீதியிலான ஆராய்ச்சிக்காக என்று சொல்ல முடியாது.

ஆனால் நம் முன்னோர்கள் இந்த தளத்தில் ஆற்றிய ஆராய்ச்சிகள் என்ன என்று பார்ப்போம்.

மனித இனம் ஒரு வலுவான இனமாக இருக்க வேண்டும் என்று கேரளாவில் இருந்த பிராமணர்கள் அந்த காலத்திலேயே முடிவு செய்தனர். அதற்காக அவர்கள் நம்பூதிரி குடும்பத்தின் முதல் ஆண்மகனை தவிர மற்றவர்கள் எல்லாம் வைசிய, சத்ரிய மற்றும் சூத்திர இன பெண்களிடம் மட்டுமே பிள்ளைகள் பெற்றுக் கொள்ள வேண்டும் என்று சட்டமே போட்டார்கள்.

இதையும் தாண்டி இன்னும் துணிச்சலாக அவர்கள் போட்ட சட்டம் என்னவென்றால், கேரளாவில் மற்ற எல்லா சாதி பெண்களும் தனது முதல் குழந்தையை ஒரு நம்பூதிரி மூலம் மட்டுமே பெற்றுக் கொள்ள வேண்டும். அடுத்த குழந்தைகளை வேண்டுமானால் அவர்களது கணவன் மூலம் பெற்றுக் கொள்ளலாம் என்பது தான் அது.

இந்த வகையான ஆராய்ச்சி இன்றைய பார்வையில் வேண்டுமானால் விபச்சாரம் அல்லது கள்ள உறவு போல தோன்றும். ஆனால் அந்த காலத்தில் அது அப்படி அல்ல. ஏனென்றால் இந்த விதி முதல் குழந்தைக்கு மட்டுமே உரியதாகும்.

இது தான் ஆர்.எஸ்.எஸ். பக்தர்கள் அன்புடன் ஸ்ரீ குருஜி என்று அழைக்கும் ஆர்.எஸ்.எஸ். ஸ்தாபகர் கோல்வால்கரின் கருத்து. அதே கூட்டத்தில் இன்னொன்றையும் சொன்னார்:

"Today we try to run down the Varna system through ignorance. But it was through this system that a great effort to control possessiveness could be made... In society some people are intellectuals, some are experts in production and earning of wealth and some have the capacity to labour. Our ancestors saw these four broad divisions in society. The Varna system means nothing else but a proper coordination of these divisions and an enabling of the individual to serve the society to the best of his ability through a hereditary development of the functions for which he is best suited. If this system continues a means of livelihood is already reserved for every individual from his birth." (M.S. Golwalkar cited in Organizer, January 2, 1961, pp. 5 & 16. It is reproduced below).

"இன்று நாம் அறியாமையின் மூலம் வர்ண அமைப்பை அழிக்க முயற்சிக்கிறோம். ஆனால் இந்த அமைப்பின் மூலம் உடைமைத் தன்மையைக் கட்டுப்படுத்த ஒரு பெரிய முயற்சி மேற்கொள்ள முடிந்தது ... சமூகத்தில் சிலர் அறிவாளிகள், சிலர் உற்பத்தி மற்றும் செல்வத்தை சம்பாதிப்பதில் வல்லுநர்கள் மற்றும் சிலர் உழைக்கும் திறன் கொண்டவர்கள். நமது முன்னோர்கள் சமூகத்தில் இந்த நான்கு பரந்த பிரிவுகளைக் கண்டனர். இந்த வர்ண அமைப்பு முறையான கூட்டுறவைத் தவிர வேறில்லை. இந்த அமைப்பு முறை தொடர்ந்தால் ஒவ்வொரு தனி மனிதருக்கும் பிறப்பு முதலே வாழ்வாதாரத்திற்கான

வழியொன்று உறுதி செய்யப்பட்டு விடுகிறது.'' என்றார் கோல்வால்கர்.

பழைமைவாதக் கருத்துகளை அரசியல் ரீதியாக எப்படி நியாயப்படுத்தி வந்திருக்கிறார்கள் என்பதற்கு இது ஒரு எடுத்துக்காட்டு. அதைப் போலத்தான் சங்கரஸ்மிருதியை வைத்து தங்கள் சாதி மேலாண்மையை நியாயப்படுத்தி வந்தார்கள்.

'தமிழினி' இதழில் அனீஷ் கிருஷ்ணன் நாயர், வைக்கம் கோவிலைப் பற்றியே தனிக்கட்டுரை எழுதினார்.

வைக்கம் கோவிலுக்குள் நுழைவது தொடர்பாக இரண்டு தரப்பினர்க்கும் இடையே அய்நூறு ஆண்டுகளுக்கு முன் மோதல் நிகழ்ந்ததாக அவர் சொல்கிறார். ''அக்காலக்கட்டத்தில் மோதிக் கொண்ட இரு தரப்பும் நம்பூதிரி அந்தணர்கள். இக்கோவில் 108 அந்தண குடும்பங்களுக்குச் சொந்தமானதாக இருந்திருக்கிறது. ஒரு கட்டத்தில் வழமை போல இவர்கள் இரண்டு கோஷ்டியாக பிரிந்து கோவிலைக் கைப்பற்ற போராடியுள்ளனர்'' என்கிறார்.

ஒருமுறை தங்களது எதிர்த் தரப்பினர் செய்யும் பூஜையைத் தடுக்க, மற்றொரு தரப்பின் தலைவரான ஞல்லல் நம்பூதிரி, கோவிலின் மேற்கு வாயில் வழியாக உள்ளே நுழைந்து மூலவருக்கு படைப்பதற்காக வைத்திருந்த நைவேத்யத்தில் தனது தாம்பூலத்தை உமிழ்ந்திருக்கிறார். தெய்வத்தின் கோபத்தால் கோவிலை விட்டு வெளியே வந்ததும் அந்த நம்பூதிரி இறந்தார் என்றும் தெய்வ வாக்கின்படி மேற்குறிப்பிட்ட நம்பூதிரி உள்ளே நுழைந்த கோவிலின் மேற்கு வாசல் நிரந்தரமாக மூடப்பட்டது என்றும் கோவில் அய்தீகம் கூறுகின்றது. இது சரியாக எந்த வருடம் நிகழ்ந்தது என்று தெரியவில்லை என்றும் இவர் கூறுகிறார்.

இருநூறு ஆண்டுகளுக்கு முன்னர் வைக்கத்தில் நடந்த மற்றொரு படுகொலையின் பெயர் தளவாய்க்குளம் படுகொலை என்பதாகும். இது பற்றியும் அவர் விரிவாக எழுதுகிறார். சம்பவம் 1803 - 04 காலக்கட்டத்தில் நடந்தது. வேலுத்தம்பி தளவாயின் ஆட்சி. அக்காலக்கட்டத்தில் சில அவர்ண (கோவிலுக்குள் நுழையும் உரிமை இல்லை என்று கருதப்பட்ட வகுப்பினர்) இளைஞர்கள் வைக்கம் கோவிலுக்குள் நுழையத் தீர்மானித்தனர்.

அதனை அறிவிக்கவும் செய்தனர். விஷயம் வேலுத்தம்பி தளவாயின் கவனத்திற்குச் சென்றது. அவர் திருவனந்தபுரத்தில் இருந்து தனது ராணுவ ஒற்றர் படையைச் சார்ந்த ஒரே ஒரு அதிகாரியை அனுப்பி வைத்தார். அந்த அதிகாரி வைக்கத்தில் வந்து ஆயுதப் பயிற்சி உடைய பத்து பன்னிரண்டு நாயர்களை ஒருங்கிணைத்தார்.

சுமார் இருநூறு இளைஞர்கள் கோவில் நுழைவுப் போராட்டத்திற்காக கோவிலை நோக்கி வந்த போது, அதிகாரியின் தலைமையிலான அந்தச் சிறு படை அவர்களை எதிர்கொண்டது. ஆயுதம் ஏந்திய நபர்களைக் கண்ட இளைஞர்களில் பலர் சிதறி ஓடினர். எதிர்த்து நின்றவர்கள் வெட்டித் தள்ளப்பட்டனர். அவ்வாறு படுகொலை செய்யப்பட்டவர்களது உடல் தளவாய்க் குளத்தில் (மார்த்தாண்ட வர்மா காலத்தில் தளவாயாக இருந்த ராமய்யன் தளவாயால் வெட்டப்பட்ட குளம்) வீசி எறியப்பட்டு குளமும் சமன்படுத்தப்பட்டதாக கூறப்படுகிறது. இன்றளவும் இந்தக் குளம் இருந்த இடம் எது என்ற குழப்பம் நிலவுகிறது. சில ஆய்வாளர்கள் இன்றைய வைக்கம் பேருந்து நிலையம் இருக்கும் இடம் தான் அக்குளம் இருந்த இடம் என்று கருதுகிறார்கள். அரசுத் தரப்பும் இதை ஆதரிக்கிறது. அப்பகுதியில், இறந்தவர்களுக்கான நினைவுச் சின்னமும் அமைக்கப்பட்டுள்ளது. வைக்கம் போராட்டம் மேற்குறிப்பிட்ட படுகொலை நிகழ்ந்து 100 ஆண்டுகளுக்குப் பிறகு தொடங்குகிறது என்கிறார் அனீஷ் கிருஷ்ணன் நாயர்.

இந்தக் கோவிலே புத்தர் கோவிலாக இருந்தது என்றும் மலையாளக் கட்டுரை ஒன்று கூறுகிறது. 'கேரளாவின் கடைசி பவுத்த கோவில் - வைக்கம்' என்று எழுதுகிறார் அஜய் சேகர் என்ற கட்டுரையாளர். தளவாய்க்குளம் படுகொலை வரலாற்றாசிரியர்களால் மறைக்கப்படுகிறது என்கிறார் இந்தக் கட்டுரையாளர். வைக்கம் போராட்டத்தை காந்தியப் போராட்டமாகச் சுருக்குகிறார்கள் என்று இவர் கண்டிக்கிறார். சனாதன மதத்தின் வர்ணாசிரமத்தை எதிர்த்தவர்களுக்கு எதிராக நடத்தப்பட்ட படுகொலை என்று இதனைச் சொல்கிறார். மனித உரிமை, நடமாடும் உரிமை, வழிபாட்டு சுதந்திரம் ஆகியவற்றுக்கு எதிரான படுகொலை என்கிறார். ஸ்ரீ நாராயணகுருவும் அவரது சீடரான குமாரன் ஆசானும் வைக்கத்துக்கு சைக்கிளில் வந்த

போது தடுத்து நிறுத்தப்பட்டனர். அய்யங்காளியும் வண்டியில் இருந்து இறக்கப்பட்டு நடந்து போக பணிக்கப்பட்டார். இந்தப் படுகொலை குறித்து ஸ்ரீ நாராயணகுரு தர்ம பரிபாலன யோகம் மாநாட்டில் 1923 ஆம் ஆண்டு பேசப்பட்டது. இவையே வைக்கம் போராட்டத்தை 1924 ஆம் ஆண்டில் மீண்டும் கட்டி எழுப்பியது என்கிறார் அஜய் சேகர்.

"கேரளாவில் மட்டும் ஜாதிக் கட்டுப்பாடுகள் மிக இறுக்கமாக இருந்ததற்கு என்ன காரணம்? ஜாதி, ஜாதி வேற்றுமை, தீண்டாமை, குறிப்பிட்ட சில ஜாதியினரை கோவிலுக்குள் விட மறுப்பது போன்றவை இந்தியா முழுக்க இருந்த பிரச்சனை. ஆனால் கேரளாவில் இது இன்னமும் அதிகமாக இருந்தது. இதற்கான காரணத்தைத் தேடினால் அது தத்துவ மரபுகளுக்குள் நம்மைக் கொண்டு சேர்க்கும்."

என்று சொல்லும் அனீஷ் கிருஷ்ணன் நாயர் அது குறித்தும் சொல்லி இருக்கிறார். "இந்தியத் தத்துவ மரபுகளுள் மீமாம்ச மரபும் ஒன்று. வேதாந்திகளுக்கு ப்ரம்ம சூத்திரம் எப்படியோ அதே போல மீமாம்ச பிரிவைச் சார்ந்தவர்களுக்கு ஜைமினீய சூத்திரங்கள் உண்டு. வேள்விச் சடங்குகளையே முழுமையான வாழ்க்கை முறையாகக் கொண்ட தத்துவப் பிரிவு இது. இப்பிரிவில் அந்தணர் அல்லாதவர்களுக்கு அதிகம் இடம் இல்லை. ஒரு காலத்தில் பாரதம் முழுக்கப் பரவி இருந்த இந்தப் பிரிவு கொஞ்சம் கொஞ்சமாக மறைந்தது. அனுஷ்டிக்க ஆள் இல்லாமல் ஆனது. பூர்வ மீமாம்சப் பிரிவின் மிச்சமே இன்று இருக்கும் ஸ்மார்த்த அந்தணர்கள். ஆனால் அவர்களும் வேள்வி, தத்துவம் என்பதில் இருந்து விலகி ஸ்மிருதியில் விதிக்கப்பட்டது போன்ற வாழ்க்கை என்பதற்கு வந்து ஆயிரம் வருடங்களாவது இருக்கும்.

ஆனால் இன்றளவும் பூர்வ மீமாம்ச தத்துவம் உயிர்ப்புடன் இருப்பது கேரளாவில் தான். நம்பூதிரிகள் மீமாம்ச அடிப்படையைப் பின்பற்றும் அந்தணப் பிரிவினர். அதனால் தான் பாரதம் எங்கும் அழிந்து போனதாகக் கருதப்படுகின்ற பல வேள்விச் சடங்குகள் இன்றளவும் கேரளத்தில் உயிர்ப்புடன் இருக்கின்றன.

Frits Staal போன்றவர்கள், *"Agni, the Vedic Ritual of the Fire Altar"* போன்ற நூல்களை கேரளாவில் இருந்து கிடைத்த தரவுகளின் அடிப்படையில் தான் எழுதியுள்ளனர். ஆதி சங்கரரின் ஜன்ம பூமியில் இருந்து குறிப்பிடத்தக்க அத்வைத நூல்கள் / பாஷ்யங்கள் வராததற்கு இந்தத் தத்துவப் பின்புலமும் ஒரு காரணம். ஒரு காலக்கட்டத்தில் கேரளக் கோவில்கள், அங்குள்ள மீமாம்ச அந்தணர்களின் வசம் செல்கின்றன. கேரளாவின் கோவில் சார்ந்த அந்தணர்களாக ஆதி சைவர்கள், பாஞ்சராத்ரிகர்கள் போன்றோர் இருந்திருக்க வேண்டும். ஆனால் இவர்கள் என்னவானார்கள் என்று தெரியவில்லை. அங்கிருந்த ஆதி சைவர்களின் மிச்சம் தான் இப்போது இருக்கும் "மூத்தது" என்னும் அம்பலவாசி அந்தணர் பிரிவு என நம்ப வழியுள்ளது.

ஆலயங்களைக் கைப்பற்றிய மீமாம்ச பிரிவு அந்தணர்கள் அவற்றிற்கான பூஜை முறைகளை சைவ வைணவ ஆகமம் சார்ந்தே உருவாக்கிக் கொண்டனர். அவர்களது பூஜை கையேடான கிரியா பத்ததி, தந்த்ர சமுச்சயம் போன்றவற்றை மேலோட்டமாக பார்த்தாலே இது புரியும். இந்த ஆகம வழிமுறைகளை தங்களுக்கானதாக மாற்றிய போது நம்பூதிரிகள் ஒரு வினோதமான பிரச்சனையை எதிர்கொண்டனர். இந்த ஆகம நூல்களில் வரும் தீக்ஷை என்பதை கைக்கொண்டால் அவர்கள் சைவர்களாகவோ வைணவர்களாகவோ மாற வேண்டியது இருக்கும். இது அவர்களது கொள்கைக்கு ஏற்புடையதாக இருக்கவில்லை. அதனால் சமய தீக்ஷை என்னும் பகுதியையே முற்றிலும் தவிர்த்தனர். அர்ச்சகர்களுக்கே தீக்ஷை இல்லை என்னும் போது பிறருக்கு தீக்ஷை இருக்க வாய்ப்பே இல்லாமல் போனது. இத்தகைய ஒரு வாய்ப்பு கூட சமய தீக்ஷைக்கு இடமே இல்லாத பிற்கால கேரள ஆலய வழிபாட்டு முறையில் இல்லாதது தான் அங்கு ஆலயத்தின் அருகில் கூட சில ஜாதியினர் வரக் கூடாது என்ற மூர்க்கத்தனத்திற்கு வழி வகுத்தது." என்று சொல்கிறார்.

இவை பற்றி எல்லாம் வைக்கம் கட்டுரைகளில் ஜெயமோகன் பேசுவது இல்லை. கேரளியரான அவர் இதனைத் தான் அதிகம் பேசியிருக்க வேண்டும்.

அரசதிகாரம், கோவில், புதிய குடியேற்றங்களுடன் வருணமும் வளரத் தொடங்கியது. இவை எல்லாம் சேர்ந்து தான் கேரளச் சாதிச் சமூக அமைப்பை உருவாக்கிக் கெட்டிப்படுத்தியது ஆகும். இது பற்றியெல்லாம் பேசாமல் மறைக்கும் ஜெயமோகன், 'பழங்குடி' என்ற சொல்லுக்குள் மறைந்து கொள்கிறார். கேரள வரலாற்றையே திரிக்கிறார்; மறைக்கிறார். வைக்கம் போராட்டத்தின் நோக்கத்தை யாரும் பேசிவிடாமல் தடுக்கும் தந்திரமாகவும் பெரியார் மீதான அவதூறுகளை அள்ளி வீசி திசை திருப்புகிறார்.

பெரியாருக்குக் கேரள சமூக அமைப்பு தெரியாதா?

கேரள சமூக அமைப்பு முறை பற்றி பெரியாருக்கு எதுவும் தெரியாது என்கிறார் ஜெயமோகன். அவரது வழக்கமான தடாலடி குற்றச்சாட்டு இது. தெரியாது என்று சொன்னால், பெரியாரின் பேச்சை எடுத்து எது தவறானது, புரிதல் இல்லாதது என்பதை ஆதாரமாகச் சொல்லி இருக்க வேண்டும். அதை ஜெயமோகன் செய்யவில்லை. பொத்தாம் பொதுவாகத் தெரியாது என்கிறார்.

அதாவது வைக்கம் போராட்ட காலத்தில் மட்டும் தான் பெரியாருக்கும் கேரளாவுக்கும் தொடர்பு இருந்தது என்று நினைக்கிறார் ஜெயமோகன். இல்லை. வர்த்தகராக இருந்த காலம் முதல் (1911) அவருக்கும் கேரளாவுக்கும் தொடர்பு இருந்துள்ளது. அதனை அவரே சொல்லியும் இருக்கிறார். 9.5.1929 அன்று பாலக்காட்டில் நடந்த சுயமரியாதைப் பொதுக்கூட்டத்தில் இது பற்றிப் பேசி இருக்கிறார் பெரியார்.

வைக்கம் போராட்ட (1924 - 25) காலத்தில் 114 நாட்கள் பெரியார் அங்கு இருந்திருக்கிறார் என்று சொல்கிறார் பழ. அதியமான். காந்தி வரும் போதும் மார்ச் 12, 1924 அன்று அங்கு இருந்துள்ளார் பெரியார். அனைத்து சாலைகளும் திறந்து விடப்பட்டதால், போராட்டங்களை நிறுத்துவது என்று முடிவெடுக்கப்பட்ட 17.11.1925 அன்றும் பெரியார் வைக்கத்தில் இருந்தார். தீர்மான விளக்க பொதுக்கூட்டத்தில் பங்கெடுத்தார்.

கா. கருமலையப்பன் தொகுத்த 'கேரளாவில் பெரியார்' (தந்தை பெரியார் திராவிடர் கழக வெளியீடு) என்ற நூலில் பெரியார் எப்போதெல்லாம், எந்தெந்த மாநாடுகளில் கேரளாவில் கலந்து கொண்டார் என்பது முழுமையாக உள்ளது.

திருவிதாங்கூர் சமஸ்தானத்துக்கு உட்பட்ட சுசீந்திரம் சத்தியாகிரகத்தில் (20.1.1926) பங்கெடுத்தார். பாலக்காடு நகராட்சி எல்லைக்குட்பட்ட கல்பாத்தியில் பிராமணர்கள் அதிகம் வசிக்கும் தெருவில் பஞ்சமர்கள், தீயர்கள் நடக்கத் தடை இருந்தது குறித்து தொடர்ந்து எழுதினார். கல்பாத்தியும் தெருவில் நடக்காமையும் (*குடி அரசு* 16.6.1926), பொதுத் தெருவில் நடப்பதைத் தடுப்பவர்கள் கையில் ஆட்சி வந்தால் என்னவாகும்? (*குடி அரசு* 31.10.1926), பொது ரோடுகளில் மக்களுக்கு உள்ள சுதந்திரம் - பார்ப்பனரல்லாத ஜட்ஜுகளின் தீர்ப்பு (13.3.1927), சுயமரியாதைப் பிரச்சாரத்தின் வெற்றி (*குடி அரசு*, 27.11.1927) ஆகிய செய்திகளை வெளியிட்டார் பெரியார்.

1926 ஆம் ஆண்டு பிப்ரவரி 15 பாலக்காடு பெரிய கடை வீதி கண்ணகை அம்மன் கோவிலுக்கு எதிரே விஸ்வ பாரதி வாசக சாலையில் 'தற்கால நிலைமை' என்ற தலைப்பில் பெரியார் பேசினார். அதே ஆண்டு ஜூன் மாதம் 20 ஆம் நாள் ஆலப்புழாவில் நடந்த திருவனந்தபுரம் தொழிலாளர் 3 ஆவது மாநாட்டில் கலந்து கொண்டார். எர்ணாகுளம் கடைவீதியில் கதர் குறித்து பேசினார். பிராட்வேயில் கதர்சாலையைத் திறந்து வைத்தார்.

1929 ஆம் ஆண்டு மே மாதம் 6, 7, 8 ஆகிய நாட்களில் நடந்த எஸ்.என்.டி.பி. யோகத்தின் 26 ஆவது ஆண்டு விழாவில் பங்கெடுத்து பேசினார். 8 ஆம் தேதி ஈழவர் சமாஜம் கூட்டத்தில் பேசினார். பாலக்காட்டில் 9 ஆம் தேதி பேசினார். செப்டம்பர் 15 அன்று அகில திருவிதாங்கூர் இளைஞர் ரிவோல்ட் முதல் மாநாடு வட திருவிதாங்கூரில் நடந்தது. அதில் உரையாற்றினார். அதே ஆண்டு நவம்பரில் அகில திருவிதாங்கூர் பார்ப்பனரல்லாதார் முதன் மாநாடு நாகர்கோவிலில் நடந்தது. அதில் பங்கெடுத்து பேசினார்.

1930 மார்ச் 16 அன்று தலைச்சேரியில் நடந்த தீயர், நாடார், பில்லவர் மாநாட்டுக்கு தலைமை வகித்தார். அப்போது கே. கிருஷ்ணன் வீட்டில் விருந்து தரப்பட்டது. அதே ஆண்டு மே 31 அன்று கள்ளிக்கோட்டையில் ஷாஜஹான் அரங்கில் எஸ்.என்.டி.பி. யோகம் அமைப்பின் சார்பில் நடந்த தீயர் மாநாட்டில் பங்கெடுத்து உரையாற்றினார்.

சூன் 1 அன்று கண்ணூர் செவ்வாய்ப்பாக்கத்தில் தரும சமாஜத்தின் எட்டாவது ஆண்டு விழா - புத்தர் விழாவுக்கு தலைமை வகித்து தொடக்கவுரையாற்றினார். செப்டம்பர் 7 ஆம் நாள் சேர்த்தலையில் நடந்த கேரள சீர்திருத்த மாநாட்டுக்கு தலைமை வகித்து உரையாற்றினார்.

1933 பிப்ரவரி 11 அன்று மூத்த குன்னத்தில் பரூர் காஸ்மாபாலிட்டன் புரோகிரசிவ் சங்கத்தார் மாநாட்டில் கலந்து கொண்டு உரையாற்றினார். மாநாட்டுத் தலைமை வகித்தவர் கே. கேளப்பன். எம்.கே. ராமனும் கலந்து கொண்டார். 12 ஆம் தேதி மாநாட்டுக்கு பெரியார் தலைமை வகித்தார். அக்டோபர் 5 அன்று கொச்சியை அடுத்த செராய் கொச்சி வைப்பின்னில் ஆதிதிராவிடத் தொழிலாளர் மாநாட்டுக்குத் தலைமை வகித்தார் பெரியார். 6 ஆம் தேதி கொச்சியில் நடந்த பொதுக்கூட்டத்தில் பேசினார். 9 ஆம் தேதி சேர்த்தலை பொதுக்கூட்டத்தில் பேசினார். 10 அன்று காலையில் சேர்த்தலையில் கே.சீ. குட்டன் - கோமதி ஆகியோரின் திருமணத்தை நடத்தி வைத்தார். அன்றைய தினம் ஆலப்புழாவில் நடந்த திருவிதாங்கூர் சமஸ்தான தொழிலாளர் 9 ஆவது மாநாட்டுக்குத் தலைமை வகித்தார்.

1936 ஏப்ரல் மாதம் 19 ஆம் நாள் எர்ணாகுளத்தில் தீயர் வாலிபர் சமாஜங்கள் சங்க ஆண்டு விழாவுக்குத் தலைமை வகித்தார். கொச்சி ராஜ்ய தீயர் வாலிபர் சமாஜங்கள் சார்பாக ஒச்சன் துருத்தியில் நடந்த கூட்டத்தில் கலந்து கொண்டு 20 ஆம் தேதி பேசினார். 21 ஆம் தேதி சேந்தமங்கலம் கூட்டத்தில் பேசினார். மறுநாள் ஏற்பாடு செய்யப்பட்டு இருந்த திருச்சூர் கூட்டம் நடைபெறவில்லை. மே மாதம் 23 ஆம் நாள் கொச்சி மட்டஞ்சேரி கேவன் அரங்கில் நடந்த அனைத்து மத மாநாட்டில் கலந்து கொண்டு பேசினார். மறுநாள் கொச்சியில் நடந்த தீயர் மகாஜன மாநாடு, பெண்கள் மாநாட்டில் பங்கெடுத்து உரையாற்றினார். இப்படி தொடர்ச்சியாக கேரளாவுக்கு வந்து சென்றிருக்கிறார் பெரியார். கேட்டுத் தெரிந்து கொண்டவர் மட்டுமல்ல; நேரில் பார்த்துத் தெரிந்து கொண்டவர் அவர்.

'மலையாளச் சம்பிரதாயம்' - என்ற தலைப்பில் எழுதிய கட்டுரையில் விரிவாக பெரியார் சொல்கிறார்.

"கேரளம் வானர வாசாரம்" என்றவோர் இழிச்சொல் இந்நாட்டின் வழக்கத்திலுண்டு. இக்கேரளத்தை நேரில் கண்டு பழகும் பாக்கியம் எனக்குச் சென்றவாண்டில் கிடைத்தது. ஆங்கு நான் கண்டும் கேட்டவைகளில் சிலவற்றைக் கீழே குறிப்பிடுகிறேன்" என்பதால் இது பெரியாரே எழுதியதாகவே கருத வேண்டி உள்ளது. 1924 வைக்கம் போராட்டம் நடந்தது. இந்தக் கட்டுரை 1925 ஆம் ஆண்டு எழுதப்பட்டது ஆகும்.

"நீர் நிலவளப்பமுள்ள நாடுகளில் மலையாளம் முதன்மையானது. தென்னை, கமுகு, மா, பலா, முந்திரி, வாழை முதலியனவும் மரவள்ளிக் கிழங்கும், நெல்லும் ஏராளமான வருடத்தில் 6 மாதம் நல்ல மழை பெய்கிறது. இயற்கை தேவியின் வனப்பை அந்நாட்டில் தான் கண்டுகளிக்க வேண்டும். ஆண்களும், பெண்களும் அதி சௌந்திரியமுள்ளவர்கள். நகரங்களிலும் கிராமங்களிலும் வீடுகள் விட்டுவிட்டு விலாசமாகவே இருக்கின்றன.

மலையாளிகள் மிகச் சிக்கனமுள்ளவர்கள். ஆடம்பர வாழ்க்கை அவர்களிடமில்லை. ஆடவருக்கும், பெண்களுக்கும் இடுப்பில் ஒரு துண்டு மட்டுமே ஆடையாகும். பெண்கள் தங்கள் மார்பை மூடுவதை நாகரிகமென்று கருதுவதில்லை. அவர்கள் உணவும் மிகச் சிக்கனமானதே. தமிழரைப்போல் பற்பல சாம்பார் தினுசுகளும், வெகுபல பொறியல்களும் அவர்களுக்குத் தேவையில்லை. வெந்த பருக்கையை, கஞ்சியைத் திருவலிட்டும் ஆனந்தமாய்க் குடிப்பார்கள்.

உணவிலும், உடுப்பிலும் மட்டும் சிக்கனமல்ல. அவர்கள் பேசும் பேச்சிலும் சிக்கனமுடையவர்களே. வார்த்தையை அதிகமாச் செலவழிக்கமாட்டார்கள். பற்பல விஷயங்களையும் கைவிரல் சாடையாலும் கண்களின் மாற்றத்தாலும் முகவாக்கட்டையின் அசைவாலும் ஒருவர்க்கொருவர் அறிவித்துக் கொள்வார்கள்.

சிக்கனம் இவ்வளவுடன் நிற்கவில்லை. கல்யாணத்திலும் அவர்கள் சிக்கனம் காட்டுவார்கள். அண்ணன் தம்பிகள் இரண்டு மூன்று பேர் ஒன்றாகச் சேர்ந்து பாண்டவரைப் போல் ஒரு பெண்ணைக் கல்யாணம்

செய்து கொள்ளுகிறார்கள். ஒவ்வொருவரும் தனித்தனியே ஒவ்வொரு மனைவியுடனிருந்தால் சந்ததியும் செலவும் அதிகமாகிவிடுமென வஞ்சி இச்சிக்கன முறையைக் கையாளுகிறார்கள்.

இரண்டு வகையுண்டு. ஒன்று முறைப்படி செய்யப்படும் கல்யாண விவாகம். மற்றொன்று முறையில்லாச் சம்பந்தம். நாயர் பெண்கள் நம்பூதிரியென்னும் பிராமணர்களைச் சம்பந்தம் செய்து கொள்வதிலே பெருமை கொள்ளுகிறார்கள். இப்பிராமண வகுப்பாரின் ஜனசங்கை மிகவும் சொற்பம். சம்பந்தம் செய்து கொள்ளும் நாயர்ப் பெண்டீர்களின் சங்கையோ அதிகம். இக்காரணத்தால் ஒவ்வொரு நம்பூதிரிக்கும் நாலைந்து பெண்கள் சம்பந்தப்பட வேண்டியதாகிறது.

நம்பூதிரிகள் செய்த பாக்கியமே பாக்கியம். பிறந்தால் கேரளத்தில் நம்பூதிரியாய்ப் பிறக்க வேண்டும். இல்லையேல் இம்மானிடப் பிறவியெடுப்பதில் சிறப்பில்லை. நம்பூதிரி சாட்சாத் சச்சிதானந்த சொரூபியாய் விளங்குகிறார். அவருக்கு இருக்கும் மதிப்பும், வந்தனை வழிபாடுகளும் வேறெந்த மானிடப்பிறவிக்கும் கிடையாது.

முறைப்படி ஒரு கணவனைப் பெற்ற நாயர்ப் பெண்ணும், நம்பூதிரியைக் கலப்பதற்குப் பேராவலுடைய வளாயிருக்கிறாள். மகாபாரதத்திலும், வெந்த புராணங்களிலும் வருணிக்கப்பட்டுள்ள கிருஷ்ணனைக் காணுவதற்காக பருக்கையை, கோபிகள் தவஞ்செய்தது போல், நாயர்ப் பெண்களிற் பெரும்பாலர் கஞ்சியைத் நம்பூதிரிகளின் சம்பந்தத்துக்காகத் தவஞ்செய்து வருகிறார்கள்.

இம்மோகத்துக்கு நாயர் வகுப்பில் பெண்கள் மட்டுமல்ல பாத்திர ஆனந்தமானவர்கள் ஒரு நம்பூதிரி ஒரு நாயரைப் பார்த்து "நாளைக்கு உன் வீட்டுக்கு வருகிறேன்" என்று சொல்லி விட்டால் நாயருக்குப் பெருமகிழ்ச்சி ஏற்பட்டுவிடும். தேவனே பிரசன்னமாகி இத்திருவாக்கைப் பகர்ந்தது போல் எண்ணுவான்.

ஓடோடியும் வீடு செல்வான். தன் பெண்சாதியிடம் நம்பூதிரித் தம்பிரானுடைய திருமனசைத் தெரிவிப்பான். அவளுக்கு ஏற்படும் மகிழ்ச்சிக்கோ அளவிராது. உடனே வீட்டை அலங்கரிப்பாள்; விளக்குவாள்; பெருக்குவாள். தன்னாபரணாதிகளைப் பூட்டிச் சிங்காரித்துக் கொள்வாள். நம்பூதிரித் திருமேனியுடையவர் வரவை எதிர் நோக்கியிருப்பாள்.

(குடி அரசு, கட்டுரை, 2.8.1925) என்று எழுதி இருக்கிறார் பெரியார். 'மலையாளக் குடிவார மசோதா' (குடி அரசு 18.7.1926) என்ற தலைப்பில் மிக நீண்ட கட்டுரை வெளியாகி உள்ளது. இந்தச் சட்டம் நிறைவேற்றப்பட்ட செய்தியையும் (குடி அரசு, 5.9.1926), பார்ப்பனர்களால் வந்த வினை (குடி அரசு, 7.11.1926) என்ற செய்தியையும் வெளியிட்டுள்ளார்.

திருவிதாங்கூர் அரசாங்கம் கோவில்களில் அனைத்து தரப்பினரும் சென்று வணங்கலாம் என்று அறிவித்த போது, 'திருவிதாங்கூர் பிரகடனம்' என்ற தலைப்பில் எழுதிய தலையங்கத்தில்:

"அந்நாட்டின் தீட்டின் தன்மையானது மனிதனை மனிதன் கண்ணால் பார்ப்பதினாலும், நிழல் மேலே படுவதினாலும், பேசுவதினாலும் ஒட்டிக் கொள்ளக் கூடிய அவ்வளவு கொடுமையான தன்மையது என்று சொல்லலாம். அதோடு இன்ன இன்ன ஜாதி இவ்வளவு இவ்வளவு தூரத்தில் இருக்க வேண்டும் என்ற தூர வித்தியாசமும் உண்டு. கீழ் ஜாதியார் என்பவர்களுக்கு எப்படி இவ்வளவு இழிவும், கொடுமையும் உண்டோ, அதே போல் அந்நாட்டில் மேல் ஜாதியார் என்பவர்களுக்கும் உயர்வும், சவுகரியங்களும், போக போக்கியங்களும் உண்டு.

அதாவது ஒருவன் பார்ப்பான் என்று சொல்லிக் கொள்ளுவானானால் அவனுக்கு ஆயுள் உள்ள அளவும் அரசாங்க சத்திரங்களில் அப்பளம், வடை பாயாசத்துடன் சாப்பாடு கிடைக்கும். சாப்பாடு மாத்திரமல்லாமல், பெண்கள் விஷயத்திலும் பார்ப்பனன் என்பவர்களுக்கு குறையே இருக்காது... பார்ப்பனர் சாப்பிட்ட எச்சில் இலைகளை அரசாங்கம் கான்டராக்ட் விடுவதும், காண்டிராக்டில் எடுத்தவர் இலை ஒன்றுக்கு

காலணாவுக்கு குறையாமல் அரையணா, ஒரு அணாவுக்கு விற்பதுமான ராஜ்ஜியமாகவும் இருந்தது. அப்படிப்பட்ட சுயமரியாதையையும், மனிதத்தன்மையும், பகுத்தறிவும் குறைந்திருந்த அந்த நாடானது அந்நாட்டு தாழ்த்தப்பட்ட மக்களுக்குள் ஏற்படுத்தப்பட்ட சுயமரியாதை உணர்ச்சியின் காரணமாக, இப்போது ஒரு பெரும் புரட்சிகரமான சேதியையும், செய்கையையும் கேட்கவும், பார்க்கவுமான தன்மை ஏற்பட்டது என்பதை யாரும் மறுக்க முடியாது." *(குடி அரசு, 22.11.1936)* என்கிறார் பெரியார்.

"பத்மநாப சுவாமி ராஜ்யம்" என்பது ஒரு கட்டுரையாகும். அதில்,

"திருவாங்கூர் அரசாங்கம் வரவர அசல் ராமராஜ்யமாக மாறி சுயராஜ்ய தேசமாகி வருகின்றது. எனவே, இனி உலகத்தில் யாருக்காவது ராமராஜ்யத்தில் வசிக்கவோ, சுயராஜ்யத்தில் வசிக்கவோ வேண்டுமென்கின்ற ஆசையிருக்குமானால், அவர்கள் தயவுசெய்து மற்ற இடங்களை ராம ராஜ்யமாக்கவோ, சுயராஜ்யமாக்கவோ முயற்சிக்காமல் பெண்டு பிள்ளைகளுடன் திருவாங்கூர் ராஜ்யத்திற்குப் போய்க் குடியிருந்து கொள்ள வேண்டுமாய்க் கேட்டுக் கொள்ளுகின்றோம்." *(குடி அரசு, 14.7.1929)* என்று எழுதி இருக்கிறார்.

"வைதீகச் செருக்கும், பார்ப்பனியக் கொடுமையும், இராம ராச்சிய பரிபாலனமும் தலைவிரித்தாடும் திருவாங்கூரில், முதற்தர பார்ப்பனர்களாகிய நம்பூதிரிகளின் பெண்டிர் படுதாவைக் கடந்து வெளியேறியிருக்கின்றனர். படுதா என்பது ஒரு சமூகத்தின் மடமைக்கும், அம்மடமைக்கு அடிப்படையாய் உள்ள மதக்கோட்பாடுகள், சமூகக் கட்டுப்பாடுகள், பழக்க வழக்கங்கள் இவைகளின் அறிகுறியாய் நிலவுகின்றது. ஆடு மாடுகளும் வெளிச்செல்லும் உரிமை பெற்றிருக்கையில் மானுடப் பெண்கள் தம் கொழுநர் தம் வீடுகளில் சிறகிலாப் பறவைகளைப்போல் அடைக்கப்பட்டு வருகின்றனர். இதனைக் கடந்து வெளிச்செல்வதென்றால், மடமையே உருவமாக விளங்கும் ஒரு சமூகத்தில் எளியதோர்

செயலன்று. நம் இயக்கத்தின் நற்பயனாக, நம் தலைவர் அடிக்கடி அந்நாட்டுக்குச் சென்று சமத்துவக் கொடியை பறக்கச் செய்து வரும் அரும்பெரும் அறிவுரை மாரிகளின் பயனாக, நம்பூதிரிப் பெண்களின் சமூகத்தில் சுயேச்சையும், சமத்துவமும் காட்டுத் தீ போல் பற்றிக் கொண்டது. நம்மியக்கக் கதிரொளியால் அறியாமைப்பனி அக்கணமே அகன்று வருகின்றது. ஏனைய பெண்டிரும் இதனை தக்கதோர் வழிகாட்டியென மதித்து முன்வருமாறும், ஆடவர்கள் தடைபுரியினும் அதற்கிடம் கொடாமல் தமது சுயமரியாதையை நிலை நாட்டுமாறும் நாம் மகிழ்வுடன் எதிர் பார்க்கின்றோம்." *(குடி அரசு, - 1.10.1929)*

என்கிறது பெரியாரின் குடி அரசு.

"கேரளத்தில் சுயமரியாதை இயக்கம்" என்ற தலைப்பில் தீட்டிய தலையங்கத்தில்,

"கொச்சி, திருவாங்கூர் ஆகிய இரு ராஜ்யங்களும் சுதேச சமஸ்தானங்கள் ஆகும். இந்த இரு நாடும் சுதேச ராஜாக்கள் என்பவர்களால் இந்துமத சம்பிரதாயங்களைப் பிரதானமாய் கருதி ஆட்சி புரியப்படுவதாகும். இந்து மதத்தை அதன் உண்மைத் தத்துவமான வருணாசிரம தரும முறைப்படி ஜாதி வித்தியாசங்களைக் கடுமையாய் அனுஷ்டித்து வந்ததின் பயனாகவே மேல் ஜாதிக் கொடுமைகள் தாங்காமல் அந்த இரு நாடுகளிலும் மொத்த ஜனத்தொகையில் கிட்டத்தட்ட சரிபகுதி ஜனங்கள் இந்து மதத்தைவிட்டு இந்துக்கள் அல்லாதவர்களாய் விட்டார்கள்.

அதாவது, அவர்கள் கிறிஸ்தவர்களும், இஸ்லாமானவர்களும், யூதர்களும், புத்தர்களுமாய் இருந்து வருகிறார்கள். பாக்கியுள்ள பகுதியில் அரையே அரைக்கால்வாசி பேர்கள் இன்றும் தாழ்ந்த ஜாதி மக்களாய் கருதப்பட்டு தீண்டப்படக் கூடாதவர்களாய்க் கருதப்பட்டு வருகின்றார்கள்.

இதன் பயனாய் இந்தத் தீண்டப்படக்கூடாத மக்கள் என்பவர்களில் இப்போது சுயமரியாதை உணர்ச்சி பெற்று சகலவித கட்டுப்பாடுகளையும் உடைத்தெறியத் துணிந்து

முன்னணியில் நிற்பவர்கள். ஈழவ சமூகத்தார் என்று சொல்லப்படும் வகுப்பார்களேயாவார்கள். இவர்களின் எண்ணிக்கை அந்த இரண்டு சமஸ்தானங்களிலும் மொத்தம் சுமார் 15 லட்சம் ஆகும். பிரிட்டிஷின் தீயர் சமூகம் என்னும் ஈழவர்களையும் சேர்த்தால் 25 லட்சம் ஆகும்” (*குடி அரசு, 24.9.1936*) என்கிறார்.

‘சுதேச சமஸ்தானங்களும் வகுப்புவாதமும்’ என்ற தலையங்கத்தில் இன்னும் விரிவாக எழுதி இருக்கிறார்.

கொச்சி வகுப்புவாரி பிரதிநிதித்துவ உத்தியோக வினியோகத்துக்கு ஆக கொச்சி பிரஜைகளை,

1. பார்ப்பனர் 2. நாயர் 3. ஈழவர் 4. புலையர் 5. இதர ஜாதி இந்துக்கள் 6. இதர ஜாதி இந்துக்களில் பிற்பட்ட வகுப்பார் 7. கிறிஸ்தவர்கள் 8. முஸ்லிம்கள் 9. யூதர் ஆங்கிலேயர் என்கின்ற படி 9 வகுப்புகளாக பிரிக்கப்பட்டிருந்தாலும், அவர்களுக்குள்ளும் முக்கிய வகுப்புகளைப் பிரித்து எந்த வரிசைக்கிரமத்தில் உத்தியோகம் கொடுத்து வருவது என்று திட்டம் ஏற்பாடு செய்திருக்கிறது. உத்தியோக வரிசைக் கிரமம்:

1. ஈழவர் 2. ரோமோசிரியன் கிறிஸ்தவர் 3. நாயர் 4. முஸ்லிம் 5. இதர ஜாதி இந்து 6. ஈழவர் 7. பார்ப்பனர் 8. இதர இந்து பிற்பட்ட வகுப்பு 9. நாயர் 10. லேட்டின் கத்தோலிக்கர் 11. ஈழவர் 12. இதர இந்து 13. புலையர் 14. ரோமோசிரியன் கிறிஸ்தவர் 15. நாயர் 16. ஈழவர் 17. இதர இந்து 18. இதர கிறிஸ்தவர் 19. ஜூஸ், ஆங்கிலோ இந்தியர் 20. ரோமன் சிரியன் கிறிஸ்தவர் 21. ஈழவர் 22. நாயர் 23. இந்து, பிற்பட்ட வகுப்பு 24. லேட்டின் கத்தோலிக்கர் 25. இந்து பிற்பட்ட வகுப்பு 26. ஈழவர் 27. ரோமன் சிரியன் சிறிஸ்தவர் 28. நாயர் 29. முஸ்லிம் 30. இதர இந்து 31. ஈழவர் 32. தமிழ்ப் பார்ப்பனர் 33. இந்து பிற்பட்ட வகுப்பு 34. நாயர் 35. இதர கிறிஸ்தவர் 36. ஈழவர் 37. இதர இந்து 38. புலையர் 39. ரோமோசிரியன் கிறிஸ்தவர் 40. நாயர் 41. ஈழவர் 42. லேட்டின் கத்தோலிக்க கிறிஸ்தவர் 43. இதர இந்து பிற்பட்ட வகுப்பு 44. முஸ்லிம் 45. ரோமன் சிரியன் கிறிஸ்தவர் 46. இதர இந்து பிற்பட்ட வகுப்பு

50. இதர இந்து பிற்பட்ட வகுப்பு என்பதாகப் பிரித்து உத்தரவு இட்டு விட்டார்கள்.

அதாவது, மொத்தத்தில் 100 இல் இந்துக்களுக்கு 68 வீதமும், கிறிஸ்தவர்களுக்கு 24 வீதமும், முஸ்லிம்களுக்கு 6 வீதமும், ஜீஸுக்கும் ஆங்கிலோ இந்தியர்க்கும் 2 வீதமும் கொடுத்து இவற்றுள் உட்பிரிவுகளாகவும் 12 வகுப்புக்களை பிரித்து அவைகளில் இந்துக்களுக்குள் 100 இல் பார்ப்பனருக்கு 4 வீதமும் நாயர்களுக்கு 16 வீதமும் ஈழவர்களுக்கு 20 வீதமும் இதர ஜாதி இந்துக்களுக்கு 10 வீதமும் பிற்பட்ட வகுப்பு இந்துக்களுக்கு 14 வீதமும் புலையர்களுக்கு 4 வீதமும் ஆக 68 வீதமும் கிறிஸ்தவர்களில் ரோமன் சிரியன் கிறிஸ்தவருக்கு 12 வீதமும் லேட்டின் கத்தோலிக்க கிறிஸ்தவருக்கு 6 வீதமும் மற்ற மூன்று வகுப்பு கிறிஸ்தவருக்கும் 6 வீதமும் உள்வகுப்பும் பிரித்து கொடுக்கப்பட்டிருக்கிறது. ஆகவே, கொச்சி சமஸ்தானத்தில் உள்ள முக்கியமான சகல வகுப்பும் உட்பிரிவு வகுப்பும், ஜன சங்கை விகிதாச்சார உத்தியோகங்கள் பிரித்துக் கொடுக்கப்பட்டு விட்டது. இதைத்தான் நாமும் அரசியலில் உத்தியோகத்திலும், பிரதிநிதித்துவத்திலும் விரும்புகிறோம்."

என்கிறார் பெரியார். (*குடி அரசு*, 13.9.1936)

1936 மே மாதம் 6, 7 தேதிகளில் திருவிதாங்கூர் சங்கானச்சேரியில் நடந்த எஸ்.என்.டி.பி. யோகம் மாநாட்டில், 'இந்து மதம் மனித முன்னேற்றத்துக்கும், சுயமரியாதைக்கும் எதிராய் இருப்பதால், ஈழவ சமுதாயம் ஒட்டுக்கும் இந்து மதத்தை விட்டு விலக வேண்டும்' என்றும் கோவில்களுக்குள் போகக் கூடாது என்றும் தீர்மானம் நிறைவேற்றியதைப் பாராட்டி '*குடி அரசு*' எழுதி இருக்கிறது. இந்தக் கட்டுரைக்கு 'ஆனந்த கூத்து - ஈழவ சமுதாயமும் இந்து மதமும்' என்று தலைப்பிட்டுள்ளது.

"திருவாங்கூர், கொச்சி சமஸ்தானத்திலும், பிரிட்டிஷ் மலபாரிலும் 25 லட்சம் ஜனங்கள் ஈழவர்கள் என்றும், தீயர்கள் என்றும் சொல்லப்படுவதல்லாமல், அவர்கள் 5-வது ஜாதியும் பஞ்சமரில் பட்டவராயும், தீண்டத்தகாதவராயும் பாவித்து வரப்படுகிறது.

ஈழவ சமுதாயம், தீண்டத்தகாத வகுப்பு போல் கொடுமை செய்யப்பட்டு வந்தாலும், அச்சமூகம் இன்று சூத்திரர்கள் என்று தாங்களாகவே ஒப்புக்கொள்ளும் நாயர் சமுதாயத்துக்கும், பார்ப்பன சமுதாயத்துக்கும் அறிவிலும், ஆற்றலிலும் எள்ளளவும் குறைந்தவர்கள் அல்ல என்கின்ற நிலையில் இன்று இருந்து வருகிறார்கள். கல்வியிலும் நல்ல முற்போக்கடைந்து இருக்கிறார்கள். இதற்கு உதாரணம் வேண்டுமானால், திருவாங்கூர் ராஜ்ஜியத்தில் மகமதியருக்கு பள்ளிக்கூடத்தில் அரைச்சம்பள சகாயம் உண்டு. ஆனால், ஈழவருக்கு அரைச்சம்பள சகாயம் இல்லை. காரணம் என்னவென்றால், ஈழவர்கள் கல்வியில் பிற்பட்ட வகுப்பு அல்ல என்கின்ற காரணமேயாகும்.

அப்படிப்பட்ட ஈழவ சமூகம், வைக்கம் சத்தியாக்கிரகத்துக்குப் பிறகும், அவர்களது ஒப்பற்ற தலைவராகிய ஸ்ரீ நாராயணகுருசாமியின் தீவிர சீர்திருத்த வேலைக்கு பின்னும் இனி அரை நிமிஷம் தீண்டாத ஜாதியாகவோ, பஞ்சம ஜாதியாகவோ இருந்து உயிர் வாழக் கூடாது என்கின்ற உணர்ச்சி பெற்று பெரியதொரு கிளர்ச்சி செய்து வருகிறார்கள் என்றாலும், தமிழ்நாட்டில் தமிழ் மக்கள் முன்னேற்றத்திற்கும், கிளர்ச்சிக்கும் பார்ப்பனர்கள் எப்படி பெரியதொரு வியாதியாயும், கூற்றுவர்களாயும் இருக்கிறார்களோ, அதுபோலவே, திருவாங்கூரில் நாயர்கள் முட்டுக் கட்டையாயும், எதிர்ப்பாயும் இருந்து வருகின்றார்களாம்."

... என்று விரிவாக எழுதப்பட்டுள்ளது.

தமிழ்நாட்டில் பார்ப்பனர் கொடுமைக்கு எதிராகத் தமிழர்கள் விழிப்புணர்வு பெற்று வருவதைப் போல கேரளத்தில் ஈழவர்களும் தெளிவு பெற்று வருவதாக இக்கட்டுரை மகிழ்ச்சி அடைகிறது. அடிமைத் தளையில் இருந்து நீக்க இந்து மதம் மட்டுமல்ல, கிறித்துவ மதமும் தோல்வியைத் தழுவிவிட்டது என்று இக்கட்டுரை கண்டிக்கிறது. கிறித்துவ மதமும் அனைவரையும் சமமாக நடத்தவில்லை என்று சொல்கிறது இந்தக் கட்டுரை. நாம் பத்து பதினைந்து ஆண்டு காலமாக எதைச் சொல்லி வந்தோமோ அது ஈழவர்கள் மத்தியிலும்

சொல்லப்படுகிறது என்றும், இதைப் பார்க்கும் போது ஆனந்தக் கூத்தாடாமல் இருக்க முடியவில்லை என்றும் (*குடி அரசு*, 10.5.1936) சொல்கிறது அந்தக் கட்டுரை.

திருவிதாங்கூர் அரசாங்கம் தனது எல்லைக்கு உட்பட்ட கோவில்களில் அனைத்து சமூகத்தவரும் உள்ளே சென்று வணங்கலாம் என்று சொன்னதை ஆதரித்து தலையங்கம் தீட்டினார். (*குடி அரசு*, 22.11.1936) திருவிதாங்கூரில் சர்.சி.பி. இராமசாமியின் ஆட்சியை ஹிட்லர் தர்பார் என்று வர்ணித்து எழுதினார். கொடூரமான எதேச்சதிகாரி கையில் திருவிதாங்கூர் மாட்டிக் கொண்டதாகவும் எழுதினார். திருவிதாங்கூரில் பொறுப்பாட்சி ஏற்பட வேண்டும் என்று தமிழர், நாயர், கிறிஸ்தவர், முஸ்லிம், ஈழவர், சில பார்ப்பனர்கள் சேர்ந்து போராட்டம் தொடங்கிய போது அதனை ஆதரித்தார் பெரியார். சென்னை மாகாணத்தில் இராஜாஜியும், திருவிதாங்கூரில் சர்.சி.பி. ராமசாமி அய்யரும் தவறான ஆட்சி செய்வதாகக் கண்டித்தார். 'திருவிதாங்கூரில் திமிர் பிடித்த ஆட்சி' என்று எழுதினார். இதன் தொடர்ச்சியாக திருவிதாங்கூர் தமிழர்கள் தங்கள் பகுதியை தமிழ்நாட்டுடன் இணைக்க வேண்டும் என்று போராட்டம் தொடங்கிய போது முழு ஆதரவைத் தெரிவித்தார். (*குடி அரசு*, 16.4.1949)

இப்படி எத்தனையோ பதிவுகளை எடுத்துக்காட்டுகளாகச் சொல்ல முடியும்.

1911 முதல் 1937 வரையிலான காலக்கட்டத்தில் நேரடியாக பலமுறை கேரளா சென்று வந்த பெரியாருக்கா அந்த மாநிலம் பற்றித் தெரியாது? 1938 ஆம் ஆண்டுக்குப் பிறகு – 'தமிழ்நாடு தமிழருக்கே' என்று முழங்கத் தொடங்கிய பிறகு – அவரது கேரளப் பயணங்கள் குறைந்துள்ளதை அறிய முடிகிறது. அதிலும் குறிப்பாக மொழிவாரி மாகாணப் போராட்டங்கள் தொடங்கிய பிறகு மிகக்கடுமையாக கேரளர்களை விமர்சிக்கத் தொடங்கினார் பெரியார். எனவே, பெரியாருக்கு கேரள நில அமைப்பையும் தெரியும். சமூக அமைப்பையும் தெரியும்.

◉

வட்டாரத் தலைவரா? சிறு தலைவரா?

> "வைக்கம் சார்ந்த இந்த வரலாற்று அலைகளில் எங்குமே ஈவேரா ஒரு பொருட்படுத்தும் சக்தியாக இருக்கவில்லை என்பதே வரலாறு. அன்று அவர் ஒரு வட்டாரக் காங்கிரஸ் தலைவர் மட்டுமே. முக்கியமான தமிழகத் தலைவர்கூட அல்ல. காங்கிரஸின் ஆணையின்றி வைக்கத்திற்கு தன் சிறு ஆதரவாளர் குழுவுடன் வந்த அவர் வைக்கம் போராட்ட அமைப்புடன் சேர்ந்து சில நாட்கள் போராடி சிறை சென்றார். பின்னர் சுதந்திரமாக பிரச்சாரத்தில் ஈடுபட்டார். காந்திக்கு எதிராக இருந்த சக்திகளுடன் இணைந்து செயல்பட்டார். ஏற்கனவே அவர் காங்கிரஸில் இருந்து விலகித்தான் இருந்தார்"

என்கிறார் ஜெயமோகன். இந்த மூன்று வரிக்குள் எத்தனை பொய்கள் இருக்கிறது பாருங்கள்...

ஜெயமோகன் சொல்வதைப் போல பெரியார் அப்போது வட்டாரத் தலைவர் அல்ல. தமிழ்நாடு காங்கிரஸ் தலைவர். வைக்கம் போராட்டம் தொடங்கியது 1924 ஆம் ஆண்டு ஏப்ரல் மாதம். பெரியார் தமிழ்நாடு காங்கிரசுத் தலைவராக பொறுப்புக்கு வந்தது 1923 ஆம் ஆண்டு டிசம்பர் 1 ஆம் நாள் ஆகும். தமிழ்நாடு மாகாணக் காங்கிரசு கமிட்டிக் கூட்டம் திருச்சியில் நடந்தது. அதில் பெரியார் பெயரை தலைவர் பதவிக்கு முன்மொழிந்தார் இராஜாஜி. பெரியாரும், யாகூப் ஹாசன் சேட் என்பவரும் போட்டியிட்டனர். அதிக வாக்குகள் வித்தியாசத்தில் பெரியார் வெற்றி பெற்றார். துணைத் தலைவர்களாக யாகூப் ஹாசன் சேட், இராஜாஜி ஆகிய இருவரும் தேர்ந்தெடுக்கப்பட்டார்கள்.

வைக்கம் செல்லும் போது, தனது பொறுப்பை இராஜாஜியிடம் பெரியார் ஒப்படைத்து விட்டுச் சென்றது, அவர் துணைத் தலைவராக இருந்ததால்தான். இதுகூட ஜெயமோகனுக்குத் தெரியவில்லை. வைக்கம் போராட்டத்துக்குச் செல்லும் போது ஜெயமோகன் சொல்வதைப் போல பெரியார் சிறு தலைவரோ, வட்டாரத் தலைவரோ அல்ல. அவர் பெரிய தலைவரே!

வைக்கத்துக்கு முன்னதாகவே நீண்ட நெடிய வரலாறு கொண்டவர்தான் பெரியார். 1879 ஆம் ஆண்டு பிறந்தவர் பெரியார். 12 வயதிலேயே மளிகைக் கடை வணிகத்தில் ஈடுபடுத்தப்பட்டார். 19 வயதில் நாகம்மாளுடன் (1900) திருமணம் நடந்தது. தந்தையுடன் முரண்பட்டு 25 வயதில் வீட்டை விட்டு வெளியேறினார். காசிக்குச் சென்று தங்கி இருந்தார். பின்னர் மீண்டும் ஈரோடு வந்ததும் வணிக மண்டி முழுமையாக அவரிடம் ஒப்படைக்கப்பட்டது. ஈரோடு வட்டாரத்தில் முக்கியமான மனிதராக வளர்கிறார். வ.உ.சி. சுதேசி கப்பல் கம்பெனி (1906) தொடங்கிய போது நிதி வழங்குகிறார். ஊரிலும் பணம் வசூலித்து தருகிறார். காங்கிரசு மாநாடுகளுக்கு செல்லத் தொடங்குகிறார்.

ஈ.சா. விசுவநாதன் நூலில் பெரியாரின் காங்கிரசு கால வாழ்க்கை பற்றிய குறிப்புகள் அதிகம் இடம் பெற்றுள்ளன.

> "The early life of Ramasami Naicker, though not as colourful as that of some leaders in public life of Tamil country, sheds light on the personality of the man, who considerably influenced the social and political life and thought of the Tamils, in the first half of the twentieth century. His uncompromising attitude towards the religious practices of the Hindus, their beliefs in the institutions of religion and the caste system can only be explained and understood in the light of the environment in which he grew up. For example his early experience of the rigidity of the caste system and the practices that went along with it created in him a feeling of revulsion against those who strove to uphold it as the core of the Hindu way of life. As a result of

his contempt for the inequalities engendered by the caste system in society he spearheaded social reform in South India. His determination to remove the social imbalance was so strong that it influenced his whole thinking and to some extent clouded his political vision, especially when he concluded that Brahmans were the protagonists of the system of caste. His views on the caste system were based entirely on his own understanding of the social and religious institutions of the Tamils. His zeal to remove the iniquities caused by caste, and the wide scope the Indian National Congress provided to further his aims were among the reasons that induced Naicker formally to enter the Tamilnad branch of the Indian National Congress in 1920.

Although Naicker's rise in the party hierarchy of the Madras Provincial Congress was rather meteoric, the reasons for this phenomenon cannot be fully assessed in the absence of party records. However an attempt has been made in this Chapter to show the groups from which he obtained his support and the regions from where he derived his strength, based on facts gathered from interviews and materials available. It also discusses Naicker's participation in the Vaikkom satyagraha, the Gurukulam controversy, the controversy over the resolution on communal representation at the Kanchipuram conference and finally his dispute with Gandhi over the system of varnashrama dharma."
(பக். 18, ஈ.சா. விசுவநாதன்)

1911 ஆம் ஆண்டு பெரியாரின் தந்தையார் மறைகிறார். அதன்பிறகு அவர்களது குடும்ப வர்த்தக நிறுவனங்களை எடுத்து நடத்துகிறார் பெரியார். அதேபோல் ஈரோடு நகரில் உள்ள பெரும்பாலான பொது பொறுப்புகளுக்கும் பெரியார் வந்துவிடுகிறார். ஈரோடு வட்ட நாட்டாண்மைக் கழக உறுப்பினராக தேர்ந்தெடுக்கப்பட்டதாக (1912) அறிவிக்கிறார் கோவை மாவட்ட ஆட்சியர். கோவை மாவட்டக் காங்கிரசு

மாநாட்டின் (1914) செயலாளர்களில் ஒருவராக பணியாற்றுகிறார். அதே ஆண்டு சென்னையில் நடந்த அகில இந்திய காங்கிரசு கட்சியின் 29 ஆவது மாநாட்டில் பிரதிநிதியாக பங்கேற்றார். கோவை மாவட்ட காங்கிரஸ் மாநாட்டினை (1915) நடத்துவதற்கு உதவிகள் செய்தார். வட ஆர்க்காடு காங்கிரஸ் மாநாட்டில் (1916) பங்கெடுத்தார். கோவை மாவட்ட சிறப்பு நகர மாஜிஸ்திரேட்டாக இவரை சென்னை மாகாண ஆளுநர் 1917 சனவரி 1 அன்று பணியமர்த்தினார். இந்த பதவியில் இருந்து மார்ச் 12 அன்று பெரியாரே விலகிக் கொண்டார். அதே ஆண்டு ஈரோடு நகர்மன்றத் தலைவராக ஏப்ரல் 3 அன்று தேர்ந்தெடுக்கப்பட்டார்.

1911 முதல் 1920 வரையில் அவர் இருந்த பொறுப்புகள்:

1. தேவஸ்தான கமிட்டித் தலைவர்.
2. சிறப்பு மாஜிஸ்திரேட்.
3. கூட்டுறவு கிராம வங்கி செயலாளர்.
4. தாலுகா போர்டு உறுப்பினர்.
5. ஜில்லா போர்டு உறுப்பினர்.
6. கோவை மாவட்ட காங்கிரஸ் மாநாட்டுச் செயலாளர் (1914).
7. ஆனரரி வார் ரிக்ரூட்டிங் அலுவலர்.
8. மகாஜன பள்ளிச் செயலாளர்.
9. ஈரோடு படிப்பு வட்டச் செயலாளர்.
10. ஈரோடு நகராட்சி குடிநீர் திட்டச் செயலாளர்.
11. யுத்த காலச் செயலாளர்.
12. யுத்த நிதி திரட்டும் குழுத் தலைவர்.
13. முன்னாள் மாணவர் சங்கத் தலைவர்.
14. எஸ்.அய். சேம்பர் ஆப் காமர்ஸ் சப் கமிட்டி உறுப்பினர்.
15. அந்தக் காலத்தில் ஆண்டுக்கு 900 ரூபாய் வருமான வரி கொடுத்து வந்த வியாபாரி.
16. இறுதியாக ஈரோடு நகராட்சித் தலைவர் ஆகிறார்.

அப்போது சேலம் நகராட்சித் தலைவராக இருந்தவர் இராஜாஜி. இருவருக்கும் நட்பு ஏற்படுகிறது. தனது வார இதழுக்கு

சந்தா பிடிக்க ஈரோடு வருகிறார் சேலம் வரதராஜுலு. இவர் அன்னிப்பெசண்ட்க்கு எதிரணியைச் சேர்ந்தவர். பிரம்ம ஞான சபை கூட்டங்களுக்கு போய்க் கொண்டு இருந்த பெரியாரை இவர் தான் தடுக்கிறார்.

ஈரோடு நகராட்சியில் பெரியாரின் செயல்பாடுகளைப் பாராட்டி 'இண்டியன் பேட்ரியாட்' இதழில் கருணாகர மேனன் எழுதுகிறார். இதன் மூலம் இருவருக்கும் நட்பு ஏற்படுகிறது. பெரியார் - இராஜாஜி - வரதராஜுலு நட்பு பலமாகிறது. காங்கிரசு கூட்டங்களில் இணைந்து செல்கிறார்கள். இராஜாஜி தனது சேலம் நகராட்சித் தலைவர் பதவியில் இருந்து விலகி முழுமையாக காங்கிரசு கட்சிக்கு செயல்பட திட்டமிடுகிறார். அத்தோடு பெரியாரும் தனது ஈரோடு நகராட்சித் தலைவர் பதவியில் இருந்து விலகுகிறார். அதுவரை வகித்த அனைத்து கவுரவ பதவிகளில் இருந்தும் விலகுகிறார் பெரியார். இதனைப் பாராட்டி சுதேசமித்திரன், இந்து நாளிதழ்கள் தலையங்கம் தீட்டுகின்றன.

> *"Ramasami Naicker was not solely confined to his father's trade after his return from Banaras, because he was drawn into a series of public activities. The first occasion was an outbreak of plague in Erode, which occurred probably in 1915. He organized relief work with the help of his friends and distributed food and money to the distressed families. This activity revealed to the people of Erode that Naicker was a man with potential for leadership and that he could be entrusted with public responsibilities. As a result of this newly acquired image as a social worker and his own status as the son of a wealthy man of the locality. Naicker was invited to serve on various temple committees, offered positions in the local taluk board and finally elected as the chairman of Erode municipality. During his term of office from 1917 to 1919 he executed the Cauvery water scheme which ensured a regular supply of drinking water for the citizens of Erode and earned their admiration.*

In 1915, when Ramasami Naicker entered active public life, the political campaign in the Presidency of Madras was gaining momentum. It was then that Mrs. Annie Besant began her campaign for Home Rule or Self-government for India, with a series of articles in her English daily New India during the months of March-April 1915. She declared that the time had arrived for India to be a 'sovereign nation within her own boundaries owing only allegiance to (the) Imperial Crown'. Naicker took no part in the political agitation for Home Rule during this period, probably owing to his involvement in social activities and taluk board affairs in his home town. But apparently these duties did not prevent him from taking an interest in the political issues of the day, for we find him in May 1916 participating in a public meeting convened by the supporters of Annie Besant to protest against the action of the Government of Madras in levying security on her paper New India. Naicker's participation in this single meeting in no way suggests that he subscribed to Annie Besant's concept of Home Rule or to her style of politics, because when she formally launched the Home Rule League on 1 September 1916, Naicker took no part in it.

Ramasami Naicker's first direct contact with political figures in Tamilnad was probably made when the Madras Presidency Association (MPA) was founded on 20 September 1917. The non-Brahman members of the Tamilnad branch of the Congress formed this association to represent and safeguard their interests in the national organization and at the same time to repudiate the claims of the Justice Party to be the sole representative of the non-Brahman community in the presidency." However, the immediate aim of the association at that time was to place before Edwin S. Montagu, the Secretary of State for India, a scheme of reforms that would give non-Brahmans full communal representation in the *legislatures, A month earlier, on August 20 Montagu had declared his intention of heading a mission to India in order to assess the political situation at first hand, to make himself and his colleagues conversant with various group interests, as far as possible to chalk out the principles of the proposed and constitutional reforms. Naicker, who attended the inaugural meeting of the association, was in full agreement with its aims, and particularly its efforts to secure representation for non-Brahmans in public bodies, which efforts in his view were inspired by a desire for social justice. As this aim impressed him," Naicker took increasing interest in the activities of the association, served as one of its vice-presidents, participated in all its deliberations and helped to conduct its second annual conference at Erode in October 1919.*

As an active member of the MPA, Naicker became familiar with the programmes and policies of the Indian National Congress. Its plans for the liberation of the country appealed to him and especially its efforts to raise the condition of the masses and do away with untouchability and prohibition, impressed him. As the Congress held views similar to his on social reform, he thought that by joining the political organization he could bring about a new social order in the Presidency of Madras, While he was still undecided whether or not to join the Congress two persons influenced him to come to a decision: One was C. Rajagopalachariar, popularly known as Rajaji, and the other was Dr. P. Varadarajulu Naidu, a Balija like himself. Both of them urged Naicker to join the Congress not merely to achieve political independence for the country but to fight the social inequalities prevalent in society. Ultimately on Rajaji's advice, Naicker decided to join the Congress towards the end of 1919. (பக். 23 - 25, ஈ.சா. விசுவநாதன்)

பார்ப்பனரல்லாதார் நலனுக்காக நீதிக்கட்சி செயல்படத் தொடங்கிய காலம் (1917) இது. எனவே, காங்கிரசு கட்சிக்குள் இருக்கும் பார்ப்பனரல்லாதார் தலைவர்கள் அனைவரும் சேர்ந்து தங்களுக்குள் ஒரு அமைப்பை உருவாக்க நினைக்கிறார்கள். இப்படி உருவாக்குவதுதான் காங்கிரசு கட்சிக்கும் நல்லது என்று பார்ப்பன காங்கிரசு தலைவர்களும் நினைக்கிறார்கள். அப்படி உருவாக்கப்பட்ட அமைப்புதான் சென்னை மாகாணச் சங்கம் ஆகும். 1917 ஆம் ஆண்டு செப்டம்பர் மாதம் சென்னை கோகலே அரங்கில் இது தொடங்கப்பட்டது. கேசவப்பிள்ளையைத் தலைவராகக் கொண்டு உருவாக்கப்பட்ட இந்த அமைப்பின் அய்ந்து துணைத் தலைவர்களில் ஒருவராக பெரியார் தேர்வு செய்யப்பட்டார். அந்த அமைப்புக்கு ஆயிரம் ரூபாய் நன்கொடை வழங்கினார் பெரியார். சென்னை மாகாண சங்கத்தின் முதல் மாநாடு (22.12.1917) அன்று சென்னையில் நடந்தது. இது பெரியார் முன்னின்று நடத்தியது ஆகும்.

> "central office in Madras city and several district branches to secure non-Brahman interests and present non-Brahman views. The inaugural meeting of the MPA was held on 20 September 1917. P. Kesava Pillai became the leader of this organization, whose chief aim was to promote communal representation Unlike the Justice Party, it held no elaborate conferences but recruited some 800 to 1,000 non-Brahman Congress Sites C. Karunakara Menon's news paper, Indian Patriot, and T.V. Kalyanasundara Mudaliar's Deshabhaktan (Patriot) began voicing the cause of the MPA.
>
> Their main argument was that non-Brahmans needed special provisions to articulate their interests and political demands within the Congress without giving up the Congress' pursuit of national freedom. On this issue the Madras Brahman Congress members were not completely won over, but were willing to allow the MPA to exist in order to keep the non-Brahman Congress members from joining the Justice camp Thus, at this time MPA leaders Kesava Pillai, E.V. Ramaswami Naicker, T.V. Kalyana

Sundara Mudaliar, P. Varadarajulu Naidu, and other prominent non-Brahmins did not have to compromise their objective of nationalism with Congress Sites. (இந்து ராஜகோபால்)

1918 ஆம் ஆண்டு சென்னை மாகாணச் சங்கம் சார்பில் தஞ்சை - திருச்சி மாநாடு ஏப்ரல் மாதம் நடந்தது. இந்தியன் பேட்ரியாட் இதழின் ஆசிரியர் கருணாகர மேனன் தலைமை வகித்தார். 'அனைத்துக் கூட்டங்களிலும் அனைவரும் தமிழில் தான் பேச வேண்டும்' என்ற தீர்மானம் நிறைவேற்றி திரு.வி.க. பேசியது இந்த மாநாட்டில் தான்.

1919 ஆம் ஆண்டு தமிழ்நாடு காங்கிரசு செயலாளர்களில் ஒருவராக பெரியார் தேர்வு செய்யப்பட்டார். அதன் பிறகு மாநிலத் தலைவராக ஆனார்.

"The Tamil Nadu Congress Committee elected in November 1921 reflected the shift in control from Madras to the mofussil, the Nationalists to the Gandhians. The Nationalists were not given representation on the TNCC and only Rangaswami Iyengar found a place among the AICC members. The TNCC members from Madras were relative newcomers M. Singaravelu Chetti, a lawyer from a fishing caste who had gained prominence by his organizing of hartals and demonstrations in the city since 1919, and the League of Youth group. Trichinopoly was strongly represented by both Gandhian Hindus and Khilafat Muslims. Although little-known figures were selected as president and vice-president, the TNCC was managed by Rajagopalachari and two secretaries, Rajan from Trichinopoly and E.V. Ramaswami Naicker of Erode. In all there were five Muslims in the TNCC, a far higher number than in previous years and a consequence of Rajagopalachari's alliance with Yakub Hasan and the moderate Khilafat wing. Brahmins still held as many as half the TNCC and AICC places, but the proportion of *non-Brahmins was high by comparison with previous PCCs"* (டேவிட் நூல்)

ரௌலட் சட்டத்துக்கு எதிரான சத்தியாகிரக நாளைக் கொண்டாட காந்தி அறிவித்த போது, தமிழ்நாட்டில் பல்வேறு இடங்களில் சத்தியாகிரக் கூட்டம் நடைபெற பெரியார் ஏற்பாடு செய்தார். அதே ஆண்டு சூலை 15 திருச்சியில் தமிழ் மாகாண காங்கிரசின் 25 ஆவது மாநாடு நடந்தது. இக்கூட்டத்தில் நாவலர் சோமசுந்தர பாரதியார் தலைமையில் தனிக் கூட்டம் நடந்தது. காங்கிரசில் வகுப்புரிமைத் தீர்மானம் கொண்டுவர இக்கூட்டத்தில் முடிவு செய்யப்பட்டது. அதில் பெரியார் பங்கெடுத்தார். அதே ஆண்டு அக்டோபர் மாதம் ஈரோட்டில் சென்னை மாகாண சங்கத்தில் இரண்டாவது மாநாட்டை வெகு சிறப்பாக நடத்திக் காட்டினார் பெரியார். வ.உ.சி, திரு.வி.க. ஆகியோர் இதில் கலந்து கொண்டார்கள். 'தேசபக்த சமாஜம்' என்ற அமைப்பு அப்போது தொடங்கப்பட்டது.

> *"Perhaps this might be one of the reasons that prompted Rajaji to look for a person among non-Brahmans who would make a potential leader of the calibre of Naidu and Mudaliar, but who at the same time would be more amenable and loyal to him. The choice at that time might have fallen on Ramasami Naicker, because Rajaji had the opportunity to know him better when they worked together as directors of the MPA newspaper, Desabaktan. Even before this, Rajaji had been impressed by Naicker's ability to organize and lead people from his activities in the local bodies in his home town and his performance as chairman of the reception committee of the second MPA conference held at Erode in 1918. As a result Rajaji had several times invited Naicker to join the Tamilnad wing of the Congress in order to strengthen its constructive programmes, which included the amelioration of the underprivileged communities.*
> (பக். 38, ஈ.சா. விசுவநாதன்)

"Towards the beginning of 1919 Naicker made his final decision to join the Tamilnad branch of the Congress, although he formally became a member only in early 1920. During the interim period between 1919 and 1920 he was by no means inactive in politics. He utilized this period to build up his image in Congress circles as a forceful speaker and one of the chief exponents of Gandhian political concepts in the Tamil districts. It was during this time that Gandhi asked the people of India to observe 6 April 1919 as a day of Satyagraha 'with prayers and fasting and taking the pledge of civil disobedience', in order to vindicate the self-respect of the Indian people in the face of the coercive Rowlatt Act which had been placed on the statute book on 1 March 1919. In response to his call numerous public meetings were held in different parts of the country, and in Tamilnad Naicker helped to convene several meetings in all the district centres. In his speeches he explained to the audience the significance of Gandhi's call to the nation and exhorted them that the time had arrived to liberate the country from foreign rule. His public speeches were made in colloquial Tamil, enriched with wit and sarcasm and with pithy sayings and homely proverbs. He cared little for the niceties of language or for its artistic usage. In spite of his inadequate education, he succeeded in handling the Tamil language with great facility and forthrightness, so as to rouse the political consciousness of illiterate masses. The Britishers He harangued an audience in one of the districts, love to repeat that we Indians are brutes. Maybe you are and I am too. And it is up to us to demonstrate to them that we are brutish enough to drive them out to wrest our national freedom".

"Once Naicker formally joined the Madras Pradesh Congress in 1920, he 'fanatically' supported Gandhi's agitational techniques and aligned himself with the group led by Rajaji. At the same time Naicker maintained a good relationship with the leading non-Brahman members of the party, for they too were Gandhian in political outlook Therefore he found little difficulty in collaborating with Varadarajulu Naidu or Kalyanasundara Mudaliar on all important political issues. Along with these two leaders, Naicker addressed many public meetings and soon earned a name for himself as one of the four top-ranking speakers in Tamil-others were Kalyanasundara Mudaliar, Satyamurti and Varadarajulu Naidu - capable of attracting large gatherings for their meetings. Naicker had also a following of his own among the younger non-Brahman members of the Congress, particularly the members of the Youth League led by Ramanathan. Rajaji's support and the popularity he enjoyed among non-Brahman members, together with his increasing role in the subsequent non-co-operation movement, in the temperance campaign, and in the campaign launched to replace foreign cloth by the progressive use of khaddar helped Naicker rise quickly in the MPCC hierarchy, for in 1920 itself he was elected president." (பக். 39, ஈ.சா. விசுவநாதன்)

1919 டிசம்பரில் அமிர்தசரஸில் நடந்த அகில இந்திய காங்கிரசு மாநாட்டுக்கு பெரியார் சென்றார். வ.உ.சி.க்கும் தனக்கும் பெரியார் தான் இரயில் பயணச் சீட்டு எடுத்துத் தந்தார் என்பதை தண்டபாணி பிள்ளை பதிவு செய்துள்ளார். ஒருவார காலம் அமிர்தசரஸில் தங்கி இருந்தார்.

1920 சனவரி மாதத்தில் திருநெல்வேலியில் 26 ஆவது மாகாண காங்கிரசு மாநாடு நடந்தது. இதில் பெரியார் தலைமையில் பார்ப்பனரல்லாதார் கூட்டம் நடந்தது. நாவலர் சோமசுந்தரபாரதி, வ.உ.சி., தண்டபாணி பிள்ளை ஆகியோர் பங்கெடுத்தார்கள். இதில் தான் பெரியாரை பார்ப்பனத் தலைவர்கள் ஏமாற்றினார்கள். இதே ஆண்டு டிசம்பர் மாதம் அப்போதைய கல்கத்தாவில் காங்கிரசு சிறப்பு மாநாடு லாலா லஜபதிராய் தலைமையில்

நடந்தது. அதில் கலந்து கொள்ள சென்னையில் இருந்து 161 பேர் சென்றார்கள். அதில் பெரியாரும் ஒருவர்.

விடுதலைப் போராட்டத்தின் புகழ் பெற்ற அலி சகோதர்களான முகமது அலியும், சவுகத் அலியும் 1921 ஆம் ஆண்டு சென்னை வந்திருந்தார்கள். அவர்கள் இருவரும் ஏப்ரல் 3 அன்று ஈரோடு வந்திருந்தார்கள். மஜ்லிஸ்-உல்-உலாமா மாநாட்டு குழுச் செயலாளராக இருந்த பெரியார் அவர்கள் இருவரையும் அழைத்து வந்தார். பெரியாரின் வீட்டுக்கு அலி சகோதரர்கள் வந்தார்கள். அதே ஆண்டு தஞ்சாவூரில் நடந்த 27 ஆவது தமிழ் மாகாண காங்கிரசு மாநாட்டில் சர்க்கரைச் செட்டியார் தலைமையில் தமிழ்நாடு பார்ப்பனரல்லாதார் கூட்டம் கூடியது. இதில் திரு.வி.க., வ.உ.சி., டாக்டர் வரதராஜுலு, பெரியார் ஆகியோர் பங்கெடுத்தனர். அதே ஆண்டு செப்டம்பர் 25 ஆம் நாள் ஈரோடு வந்த காந்தி, பெரியாரின் வீட்டில் தங்கியிருந்தார். கள் ஒழிப்பு, கதர் துணி கட்டுதல் ஆகியவை குறித்து ஈரோட்டில் பேசினார் காந்தி. அந்நியத் துணிகளை காந்தியும், பெரியாரும் எரித்தார்கள்.

நவம்பர் மாதம் ஈரோட்டில் கள்ளுக்கடை ஒழிப்பு பரப்புரை செய்தார் பெரியார். கள்ளுக்கடை மறியலில் இறங்கினார். ஒரு மாத கடுங்காவல் தண்டனை 15.11.1921 அன்று பெரியாருக்குத் தரப்பட்டது. இதனை பாராட்டி யங் இந்தியா இதழில் 22.12.1921 அன்று காந்தி எழுதினார்.

> *"The anti-liquor agitation was most marked in the mofussil In Coimbatore it was led by members of the rural dominant caste, the Gounders, aided by urban Congressmen. Gounder participation was motivated by a quest for social respectability and by concern among caste leaders at the sentencing to death of seven castemen for their part in a drunken brawl and murder in Coimbatore town. V.C. Vellingiri Gounder, one of the founders of the Gounder caste association and an MLC, joined with two Coimbatore Congressmen, N.S. Ramaswami Iyengar and E.V. Ramaswami Naicker, to organize volunteers for the picketing of liquor shops and*

the annual auctions by which the shops were leased. Caste panchayats and headmen were induced to assist the agitation. Violence and intimidation soon resulted, and local magistrates responded by prohibiting picketing on the grounds that it would lead to breaches of the peace. About a hundred Congressmen and Gounders were arrested for defying the bans during the period from September to December 1921." *(டேவிட்)*

"delegates present, but since the TNCC's total strength was 820 the decision represented only the small caucus of Rajagopalachari and his close associates. And even among that faction there was a marked reluctance to court imprisonment. A five-man committee was entrusted with the organizing of civil disobedience, but when its meeting was prohibited by the District Magistrate of North Arcot, only Rajagopalachari and the TNCC President, M.V. Subramania Sastri, defied the ban: they were arrested and sentenced to three months' imprisonment. E.V. Ramaswami Naicker, who had also been selected for civil disobedience, was sentenced to a month in jail for anti-liquor activities in Coimbatore. Responsibility for continuing the campaign then fell on the way Dr. T.S.S. Rajan." *(டேவிட்)*

1922 ஆம் ஆண்டு மோதிலால் நேருவும், டாக்டர் அன்சாரியும் ஈரோட்டில் பெரியார் இல்லத்துக்கு வந்தார்கள். தனது செலவிலும், காங்கிரசு நிதியிலும் இந்தி மொழி கற்பிக்கும் பள்ளியை பெரியார் தொடங்கினார். சென்னையில் 5 ஆவது பார்ப்பனரல்லாதார் மாநாடு, அருப்புக்கோட்டையில் தமிழ்நாடு காங்கிரசு மாநாடு, ஈரோடு தாலுகா காங்கிரசு மாநாடு, ஆரணியில் சுயராஜ்ய - ஒத்துழையாமைக் கூட்டம் ஆகியவற்றில் பங்கெடுத்து உரையாற்றினார் பெரியார். நவம்பர் மாதம் நடந்த கயா காங்கிரசு மாநாட்டில் இராஜாஜி, டாக்டர் வரதராஜுலு, சீனுவாச அய்யங்கார் ஆகியோருடன் கலந்து கொண்டார். திருநெல்வேலி ஜில்லா மாநாட்டில் கலந்து கொண்ட பிறகு பெரியார், திரு.வி.க., ஆதிநாராயணன், மகாதேவன் ஆகியோர்

நெல்லையின் பல்வேறு ஊர்களுக்கு சுற்றுப்பயணம் செய்தார்கள். விருதுநகரில் பேச தடைவிதிக்கப்பட்டது. தடையை மீறி பேச பெரியார் முனைந்தார். அவரை திரு.வி.க. தடுத்தார்.

இதே ஆண்டு டிசம்பரில் திருப்பூரில் காங்கிரசு மாகாண மாநாடு நடந்தது. இதில் தான் தீண்டாமையை ஒழிக்க கோவில் நுழைவை வலியுறுத்தி பெரியார் பேசினார். வருணத்தையும் தீண்டாமையையும் காப்பாற்றும் ராமாயணத்தையும் மனுநீதியையும் கொளுத்த வேண்டும் என்று பேசினார். வகுப்புரிமைத் தீர்மானம் இங்கும் தோற்கடிக்கப்பட்டது.

"From 1922 a rift opened between Rajagopalachari, supported by a few Brahmin activists, and a nebulous group of dissatisfied non-Brahmin Congressmen led by E.V. Ramaswami Naicker and S. Ramanathan At first their grievance was that Rajagopalachari had tricked them by capitulating to the Swarajists: Ramaswami Naicker and Ramanathan resigned as the TNCC's secretaries after the Delhi Special Congress to protest against the "open and ostentatious repudiation" of the fundamental principles of non-cooperation. They voiced their protests to the Cocanada Congress that December, but Rajagopalachari smothered their views and endorsed the Delhi agreement." (டேவிட்)

1923 ஆம் ஆண்டு குடி அரசு, கொங்குநாடு ஆகிய இதழ்களைத் தொடங்க பதிவு செய்தார். தமிழ்நாடு சர்க்கா சங்கத்தின் தமிழ்நாடு கிளைத் தலைவராக ஆனார். சென்னையிலும் திருப்பூரிலும் கதர் கடைகளைத் திறந்து வைத்தார். 'நவசக்தி' மாத இதழுக்கு 1,500 ரூபாய் நிதி திரட்டி அளித்தார். மதுரை ஆர். சீனிவாசவரதன் தொடங்கிய தேசபக்த சமாஜம் பரப்புரைக் குழுவை திருச்சி, கரூர் பகுதிக்கு அழைத்துச் சென்றார். பாவலர் மதுரை சுந்தர பாரதி எழுதிய 'ஆங்கிலப் பேய்கள்' பாடல்களை (ஜாலியன்வாலா பாக் படுகொலையை கண்டித்து எழுதப்பட்டது) அச்சிட்டு வழங்கினார். நாமக்கல் கவிஞர் ராமலிங்கனார் தேசபக்திப் பாடல்களையும் அச்சிட்டுக் கொடுத்தார். பி. பீர்முகமது என்பவர் எழுதிய 'காந்திமாலிகா' நூலுக்கு அணிந்துரை எழுதினார்.

காங்கிரசு கட்சி தேர்தலில் போட்டியிடலாமா, வேண்டாமா என்ற பிரச்சனை இக்காலக்கட்டத்தில் எழுந்தது. தேர்தலில் போட்டியிடக் கூடாது என்று பெரியாரும் இராஜாஜியும் கருதினார்கள். எனவே 'மாறுதல் வேண்டாதார்' என இவர்கள் அழைக்கப்பட்டனர். மாறுதல் வேண்டாதார் கூட்டம் ஈரோட்டில் அக்டோபர் 22 அன்று நடந்தது. இது பற்றி தனது வாழ்க்கை குறிப்பில் விரிவாக திரு.வி.க. எழுதி இருக்கிறார்.

> *"கயை காங்கிரஸிலிருந்து சுயராஜ்யக் கட்சி தோன்றிய நாள் தொட்டு - இராமசாமி நாயக்கருக்கு அரசியல் உலகில் ஒருவித மருட்சி உண்டாயிற்று. மாறுதல் அவர் நெஞ்சில் படிப்படியே அரும்பியது. வளர்ந்தது. அவருடன் நெருங்கிப் பழகிய நண்பருள் யான் ஒருவனாதலால், மாறுதல் வளர்ச்சி எனக்கு நன்கு விளங்கியபடியே வந்தது. காரணம் என்னை? இராமசாமி நாயக்கர் ஒத்துழையா இயக்கத்தில் உள்ளும் புறமும் ஒன்றுபட உழைத்தவர். தமிழ்நாட்டில் கதரைப் பரப்பிய பெருமை அவருக்கே உண்டு. தீண்டாமைப் பேயையோட்ட அவர் பட்டபாட்டை ஆண்டவனே அறிவன். அவர் வைக்கம் வீரராய் இயங்கியதை நாடறியும். நாட்டு விடுதலையைக் குறிக்கொண்டு அவர் பலமுறை சிறை நண்ணியவர். அவர் பணியின் நேர்மையே அவர் நெஞ்சில் மாறுதல் நிகழ்த்தியது என்று கருதலானேன்... (பக். 253, பாகம் 1, வாழ்க்கைக் குறிப்புகள், திரு.வி.க.)*

என்று எழுதுகிறார். ஒத்துழையாமை இயக்கம் நடத்தி அனைத்தையும் புறக்கணித்து வரும் காங்கிரசு கட்சியானது, சுயராஜ்ய கட்சியைத் தொடங்கி சட்டசபைக்குள் போக முயற்சித்ததை பெரியாரின் மனதால் ஏற்றுக் கொள்ள முடியவில்லை என்பதையே திரு.வி.க.வின் எழுத்துகள் எடுத்துக் காட்டுகிறது.

தமிழ் மாகாண காங்கிரசு கூட்டம் டிசம்பர் மாதம் திருச்சியில் நடந்தது. இதில் கலந்து கொண்டார். மாறுதல் வேண்டாதார் கூட்டத்தை இம்மாநாட்டில் தனியாக நடத்தினார். இம்மாநாட்டில் தான் தமிழ் மாகாண காங்கிரசு தலைவராக பெரியார் தேர்வு செய்யப்பட்டார். இராஜாஜி, யாகூப் ஹாசன் சேட் ஆகிய

இருவரும் துணைத் தலைவர் ஆனார்கள். பெரியார் தலைமையில் மாகாண கமிட்டி கூட்டம் நடந்தது. அகில இந்திய காங்கிரசு கமிட்டிக்கு 14 உறுப்பினர்கள் தேர்வு செய்யப்பட்டார்கள். இதில் பெண்கள் பிரதிநிதியாக நாகம்மாள் தேர்வு செய்யப்பட்டார். கரூரில் நடந்த கிலாபத் கிளர்ச்சி கூட்டத்தில் உரையாற்றினார். டிசம்பர் இறுதியில் நடந்த காக்கிநாடா காங்கிரசு மாநாட்டில் கலந்து கொண்டார். அதே மாநாட்டு பந்தலில் தமிழ்நாடு காங்கிரசு பிரதிநிதிகளின் தனிக்கூட்டம் நடந்தது. அதற்கு தலைமை வகித்தார்.

1924 ஆம் ஆண்டின் தொடக்கத்தில் அகில இந்திய கதர் இயக்கத் தலைவர்கள் தமிழ்நாட்டுக்கு வருகை புரிந்தார்கள். சேலம், திருப்பூர், அவினாசி, ஊத்துக்குளி, ஈரோடு, திண்டுக்கல், சாத்தூர், விருதுநகர், மதுரை, திருச்சி, பட்டுக்கோட்டை, அதிராம்பட்டினம், ராஜமன்னார்குடி, சிதம்பரம், தஞ்சாவூர் ஆகிய இடங்களுக்கு அவர்களை சுற்றுப்பயணமாக அழைத்துச் சென்றார் பெரியார். இந்த ஊர்களில் பொதுக்கூட்டங்கள் நடந்தன. கதர் நெய்யும் இடங்களைக் காண்பித்தார். அன்னியத் துணிகள் சில இடங்களில் எரிக்கப்பட்டன. ஜனவரி 14 முதல் 27 வரை தமிழ்நாடு முழுவதும் அவர்களுடன் சுற்றுப்பயணம் செய்தார்.

மார்ச் 8 சென்னை மந்தைவெளியில் ஆங்கிலேய ஆட்சியைக் கண்டித்து உரையாற்றினார். மார்ச் 30 வைக்கத்தில் போராட்டம் தொடங்கியது. இவரை வரச் சொல்லி முதல் தந்தி ஏப்ரல் 4 வந்தது. இரண்டாவதாக கடிதம் வந்தது. மூன்றாவதாக தந்தி வந்தது. கிளம்பினார் பெரியார்.

இதுதான் வைக்கம் செல்வதற்கு முன்னதாக தமிழ்நாட்டின் வீரராக பெரியார் வலம் வந்த குறிப்புகள் ஆகும். (இதனை நாள் வாரியாக அறிய *பெரியார் ஈ.வெ.ரா. பயணக் காலக்கண்ணாடி*, திருச்சி வே. ஆனைமுத்து பார்க்கவும்) இந்தப் பெரியாரைத் தான் வட்டாரத் தலைவர் என்கிறார் ஜெயமோகன். அவரை யாருக்கும் தெரியாதாம். பொருட்படுத்தும் சக்தியாக அவர் இல்லையாம்.

பெரியாரின் வீட்டுக்கு வந்து தங்கிவிட்டார் காந்தி. அகில இந்தியத் தலைவர்கள் வந்து தங்கி விட்டார்கள். அகில இந்திய

மாநாடுகள் அனைத்துக்கும் போய் வந்துவிட்டார். 'கள்ளுக்கடை மறியலை நிறுத்த வேண்டுமானால் அது என் கையில் இல்லை, ஈரோட்டில் இருக்கும் இரண்டு பெண்களின் கையில் இருக்கிறது' என்று காந்தியார் சொன்னது இந்து நாளிதழில் 19.1.1922 அன்று வெளியாகி விட்டது.

"As president of the Tamilnad branch of the Congress, Naicker's influence among both Brahmans and non-Brahmans grew. His popularity and influence further increased among both groups when Gandhi launched his campaign of nonviolent non-co-operation, after obtaining a mandate from the specially convened Congress session in Calcutta on 4 September 1920. To Naicker the campaign was of special significance for it sought to put the country on the road to Swarajya. His position as president of the MPCC increased his responsibility to work for the success of the non-co-operation campaign and therefore it was well planned and conducted with the support of all his colleagues. As the campaign meant the boycott of law courts, the centres of learning, the civil, judicial and other professional services, it involved some personal sacrifices on the part of the campaigners. Naicker did not spare himself in his adherence to non-co-operation. At the height of the campaign he was faced with the problem of whether or not to collect some surety bonds and documents in his name worth fifteen thousand rupees from the court. Aware of his predicament C. Vijayaraghavachariar, a leading lawyer of Salem and the president of the Nagpur session of the Indian National Congress in 1920, suggested that the entire amount could be made over to him so that he could add it to the Tilak Fund, then being raised. Naicker saw the point in Iyengar's suggestion but he was unwilling to compromise his understanding of the principles of non-co-operation, for the sake of any cause, however worthy it might be. Therefore he decided against collecting the bonds and thus forfeited the entire amount.

Naicker's determination to suffer even personal loss for the sake of principles once again came to the fore at the time of the temperance campaign. When the campaign was started in 1921, he organized picketing before arrack and toddy shops. In August of the same year, when the campaign was intensified, his wife and sister were also drawn into it, to make it a success at Erode. Many Congressmen to prevent the tapping of toddy cut the spathes from their coconut and palmyra trees. Naicker, who had over one thousand trees on his estate instead of cutting the spathes felled the trees themselves and thereby suffered a permanent loss of income, 3 Although this was an act done on a sudden impulse, his example was emulated by other Congressmen and as a result of their activities and from the impact of the campaign itself, the government incurred considerable loss of revenue, for the sale of toddy fell by 30 per cent. In November 1921, in order to quell the agitation, the government imprisoned Naicker and other campaigners for over a month under section 144 of the Criminal Procedure Code.

After his release from prison on 13 January 1922, Naicker, on the mandate of the All India Congress Committee, organized a successful hartal at Erode in connection with the visit of the Prince of Wales to India. For the next two years till March 1924, he was in the forefront of the campaign to popularize khaddar. He was elected president of the Tamilnad branch of the All India Spinners Association, an organization launched to control the retail price and push up the sale of khaddar. Naicker thought that by urging the people to use cloth made of khaddar or handspun and handwoven material, he could not merely give a fillip to cottage industries in the country but could also enforce sanctions, however small they might be, against British economic interests by boycotting their textiles.

For four years after joining the Congress Naicker held important positions in the regional organization. Although his election as president of the MPCC in late 1920 may largely be attributed to the support he received from Rajaji and his followers, the subsequent positions he held must have been attained by his proven abilities to agitate, to organize and to suffer personal loss. Perhaps this was one of the compelling factors that enabled him to get himself elected for the second consecutive year as secretary of the TNCC at the Tiruppur session of the Congress in April 1922. This was indeed a rare honour to be won by a non-Brahman Congressmen during this period."

"Such an honour would not have been possible for Naicker but for the popular support he enjoyed from among all sections of Congress members. Non-Brahman leaders generally supported him whenever the cause for which he was fighting was reasonable. Naicker gained the support of Brahmans partly by allying himself with Rajaji's group and partly by his skill in organizing and his capacity to make sacrifices for the national cause. Respect and understanding also existed between some of the Brahman leaders and Naicker till March 1924, because up to this period there were very few issues on which he differed from them. But this situation slowly changed with Naicker's participation in various campaigns, beginning from April 1924. In these campaigns he began to challenge the orthodox Brahman views on the caste system and the stand taken by some Brahman leaders on issues which, he considered, helped the Brahman community to enjoy certain privileges both in social and political life. None would have disagreed, including the progressive Brahmans, with Naicker's stand on these issues at this period but for the manner in which he launched his campaigns caring little for the susceptibilities of Brahmans *in general. This tended to nourish communal conflict in society."* (பக். 38-40, ஈ.சா. விசுவநாதன்)

இந்தளவுக்கு 1919 முதல் 1924 வரை தமிழ்நாட்டில் செல்வாக்காக இருந்தார் பெரியார் என்றும் அப்படி செல்வாக்காக இருந்ததால் தான் 1924 ஆம் ஆண்டு ஏப்ரலில் வைக்கத்தில் இருந்து பெரியாருக்கு அழைப்பு வந்ததாகவும் ஈ.சா. விசுவநாதன் எழுதுகிறார்.

1920 முதல் நான்கு ஆண்டு காலம் நடந்த காங்கிரசு மாநாடுகளில் வகுப்புரிமை தீர்மானங்களை பெரியார் கொண்டு வந்ததையும் ஈ.சா. விசுவநாதன் குறிப்பிடுகிறார்.

"Naicker's main objective in participating in the Kanchipuram conference was to get a mandate from the Tamilnad Congress on the question of communal representation. This body had accepted the demand for communal representation 'in principle' but refused on several occasions to let it take a 'statutory shape's Ramasami Naicker saw in this a subtle political move on the part of vested interests. Since 1920, he had made it a point to bring up the question of communal representation at every conference of the TNCC.

At the Tinnevelly conference in 1920, Naicker had moved a resolution that a certain percentage of seats to be decided later, should be reserved for non-Brahman communities in the legislature and in the public services. When this was taken up for discussion its sponsor was the 'object of some of the bitterest attacks'. Nevertheless the resolution which had been adopted by the Subjects Committee with a majority of six votes, was eventually turned down in the final stages by the chairman of the conference, Srinivasa Iyengar, who characterized the resolution as one detrimental to (the) national unity'. In 1921 Rajagopalachariar had given tacit approval for the resolution but had pleaded with Naicker not to make an issue of it in the larger interests of national unity. At the

Tiruppur conference in 1922, when the resolution came up for discussion, the debates were marred by personal attacks by extremists from both Brahman and non-Brahman groups. The following year at Salem Naicker did not press this issue, on the advice of Varadarajulu Naidu and George Joseph. Although Naicker had been president of the conference at Tiruvannamalai in 1924, he was not even then able to get a majority for his resolution because of Srinivasa Iyengar, who is said to have undermined his efforts. Bearing all these failures in mind, a few weeks prior to the Kanchipuram conference Naicker had stressed in Kudi Arasu that since the AICC at the Patna session in September 1925 had given a mandate to the Swaraj Party to carry on the work inside the central legislative and provincial councils on behalf of the Congress, 5 the TNCC should decide on giving statutory status to the principle of proportional representation at its forthcoming meeting. Otherwise the interests of non-Brahmans would be at stake in the ensuing elections. Further he had warned the representatives attending the conference to be careful about the Brahman declarations of national unity and Swaraj and to take a firm stand on the question of proportional representation, because the TNCC would take a decision on the Patna resolution. As expected by him the resolution came up for discussion. Then Srinivasa Iyengar expressed his view that the TNCC could recommend to the Cawnpore session of the AICC the adoption of the Patna resolution as well as the Swaraj Party programme of council entry by the Indian National Congress. These proposals were then put in the form of a resolution by Iyengar. When this resolution was taken up for discussion Ramanathan, a supporter of Ramasami Naicker, insisted that the allied question of communal representation should also be discussed at the same time. There the committee considered the resolution put up by Ramasami Naicker demanding *proportional representation on the basis of population strength for the non-Brahman communities. There was a debate on this question and both the Brahmans and Ramasami Naicker's followers were the targets of bitter attacks."* (பக். 57-58, ஈ.சா. விசுவநாதன்)

இதன் பிறகு தான் வைக்கம் போராட்டத்தில் பங்கெடுக்கிறார். சேரன்மாதேவி குருகுலம் விவகாரம் இதன் பிறகுதான் நடக்கிறது. இவை இரண்டின் போது தமிழ்நாடு காங்கிரசு தலைவராக பெரியார் இருக்கிறார். ஈரோடு வட்டாரத் தலைவராக அல்ல; சிறு தலைவராக அல்ல; பெரிய தலைவராகவே பெரியார் அப்போது இருக்கிறார். அதனை திராவிடர் கழக ஆதாரங்களில் அல்ல, வெளியில் இருந்து எழுதியவர்களின் ஆதாரங்களில் இருந்து சொல்லி இருக்கிறேன். பெரும்பாலும் ஆங்கிலத்தில் மேற்கோள்கள் காட்டப்பட்டுள்ளன. இவை திட்டமிட்டே எடுத்தாளப்பட்டுள்ளது. ஏனென்றால், தமிழில் மேற்கோள் காட்டினால் ஜெயமோகன் மனம் ஏற்காது என்பதால்!

பெரியாரின் வளர்ச்சியை நேரில் பார்த்த சாட்சிகளில் ஒருவர் தமிழ்த் தென்றல் திரு.வி.க. அவர்கள். வைக்கம் போராட்டத்துக்கு முன்னதாகவே எத்தகைய தலைவராக பெரியார் வலம் வந்தார் என்பதை திரு.வி.க. எழுதுகிறார்.

"ஈ.வெ. இராமசாமி நாயக்கர் சென்னை மாகாணச் சங்கத்தின் உதவித் தலைவர்களுள் ஒருவர். யான் அமைச்சருள் ஒருவன். இருவருக்கும் சில காலம் சந்திப்பு ஏற்படாமலிருந்தது. ஈரோட்டில் சென்னை மாகாணச் சங்கத்தின் இரண்டாவது மகாநாடு (1919) கூடிய போது இருவர்க்கும் சந்திப்பு ஏற்பட்டது. டாக்டர் வரதராஜுலு நாயுடுவும் யானும் நாயக்கர் வீட்டில் தங்கினோம். நாயக்கர் தலையிலும் உடலிலும் இடுப்பிலும் பட்டணி ஒளி செய்தது. அவர் மனைவியார் தோற்றம் மணி பூத்த பொன் வண்ணமாகப் பொலிந்தது. அவர் ஜமீன் தாரியாகவும், இவர் ஜமீன் தாரணியாகவும் காணப்பட்டனர்.

இராமசாமி நாயக்கர் பேச்சில் கருத்துச் செலுத்தாத காலமுண்டு. அவர் பேச்சில் கருத்துச் செலுத்திய

பின்னர், தமிழ்நாட்டுக் காளமேகமானார். நாயக்கர் பேச்சு மழையாகும். கனமழையாகும், கல்மழையாகும். மழை மூன்று மணி நேரம், நான்கு மணி நேரம் பொழியும்.

முன்னாளில் தமிழ்நாட்டில் காங்கிரஸ் தொண்டு செய்தவர் என்ற முறையில் எவர்க்கேனும் பரிசில் வழங்கப் புகுந்தால் முதற்பரிசில் நாயக்கருக்கே செல்வதாகும். தமிழ்நாட்டுக் காங்கிரஸ் நாயக்கர் உழைப்பை நன்றாக உண்டு கொழுத்தது. அவர் காங்கிரஸ் வெறிகொண்டு நாலா பக்கமும் பறந்து பறந்து உழைத்ததை யான் நன்கு அறிவேன். நாயக்கரும் யானும் சேர்ந்து சேர்ந்து எங்கெங்கேயோ தொண்டு செய்தோம். காடுமலையேறியும் பணி புரிந்தோம்.

இராமசாமி நாயக்கர் ஒத்துழையாமையில் உறுதி கொண்டு பலமுறை சிறை புகுந்தனர். அவ்வுறுதிக்கு இடர் விளைத்தது சுயராஜ்யக் கட்சி. சுயராஜ்யக் கட்சியின் கிளர்ச்சிக்கு இணங்கி காங்கிரஸ் சட்டசபை நுழைவுக்கு ஆதரவு நல்கியது நாயக்கருக்கு எரியூட்டிற்று. அவ்வெரி அவரைப் பிற்போக்கில் விழச் செய்தது. பிற்போக்கு நாயக்கரின் இயற்கையன்று" *(பகுதி 1, பக். 325, 326, திரு.வி.க. வாழ்க்கைக் குறிப்புகள்)*

என்று எழுதி இருக்கிறார். இதுதான் வைக்கத்துக்கு முந்தைய பெரியார். ஜெயமோகன் சொல்வதைப் போல அந்த வட்டாரத்தின் தலைவர் அல்ல. தமிழ் மாகாணத்தின் தலைவர்.

குத்து மதிப்பாக வரலாறு பேசுபவர் ஜெயமோகன் என்பதற்கு பல எடுத்துக்காட்டுகள் உண்டு. அதில் இது ஒரு உதாரணம்.

⊙

வைக்கம் வீரர் பட்டம் யார் தந்தது?

வைக்கம் வீரர் என்ற பட்டத்தைத் தந்தது திராவிடர் கழகம் அல்ல. திரு.வி.க. அவர்கள்தான் அந்தப் பட்டத்தை வழங்கினார்கள். பின்னி ஆலை வேலை நிறுத்தத்தை முன்வைத்து முரண்பட்ட தகவல்களைச் சொல்லி 'வெள்ளையானை' என்ற நாவலை ஜெயமோகன் எழுதினார்.

அதன் முன்னுரையில், 'இந்த நாவலுக்கான கருவை அளித்தவர் இருவர். முதல்வர், திரு.வி. கல்யாணசுந்தரனார்...' என்கிறார் ஜெயமோகன். திரு.வி.க.வின் வாழ்க்கைக் குறிப்புகள் இரண்டு தொகுதியைப் படித்திருந்தாலே ஜெயமோகன், வைக்கம் வீரரைப் பற்றி எதுவும் பேசாமல் மூடிக் கொண்டு இருந்திருப்பார்.

"வைக்கத்திலே 1924 இல் தீண்டாமை போராட்டம் எழுந்தது. நாயக்கர் அங்கு சென்று சத்யாகிரகம் செய்தார். திருவாங்கூர் அரசாங்கம் அவரைச் சிறைப்படுத்தியது. அப்போது யான், 'வைக்கம் வீரர்' என்ற தலைப்பீந்து அவருடைய தியாகத்தை வியந்து வியந்து 'நவசக்தி'யில் எழுதினேன். 'வைக்கம் வீரர்' என்பது நாயக்கருக்கு பட்டமாகவே வழங்கலாயிற்று" (பாகம் 1, பக். 328, திரு. வி.க. வாழ்க்கைக் குறிப்புகள்)

என எழுதி இருக்கிறார் திரு.வி.க. அவர்கள். பெரியாருடன் பிரிந்து இருந்த காலத்திலும் அவரை வைக்கம் வீரர் என்றே அழைத்து வந்தார் திரு.வி.க.

வைக்கம் போராட்ட காலத்து 'நவசக்தி' இதழ் பதிவுகளை அ. புவியரசு நூலாகத் தொகுத்துள்ளார். அதில் ஏராளமான ஆதாரங்கள் அணிவகுத்து சொல்லப்பட்டுள்ளன. அனைத்து

செய்திகளும் தொடர்ந்து 'நவசக்தி' இதழில் வெளியாகி இருக்கிறது. இதை வைத்துப் பார்க்கும் போது, வைக்கம் போராட்டம் என்பது தமிழ்நாட்டில் அது நடந்த காலத்திலேயே மிகப் பெரிய தாக்கத்தை ஏற்படுத்தி இருக்கிறது என்பதை உணரலாம். கேரளம் என்ற வேறுபாடு இல்லாமல் அந்தப் போராட்டத்தை தமிழ்நாடு பார்த்ததை உணர முடிகிறது.

'மகாத்மா கண்டு பேசப்பட்ட விபரம்' என்ற செய்தியில் (ஏப்ரல் 3, 1924), காந்தி சொன்னதாக, 'பல மாகாணங்களிலுள்ள தலைவர்களும் ஒரே இடத்தில் கூடி ஒரு முகமாக வேலை செய்வதென்பது மிகவும் கஷ்டமான காரியமென்றே கூற வேண்டும். ஆயினும் சென்னை மாகாணத் தலைவர்கள், தலைமை வகித்து நடத்துவோரின்றி மேற்படி இயக்கம் இறந்து போகாமல் பார்த்துக் கொள்வார்களென்று நம்புகிறேன்' (பக். 99, அ. புவியரசு) வருகிறது. பெரியாருக்கு கேரளாவில் இருந்து கடிதம் வந்ததும், இவர் புறப்பட்டுச் சென்றதும் இதனால்தான். வைக்கம் போராட்டத்துக்கு தமிழ்நாட்டு மக்கள் நிதி உதவி செய்ய வேண்டும் என்று டாக்டர் வரதராஜுலு சொன்னதாக 'நவசக்தி' செய்தி கூறுகிறது. (பக். 102, அ. புவியரசு)

* ஸ்ரீமான் நாயக்கர் வைக்கம் சென்றார் - தலைவர்களின் ஆலோசனை (ஏப்ரல் 14) என்ற செய்தியில், 'ஸ்ரீமான் ஈ.வி. இராமசாமி நாயக்கர் முதலியவர்கள் நேற்றிரவு வைக்கத்திற்குச் சென்று விட்டார்கள்' (பக். 104, அ. புவியரசு) என்று உள்ளது.

* ஸ்ரீமான் இராமசாமி நாயக்கர் தலைமை வகிக்கிறார் (ஏப்ரல் 15) என்ற செய்தியில், '... காங்கிரஸ் அதிகாரிகள் இரண்டு புதிய தொண்டர் அணிகளை அனுப்பினர். இவ்வணிகளை ஸ்ரீமான் ஈ.வி. இராமசாமி நாயக்கர் நடத்திச் சென்றார். பற்பல வகுப்பினருமடங்கிய பெரிய கூட்டம் தொண்டர்களைப் பின்பற்றிச் சென்றது' (பக். 105, அ. புவியரசு) என்று உள்ளது.

* ஜாதி ஹிந்துக்களின் எதிர்ப்பு (ஏப்ரல் 16) என்ற செய்தியில், '... நேற்று காலை ஊர்வலம் புறப்படுவதற்கு முன்னால் போலிஸ் கமிஷனர் மிஸ்டர் பிட், ஜில்லா மாஜிஸ்திரேட் ஸ்ரீமான் எம்.வி. சுப்பிரமணிய அய்யர் முதலியவர்கள் காங்கிரஸ் விடுதிக்குச் சென்று ஸ்ரீமான் ஈ.வி. இராமசாமி நாயக்கரைக் கண்டு பேசிக் கொண்டிருந்தனர்... நேற்று

மாலை நடந்த பெரிய பொதுக்கூட்டத்தில் ஸ்ரீமான்கள் ஈ.வி. இராமசாமி நாயக்கரும், டாக்டர் எம்.வி. நாயுடுவும் பிரசங்கம் செய்தனர்' (பக். 106-197, அ. புவியரசு) என்று உள்ளது.

- வைக்கம் போராட்டம் தொடர்பாக திரு.வி.க. 18.4.1924 எழுதிய தலையங்கத்தில், '... தமிழ்நாட்டுத் தலைவரான ஸ்ரீமான் ஈ.வெ. இராமசாமி நாயக்கர் அவர்கள் வைக்கத்திற்குச் சென்றிருக்கிறார். ஸ்ரீமான் நாயக்கர், கர்ம வீரர். வீண் பேச்சுக்காரர் அல்லர். ஆடம்பரத்தை வெறுப்பவர்; எதையும் செய்கையில் காட்டும் ஆற்றல் பெற்ற பெரியார். ஆதலின் அவர் சத்தியாக்கிரகப் போர்க்களத்தின் பாசறையில் இதுகாலை சேனாபதிகளுடன் யோசித்து வருகிறார். நமது வரதராஜர், சத்தியாகிரகப் போருக்குத் தொண்டர்களைத் திரட்டி வருகிறார். படை திரட்டும் வேலையைச் செய்வதற்கு முன் பண உதவியும் செய்திருக்கிறார். இவருடைய தலைமையின் கீழ் தமிழ் நாட்டிலிருந்து விரைவில் ஒரு தொண்டர் படை வைக்கம் நோக்கி எழும் என்று எதிர்பார்க்கின்றோம். இவ்விரு தலைவர்களின் செயலை நாம் போற்றுகிறோம்...' (பக். 109, அ. புவியரசு) என்று எழுதி இருக்கிறார்.

- அகாலி போஜன சாலை என்ற (மே 5) செய்தியில், '... ஸ்ரீமான் ஈ.வி. இராமசாமி நாயக்கர் முதலியவர்கள் குவிலனிலிருந்து திரும்பி வந்து சேர்ந்தார்கள். வழியில் சங்கனச்சேரி என்னுமிடத்தில் ஸ்ரீமான் நாயக்கர் ஒரு பிரசங்கம் செய்தார். அங்கு தடையுத்தரவு பிறப்பிக்கப்படவில்லை' (பக். 120, அ. புவியரசு) என்று குறிப்பிடப்பட்டுள்ளது.

இப்படி தொடர்ச்சியாக பெரியாரின் பங்களிப்பை பதிவு செய்த திரு.வி.க. அவர்கள் தான் முதன்முதலாக 'வைக்கம் வீரர்' என்கிறார். எனவே, ஜெயமோகன், திரு.வி.க.விடம் கேட்டுத்தான் பதிலைப் பெற வேண்டும்.

மேலும் 1925 காஞ்சிபுரம் காங்கிரஸ் மாநாட்டின் நிறைவேற்றப்பட்ட தீர்மானம் ஒன்று பெரியாரைப் பாராட்டுகிறது.

"வைக்கம் சத்தியாகிரகப் போராட்டத்தின் காரணமாகவும், திருவிதாங்கூர் சமஸ்தானத்தின் ஆற்றலாலும் வைக்கத்தப்பன்

கோவிலைச் சுற்றியுள்ள எல்லா பொது ரஸ்தாக்களையும் ஜாதி வித்தியாசமின்றி தீண்டாதார் எனப்படுவோர் உள்பட எல்லோருக்கும் உபயோகப்படுத்தும் உரிமையை சமீபத்தில் அளித்த ரீஜண்டு மகாராணியார் அவர்களை இம்மகாநாடு பாராட்டுகிறது.

வைக்கம் சத்தியாகிரகத்தில் ஈடுபட்டு ஆயம்பெறும்படி செய்த நமது தேசபக்தர் ஸ்ரீமான் ஈ.வெ. ராமசாமி நாயக்கர் அவர்களும் மற்றுமுள்ள சத்தியாகிரகிகளும் செய்த சேவையை இம்மகாநாடு பாராட்டி வாழ்த்துக் கூறுகிறது" (பக். 28, காஞ்சிபுரம் காங்கிரஸ் மாநாடு, *குடி அரசு* வார ஏட்டின் வரலாற்றுத் தொகுப்பு)

என்று தீர்மானம் நிறைவேற்றப்பட்டது. இம்மாநாட்டுக்கு தலைமை வகித்தவர் திரு.வி.க. இம்மாநாட்டில் வகுப்புரிமை தீர்மானம் கொண்டு நிறைவேற்ற முடியாததால் தான் பெரியார் காங்கிரசை விட்டு விலகினார். அத்தகைய பரபரப்பான மாநாட்டிலும் பெரியாரைப் பாராட்டி தீர்மானம் நிறைவேற்றப்பட்டது.

திரு.வி.க. கொடுத்த வைக்கம் வீரர் பட்டத்தை 'குடி அரசு' தொடர்ந்து பயன்படுத்தியது. 'வைக்கம் வீரரே! தங்களைத் தமிழுலகம் கைகூப்பித் தொழுகிறது!... வைக்கம் வீரரே! சென்ற வாரத்தில் தியாகராஜ நிலையத்தைத் தாங்கள் சேலத்தில் திறந்து வைத்த பொழுது நிகழ்த்திய சொற்பெருக்கைத் தமிழுலகம் போற்றுகிறது!... வைக்கம் வீரரே... வாழ்க வாழ்க' (*குடி அரசு*, 17.1.1926) என்று பாராட்டப்படத் தொடங்கிவிட்டார் பெரியார். எனவே தான் 'வைக்கம் வீரர்' என்று அழைக்கப்படுகிறார் பெரியார்.

பெரியாரின் பெருமையைச் சொல்ல எத்தனையோ போராட்டங்கள் இருந்தாலும், வைக்கம் போராட்டத்துக்கு அழுத்தம் தர வேண்டியதும் உள்ளது.

வைக்கம் போராட்ட வரலாறு எவ்வளவு நீண்டதோ அதைப் போலவே வைக்கம் போராட்டத்தில் பெரியாரின் பங்களிப்பை மறைத்த வரலாறும் மிக நீண்டது ஆகும். அதனால் தான்

பெரியாரை வைக்கம் வீரராக தொடர்ச்சியாக நிறுவ வேண்டிய அவசியம் ஏற்படுகிறது.

1. காந்தியார் தனது பதிவுகளில் ஒரே ஒரு இடத்தில் மட்டுமே பெரியார் பெயரைக் குறிப்பிடுகிறார். அதனை வைத்து பெரியாரின் பங்களிப்பு அதிகம் இல்லை என்று சொல்கிறார்கள்.

2. வைத்தியநாத அய்யர் தான் தமிழ்நாட்டில் முதன்முதலாக கோவில் நுழைவுப் போராட்டத்தை நடத்தினார் என்பது சிலரது பொய் வரலாறு ஆகும்.

ஒடுக்கப்பட்ட மக்களை நாகர்கோவில் நாகராஜா கோவிலுக்குள் 1934 ஆம் ஆண்டு வைத்தியநாத அய்யர் அழைத்துச் சென்றது தான் தமிழ்நாட்டில் நடந்த முதல் ஆலய நுழைவுப் போராட்டம் என்றும் 1939 ஆம் ஆண்டு மதுரைக் கோவிலுக்குள் அழைத்துச் சென்றதும் வைத்தியநாத அய்யர் தான் என்றும் பெரியார் எதையும் நடத்தவில்லை என்றும் புனைந்து எழுதி வருகிறார்கள்.

'தாழ்த்தப்பட்ட மக்களை ஆலயங்களுக்குள் அனுமதிக்க வேண்டும் என்று போராட்டம் நடத்தி தலைமை வகித்தவரே ஒரு பிராமணர் தான்' என்றும் 'வைத்தியநாத அய்யர் தான் ஹரிஜனங்களின் தந்தை' என்றும் ஆர்.எஸ்.எஸ். இணையத்தளங்கள் எழுதுகின்றன. 'உண்மையான பெரியார் வைத்தியநாத அய்யர்தான்' என்றும் 'வைத்தியநாத அய்யரோ, ராஜாஜியோ தமிழ்நாட்டில் சாதி அரசியல் செய்யவில்லை; இவர்களின் பெயரை பிராமண சமூகமும் ஜாதி அரசியலுக்குப் பயன்படுத்தியதில்லை' என்றும் அவை எழுதுகின்றன.

23.2.1997 'தினமணி'யில் 'ஆலயப் பிரவேசத்தின் முன்னோடி' என்று வைத்தியநாத அய்யருக்கு மகுடம் சூட்டும் கட்டுரை எழுதப்பட்டது. மதுரை மீனாட்சி அம்மன் கோவிலில் நடந்ததுதான் முதல் ஆலய நுழைவுப் போராட்டம் என்று எழுதி இருந்தார்கள். வி.கே. ஸ்தாணுநாதன் என்பவர் இதே கட்டுரையை தினமணி, தினத்தந்தி என்று பல ஆண்டுகளாக மாற்றி மாற்றி எழுதி வருகிறார்.

3. வைக்கம் பொன்விழாவில் கலந்து கொண்ட பிரதமர் இந்திரா காந்தி அவர்கள் பெரியார் பெயரை தனது உரையில் குறிப்பிடவே இல்லை.

26.4.1975 அன்று நடந்த பெண்கள் மாநாட்டில் அன்றைய திராவிடர் கழகத் தலைவர் அன்னை மணியம்மையார் கலந்து கொண்டு உரையாற்றினார்கள். 'காந்தியார் முதல் இந்திரா காந்தி வரை இருட்டடிப்பு செய்தனர், இருளைக் கிழித்து வருகிறது முழுமதி, வைக்கம் கிளர்ச்சி பொன்விழா, தந்தை பெரியாருக்கு சிறப்பு, திருத்தல்வாதிகளை வரலாறு மன்னிக்காது' (விடுதலை, 27.4.1975) என்று தலைப்புச் செய்தியாக வெளியிட்டு கண்டித்துள்ளது 'விடுதலை'.

4. தந்தை பெரியாருக்கு வைக்கத்தில் நினைவுச் சின்னம் அமைக்க தமிழ்நாடு அரசு 1985 ஆம் ஆண்டு முயற்சித்தது.

3.11.1985 ஆம் நாள் வைக்கம் நகரில் 'வைக்கம் வீரர் தந்தை பெரியார் நினைவகம்' அடிக்கல் நாட்டு விழா தமிழ்நாடு அரசால் நடத்தப்பட்டது.

அப்போது 'துக்ளக்' இதழ் வைக்கம் வீரர் குறித்த அவதூறுகளை கிளப்பியது. இன்றைக்கு ஜெயமோகன் எழுதுவது எல்லாம் அந்தக் காலத்தில் 'துக்ளக்' இதழில் எழுதப்பட்டவைதான். 'வைக்கம் சத்தியாகிரகம் - சில உண்மைகள்' என்ற தலைப்பில் 'துக்ளக்' இதழில் கட்டுரை வெளியானது. அதற்கு ஆசிரியர் கி. வீரமணி அவர்கள் 19.11.1985, 20.11.1985 ஆகிய இரண்டு நாட்களும் 'விடுதலை'யில் விரிவான பதிலை எழுதினார்கள்.

"தமிழக அரசும், கேரள அரசும் இணைந்து கேரள மாநிலத்திலுள்ள வைக்கத்திலே ஈ.வெ.ரா. பெரியாருக்கு நினைவுச் சின்னம் எழுப்பப் போகிறார்களாம். வைக்கத்தில் நடந்த போராட்டத்திற்கு ஈ.வெ.ரா. பெரியார் மட்டுமே காரணம் என்பது போல் தமிழ்நாட்டு மக்கள் மத்தியில் நீண்ட நெடுங்காலமாகவே ஒரு சித்திரத்தைத் தீட்டி வருகிறார்கள். அப்போது நடந்த சரித்திரப் பின்னணியை அறிந்தவர்கள் சில உண்மைகளை மறந்திருக்க மாட்டார்கள்... காந்தியின் நிர்மாணத் திட்டங்களில் தீண்டாமை ஒழிப்பு முக்கியமானது. தனது கொள்கைகளில் கதருக்கும் தீண்டாமைக்கும் முதலிடம்

தந்தார் காந்தி. இதை ஒட்டி உருவானதுதான் வைக்கம் போராட்டம்... வைக்கம் போராட்டத்தில் பல மாநிலத் தலைவர்களும் கலந்து கொண்டனர். அவர்களுடன் ஈ.வெ. ரா.வும் கலந்து கொண்டார். ... இன்று பெரியாரை மட்டும் வைக்கம் வீரராகச் சித்தரிப்பவர்கள் காந்திஜி, காந்தியாரின் புனர் நிர்மாணத் திட்டங்கள், காங்கிரஸ் என்ற மகத்தான சக்தி இவற்றை விட்டுவிட்டு அல்லது இவற்றைப் பற்றி இப்போது நினைவுபடுத்த ஆள் இல்லை என்ற நினைப்பில் செயல்படுவது சரியல்ல. வைக்கம் போராட்டம் காங்கிரஸ் இயக்கத்தின் போராட்டம். காங்கிரஸ்காரர் என்ற முறையில்தான் பெரியார் அதில் கலந்து கொண்டார். எனவே வைக்கம் போராட்டத்தின் வெற்றி ஈ.வெ.ரா.வின் தனிப்பட்ட வெற்றி அல்ல, காங்கிரஸ் இயக்கத்துக்கும் காந்தியாரின் தீண்டாமை ஒழிப்புக் கொள்கைக்கும் கிடைத்த வெற்றி" என்று எழுதியது 'துக்ளக்'.

1985 ஆம் ஆண்டு 'துக்ளக்' சொன்னதைத் தான் இப்போதும் ஜெயமோகன் சொல்லி வருகிறார். அவரது மூளை எந்த ஆண்டுடன் முடக்கப்பட்டுள்ளது என்பதை இதன் மூலம் அறியலாம்.

இத்தகைய தொடர்ச்சியான மறைப்புக்குப் பிறகு தான் 'வைக்கம் வீரர்' வரலாற்றை மீண்டும் அழுத்தமாகத் திரும்பத் திரும்பச் சொல்ல வேண்டி வருகிறது.

◉

அப்போது அவரே 'காந்தியவாதி'தான்!

ஜெயமோகன் சொல்கிறார்: "வைக்கம் போராட்டம் முழுக்க முழுக்க ஒரு காந்தியப் போராட்டம், காந்தியின் வழிகாட்டலில் காந்திய முறைப்படி நடந்த போராட்டம், காந்தியவாதிகள் நடத்திய போராட்டம் என்பது இவர்களால் சொல்லப்படவில்லை. அது காந்தியப் போராட்டம் என்று இன்றும்கூட இங்குள்ள பொதுமக்களில் பெரும்பாலும் எவருக்குமே தெரியாது" என்று!

'திராவிட' முத்திரைக்குள் பெரியார் வருவதற்கு முன்னதாக காந்தியவாதியாக இருந்த காலத்தில் நடந்த போராட்டம்தான் இது. சுயமரியாதை இயக்கத்தை பெரியார் 1925 ஆம் ஆண்டு தான் தொடங்கினார். இந்த வைக்கம் போராட்டம் அதற்கு முன்பு நடந்தது. அப்போது தமிழ்நாடு காங்கிரசு கட்சித் தலைவராகப் பெரியார் இருந்தார். எனவே, ஜெயமோகன் கண்டுபிடிக்க இதில் எந்த ரகசியமும் இல்லை.

திரு.வி.க. அவர்கள் தந்தை பெரியாரின் காங்கிரசு கால உழைப்பைப் பற்றி என்ன எழுதி இருக்கிறார் தெரியுமா?

"முன்னாளில் தமிழ்நாட்டில் காங்கிரஸ் தொண்டு செய்தவர் என்ற முறையில் எவர்க்கேனும் பரிசில் வழங்கப் புகுந்தால் முதற்பரிசில் நாயக்கருக்கே செல்வதாகும். தமிழ்நாட்டுக் காங்கிரஸ் நாயக்கர் உழைப்பை நன்றாக உண்டு கொழுத்தது. அவர் காங்கிரஸ் வெறிகொண்டு நாலா பக்கமும் பறந்து பறந்து உழைத்ததை யான் நன்கு அறிவேன். நாயக்கரும் யானும் சேர்ந்து சேர்ந்து எங்கெங்கேயோ தொண்டு செய்தோம். காடுமலையேறியும் பணி புரிந்தோம். (திரு.வி.க. வாழ்க்கைக் குறிப்புகள், பகுதி 1. பக். 326) என்று எழுதி இருக்கிறார்.

அந்தளவுக்கு பெரியார் காங்கிரசு இயக்கத்தில் உழைத்த காலத்தில் நடந்த போராட்டம் இது.

வைக்கம் போராட்டத்தின் வெற்றிக்கு காந்தியின் பங்களிப்பு குறித்து தலையங்கம் தீட்டினார் பெரியார்.

> 'இவ்வாண்டின் தொடக்கத்தில் சத்தியாகிரகிகளுக்கு ஊக்கமும் உண்மை நெறியும் ஊட்ட காந்தியடிகள் வைக்கம் போந்தார். ... வைக்கம் சத்தியாகிரகம் தற்காலம் உற்ற நிலைமைக்கு காந்தியடிகள் வைக்கம் போந்ததே ஆகும் என்று கூறுதல் மிகையாகாது...' (*குடி அரசு*, 28.6.1925)

என்று தலையங்கம் கூறுகிறது.

காந்திய கொள்கையின் தாக்கம் குறித்து பெரியாரே சொல்லி இருக்கிறார். 29.11.1925 அன்று வைக்கம் போராட்ட வெற்றிக் கொண்டாட்டம் கேரளாவில் நடந்தது. இதற்கு தலைமை தாங்க பெரியார் அழைக்கப்பட்டு இருந்தார். இதில் டி.கே. மாதவன், மன்னத்து பத்மநாபன் ஆகியோர் உரைகளை '*குடி அரசு*' (6.12.1925) இதழ் வெளியிட்டு இருக்கிறது. அதில் இடம்பெற்றுள்ள பெரியார் உரை:

> "முடிவுரையில், தனக்கும் தமது மனைவிக்கும் செய்த உபச்சாரத்திற்காக நன்றி செலுத்துவதோடு சத்தியாகிரக இயக்கத்தின் ஜெயிப்பைப் பற்றியும், தோல்வியைப் பற்றியும் பேசுவதற்கு அதற்குள் காலம் விடவில்லை. தெருவில் நடக்க உரிமை கேட்பவர்களைச் சிறைக்கு அனுப்பிய அரசாங்கம், தெருவில் நடப்பதற்கு இப்போது நமக்கு வேண்டிய உதவி செய்ய முன் வந்திருப்பதைப் பார்த்தால் சத்தியாகிரகத்திற்கும், மகாத்மாவிற்கும் எவ்வளவு சக்தி இருக்கிறதென்பது விளங்குமென்றும் சத்தியாகிரக ஆரம்பத்தில் பிராமணர்கள் கட்சியில் இருந்த அரசாங்கத்தார் இப்போது பிராமணர்களுக்கு விரோதமாகவே தீண்டாதாரென்போரை கையைப் பிடித்து அழைத்துக் கொண்டு சர்க்காரார் செல்லுவதை நாம் பார்க்கிற போது நமக்கே சத்தியாகிரகத்தின் தன்மையைப் பற்றி ஆச்சர்யப்படத் தக்கதாய் இருக்கிறது.

சத்தியாகிரகத்தில் ஏற்பட்ட கஷ்டங்களை நாம் பொறுமையாய் அனுபவித்து வந்ததால் இவ்வித சக்தியை இங்கு காண்கிறோம். பலாத்காரத்திலோ, கோபத்திலோ, துவேஷத்திலோ, நாம் இறங்கியிருப்போமேயானால் இச்சக்திகளை நாம் ஒருக்காலும் கண்டிருக்கவே மாட்டோம். சத்தியாகிரகத்தின் உத்தேசம், கேவலம் நாய், பன்றிகள் நடக்கும் தெருவில் நாம் நடக்க வேண்டுமென்பதல்ல. மனிதனுக்கு மனிதன் பொதுவாழ்வில் வித்தியாசம் இருக்கக் கூடாதென்பதுதான். அந்த தத்துவம் இந்தத் தெருவில் நடந்ததோடு முடிந்துவிடவில்லை.

ஆகையால், தெருவில் நிரூபித்த சுதந்திரத்தை கோவிலுக்குள்ளும் நிரூபிக்க வேண்டியது மனிதர் கடமை. மகாத்மா காந்தியும், மகாராணியாரைக் கண்டு பேசிய காலத்தில் மகாராணியார் மகாத்மாவைப் பார்த்து இப்பொழுது தெருவைத் திறந்து விட்டுவிட்டால் உடனே கோவிலுக்குள் செல்வ பிரயத்தனப்படுவீர்களேயென்று கேட்டார்கள்.

மகாத்மா அவர்கள் ஆம், இதுதான் என்னுடைய குறியென்றும் ஆனால், கோவிலுக்குள் செல்ல உரிமைவேண்டி ஜனங்கள், போதுமான பொறுமையும், சாந்தமும் அவசியமான தியாகமும் செய்யத் தயாராயிருக்கிறார்களாவென்று நான் அறியும் வரையில் அக்காரியத்தில் பிரவேசிக்க மாட்டேனென்றும், அதற்கு வேண்டிய காரியங்களை அதுவரையில் செய்து கொண்டிருப்பேனென்றும் சொன்னார்.

வைக்கம் சத்தியாகிரகத்திற்கு விரோதியாயிருந்தவர்கள் பிராமணர்களே ஒழிய, அரசாங்கத்தார் அல்லவென்பதை அரசாங்கத்தார் நிரூபித்துக் காட்டிவிட்டார்கள். மனித உரிமை அடைய அந்நிய மதங்களுக்குப் போவது மிகவும் இழிவான காரியமாகும். அப்படி அவசியமிருந்தாலும் கிருஸ்துவ மதத்திற்காவது, மகமதிய மதத்திற்காவது செல்லலாமேயொழிய ஆரிய சமாஜத்திற்குப் போவது எனக்கு இஷ்டமில்லை. ஏனென்றால், ஆரிய சமாஜத்திற்குப் போவதனால் பொருளில்லாத அர்த்தமற்ற,

பூணூல் போட்டுக் கொள்வதோடு பொருளறியாத சந்தியாவந்தனமும் செய்து கொள்ள வேண்டும்.

இப்படி ஒரு காலத்தில் பூணூல் போட்டுக் கொண்டு சந்தியாவந்தனம் பண்ணினவர்கள்தான் இன்றையத் தினம் நமது சுதந்திரத்திற்கும், சீர்திருத்தத்திற்கும் விரோதிகளாயிருக்கின்றார்கள். அந்த நிலைமைக்கு நீங்களும் வரக்கூடாதென்று நினைப்பீர்களேயானால் கண்டிப்பாய் அந்தக் கூட்டத்தில் சேராதீர்கள் என்று சொல்லி மறுபடியும் தனக்காவும் தன் மனைவிக்காகவும் செய்த உபசாரங்களுக்கு நன்றி செலுத்திக் கூட்டத்தைக் கலைத்தார்." (குடி அரசு, 6.12.1925)

அதாவது, காந்தியை யாரும் மறைக்கவில்லை. பெரியாரே காந்திய இயக்கத்தின் வெற்றி தான் என்று சொல்லி இருக்கிறார். பலாத்காரத்தில் இறங்கி இருந்தால் இந்த வெற்றியை நாம் அடைந்திருக்க முடியாது என்று சொல்லி இருக்கிறார் பெரியார். சத்தியாகிரகத்துக்கும் மகாத்மாவுக்கும் எத்தகைய சக்தி இருக்கிறது என்பதை இந்தப் போராட்ட வெற்றி உணர்த்திவிட்டது என்கிறார் பெரியார். எனவே, காந்திக்கு புதிதாக ஜெயமோகன் மகுடம் சூட்டத் தேவையில்லை!

காங்கிரஸ் ஆணையில்லாமல் அவர் செல்லவில்லை. காங்கிரஸ் கட்சியின் அனுமதி பெற்றே செல்கிறார். தான் திரும்பி வரும் வரையில் தலைமைப் பொறுப்புக்கான பணிகளை பார்த்துக் கொள்ளுங்கள் என்று இராஜாஜி அவர்களிடம் ஒப்படைத்துவிட்டே பெரியார் வைக்கம் செல்கிறார்.

வைக்கம் போராட்ட காலத்தில் காந்திக்கு எதிரான சக்திகளுடன் பெரியார் சேரவில்லை. 1924 ஆண்டு போராடச் சென்றது முதல் 1925 இறுதிப் பேச்சுவார்த்தை காந்திக்கும் ராணிக்கும் நடக்கும் வரை அவர் காந்தியுடன் தான் இருந்தார். பெரியாருக்கும் காந்திக்குமான முரண்பாடுகள் அதிகம் ஆனது 1927 ஆம் ஆண்டுக்குப் பிறகு தான்.

1907 ஆண்டு முதல் காங்கிரசு கொள்கைகளில் ஆர்வம் கொண்ட பெரியார், அந்த ஆண்டு முதல் காங்கிரசு மாநாடுகளுக்குச் செல்லத் தொடங்கினார். கோவை மாவட்ட காங்கிரசு

மாநாட்டு செயலாளர்களில் ஒருவராக (1914) பணியாற்றினார். அனைத்திந்திய காங்கிரசின் 29 ஆவது மாநாட்டில் சென்னையில் (1914) பங்கெடுத்தார். கோவை மாவட்ட காங்கிரசு மாநாட்டை (1915) முன்னின்று நடத்தினார். 1919 ஆம் ஆண்டு ஏப்ரல் மாதம் 6 ஆம் நாளை ரவுலட் சட்டத்துக்கு எதிராக சத்தியாகிரக நாளாக காந்தி அறிவித்த போது தமிழ்நாட்டின் பல மாவட்டங்களில் சத்தியாகிரக கூட்டம் நடைபெற ஏற்பாடுகள் செய்தார் பெரியார். திருச்சியில் நடந்த காங்கிரசு மாநாட்டில் பங்கெடுத்தார். அதே ஆண்டு நடந்த அமிர்தசரஸ் மாநாட்டில் பங்கெடுத்தார். 1920 திருநெல்வேலி காங்கிரசு மாநாட்டில் பங்கெடுத்தார். கல்கத்தா சிறப்பு மாநாட்டில் கலந்து கொண்டார்.

கிலாபத் இயக்கத்தின் போது புகழ்பெற்ற அலி சகோதரர்களான முகமது அலியும், சவுகத் அலியும் ஈரோடு வந்த போது மாபெரும் கூட்டத்தை ஏற்பாடு செய்தார் பெரியார். அவரது இல்லத்துக்கு அலி சகோதரர்கள் வருகை தந்தார்கள். பெரியாரின் தாயார் சின்னத்தாயம்மையாருக்கு அலி சகோதரர்கள் கை கொடுத்ததாகவும், அவர் பின்னால் இழுத்துக் கொண்டதாகவும், தனது தாயாரை பெரியார் கண்டித்ததாகவும் குறிப்பு இருக்கிறது. (காலக்கண்ணாடி, வே. ஆனைமுத்து, பக். 12)

இந்நிலையில் காந்திக்கும் பெரியாருக்குமான நட்பு மிக நெருக்கமாக ஏற்பட்டது. இது குறித்து வே. ஆனைமுத்து அரிய தகவல்களை தந்துள்ளார். 25.9.1921 அன்று அதிகாலையில் ஈரோடு வந்து இறங்கினார் காந்தி. தொடர் வண்டியில் அவருக்காக சிறப்புப் பெட்டி இணைக்கப்பட்டு இருந்தது. வண்டி வந்த நேரம் அதிகாலை 3 மணி என்பதால் காலை 6 மணி வரை அப்பெட்டியிலேயே காந்தி தூங்கினார். காலையில் பெரியாரும், ஊர் பெரியவர்களும், பள்ளிச் சிறுவர் சிறுமியரும் வந்து காந்தியை ஊர்வலமாக அழைத்துச் சென்றார்கள். பெரியாரின் வீட்டுக்குச் சென்றார்கள். பெரியார் வீட்டின் முதல் மாடியில் காந்தி தங்கி இருந்தார். கதர் பரப்புதல், கள்ளுக்கடை ஒழிப்பு ஆகியவை குறித்து பெரியாருடன் பேசினார். மாடியில் நின்றவாறு பொதுமக்களுக்கு காட்சி அளித்தார். ஈரோடு காரை வாய்க்கால் மைதானத்தில் நடந்த கூட்டத்தில் இந்தியில் உரையாற்றினார். காந்தியின் உரையை கீர்த்திவாசன் என்பவர் தமிழில் மொழிபெயர்த்தார். பள்ளிச்சிறுவன் எஸ். ராசு, தேசிய

பாடல்களைப் பாடினார். கூட்டத்தின் முடிவில் அன்னியத் துணிகளை காந்தியும் பெரியாரும் எரித்தார்கள். அங்கிருந்து கோவை பயணமானார் காந்தி. தேசியப் பாடல்களைப் பாடிய எஸ். ராசு பிற்காலத்தில் *'Thanthai periyar prior to 1930'* என்ற நூலில் எழுதி இருக்கிறார்.

கள்ளுக்கடை மறியல் செய்தமைக்காக பெரியார் உள்பட 100 பேருக்கு ஒரு மாத கால சிறைத்தண்டனை 15.11.1921 அன்று வழங்கப்பட்டது. இதனைப் பாராட்டி 'யங் இந்தியா' இதழில் 22.12.1921 காந்தி எழுதி இருக்கிறார். இதுவே பெரியாரின் முதல் சிறைவாசம்.

குடிக்கு எதிராக பரப்புரைச் செய்து வந்த அமெரிக்காவைச் சேர்ந்த புஸ்ஸிஃபுட் ஜான்சன், காந்தியை வந்து சந்தித்தார் என்றும் அப்போது அவரை ஈரோட்டுக்கு காந்தி போகச் சொன்னதாகவும் வே. ஆனைமுத்து சொல்கிறார். ஈரோடு நகராட்சி தொடக்கப் பள்ளியில் மதுவின் கொடுமை குறித்து ஜான்சன் படக்காட்சியைக் காண்பித்து விளக்கி இருக்கிறார்.

1922 ஆம் ஆண்டு மோதிலால் நேருவும், டாக்டர் அன்சாரியும் ஈரோட்டில் பெரியார் இல்லத்துக்கு வந்து தங்கினார்கள். டிசம்பர் 1, 1923 அன்று தமிழ்நாடு காங்கிரசு கமிட்டித் தலைவராக பெரியார் தேர்ந்தெடுக்கப்பட்டார். காக்கிநாடா காங்கிரசு மாநாட்டில் கலந்து கொண்டார். அனைத்திந்திய கதர் இலாகா தலைவர்கள் தமிழ்நாடு முழுக்க சுற்றுப்பயணம் வந்த போது அவர்களுடன் சுற்றுப்பயணம் செய்தார். 1924 ஜனவரி மாதம் முழுவதும் இந்தப் பயணம் மேற்கொள்ளப்பட்டது. மார்ச் 8 அன்று பிரிட்டிஷ் ஆட்சியைக் கண்டித்து மய்லாப்பூரில் உரையாற்றினார். வைக்கம் வர அழைப்பு வந்தது பெரியாருக்கு. ஏப்ரல் 13 அன்று வைக்கம் சென்றார். தான் திரும்பி வரும் வரை தனது பணிகளை இராஜாஜி கவனிப்பார் என்று அறிக்கை வெளியிட்டே வைக்கம் சென்றார். ஏப்ரல் 13 முதல் மே 21 வரை வைக்கம் சத்தியாகிரகப் பிரச்சாரத்தில் இருந்தார். ஒரு மாதக் கடுங்காவல் தண்டனை தரப்பட்டது. கைது செய்யப்பட்டு அருவிக்குத்து சிறையில் அடைக்கப்பட்டார். மே 22 முதல் ஜூன் 21 வரை சிறையில் இருந்தார். விடுதலையான பின்னரும் தனது போராட்டத்தைத் தொடர்ந்தார். பொதுக்கூட்டங்களில் பேசினார்.

திருவிதாங்கூரில் இருந்து அவரை வெளியேற்றும் ஆணை ஜூலை 1 அன்று பிறப்பிக்கப்பட்டது. ஈரோடு சென்றார்.

ஒருவாரம் கழித்து உருக்கமான அறிக்கையை வெளியிட்டார். ஜூலை 10 அன்று மீண்டும் வைக்கம் வந்தார். தன் மீதான வழக்கின் விசாரணைக்காக வைக்கம் இரண்டாம் வகுப்பு மாஜிஸ்திரேட் நீதிமன்றத்தில் தனது வருகையை பதிவு செய்தார். ஜூலை 27 அன்று பெரியார் மீதான வழக்கு விசாரிக்கப்பட்டு, நான்கு மாத கடுங்காவல் தண்டனை விதிக்கப்பட்டது. அன்றைய தினம் கைது செய்யப்பட்டார். திருவிதாங்கூர் அரசர் இறந்து ராணி பட்டத்துக்கு வந்ததைத் தொடர்ந்து சிறையில் இருந்தவர்கள் அனைவரும் விடுதலை செய்யப்பட்டார்கள். அந்த வகையில் செப்டம்பர் 1 அன்று விடுதலை செய்யப்பட்டார் பெரியார். அதாவது ஜூலை 27 முதல் செப்டம்பர் 1 வரை சிறையில் இருந்தார். மன்னர் மரணம் அடையாவிட்டால் நான்கு மாதங்கள் முழுமையாக சிறையில் இருந்திருக்க வேண்டும்.

ஈரோடு திரும்பிய பெரியாரை, ராஜதுரோக வழக்குக்காக செப்டம்பர் 10 அன்று கைது செய்து சென்னை அழைத்து வந்தார்கள். நீதிமன்றத்தால் பிணை வழங்கப்பட்டது. அந்த வழக்கை திரும்பப் பெற்றதாக அக்டோபர் மாதம் அரசு அறிவித்தது. 1924 ஆம் ஆண்டு திருவண்ணாமலை காங்கிரசு மாநாடு பெரியார் தலைமையில் நடந்தது. பெல்காமில் நடந்த இந்திய தேசிய காங்கிரசு மாநாட்டில் கலந்து கொண்டார். சேலம், திருச்செங்கோடு புதுப்பாளையத்தில் காந்தி ஆசிரமத்தை திறந்து வைத்தார். 1925 மார்ச் 12 அன்று காந்தி வைக்கம் வந்திருந்தார். பெரியாரும் உடனிருந்தார். வைக்கம் போராட்டத்தின் இறுதிக்கட்ட பேச்சு வார்த்தை நடந்தது. 'கோவில் நுழைவை இப்போது வலியுறுத்தவில்லை. சாலை அனுமதியை தரச் சொல்லுங்கள்' என்று காந்தியிடம் பெரியார் வலியுறுத்தினார். இதனை காந்தியும் ஏற்றுக் கொண்டார். திருவிதாங்கூர் ராணியும் ஏற்றுக் கொண்டார். பெரியார் மீதான தடையாணைகள் ஆகஸ்ட் மாதம் நீக்கப்பட்டது. சாலைகளில் நடக்க அனுமதி வழங்கப்பட்டதைத் தொடர்ந்து 17.11.1925 அன்று போராட்டம் முழுமையாக விலக்கிக் கொள்ளப்பட்டது. அன்று மாலையில் நடந்த பொதுக்கூட்டத்தில் பெரியார் கலந்து கொண்டார்.

29.11.1925 அன்று நடந்த வைக்கம் பொதுக்கூட்டத்திலும் பங்கேற்று உரையாற்றினார்.

இதற்கிடையில் 1925 மே 2 அன்று 'குடி அரசு' இதழை பெரியார் தொடங்கினார். முதல் இதழை திருப்பாதிரிப்புலியூர் ஞானியார் அடிகள் வெளியிட்டார். 'குடி அரசு' இதழின் சின்னமாக காந்தியமே இருந்தது.

பாரத மாதா, ஏர் உழவன், நூல் நூற்கும் பெண், தச்சுத் தொழிலாளி, மூட்டை சுமப்பவர், நெசவாளி, தேர் இழுத்து வரும் கூட்டம், தேர் சக்கரத்தில் சிலர் நீண்ட கிட்டி போட்டுத் தள்ளுதல், கிறிஸ்துவக் கோயில், இந்துக் கோயில், முஸ்லிம் பிறை, ஓமகுண்டம் எரிதல், புத்தர், நீர் நிலை அருகில் ஆடுமாடுகள் நிற்றல், கரும்பு - சோளம் - கம்பு - நெல் - கோதுமை முதலிய பயிர்கள் கதிர்களுடன் காணப்படுதல் ஆகியவை 'குடி அரசு' முகப்பில் இருந்தது. 2.5.1925 முதல் இவை இருந்தது. 18.12.1927 க்கு பின் இவை நீக்கப்படுகிறது. (காரணம் பின்னர் சொல்லப்பட்டுள்ளது)

'மகாத்மா காந்தி வாழ்க' என்ற வரிகள் 18.4.1926 வரை காணப்படுகிறது. அதன்பிறகு அது காணப்படவில்லை.

'கதர் வாழ்க' என்ற வரிகள் 18.12.1927 வரை காணப்படுகிறது. அதன்பிறகு அவை இல்லை. (கி. வீரமணி, குடி அரசு இதழ் தொகுப்புகள், 1)

உடுமலை, தாராபுரம் காங்கிரசு மாநாட்டில் பெரியாரும் திரு.வி.க.வும் பங்கெடுத்தனர். காரைக்குடி மாவட்ட மாநாடு, சித்தரஞ்சன் தாஸ் மறைவு ஊர்வலம், பவானி மாநாடு, நாகை கதர் நெசவாலை ஆண்டு விழா, திருப்பூர் தேச பக்தர்கள் மாநாடு, பாப்பாரப்பட்டி பொதுக்கூட்டம், கரந்தை தமிழ்ச் சங்கம் நூல் நூற்கும் சங்கத் திறப்பு விழா, தீண்டாமை விலக்கு சங்கம் நிறுவப்படுதல், கும்பகோணம் நூல் நூற்கும் சங்கத் திறப்பு விழா, மாயவரம் நூல் நூற்கும் சங்கத் திறப்பு விழா ஆகிய விழாக்களில் பங்கெடுத்தார். இவை அனைத்துக்கும் பிறகு நடந்தது தான் காஞ்சிபுரம் காங்கிரசு மாநாடு. திரு.வி.க. தலைமை தாங்கினார். வகுப்புரிமை தீர்மானத்தை நிறைவேற்ற

அனுமதி கிடைக்காத நிலையில் மாநாட்டில் இருந்து பெரியார் வெளியேறினார்.

அதற்காக காந்தியை விடவில்லை. கதரை விடவில்லை. 'குடி அரசு' இதழ் காந்திய இயக்க இதழாகவே தொடக்க காலத்தில் வலம் வந்தது. 'ஏழைகளிடத்திலும் கூலிக்காரர்களிடத்திலும் அன்பில்லாதர்களுக்கு மகாத்மா கூறும் சுயராஜ்யத்தின் பொருள் விளங்காது' என்கிறது 'இயந்திரமும் கை இராட்டினமும்' என்ற தலையங்கம், (குடி அரசு, 2.5.1925) கிராம வாழ்க்கை சீரடையாமல் சுயராஜ்யம் பெற முடியாது என்ற காந்தியின் கருத்தை வழிமொழிந்து எழுதினார். 'காந்தியடிகளை விட வேறு துணை இந்திய மக்களுக்கு இல்லை என்பது உறுதி. மற்ற தலைவர்கள் அரும்பாடுபட்டு சுயராஜ்யம் பெறுதல் கூடும். அவர்களின் சுயராஜ்யம் இந்திய நாகரிகத்திற்கும், அறிவிற்கும் கலை வளர்ச்சிக்கும் ஏற்றதாக இராதென்பது திண்ணம். உண்மை இந்தியா இன்னதென உணர்ந்தவர் காந்தியடிகள் ஒருவரேயாவார். மற்றையார் மேனாட்டுக் கண்ணாடியால் இந்தியாவைப் பார்க்கின்றனர். இஃது தான் காந்தியடிகளின் முறைக்கும் மற்றையோரின் முறைக்கும் உள்ள வேற்றுமை' (குடி அரசு, 31.5.1925) என்று முழுமையாக காந்தியின் பின்னால் நின்றார் பெரியார்.

'மகாத்மா அவர்கள் பிறந்து உயிரோடிருக்கிற இக்காலத்தில் நாமிருந்தோம் என்கிற பெருமையே நமக்குப் பெரும் சொத்தாகும்" என்று காரைக்குடி மாநாட்டில் சொற்பொழிவாற்றினார் பெரியார். கதர், தீண்டாமை விலக்கு, மதுவிலக்கு ஆகியவை குறித்து தொடர்ந்து எழுதினார். 'சுதேசமித்திரன்' இதழில் எக்ஸ்ஷாஷ் பிராண்டி என்ற மதுபான விளம்பரம் வெளியானதைக் கடுமையாக விமர்சித்து தலையங்கம் தீட்டினார். (குடி அரசு, 26.7.1925) காந்தியின் செல்வாக்கு குறைந்து வருகிறது என்ற விமர்சனதைக் கண்டித்து தலையங்கம் தீட்டப்பட்டுள்ளது. (குடி அரசு, 2.8.1925) தேர்தலில் சுயராஜ்யா கட்சி நிற்க முயற்சித்த போது, 'சுயராஜ்யா கட்சியின் சுயராஜ்யா வேண்டுமா? மகாத்மாவின் சுயராஜ்யா வேண்டுமா?' என்று கேட்டார்.

1926 ஜனவரி மாதம் முழுவதும் கரூர், கொடுமுடி, மதுரை, விருதுநகர், சாத்தூர், இராசபாளையம், திருவில்லிபுத்தூர்,

விருதுநகர், திருநெல்வேலி ஆகிய ஊர்களில் கதர் பிரச்சாரம் செய்தார். சுசீந்திரம் கோவில் நுழைவு போராட்டத்தில் பங்கெடுத்தார். காரைக்குடி சிராவயலில் ஆதிதிராவிடர்களுக்கான காந்தி தனிக்கிணறு திறப்புவிழாவில் பங்கெடுத்தார். தனிக்கிணறு கூடாது என்று பேசினார். காந்தி வாசக சாலையின் ஆண்டு விழாவில் பங்கெடுத்தார். நாகை தேசபக்த சமாஜப் பொதுக்கூட்டம், எர்ணாகுளம் கதர் சாலைத் திறப்பு விழா ஆகியவற்றில் பங்கெடுத்தார். 1926 ஆம் ஆண்டு நவம்பரில் சுயமரியாதைச் சங்கம் நிறுவும் முயற்சிகள் எடுக்கப்படுகின்றன.

ஒத்துழையாமை இயக்கம் நடத்தும் காங்கிரசுக் கட்சியினரே சுயராஜ்யக் கட்சியிலும் இணைந்திருந்து தேர்தலில் பங்கெடுக்க முயற்சிப்பதை பெரியார் கண்டித்தார். வகுப்புரிமை தீர்மானத்துக்கு அடுத்து காங்கிரசுடன் முரண்பாடு வர தேர்தல் நுழைவே காரணமாக அமைந்தது. தனி இயக்கத்தை வைத்தாவது நிர்மாணத் திட்டங்களுக்கு மகாத்மா முக்கியத்துவம் தர வேண்டும் *(குடி அரசு, 10.1.1926)* என்று கேட்டுக் கொண்டார். எல்லாவற்றுக்கும் தலையாட்டுகிறார் மகாத்மா என்று அவரை கண்டிக்கும் முதல் தலையங்கம் 'மகாத்மாவின் நிலை' என்ற தலைப்பில் 7.2.1926 அன்று குடி அரசு இதழில் வெளியாகி உள்ளது. மகாத்மாவின் பரிசுத்த தன்மையைக் கெடுக்கப் பார்ப்பதாக கவலைப்பட்டார். *(குடி அரசு, 14.2.1926)*

திருவாரூர் தேசாபிமான சங்கத்தின் நான்காவது ஆண்டு விழாவில் 'காந்தீயம்' என்ற தலைப்பில் பேசும் போது, "33 கோடிப் பேர்களும் மதிக்கத் தகுந்த மாதிரி மகாத்மா காந்தியைப் போல் மற்றொருவரைச் சொல்ல முடியாமல் போனதற்குக் காரணம் என்ன? காந்தியை மாத்திரம் மகாத்மா என்று சொல்லக் காரணமென்ன? ... மகாத்மாவைத் தவிர மற்ற தலைவர்களெல்லாம் பிறத்தியார்களுக்குச் சொல்ல மாத்திரம் தெரிந்தவர்களேயல்லாமல் அது போல நடக்க முடியாதவர்களும் நடக்க இஷ்டமில்லாதவர்களுமாகவே இருப்பார்கள். ஆனால் மகாத்மாவோ சொல்லுகிற படி நடப்பவர். நடக்கக் கூடியதையே சொல்பவர். இந்தக் குணந்தான் அவரை மகாத்மா ஆக்கியது. அவர் கண்ணுக்கு உண்மை தான் வெளிப்படும். அவருடைய மனமும் வாக்கும் உண்மையைத் தான் நினைக்கும். உண்மையைத் தான் பேசும்... மகாத்மாவின் சுயராஜ்யமே

ஒடுக்கப்பட்டவர்களுக்கும் தாழ்த்தப்பட்டவர்களுக்கும் சுயமரியாதையையும் சமத்துவத்தையுமே அடிப்படையாகக் கொண்டது. இதுதான் உண்மையான காந்தியமாகும்" (குடி அரசு, 18.4.1926) என்று குறிப்பிட்டார்.

ஆதிதிராவிடர்களுக்கு என தனிக்கிணறு வெட்டி அதற்கு காந்தி கிணறு என்று பெயரும் வைத்து அதனைத் திறந்து வைக்க பெரியார் அழைக்கப்பட்டார். இது தனக்கு மகிழ்ச்சியைத் தரவில்லை, ஆதிதிராவிடர்களுக்காக தனிக்கிணறு அமைக்கக் கூடாது என்றார் பெரியார். பொதுக்கிணறுகளை உருவாக்க வேண்டுமே தவிர தனிக் கிணறுகளை உருவாக்குவது நிரந்தரமாக பிரிப்பதற்கு சமம் என்றார். (குடி அரசு, 25.4.1926)

தேர்தலில் ஈடுபடும் எண்ணம் கொண்டவர்கள் காந்தி பேரைப் பயன்படுத்துவதை விமர்சித்து தொடர்ந்து எழுதினார். 'காந்தியின் மகிமையால் இவர்கள் சட்டசபைக்குள் போகப் போகிறார்கள்' என்று கண்டித்தார். காங்கிரசில் இருக்கும் பார்ப்பனர்கள் வகுப்புவாரி பிரதிநிதித்துவத்துக்கு எதிராகவும், நீதிக்கட்சியை வீழ்த்துவதற்காக சுயராஜ்யா கட்சி என்ற கொல்லைப்புற வழியை உருவாக்குவதை கண்டித்தும் தொடர்ந்து எழுதி வந்தார் பெரியார். உண்மையான தேசபக்தர்கள் இவர்களை நம்பி வீணாக வேண்டாம் என்று கேட்டுக் கொண்டார். பார்ப்பனர்கள் முன்னேற்றத்துக்காக இருக்கும் இந்து மகாசபை, வருணாசிரம தர்ம சபை போலத்தான் காங்கிரசும் என்ற முடிவுக்கு வந்தார். இந்த நிலையில் 1926 ஜூன் மாதம் இறுதியில் கூடிய தமிழ்நாடு காங்கிரசு கமிட்டி கூட்டத்தில், பெரியாரை காங்கிரசு கமிட்டியில் இருந்து நீக்கும் தீர்மானம் கொண்டுவரப்பட்டது. 'ஸ்ரீமான் நாயக்கர் காங்கிரசுக்கு விரோதமான பிரச்சாரம் செய்து வருவதால் அவரைக் காங்கிரசு காரியக் கமிட்டியில் இருந்து நீக்க வேண்டும்' என்பதே அந்தத் தீர்மானம். இது தொடர்பாக எழுதப்பட்ட தலையங்கத்தில், 'அய்யங்கார்களுக்கு நல்ல பிள்ளையாகி அவர்கள் பின்னால் திரிந்து உயிர் வாழ்வதைக் காட்டிலும் அவர்களால் சிலுவையில் அறையப்படுவதையே மேல் எனக் கொள்கிறோம்' (குடி அரசு, 4.7.1926) என்று எழுதப்பட்டது. இப்போதைய காங்கிரசு பார்ப்பன காங்கிரசே என்று பேசத் தொடங்கினார். அவரது இடத்துக்கு வேறு ஒருவரை நியமித்துக் கொண்டார்கள்.

இத்தகையச் சூழலில் பார்ப்பனரல்லாத தலைவர்கள் கூடி ஒரு முடிவெடுத்தார்கள். இதில் திரு.வி.க., டாக்டர் வரதராஜலு, பெரியார், ஆர்.கே. சண்முகம், ந. தண்டபாணி பிள்ளை ஆகியோர் கலந்து கொண்டார்கள். யார் எந்த அரசியல் நிலைப்பாடுகள் எடுத்தாலும் சமூக சமத்துவ விவகாரங்களில் ஒரே மாதிரியான நிலைப்பாடுகள் எடுக்க வேண்டும் என்று இவர்கள் தீர்மானம் செய்து கொண்டார்கள். இதைத் தொடர்ந்து பிராமணியத்தை ஒழித்தவர்கள் பட்டியலை '*குடி அரசு*' தொடர்ந்து வெளியிடத் தொடங்கியது. பிராமணியம் குறித்து அதன்பிறகு தான் அதிகம் எழுதத் தொடங்கினார் பெரியார். 'வெள்ளைக்கார ஆதிக்கத்தை ஒடுக்கி பார்ப்பன ஆதிக்கத்தை ஏற்படுத்துவதே காங்கிரசு' என்று வரையறுத்தார். இக்காலக்கட்டத்தில் சத்தியமூர்த்தி, சீனிவாச அய்யங்கார், ஶ்ரீநிவாச சாஸ்திரி, இராஜாஜி ஆகியோரைத்தான் அதிகமாக விமர்சித்தாரே தவிர காந்தியை அல்ல. 'தீபாவளிக்கு கதர் வாங்கி அணியுங்கள்' என்று வேண்டுகோள் வைப்பதைத் தொடர்ந்தார். (*குடி அரசு, 24.10.1926*) காங்கிரசு நிர்வாகத்தில் இருந்து காந்தியும் விலகி இருந்த காலம் அது. அதனையும் தனக்கு ஆதாரமாகக் காட்டினார்.

1925 கான்பூர் காங்கிரசு மாநாட்டில் இருந்து காங்கிரஸ் நடவடிக்கைகளில் இருந்து காந்தி ஒதுங்கி இருந்தார். 1926 இறுதியில் அவரை மீண்டும் காங்கிரசு நடவடிக்கைகளில் கட்டாயப்படுத்தி புகுத்தினார்கள். 'நான் எதையும் செய்ய வரவில்லை, வேடிக்கை பார்க்க மட்டுமே காங்கிரசுக்குள் வருகிறேன்' என்று காந்தி அறிவித்து மீண்டும் உள்ளே வந்தார். 'இது பார்ப்பன காங்கிரசு அல்ல, மகாத்மா காங்கிரசுதான் என்று நிரூபிக்கப் பார்க்கிறார்கள்' என்று தலையங்கம் தீட்டினார் பெரியார். (*குடி அரசு, 19.12.1926*)

வகுப்புவாரி பிரதிநிதித்துவத்தை காங்கிரசு தலைவர்கள் ஏற்காதது, ஒத்துழையாமை பேசிய காங்கிரசு கட்சியினர் சுயராஜ்ய கட்சி வழியாக சட்டமன்றத்துக்குள் செல்ல முயற்சித்தது, நீதிக்கட்சி கொண்டு வந்த இந்து சமய அறநிலைய பாதுகாப்புச் சட்டத்தை காங்கிரஸ் தலைவர்களும், தேசியப் பத்திரிக்கைகளும் எதிர்த்தது - ஆகிய மூன்றும் பெரியாரை முற்றிலுமாக காங்கிரஸ் இயக்கத்தில் இருந்து தூரத்தில் கொண்டு போய் நிறுத்தியது. 'சுயமரியாதைச் சங்க ஸ்தாபனம்' ஒன்றை நிறுவ முயற்சிகளைத்

தொடங்கினார். 'சுயமரியாதையைக் காப்பாற்ற நமக்கு ஒரு தனி இயக்கம் வேண்டும்' என்று பேசினார்.

1927 பிப்ரவரியில் காந்தியை பெங்களூரில் பெரியார் சந்திக்கிறார். அப்போது எஸ். ராமநாதனும் உடனிருக்கிறார். நீண்ட உரையாடலில் பெரியார் பேசியதன் உள்ளடக்கம் என்பது, "இந்து மதம் என்பது பார்ப்பனர்களுக்காக உருவாக்கப்பட்ட மதம். ஜாதி ஏற்றத்தாழ்வுகள் மட்டுமே இங்கு இருக்கிறது. இதனால் எந்த லாபமும் அடித்தட்டு மக்களுக்கு இல்லை. எனவே அதனை எதிர்த்து ஒழித்தாக வேண்டும்" என்கிறார். உள்ளுக்குள் இருந்து தான் சீர்திருத்தம் செய்தாக வேண்டும் என்கிறார் பெரியார். இந்து மதத்துக்குள் இருக்கும் சுயநலக் கும்பல் இதனை செய்யவிடாது என்கிறார் பெரியார். பிராமணர்கள் சிலர் எனது தீண்டாமை எதிர்ப்பு பிரச்சாரத்தில் பங்கெடுக்கிறார்களே என்று கேட்கிறார் காந்தி. பங்கெடுப்பது போல நடிக்கிறார்கள் என்கிறார் பெரியார். பிராமணர்களில் ஒரு நல்லவர் கூட இல்லையா என்று கேட்கிறார் காந்தி. இல்லை என்கிறார் பெரியார். கோகலேவைச் சொல்கிறார் காந்தி. 'தங்களைப் போன்ற மகாத்மா கண்ணுக்கே இந்த உலகத்தில் ஒரு பிராமணர் தான் தெரிகிறார். எங்களைப் போன்ற சாதாரண பாவிகள் கண்ணுக்கு எப்படி உண்மை பிராமணன் தெரிய முடியும்?' என்று பெரியார் கேட்டதைக் கேட்டு சிரிக்கிறார் காந்தி.

'இந்து மதத்துக்குள் இருந்து கொண்டு எதுவும் செய்ய முடியாது. பிராமணர்கள் உங்களை அவ்வளவு தூரம் விட்டுவிட மாட்டார்கள். தங்கள் கருத்து அவர்களுக்கு விரோதமாக இருந்தால் உடனே எதிர்க்க ஆரம்பித்துவிடுவார்கள்' என்கிறார் பெரியார். 'நாம் இருவரும் ஒருவருக்கொருவர் ஒத்துப் போகவில்லை. மறுபடியும் பேசுவோம்' என்று விடை தருகிறார் காந்தி. (காந்தியாருடன் பெரியார் ஈ.வெ.ரா., எஸ். ராமநாதன், குத்தூசி குருசாமி, எஸ். நீலாவதி அம்மை சந்திப்பு நூலில் விரிவாக உள்ளது. தொகுப்பு கழிஞ்சூர் செல்வராஜ்) அதன் பிறகு தான் பாரத மாதா படம், கதர் வாழ்க என்ற முழக்கம் ஆகியவை *குடி அரசு* இதழில் இருந்து நீக்கப்படுகிறது. "காந்தியின் சமாதானங்கள் எம்முடைய அபிப்பிராயத்தை மாற்றக் கூடியதாக இல்லை என்று சொல்லி மகாத்மாவிடம் உத்தரவு பெற்றுக் கொண்டு

வந்துவிட்டோம்" *(குடி அரசு, 28.8.1927)* என்று பிற்காலத்தில் பெரியார் சொன்னார்.

'உண்மையான தீண்டாமையை நமது நாட்டை விட்டு வெளிப்படுத்த வேண்டுமானால் மகாத்மா காந்தியையும் எதிர்த்துப் போராடித்தான் தீர வேண்டியிருக்கிறது' என்று தலையங்கம் தீட்டினார். மகாத்மாவும் வருணாசிரமும் என்ற தொடர் தலையங்கம் வெளியானது. வருணாசிரமத்தை காப்பாற்றிக் கொண்டு தீண்டாமையை ஒழிக்க முடியாது. வருணாசிரம் என்ற உடலிலேயே தீண்டாமை என்ற உயிர் இருக்கிறது என்று எழுதினார். *(குடி அரசு, 7.8.1927)* தமிழ்நாட்டுக்கு காந்தி வருகை தரப்போவது, 'ஒரு சங்கராச்சாரியார் வருவதைப் போல ஆகிவிடுமோ என்று பயப்படுகிறோம்' என்று தலையங்கம் தீட்டியது *குடி அரசு*. காந்தி பரிசுத்தமானவர் தான், ஆனால் பார்ப்பனர் கையில் சிக்கி இருப்பவர் என்று எழுதியது *குடி அரசு*. காந்தி சொல்லும் வருணாசிரமமும் ஜாதியும் பிறப்பை அடிப்படையாகக் கொண்டதே என்பதை உறுதி செய்து விரிவாக எழுதினார் பெரியார்.

இந்து என்று சொல்லிக் கொள்வதையும், வருணாசிரமத்தை ஏற்பதையும், ராமாயணத்தை மேற்கோள் காட்டுவதையும், ராமனைப் போற்றுவதையும் சுட்டிக்காட்டி எதிர்ப்பை பதிவு செய்தார் பெரியார். இவற்றுக்கும் தமிழ்நாட்டுக்கும் எந்தத் தொடர்பும் இல்லை என்றும் ஆரியக் கொள்கையான பார்ப்பன மதத்திற்கும் தமிழர் நாகரிக பழக்க வழக்கத்துக்கும் ஏறக்குறைய 2000, 3000 வருஷங்களாகவே யுத்தங்கள் நடந்து வரும் விஷயங்களை மகாத்மாவுக்கு எடுத்துச் சொல்லக் கூடியவர்கள் யார் என்றும் கேட்டார் பெரியார். *(குடி அரசு, 28.8.1927)* இது போன்ற தலையங்கங்களை காந்திக்கு அனுப்பி வைத்துக் கொண்டே இருப்பதாகவும் இத்தலையங்கம் கூறுகிறது.

27.9.1927 அன்று பாகனேரியில் காந்தியை எஸ். ராமநாதன் சந்தித்தார். அப்போதும் வருணாசிரமம் குறித்தே அதிகம் விவாதிக்கப்பட்டது. இறுதியாக காந்தி சொல்லி இருக்கிறார்: "வருணாசிரம தர்மம் என்ற அஸ்திவாரத்தின் மேல் உட்கார்திருக்கும் என்னுடைய பிராமணரல்லாத சிநேகிதர்கள் அதைத் தகர்க்க முயற்சி செய்யக் கூடாது" என்று சொல்லி

இருக்கிறார். (*குடி அரசு, 16.10.1927*) வருணம் நான்கு உண்டு என்று காந்தி சொல்லத் தொடங்கினாரோ அன்றே அவரை மகாத்மா என்று அழைப்பதை விட்டுவிட்டோம் என்றார் பெரியார். 'சூத்திரன் என்பவன் அடுத்த ஜென்மத்தில் பிராமணனாக பிறக்கலாம்' என்று காந்தி சொன்னதே இந்த மனமாற்றத்துக்கு காரணம் என்றும் சொன்னார்.

1927 ஆம் ஆண்டு முதல் 1947 ஆம் ஆண்டு வரை காந்தியை மிகக் கடுமையாக விமர்சித்து பெரியார் எழுதினார். காந்தி கொலை செய்யப்பட்டதும் மிகுந்த அதிர்ச்சிக்குள்ளானார் பெரியார். காந்தி கொலை செய்யப்பட்டது தனக்கு ஏற்படுத்திய அதிர்ச்சியை மறுநாள் வெளியிட்ட அறிக்கையில் பதிவு செய்தார். கொலைக்கான காரணத்தையும் தெளிவுபடுத்தினார்.

"பெரியார் காந்தியவர்களின் விசனிக்கத் தக்க திடீர் மறைவு என்னைத் திடுக்கிட வைத்தது. இந்திய மக்களனைவரையுமே இந்நிகழ்ச்சி திடுக்கிட வைத்திருக்குமென உறுதியாக நம்புகிறேன். கடந்த கால் நூற்றாண்டுகளுக்கு மேலாகவே, தோழர் காந்தியார் இப்பரந்த உபகண்ட மக்களின் எதிர்கால வாழ்வுக்கு வழிகாட்டியாயிருந்து வந்தார். மக்களுக்கு அவரது தொண்டு மகத்தானது. அவரது லட்சியக் கோட்பாடுகள் உலக மரியாதையினையேற்று விட்டன.

காந்தியார் மீது நடத்தியிருக்கும் மோசமான தாக்குதல் கண்டனத்துக்குரியதாகும். பல திறப்பட்ட எல்லா வகுப்பு மக்களுக்கும் நியாயமாகவும் பாரபட்சமற்ற முறையிலும் நடந்து கொண்ட காந்தியார் இக்கொடுந்தாக்குதலுக்கு உள்ளாகியிருக்கிறார்களென்றால், இது மிகவும் வெறுக்கத்தக்கதாகும். இக்கொலையாளியை ஆட்டிப் படைக்கும் சதிகாரக் கூட்டமொன்று திரைமறைவில் வேலை செய்து வரவேண்டும். இந்தியாவில் நடைபெற்றுவரும் கலவரங்களுக்கெல்லாம் அடிப்படை காரணமாயிருப்பது மதவெறியேயாகும். காந்தியாரின் இடத்தை நிறைவு செய்பவர் இந்நாட்டில் எவருமே இல்லை. மக்கள் தங்களது அரசியல், மதவேறுபாடுகளை மறந்து சகோதர பாவத்துடன் நடந்து கொள்வதே நாம் காந்தியாருக்குச் செய்யும் மரியாதையாகும்.

தென்னாட்டுத் திராவிடர்கள் இயல்பாகவே நாட்டில் அமைதியும் சமாதானமும் நிலவ வைப்பவர். *(குடி அரசு, 7.2.1948)*

"உலகம் போற்றும் பெரியார் காந்தியார் சுட்டுக் கொல்லப்பட்டு முடிவை அடைந்தார் என்பது கேட்டு இந்தியாவில் மனித உடல் போர்த்த எப்படிப்பட்ட மனமும் துடி துடி என்று துடித்து நிற்கும் என்பதில் சிறிதும் அய்யமில்லை. எப்படிப்பட்ட அயோக்கியனும் ஆசைப்படாத - எதிர்பார்க்க முடியாத ஒரு மாபெரும் பாதகமான நிகழ்ச்சி இது என்பதுதான் இதன் முடிவாகும். இதற்காக இந்தியத் துணைக் கண்டத்திலுள்ள நாற்பது கோடி மக்களின் துக்கத்தில் நாமும் துக்கத்தோடு பங்கு கொள்கிறோம். இது இப்பெரியார் காந்தியாருக்கு நேர்ந்திருக்க வேண்டாத முடிவாகும். இந்த மாபெரும் கொலை பாதகத்தைச் செய்த பாதகனை - இந்துமத வெறியனைப் பலமாக வெறுக்கிறோம். உலகமும் ஒன்று போலவே வெறுக்கும்.

உலகத்தாரால் போற்றப்பட்ட ஒரு பெரியாருக்கு இதுவா முடிவு? பரிதாபம்! பரிதாபம்!! சகித்தற்கரிய பரிதாபம்!!! *(குடி அரசு, 31.1.1948)*

"காந்தியார் சுட்டுக் கொல்லப்பட்டார் என்கிற சேதியானது, எனக்குக் கேட்டதும் சிறிது கூட நம்ப முடியாததாகவே இருந்தது. இது உண்மைதான் என்ற நிலை ஏற்பட்டதும் மனம் பதறி விட்டது. இந்தியாவும் பதறி இருக்கும். மதமும் வைதீகமும்தான் இக்கொலை பாதகத்துக்குத் தூண்டுகோலாய் இருந்திருக்கலாம் என்பது என் கருத்து. இக்கொலைக்குத் திரைமறைவில் பலமான சதி முயற்சி இருந்தே இருக்க வேண்டும். அதுவும் காந்தியார் எந்த மக்களுக்கு ஆகப் பாடுபட்டாரோ உயிர் வாழ்ந்து வந்தாரோ அவர்களாலேயே தான் இச்சதிச் செயல் ஏற்பட்டிருக்க வேண்டும். இது மிகமிக வெறுக்கத்தக்க காரியமாகும். இவரது காலிஸ்தானம் எப்படிப் பூர்த்தி செய்யப்படும் என்பது ஒரு மாபெரும் பிரச்சினையே ஆகும். இப்பெரியாரின் இப்பரிதாபகரமான முடிவின் காரணமாகவாவது நாட்டில் இனி அரசியல் மத இயல் கருத்து வேற்றுமையும் கலவரங்களும் இல்லாமல் இருக்கும்படி மக்கள் நடந்து கொள்ளுவதே அவரை நாம் மரியாதை செய்வதாகும்" *(குடி அரசு, 31.1.1948)* என்று எழுதினார் பெரியார்.

காந்தியை கொலை செய்தது முஸ்லிம் என்ற வதந்தியை மறுத்து, கொலை செய்தவன் இந்து மதத்தைச் சேர்ந்தவன் என்று பிரச்சாரம் செய்தார். மேலும், தனிப்பட்ட ஒரு கோட்சே செய்த கொலை அல்ல இது; கோட்சேவுக்கு பின்னால் ஒரு கூட்டம் இருக்கிறது. அதுதான் வட இந்தியா முழுமைக்கும் கலவரம் செய்கிறது என்றார். காந்திக்கும் தனக்கும் வருணாசிரம கருத்துகளில் மட்டுமே முரண்பாடு உள்ளது என்றும் காலப்போக்கில் காந்தி அதில் இருந்து மாறிவிடுவார் என்று எதிர்பார்த்தேன் என்றும் பெரியார் எழுதினார்.

காந்திக்கு நினைவுச் சின்னம் அமைக்க வேண்டும் என்ற கோரிக்கைகள் எழுந்த போது இந்தியாவுக்கு காந்தி தேசம் அல்லது காந்திஸ்தான் என்று பெயரிடலாம் என்றார் பெரியார். இந்து மதத்துக்கு காந்தி மதம் அல்லது காந்தியிசம் என்று பெயர் சூட்டலாம் என்றார். *(குடி அரசு, 14.2.1948)* திராவிடர் கழக 18 ஆவது மாநில மாநாடு தூத்துக்குடியில் நடந்தது. இதற்கு தலைமை வகித்து பேசிய பெரியார், பெரும்பாலும் காந்தியைப் பற்றியே பேசினார். சம்பூகனை ராமன் கொன்றதும், காந்தி கொலையும் ஒரே காரணம்தான் என்றார். இருந்தவர் ஆரிய காந்தி, இறந்தவர் திராவிட காந்தி என்று பேசினார். *(15.5.1948, குடி அரசு)*

சனாதனத்துக்கு காந்தியம் என்ற போர்வையை காந்தி போர்த்தி இருந்ததாகவும், தானே அதை மாற்றி அமைக்க முனைந்தேன் என்றும் பெரியார் பேசினார். அதனால் தான் திராவிடர் கழகம் அவரைப் போற்றுகிறது என்றார் பெரியார். பத்து ஆண்டுகள் கழித்து காந்தி படம் எரிப்பு போராட்டமே நடத்தும் அளவுக்கு கடுமையாக எதிர்க்கவும் செய்தார் பெரியார். அதற்கு மிகமுக்கியமான காரணங்களாக அவர் சொன்னது :

* *காந்தியால் தான் தமிழ்நாடு, வடநாட்டுக்கு அடிமைப்பட்டது.*

* *காந்தியால் தான் தமிழ்நாடு, பார்ப்பானுக்கு அடிமைப்பட்டது.*

* *காந்தி பெற்றுக் கொடுத்த சுயராஜ்யம், வடநாட்டவர் பிழைக்கவே பயன்படுகிறது.*

- காந்தி தேடித் தந்த சுயராஜ்யம், சாதியை ஒழிக்கவில்லை. தீண்டாமையை ஒழிக்கவில்லை. பிராமணன் - சத்திரியன் - வைசியன் - சூத்திரன் என்ற வேறுபாட்டை ஒழிக்கவில்லை.

- காந்தி மகான் வாங்கித் தந்த சுயராஜ்யத்தில் பார்ப்பனன், சூத்திரன், பறையன் இன்னும் இருக்கிறான்.

- சட்டத்திலே ஜாதியைக் காப்பாற்ற ஏற்பாடு செய்திருக்கிறார்கள். அப்படிச் செய்ய அடிப்படைக் காரணம் காந்தி.

- காந்தி வருணாசிரமத்தைக் காப்பாற்ற வேண்டும் என்று சொன்னதை வைத்துக் கொண்டு சாதியை அசைக்க முடியாதபடி சட்டம் செய்துவிட்டார்கள்.

- காந்தி செய்த பித்தலாட்டங்களை டாக்டர் அம்பேத்கர் புத்தகமாகவே போட்டு இருக்கிறார்.

- தீண்டாதாருக்கு தனிக்கிணறு வெட்டச் சொன்னார் காந்தி. நான் இதனை கடுமையாக எதிர்த்தேன்.

(விடுதலை, 13.8.1957, 9.10.1957) - என்று பேசியதெல்லாம் 1957 காலக்கட்டத்தில் ஆகும். வைக்கம் போராட்ட காலத்தில் காங்கிரசு கட்சியில்தான் இருந்தார் பெரியார். ஆனால் வைக்கம் போராட்டத்தின் போதே காந்தியின் எதிரிகளுடன் பெரியார் சேர்ந்துவிட்டதாக திரித்து பொய் சொல்கிறார் ஜெயமோகன்.

இது காந்திய இயக்கப் போராட்டமா?

வைக்கம் போராட்டம் குறித்த வரலாற்றில் கேரள சமூக சீர்திருத்த இயக்கத்தையே ஜெயமோகன் சிறுமைப்படுத்துகிறார். மறைக்கிறார். வைக்கம் போராட்டத்தை காந்தியின் போராட்டமாக, காந்திய இயக்கத்தின் போராட்டமாகச் சுருக்குவதன் மூலமாக கேரளாவின் சமூக சீர்திருத்தவாதிகள் அனைவரும் மறக்கடிக்கப்படுகிறார்கள்.

தமிழ்நாட்டைப் போலவே கேரளாவிலும் சமூகச் சீர்திருத்த வரலாறு என்பது மிக மிக நீண்டது ஆகும்.

இதுகுறித்து மிக விரிவாக கி. நாச்சிமுத்து எழுதி இருக்கிறார். 'கேரளச் சமூகநீதிப் போராட்டங்கள் - நாராயணகுருவும் அய்யங்காளியும் பிறரும்' என்ற தலைப்பில் பாளையங்கோட்டை தூய சவேரியார் தன்னாட்சி கல்லூரியின் அம்பேத்கர் ஆய்வு மய்யம் (2005) வெளியிட்டுள்ளது. நாராயணகுரு, அய்யா வைகுண்டர் பற்றி ஏராளமான நூல்கள் தமிழிலும் ஆங்கிலத்திலும் வெளியாகி உள்ளன. அய்யங்காளி குறித்த நூலை நிர்மால்யா ஆவணப்படுத்தி உள்ளார். தோள்சீலைப் போராட்டங்கள், நாடார், ஈழவர் இன எழுச்சிப் போராட்டங்கள் குறித்து ஏராளமான நூல்கள் உள்ளன.

"பிராமண மேலாண்மைக்கு எதிரான சவர்ணர் போராட்டம், சவர்ணர் மேலாண்மைக்கு எதிரான அவர்ணர் போராட்டம், சவர்ணர் மற்றும் அவர்ணர் மேலாண்மைக்கு எதிரான தலித்துகள் போராட்டம் என்ற நிலையில் கேரளச் சமூக நீதிப் போராட்டங்களைப் பார்க்கலாம் என்று தோன்றுகிறது.

பிராமண மேலாண்மைக்கு எதிரான சவர்ணர் போராட்டம் என்பது நம்பூதிரி மேலாண்மைக்கு எதிரான நாயர் போராட்டம் என்று சொல்லலாம். இதற்கு சட்டம்பி சுவாமிகள், மன்னத்து பத்மநாபன் போன்றோர் பங்கேற்ற களங்களைச் சுட்டலாம்.

பிராமணர் அடக்கமுள்ள சவர்ணருக்கு எதிரானப் போராட்டம் என்று நாடார்கள், ஈழவர்கள் போன்றோர் நடத்தியவற்றைக் குறிப்பிடலாம். அய்யா வைகுண்ட சுவாமிகள், நாராயணகுரு போன்றோரின் பணிகள் இவற்றில் அடங்கும்.

சவர்ணர், அவர்ணர் இருவரது மேலாண்மைக்கு எதிரான தலித்துகள் போராட்டம் தொடர்ந்து நடந்து வருகிறது. இதில் அய்யங்காளி, பண்டிட் கறுப்பன், குமாரகுரு தேவன் போன்றோரின் பணிகள் அடங்கும்" என்கிறார் கி. நாச்சிமுத்து. (பக். 22 - 23)

அய்யா வைகுண்டர் (1809-1850):

தென் திருவிதாங்கூரில் அனைத்து விதங்களிலும் புறக்கணிக்கப்பட்ட நாடார் சமூக உரிமைகளுக்காக அய்யா வைகுண்டர் வருகிறார். சமயத்தின் பேரால் நடந்த புறக்கணிப்பை - உள்ளிருந்து போராடுவதால் பயனில்லை என்று கருதி 'அய்யா வழி' என்ற புதிய சமயத்தை தோற்றுவித்தார். சமூகநீதிப் போராட்டத்தில் முதன்முதலாகச் சிறை சென்றவர் இவரே.

திறந்த மார்போடு பெண்கள் இருக்கக் கூடாது என்பதை தொடர்ந்துப் பரப்புரை செய்தார் அய்யா வைகுண்டர். பொதுக் கிணறுகள் உருவாக்கினார்.

சிதறிக் கிடந்த மக்கள் அனைவரும் ஒன்று சேர்ந்து போராடினால் அனைத்துத் துன்பங்களும் ஒழியும் என்று கூறி மக்களைத் தூண்டியவர் அய்யா வைகுண்டர்.

அன்புக்கொடி என்ற மதப்பிரிவையே உருவாக்கினார். அடித்தள மக்கள் அனைவருக்கும் தலைப்பாகைக் கட்டி விட்டார். பெண்கள் இடுப்பில் குடம் எடுக்கக் கூடாது என்று அந்தக்

காலத்தில் தடை இருந்தது. அதை மீறி இடுப்பில் தண்ணீர் குடம் கொண்டு வரக் கட்டளையிட்டவர் அய்யா.

'தாழக்கிடப்போரை தற்காப்பதே தர்மம்' என்று சொன்னவர் அவர்.

தோள்சீலைப் போராட்டம் (1813-1859)

ஒடுக்கப்பட்ட மக்கள் குடை எடுத்துச் செல்லக் கூடாது. செருப்பு அணியக் கூடாது. பசு வளர்க்கக் கூடாது. வீட்டுக்கு ஓடு போடக் கூடாது.

ஒரு மாடிக்கு மேல் கட்டக் கூடாது - முரட்டுத் துணி தான் அணிய வேண்டும் - என்றெல்லாம் இருந்தது. அதிலும் திருவிதாங்கூர் பகுதியில் ஒடுக்கப்பட்ட சமுதாயத்துப் பெண்கள் அனுபவித்த துன்பத் துயரம் என்பது மற்றப் பகுதிகளில் இல்லாதது.

குறிப்பிட்ட சமூகத்தைச் சேர்ந்த பெண்கள், மார்பில் சேலை போடக் கூடாது என்பதைப் போன்ற இழிநிலை வேறு எங்கும் இல்லை.

இதனை மீறி சேலை போட்டுக் கொள்ள முயற்சித்த பெண்கள் தாக்கப்பட்டார்கள். சித்ரவதை செய்யப்பட்டார்கள். இதை விடக் கொடூரமாக 'முலைவரி' என்ற வரியையே போட்டுள்ளார்கள். அப்படி வரிகட்டாத காரணத்தால் தனது மார்பை அறித்து எறிந்தாள் ஒரு பெண். அதுதான் 'முலைச்சி பறம்பு' என்ற வழிபாட்டுத் தலமாக இன்றும் இருக்கிறது. இதற்கு எதிராக 1813 ஆம் ஆண்டு போராட்டம் தொடங்கியது. அய்ம்பது ஆண்டு காலம் இந்த மண்ணில் வீரம் மிக்க போராட்டங்கள் நடந்தது.

மார்சீலை கட்டுப்பாடானது சாணார் மக்கள் கிறித்துவத்துக்கு மாறியதால் மீறப்பட்டது. 1859 ஜூலை 26 அன்று அனைத்து கட்டுப்பாடுகளையும் உத்திரம் திருநாள் மார்த்தாண்ட வர்மா நீக்கினார்.

தைக்காடு அய்யா சுவாமிகள் (1814-1909)

சட்டம்பி சுவாமிகள், நாராயணகுரு ஆகியோரின் ஆன்மிக குரு. தீண்டல், தொடீல் ஆகிய தீண்டாமைகளுக்கு எதிராக போராடத் தூண்டினார். தீண்டாதாரும் பார்ப்பனர்களும் இவரது

சீடர்களாக இருந்தார்கள். ஸ்ரீஅய்யா மிஷன் இவரது சீடர்களால் நடத்தப்படுகிறது. (பக். 230, நிர்மால்யா)

நாராயணகுரு (1856-1928):

நம்பூதிரி, நாயர் மக்களால் ஈழவர்கள் தீண்டாதவராக நடத்தப்பட்டனர். நெருங்கக் கூடாதவர்களாக அவர்கள் நடத்தப்பட்டனர். இதற்கு எதிரானப் போராட்டத்தை ஆன்மிக கருதுகோள்களின் வழி நடத்தியவர் நாராயணகுரு. கோவிலுக்குள் வரக் கூடாது என்றால், தனக்கான தனிக் கோவில்களை உருவாக்கியது இவரது பாணி.

தீண்டத்தகாதவர்கள் கோவிலுக்குள் நுழைய முடியாது, குறிப்பிட்ட தூரத்தில் தான் நிற்க வேண்டும். தங்கள் காணிக்கைகளை பொட்டலமாகத் தான் போட வேண்டும். கோவிலின் உட்புறத்தில் இருந்து பிரசாதங்கள் பொட்டலத்தில் வெளியே வீசப்படும் என்றெல்லாம் இருந்ததை பார்த்த நாராயண குரு, 1887 ஆம் ஆண்டு அருவிபுரத்தில் சிவன் கோவில் ஒன்றைக் கட்டினார். இதைத் தொடர்ந்து வரிசையாக பல்வேறு நகரங்களில் கோவில்களை அமைத்தார். கேரளாவில் மட்டும் முப்பதிற்கும் மேற்பட்ட கோவில்களை அமைத்து, அனைவரையும் உள்ளே நுழைய வைத்தார். 'மனித இனம் ஒரே சாதி, ஒரே மதம், ஒரே கடவுள்' என்பதை வலியுறுத்தினார். மனிதர்க்கு ஒரே யோனி, ஒரே உருவம், அதில் வேற்றுமையில்லை என்றார். சாதி மதத்தை பின்பற்றாதவர்களையே எனது கூடாரத்துக்குள் அனுமதிப்பேன் என்றார்.

இவரது சீடர்கள் தான் டி.கே. மாதவன், சகோதரன் அய்யப்பன், குன்னுராமன், கிருஷ்ணன், குமாரன் ஆசான், டாக்டர் பல்பு, முர்க்கத்குமரன் ஆகியோர். 1903 ஆம் ஆண்டு உருவாக்கப்பட்டது ஸ்ரீ நாராயணகுரு தருமபரிபாலன யோகம் என்ற அமைப்பு. எல்லா சாதி மதத்தவரும் உறுப்பினர் ஆகலாம் என அறிவிக்கப்பட்டது. ஈழவர்களே அதிகம் சேர்ந்தார்கள்.

இந்த அமைப்பு தான் பொதுப்பாதைக்குள் அனுமதி, கோவில்களுக்குள் அனுமதி, பள்ளி - கல்லூரி - உணவு விடுதிக்குள் அனைவரும் சேர்ப்பு, அரசுப் பணிகளுக்குள் அனுமதி ஆகிய உரிமைகளுக்காக தொடர்ந்து போராடியது.

அப்போதெல்லாம் காந்தி இந்தியாவிலேயே இல்லை. இந்த அமைப்பின் அமைப்புச் செயலாளராக இருந்தவர் தான் வைக்கம் போராட்டத்தை முன்னெடுத்த டி.கே. மாதவன். இந்த அமைப்பின் உறுப்பினர் எண்ணிக்கையை நான்காயிரத்தில் இருந்து அய்ம்பது ஆயிரம் ஆக்கியவர் டி.கே. மாதவன். பதினைந்து மாதத்தில் இந்தச் சாதனையைச் செய்தார்.

1917 முதல் கோவில் கட்டுவதில் ஆர்வம் காட்டாமல் கல்விப்பணி செய்தார் நாராயணகுரு.

நாராயண குருகுலம் 1923 ஆம் ஆண்டு தொடங்கப்பட்டது. இதன் சார்பில் வெளியான விவேசோதயம் இதழின் ஆசிரியராக இருந்தவர் குமாரன் ஆசான். ஸ்ரீ நாராயணகுரு தரும பரிபாலன யோகம் அமைப்பின் செயலாளராகவும் குமாரன் ஆசான் இருந்தார். நாராயண குருகுலத்தின் தலைமைப் பீடத்தில் இருந்தவர் தான் ஜெயமோகனின் குருநாதரான குரு நித்ய சைத்தன்ய யதி.

வைக்கம் போராட்ட காலத்தில் நாராயணகுருவின் ஆசிரமத்தில் வந்து தங்கினார் காந்தி. நாராயணகுரு - காந்தி சந்திப்பு 13.3.1925 அன்று நடந்தது.

தீண்டாமை ஒழிப்பு, சாதி ஒழிப்பு, கலப்பு திருமணம் செய்தல், மனித உரிமைகள், மது ஒழிப்பு, சமபந்தி விருந்து, பெண்ணுரிமை, தாலிகட்டத் தேவையில்லை என அனைத்தையும் சொன்னது இந்த அமைப்பு. இவர்களது தொடர்ச்சியான போராட்டத்தின் காரணமாகத்தான் 1936 ஆம் ஆண்டு அனைத்து தடைகளும் கேரளாவில் உடைக்கப்பட்டன.

1951 நடைபெற்ற சட்டமன்றத் தேர்தலில் ஸ்ரீ நாராயணகுரு தரும பரிபாலன யோகம் அமைப்பின் சார்பில் வேட்பாளர்கள் நிறுத்தப்பட்டார்கள். ஈழவர் சமூகத்தைச் சேர்ந்த சி.கே. கேசவன் முதலமைச்சர் ஆனார். 'நாராயணகுருவின் முயற்சிகள் பின்பு வந்த காங்கிரஸ், பொதுவுடைமைக் கட்சிகளின் செயல்பாடுகளுக்கு களம் அமைத்துக் கொடுத்தன' என்கிறார் நாச்சிமுத்து.

'இவர்கள் புலையர்களாக இருந்தார்கள், மனிதர்கள் ஆக்கினோம்' என்று சொல்லப்பட்ட போது, 'அவர்கள் மனிதர்களாகத்தான்

பிறந்தனர். அதனை மற்றவர்கள் ஒப்புக்கொள்ளாமல் இருந்தனர்' என்று சொன்னவர் நாராயணகுரு.

சட்டம்பி சுவாமிகள் (1853-1924)

நாயர் சமூகத்தில் பிறந்தவர். மனிதர்கள் அனைவரும் ஒரே சாதி என்பதை வலியுறுத்தினார். மலையாளம், வேதாதிகார நிரூபணம், ஸ்ரீசக்ர பூஜா கல்பம் ஆகியவை இவரது நூல்கள். அனைத்து மக்களும் வேதம் கற்க வேண்டும் என்றவர். சூத்திரரும், கடவுளை பூசிக்க இயலும் என்பதற்கான கருத்துகளை எடுத்துரைத்து அதற்குரிய சடங்குகள், மந்திரங்கள் இயற்றிக் கொடுத்ததாக இவரைச் சுட்டுகிறார் கி. நாச்சிமுத்து. பரசுராமன் கதையைக் கட்டுக்கதை என்றார். தமிழே வடமொழிக்கும் உலகின் பிறமொழிகளுக்கும் தாய் என்றவர். தமிழ்நாட்டில் இவர் இருந்ததாக நாச்சிமுத்து சொல்கிறார்.

குமாரன் ஆசான் (1873-1924):

கேரள மறுமலர்ச்சிக் கவிஞர் இவர். ஸ்ரீ நாராயணகுரு தர்ம பரிபாலன யோகத்தின் முதல் செயலாளர் அவர். 1903 ஆம் ஆண்டு முதல் 1920 ஆம் ஆண்டு வரை அப்பொறுப்பில் இருந்தவர். சாதிக் கோட்பாடுகளுக்கு எதிராக *'சண்டாள பிக்குணி'* என்ற சிறுகாவியம் எழுதினார். *புத்த சரிதம்* தீட்டினார். *'இழிநிலை'* என்ற காப்பியத்தின் உள்ளடக்கம் என்பது மாப்பிள்ளைக் கலவரம் ஆகும். சாவித்ரி என்ற நம்பூதிரிப் பெண், புலையர் பகுதியில் தஞ்சம் புகுந்து தன்னைக் காப்பாற்றிய சாத்தானை பின்னர் திருமணம் செய்வதே இதன் உள்ளடக்கம். சமஸ்கிருதம் படிக்க கேரளத்தில் அனுமதி கிடைக்காததால் கல்கத்தா சென்று படித்தவர். 1890 ஆம் ஆண்டு நாராயணகுருவின் சீடர் ஆனார். அருவிப்புரம் மடத்தில் அவரோடு உடனிருந்தார். 1913 ஆம் ஆண்டு ஸ்ரீமூலம் சட்டமன்றத்துக்கு தேர்வு செய்யப்பட்டு உறுப்பினர் ஆனார். ஜனவரி 16, 1924 அன்று பல்லனா நதியில் அவர் சென்ற படகு கவிழ்ந்து இறந்து போனார்.

'போற்றுவதோ இந்த நோயை - சாதி
வேற்றுமையோ வெறும் மாயை' என்பது இவரது வரிகள்.

அய்யங்காளி (1863-1941)

தீண்டாதார் முன்னேற்றத்துக்காக போராடிய போராளியே அய்யங்காளி. புலையர் உரிமைக்காக சாது ஜன பரிபாலன சங்கம் என்ற அமைப்பை 1907 ஆம் ஆண்டு தொடங்கினார். பொதுப்பாதை அனைவர்க்குமானது என்பதற்காகப் போராடினார். ஸ்ரீமூலம் மக்கள் சபை உறுப்பினராக 1911 ஆம் ஆண்டு முதல் இருந்து வாதாடினார். தீண்டாதார் அனைவரும் அரசாங்கப் பள்ளியில் படிக்கும் உரிமையை பெற்றுத் தந்தார். மதம் மாறக் கூடாது, மதம் மாறினால் தீண்டாமை ஒழிந்து விடாது என்றார். தொழிலாளர்களை முழுமையாக அணி திரட்டினார்.

கேரளா வந்த போது அய்யங்காளியை காந்தி சந்தித்தார்.

சங்ஙனாச்சேரி பரமேஸ்வரன் (1877-1940)

1905 ஆம் ஆண்டு நடந்த நாயர் - ஈழவர் கலகத்தைக் கட்டுப்படுத்த மிகவும் பாடுபட்டவர். காவாலம் நீலகண்டப் பிள்ளை என்பவரை நடுவராக்கி ஒரு மாபெரும் மாநாட்டை நடத்தத் தீர்மானித்து அதில் வெற்றியும் பெற்றார். 1914 ஆம் ஆண்டு அக்டோபரில் கொல்லத்திலுள்ள பெரிநாடு என்னுமிடத்தில் புலையர்களுக்கும் மேல்சாதிக்காரர்களுக்குமிடையே நிகழ்ந்த சண்டையை நிறுத்த முயற்சிகளை மேற்கொண்டார். அது தொடர்பாக 1905, டிசம்பர் 10 அன்று கொல்லம் பெரிய மைதானத்தில் நடைபெற்ற நல்லிணக்கக் கூட்டத்திற்குத் தலைமை வகித்தார். வைக்கம் சத்தியாக்கிரகத்தின் போது நடந்த பிரச்சாரக் கூட்டங்களுக்குத் தலைமை ஏற்றார். சத்தியாகிரகம் வெற்றி பெறத் தொடர்ந்து பாடுபட்டார். அன்றைய போலிஸ் கமிஷனராக இருந்த பிட் என்பவருடன் வைக்கம் சத்தியாக்கிரகம் தொடர்பாகப் பல கடிதப் பரிமாற்றங்களை நடத்தினார். வைக்கத்தில் நடந்த நாயர், ஈழவர் மாநாட்டிற்கும் அவரே தலைமை தாங்கினார்.

நாயர் சர்வீஸ் சொசைட்டியின் முதல் பிரதிநிதியாக இருந்த கேளப்பன் அப்பதவியிலிருந்து விலகிய போது சங்ஙனாச்சேரி பரமேஸ்வரன் பிள்ளை அப்பதவிக்குத் தேர்ந்தெடுக்கப்பட்டார். பத்தாண்டுகள் அப்பதவியை வகித்து வந்தார். 1913, 1916 ஆகிய ஆண்டுகளில் ஸ்ரீமூலம் மக்கள் சபை உறுப்பினராக இருந்தார்.

மன்னத்து பத்மநாபனின் தலைமையில் வைக்கத்திலிருந்து திருவனந்தபுரத்திற்கு வந்த மேல்சாதிக்காரர்களின் பேரணியில் பங்கேற்றார். திருவனந்தபுரத்தை அடைந்த பேரணியினர் மாபெரும் மக்கள் பேரணியாக சங்குமுகம் கடற்கரையை நோக்கிச் சென்றார்கள். அங்கு பரமேஸ்வரன் பிள்ளையின் தலைமையில் ஒரு பொதுக்கூட்டம் நடந்தது. அக்கூட்டத்தில் தாழ்த்தப்பட்டவர்களுக்கு பொதுவழியில் நடமாடும் சுதந்திரத்தை அனுமதிக்க வேண்டும் என்ற கோரிக்கையை வலியுறுத்தினார்கள். திருவிதாங்கூர் ரீஜன்ட் மகாராணிக்கு மனுவைச் சமர்ப்பிக்க ஒரு குழு அமைக்கப்பட்டது. அக்குழுவிற்குச் சங்ஙனாச்சேரி பரமேஸ்வரன் பிள்ளை தலைமைப் பொறுப்பேற்றார். அகில இந்திய தளத்தில் தாழ்த்தப்பட்டவர்களின் விடுதலையை லட்சியமாக்கி மகாத்மா காந்தியால் அமைக்கப்பட்ட அரிஜன சேவை சங்கத்தின் (1932) கேரளக் கிளையின் தலைவராகப் பணியாற்றினார்.

எல்லா இந்துக்களையும் கோவிலில் நுழைய அனுமதிக்கலாமா என்ற கொள்கையை விரிவாக விசாரித்து அறிக்கை அளிக்குமாறு 1933 ஆம் ஆண்டு திருவிதாங்கூர் அரசாங்கம் வி.எஸ். சுப்ரமணிய அய்யரின் தலைமையில் நியமித்த குழுவில் சங்ஙனாச்சேரி பரமேஸ்வரன் உறுப்பினராக இருந்தார். எல்லா இந்துக்களையும் கோவிலில் நுழைய அனுமதிக்க வேண்டும் என்று உறுதியாக வாதிட்டார். (பக். 238, நிர்மால்யா நூல்)

குமாரகுருதேவன் (1879-1939)

திருவிதாங்கூரில் பறையர், புலையர் விடுதலைக்காக உழைத்தவர். 1910 ஆம் ஆண்டு பிரத்யட்ச தெய்வீக ரட்சா சபை என்ற அமைப்பை உருவாக்கியவர். கிறித்துவத்தில் இருந்த சாதியைக் கண்டித்தவர். பைபிளை எரிக்க முயன்றவர். 'அப்பச்சன்' என்ற அமைப்பை தொடங்கினார். இவரது பாடல் ஒன்றை நாச்சிமுத்து மேற்கோள் காட்டுகிறார்.

ஹிந்து மதத்தில புறவழியே நம்மள்
அநாத ரென்னபோல் சஞ்சரிச்சு
கிறிஸ்துமத்தின் புறவழியே நம்மள்
அநாத ரென்ன போல் சஞ்சரிச்சு...

பண்டிட் கறுப்பன் (1885-1938)

சாதியச் சிந்தனைக்கும் சாதி வேற்றுமைக்கும் எதிராகத் தனது கவிதை ஆற்றலை அறிவுப்பூர்வமாகப் பயன்படுத்திய ஓர் இலக்கியவாதி என்றும் கொச்சியிலுள்ள புலையர்கள் ஒருங்கிணைந்த சக்தியாக எழுச்சியுற பெரும் பங்காற்றினார் என்றும் இவரைப் பற்றிக் குறிப்பிடுகிறார் நிர்மால்யா. 'அகில கேரள அரையர் மகாசபை' இவரால் தோற்றுவிக்கப்பட்டது ஆகும். 'ஜாதிக்கும்மி' இவரது (1905) புகழ் பெற்ற நூல்.

டி.கே. மாதவன் (1886-1930)

கோவில் நுழைவுப் போராட்டத்தின் முன்னோடி. 1918 ஆம் ஆண்டு ஸ்ரீமூலம் மக்கள் சபைக்கு ஈழவர்களின் பிரதிநிதியாக டி.கே. மாதவன் தேர்வு செய்யப்பட்டார். கோவில்கள் உள்பட அனைத்து பொது இடங்களிலும் சாதி வேற்றுமையை அகற்றவும், தீண்டாமையை அரசாணை போட்டு தடை செய்யவும் கோரிக்கை வைத்தார். அதனை திவான் ஏற்கவில்லை.

தீண்டாமை ஒழிப்பு இயக்கத்தில் காங்கிரஸையும் இணைத்தார். திருநெல்வேலி வந்த காந்தியைச் சந்தித்து வைக்கம் போராட்டம் குறித்து பேசி, போராட்டம் நடத்த அனுமதியைப் பெற்றார். இவர் தான் முதல் முதலாக ஒரு நாயர், ஒரு ஈழவர், ஒரு புலையர் ஆகிய மூவரை அழைத்துக் கொண்டு வைக்கம் கோவில் சாலையில் சென்றவர். டி.கே. மாதவனும், கே.பி. கேசவமேனனும் முதல் நாளே கைது ஆனார்கள்.

மன்னத்து பத்மநாபன் (1879-1970)

நாயர் சர்வீஸ் சொசைட்டியைச் சேர்ந்த இவர் சீர்திருத்த எண்ணம் கொண்டவர். இவரையும் வைக்கம் போராட்டத்தில் இணைத்தார் டி.கே. மாதவன். மேல் வகுப்பைச் சேர்ந்தவர்களை அழைத்துக் கொண்டு ஊர்வலமாகச் சென்று ராணியைச் சந்தித்தவர் இவர். 'நடமாடும் சுதந்திரம் என்பது குடிமக்கள் அனைவரது பிறப்புரிமை' என்ற அட்டையைத் தாங்கி இவர்கள் சென்றார்கள். (பக். 241, நிர்மால்யா நூல்)

குருவாயூர் சத்தியாகிரகி கே. கேளப்பன் (1889-1971)

கேரள காந்தி என்று அழைக்கப்படுபவர் இவர். குருவாயூர் கோவிலில் அனைவரையும் அனுமதிக்க வேண்டும் என்று போராட்டம் தொடங்கியவர் இவர். 1932 செப்டம்பர் 21 ஆம் தேதி மாபெரும் உண்ணாவிரதப் போராட்டம் தொடங்கினார். காந்தியின் வேண்டுகோள்படி அக்டோபர் 2 அன்று உண்ணாவிரதப் போராட்டம் கைவிடப்பட்டது என்று எழுதுகிறார் நிர்மால்யா. (பக். 243)

சகோதரன் கே. அய்யப்பன் (1889-1968)

1917 ஆம் ஆண்டு சகோதரன் அமைப்பை உருவாக்கினார். சகோதரன் என்ற பத்திரிகையையும் நடத்தினார். 1917 ஆம் ஆண்டு முதல் தனது வீட்டிலேயே அனைத்து சாதியினரும் பங்கெடுக்கும் விருந்தை நடத்தத் தொடங்கினார். ஈழவர் சமுதாயத்தினரே அதனை எதிர்த்தார்கள். புலையர்களை விருந்தில் பங்கெடுக்க வைத்ததால் ‘புலையர் அய்யப்பன்’ என்று அழைக்கப்பட்டார்.

ஒரு ஜாதி, ஒரு மதம், ஒரு கடவுள் என்ற நாராயணகுருவின் கொள்கையை ஜாதியும் வேண்டாம், மதமும் வேண்டாம், கடவுளும் வேண்டாம் என்று மாற்றி அமைத்தார்.

1921 ஆம் ஆண்டு கொச்சி சட்டமன்றத் தேர்தலில் வெற்றி பெற்றார். 1947 ஆம் ஆண்டு அமைச்சராகவும் ஆனார். ஆறு கவிதை நூல்களை எழுதி இருக்கிறார்.

டாக்டர் பல்பு (1863-1950)

ஈழவர்களின் அரசியல் தந்தையாகப் போற்றப்படுபவர். ஈழவ சமுதாயத்தினரின் உரிமைக்காகப் போராடினார். திருவிதாங்கூர் அரசாங்கத்திடம் தரப்பட்ட மலையாளி மேமோரியல் (ஜனவரி, 1891), ஈழவ மெமோரியல் (ஜூலை, 1891) ஆகிய இரண்டு முயற்சிகளுக்கும் இவரே காரணம். 1892 ஆம் ஆண்டு கேரளா வந்த விவேகானந்தர், இவரது வீட்டுக்கு வந்திருந்ததை நிர்மால்யா பதிவு செய்கிறார். 13,176 பேரிடம் கையெழுத்து பெற்று, திருவிதாங்கூர் மன்னரிடம் ஈழவர் பிரச்னை தொடர்பான மனுவை 1896 ஆம் ஆண்டு அளித்தார். அனைத்து இடங்களிலும்

ஈழவர் பங்களிப்புக்கு உரிமை கோரினார். இவரது எண்ணப்படி தான் 1903 ஆம் ஆண்டு ஸ்ரீ நாராயண தர்ம பரிபாலன யோகம் அமைப்பு பதிவு செய்யப்பட்டது. இவரது மகன் தான் நடராஜ குரு. யோகம் அமைப்பை பல்லாண்டுகள் நிர்வகித்தவர் நடராஜ குரு.

- இத்தகைய சீர்திருத்தவாதிகளின் முன்னெடுப்பால் உருவானது தான் கேரள சீர்திருத்தம் ஆகும். இவை அனைத்தையும் மறைத்து காந்திய இயக்கமாக உருவகப்படுத்துவதே தவறானது ஆகும். ஜார்ஜ் ஜோசப்பையும் முழுக்க முழுக்க காந்தியவாதியாக கட்டமைக்க ஜெயமோகன் முயற்சிக்கிறார்.

1931, மே 16 ஆம் நாள் மதுரையில் சிவகங்கை எஸ். ராமச்சந்திரன் தலைமையில் பார்ப்பனரல்லாத இளைஞர் மாநாடு நடந்தது. இதில் 'காந்தியின் ராமராஜ்யம்' என்ற தலைப்பில் ஜார்ஜ் ஜோசப் பேசினார். அந்த உரை 'குடி அரசு' இதழில் தொடர்ச்சியாக வெளியானது.

இதோ காந்தியைப் பற்றியும் அவரது ராமராஜ்யத்தைப் பற்றியும் ஜார்ஜ் ஜோசப் என்ன சொல்கிறார் என்பதைப் பாருங்கள்...

- ஏதோ பெரிய அனுகூலமான ராஜ்யம் வரப்போவதாக மக்கள் நினைத்துக் கொண்டு மக்கள் ஆனந்த பரவசத்தில் மூழ்கியிருக்கிறார்கள்.
- திரு. காந்தியவர்களால் சொல்லப்படுவதன் மூலம் ராமராஜியம் என்னும் வார்த்தைக்கு எவ்வளவுதான் இச்சமயத்தில் செல்வாக்கும், விளம்பரமுமிருந்தாலும் இந்த ராமராஜ்யமானது நமக்கு சரியற்றதும், குற்றமுடையதும், அபாயகரமானதும், தற்காலத்துக்குச் சிறிதும் தகுதியற்றதுமாயிருப்பதோடு அதற்குப் புத்துயிர் அளித்து அதைத் கோருவதென்பது குருட்டுத்தனமாகப் பின் போகக் கூடியதும், கெடுதிகளை உண்டாக்கக் கூடியதுமான தற்கொலை முயற்சியேயாகும் என்பதாகக் கருதுகிறேன்.
- முதலாவது காரணம், ராமராஜ்யமென்னும் தத்துவம் நாட்டின் ஆட்சிக்குச் செல்லாததும், அனுபவத்திற்கு முடியாததுமான

ஒரு பைத்தியக்காரத்தனமான யோசனை என்பதாக எனக்குக் காணப்படுவதாகும்.

- இரண்டாவது காரணம், அஃது உலக சரித்திரத்திற்கே நேர் விரோதமானது என்பதாகும். *(குடி அரசு, 7.6.1931)*

- ராமராஜிய கர்த்தாக்களின் அபிப்பிராயப்படி ராஜாங்கம், சமூகம் ஆகிய இரண்டும் நூதனமான அர்த்தங்களைக் கொண்டதாக இருக்கின்றன. ஜன சமூகத்தில் அரசாட்சி செய்ய வேண்டியவர்கள் பல பிறப்புகள் எடுத்த அவதார புருஷர்களாகத்தான் இருக்க வேண்டும். இந்தப் பிறப்பு வளர்ச்சியானது வர்ணம், ஆசிரமம் ஆகிய இரண்டினாலும் கட்டுப்படுத்தப்பட்டு சிறுகச் சிறுக அநேக பிறப்புகள் எடுத்த பின்பே ஒரு உன்னதப் பதவியையடைய வேண்டுமென்கிற கருத்தைக் கொண்டதாயிருக்கிறது.

  காந்தியார் சொல்லும் இந்த வருணாசிரமப்படி உலகத்தில் பெரும்பாலான பாமர மக்கள், தங்களுடைய சுய அறிவினாலும் அனுபவத்தினாலும் எந்தப் பதவியையும் அடைய முடியாது என்பதும், நால்வகைப் பிறப்பையும் அனுசரித்துத்தான் எவனுடைய யோக்கியதையும் நிச்சயிக்கப்படுமென்பதும் ஏற்படுகிறது... இந்தக் கொடுமையான வருணாசிரமத்தைத் தற்காலம் பரவசச் செய்யும் பழியானது திரு. காந்தியையே சாரும். *(குடி அரசு, 12.7.1931)*

- எனக்கும் திரு. காந்தியிடம் சிறிதாவது நெருங்கிய பழக்கம் உண்டு. நானும் அவருடைய நம்பிக்கைக்குப் பாத்திரனாகச் சிறிது காலம் இருந்திருக்கிறேன். திரு. காந்தியவர்கள் உண்மையையும், அகிம்சையையும் தனது சுவாசமாகவே கொண்டிருக்கிறார் என்பது எனக்குத் தெரியும்.

- காந்தியின் நூதனமான சுய அறிவும், அய்ரோப்பாவினுடைய கிறிஸ்துவ நாகரிகத்திற்குப் போட்டியான வேகமும், அவரைத் தற்காலிக நாகரிகத்திற்கே இடைஞ்சலாயும் இந்தியாவிற்கே ஒரு ஆபத்தாயும் செய்துவிடும் என்றே கவலைப்படுகிறேன். *(குடி அரசு, 26.07.1931)*

- அய்ரோப்பிய சாமான்களைப் பகிஸ்கரிக்க வேண்டுமென விரும்பும் காந்தியின் மனோதத்துவமானது ஒரு பெரிய, ஆழ்ந்த தப்பிதமேயாகும்.

- பகத்சிங்கை தூக்கிலிட்டதை காந்தி தடுக்கவில்லை என்று நினைத்த சிலர் கராச்சி காங்கிரஸ் மாநாட்டில் கருப்புக் கொடி காட்டினார்கள். அவர்களுக்கு எதிராகப் பேசிய காந்தி உண்ணாவிரதம் இருக்கப் போவதாகவும் சாகப் போவதாகவும் மிரட்டினார். இதனை விரிவாகச் சொல்லிவிட்டு ஜார்ஜ் ஜோசப் எழுதுகிறார்...

 ... இம்முறையானது தப்பிதமெனவே நான் உரைக்கின்றேன். இக்கொள்கையானது சர்வசாதாரணமானதும் கேவலமானதுமான முறையில் பயமுறுத்தக் கூடியதேயாகும். அவர்களை நம்பிக்கையடையும் படியாகச் செய்ய அவரால் சாத்தியப்படவில்லை. ஆகையால், அவருடைய தீர்மானத்தை அவர்கள் அங்கீகரித்து ஒத்துக்கொள்ளாவிட்டால் பட்டினி கிடந்து இறந்துவிடுவதாக உரைப்பதே அவருடைய அடுத்த உபாயமாகும். அவருக்கே பலாத்காரமென்பது உபயோகிக்கப் பட்டிருக்கின்ற தென்கின்ற உண்மையை யறிந்தும் கூட அவருடைய பயமுறுத்தலான செய்கையானது குறைந்துவிட்டதாகக் காணப்படவில்லை.

 இரண்டாவதாக தற்கொலையென்பது பிராண சத்துருவான ஒரு பாவமென்றே நான் நினைக்கிறேன். அவருடைய அத்தகைய பயமுறுத்தலை எனது இந்து நண்பர்கள் யாவரும் மிக்க சுலபமாகவே ஒருக்கால் அவர் உரைப்பதானது உண்மையாயிருக்கக் கூடுமோவென நம்பிவிட்டதை நோக்க எனக்கும் அவர்களுக்கும் அளவற்ற வித்தியாசமிருக்கின்ற தென்கின்ற உண்மையை எனக்குப் புலப்படுத்திவிட்டது. (குடி அரசு, 13.9.1931)

- காங்கிரஸ் கமிட்டியில் தன்னால் நியமிக்கப்படுபவர்களை மட்டும் அங்கத்தினர்களாக நியமனம் செய்ய வேண்டுமேயல்லாது, மற்றபடி வேறு ஒருவரையும் அங்கத்தினர்களாக நியமிக்கக் கூடாதென்று காந்தி அவர்கள் ஆட்சேபித்திருக்கிறார். ... சுதந்திரமானதும், தன்னிஷ்டமானதுமான தேர்தல் நடைபெறவில்லை.

இம்மாதிரி தேர்தல் முறையானது ராமராஜ்யக் கொள்கையாகுமேயல்லாமல் மற்றபடி தற்கால நவீன அரசாங்கத்தின் தேர்தல் கொள்கையாகவே ஆகாது.

- கான்பூர் கலவரத்தின் போது இந்து விஷமக்காரர்களும், முஸ்லிம் விஷமக்காரர்களும் ஒருவரையொருவர் கொன்றும், கொலை செய்தும், சித்திரவதை புரிந்தும் பெண்களை பலாத்காரம் செய்தும், அவர்களுடைய கற்பையழித்தும், கொள்ளையடித்தும், வீடுகளுக்கு நெருப்பிட்டுக் கொளுத்தியும் வரும் பொழுது உங்களுடைய சாத்வீகக் கொள்கையானது உங்களுக்கு எவ்வளவு தூரம் உதவியளித்தது? அதனால் என்ன பயனை அடைந்தீர்கள்?

- ராமராஜியமாவது அல்லது தரும ராஜியமெனக் கூறப்படுவதாவது நமக்கு எவ்வாறு விடுதலையளித்திருக்கக் கூடுமென்பது தான் எனக்குப் புலப்படவேயில்லை.

- பிரிட்டனுடைய கரங்களிலிருந்து நம்மை விடுவித்துக் கொள்ளும் முன்பே நமது அரசியல் சுதந்திரத்தை நாம் பாதுகாக்கப் போதுமான பலம் பொருந்தியவர்களாகயிருக்கின்றோமா என்பதை நமது சந்ததியார்களே நிச்சயித்துப் பார்க்கட்டும்.

- ராமராஜியமெனக் கூறப்பட்டு வருவதானது, ஒழிக்க முடியாத அபாயங்களையும், பல்வேறு மூடப்பழக்க வழக்கங்களையும், அடிப்படையாகவும் மூலாதாரமாகவும் கொண்டிருப்பதான இந்து மதத்தையே சார்ந்ததாக விளங்கிக் கொண்டு வருமா? என்பது எனக்குப் பெரிய சந்தேகமாகவே இருந்து கொண்டு வருகின்றன. மேலும், இந்தியாவானது தன்னுடைய மூடநம்பிக்கைகளிலிருந்தும், மூடக் கொள்கைகளினின்றும் எப்பொழுதுதாகிலும் விடுபட்டு, தன்னுடைய உரிமைகளுக்காகப் போராடும் படியான வலிமை பொருந்திய நிலைமையை என்று தான் அடையுமோ என்பதும் எனக்குப் பெருத்த சந்தேகமாகவுமே இருந்து கொண்டு இருக்கின்றன. *(குடி அரசு, 4.10.1931)*

இப்படி காந்தியையும், ராமராஜ்யத்தையும் கடுமையாக விமர்சித்தவர் ஜார்ஜ் ஜோசப். அவரை காந்தியவாதியாகவே காட்டுவது ஜெயமோகனின் நேர்மையற்ற பண்பாகும்.

இந்தக் கட்டுரைகள் காந்தியவாதிகளால் அந்தக் காலத்தில் கடுமையாக எதிர்க்கப்பட்டது என்பதையும் அவர்களுக்கு கோபம் ஏற்படுத்தியது என்பதையும் 'குடி அரசு' தலையங்கத்தின் (30.8.1931) மூலமாக அறியலாம். 'பயமுறுத்தும் கடிதங்கள்' என்ற தலைப்பில் இந்த தலையங்கம் வெளியாகி உள்ளது.

ஜார்ஜ் ஜோசப்பை வெட்டிப் புதைத்துவிடுவோம் என்று ஒரு மிரட்டல் கடிதம் அவர்களுக்கு வந்துள்ளது. அதனை காவல் துறையில் ஜார்ஜ் ஜோசப்பின் மனைவி அவர்கள் ஒப்படைத்துள்ளார்கள். 'காந்தியின் இராமராஜ்யம்' என்ற தொடருக்காகவே இந்த மிரட்டல் கடிதம் எழுதப்பட்டுள்ளது. இதே போன்ற மிரட்டல் கடிதம் 'குடி அரசு' இதழுக்கும் வந்துள்ளது. 'ஒருவனைக் கொல்வதின் மூலம் ஒருவன் வீரனாகப் பார்ப்பது போலவே ஒருவனால் கொல்லப்படுவதின் மூலமும் ஒருவன் வீரனாகப் பார்க்க உரிமையுண்டு - வழியுண்டு என்பதை யாரும் மறுக்க முடியாது. சுயமரியாதை இயக்கத்தைப் பொருத்தவரையில் அதன் லட்சியம் நிறைவேற ஒருவனைச் சாகடிப்பதைவிட லட்சியத்தின் எதிரி ஒருவனால் சாவதே மேல் என்று தான் இன்று கருதுகின்றோம்' என்றது அந்தத் தலையங்கம்.

"ஆகையால் அம்மையார் (ஜார்ஜ் ஜோசப் மனைவி) பயப்படாமல் தனது காதலனை அலங்கரித்து யுத்த களத்திற்குத் தைரியமாய் நல்லதொரு பேனாவைக் கையில் கொடுத்து 'எனக்காகக் கவலைப்பட வேண்டாம்' என்று சொல்லி அனுப்பிக் கொடுக்க வேண்டுமாய் பிரார்த்திக்கின்றோம்" என்று முடிக்கப்பட்டுள்ளது அந்தத் தலையங்கம். இவை எதுவும் ஜெயமோகன் தெரிந்திருக்கவில்லை. பொத்தாம் பொதுவாக அனைவரையும் காந்தியவாதிகள் குடுவைக்குள் அடக்கி இதனை காந்தியவாதிகளின் போராட்டமாக நிறுவப் பார்க்கிறார்.

> "Vaikkam Satyagraha was not the making of Gandhi; it was, in fact, forced upon him by T.K. Madhavan, the Ilava leader of Travancore. But once it was decided upon, Gandhi made it a point to raise it as the finest flower of his revolutionary thought of non-violent passive resistance or civil disobedience" (பக். 6)

என்று வைக்கம் வரலாற்று ஆய்வாளர் டி.கே. ரவீந்திரன் எழுதுகிறார்.

"நாடார்கள் சமூக நீதிப்போராட்டத்தில் வைகுண்டர் தலைமையிலும் கிறித்தவ மதச்சார்பிலும் 19 ஆம் நூற்றாண்டிலேயே அணிதிரளத் தொடங்கினர். ஈழவர், 1903 ஆம் ஆண்டு ஸ்ரீ நாராயண தர்ம பரிபாலன யோகம் தொடங்கினர். தலித்துகளின் தலைவர் அய்யங்காளி சாது ஜன பரிபாலன சங்கத்தை 1905 ஆம் ஆண்டு தொடங்கினார். 1910 ஆம் ஆண்டு பண்டிட் கே.பி. கறுப்பன் வால சமுதாய பரிஷ்காரிணி சபையை உருவாக்கினார். அதே ஆண்டில் குமாரகுருதேவன் பிரத்யட்ச ராட்சா தெய்வீக சபையை உருவாக்கினார். 1909 ஆம் ஆண்டு நம்பூதிரிகளின் சமூக சீர்திருத்த சபையாகிய யோகக்ஷேம சபை உருவாகியது. 1914 ஆம் ஆண்டு நாயர் சமுதாய பிருத்ய ஜனசங்கம் ஆரம்பிக்கப்பட்டு பின் அதுவே நாயர் சர்வீஸ் சொசைட்டியாகவும் மாறியது" (பக். 37)

என்கிறார் கி. நாச்சிமுத்து. இவை அனைத்தும் காந்தி, இந்தியாவுக்கு வருவதற்கு முன்பே ஏற்பட்ட எழுச்சிகள் ஆகும். இதனை அறியாமல் வைக்கம் போராட்டத்தை காந்திய போராட்டமாகச் சுருக்குவது கேரள சீர்திருத்த இயக்க வரலாற்றுக்கு ஜெயமோகன் செய்யும் துரோகம் ஆகும்.

◉

டி.கே. மாதவனை எங்கே மறைத்தோம்?

டி.கே. மாதவனை மறைத்ததாக ஜெயமோகன் சொல்கிறார்.

"வைக்கம் போராட்டம் என்பது டி.கே. மாதவன் என்னும் பெருந்தலைவரின் திட்டம். அவரால் தொடங்கப்பட்டது. அவரே காந்தியை உள்ளே கொண்டு வந்தவர். அவரே அதை நடத்தி முடித்தவர். வைக்கம் போராட்டத்தை வெற்றியுடன் முடித்தவர். அதன்பின் அதே போராட்டத்தை திருவார்ப்பு முதலிய ஆலயங்களில் முன்னெடுத்தவர். இச்செய்திகள் இங்கே சொல்லப்படவில்லை. அவர் பெயரையே இவர்களின் சித்தரிப்புகளில் காண முடியாது" என்கிறார் ஜெயமோகன்.

"யோசித்துப் பாருங்கள், இன்று நான் வைக்கம் போராட்டம் பற்றி இத்தனை எழுதி, இவ்வளவு வசைகளை பெற்றபின் இவர்கள் எழுதும் வைக்கம் வரலாற்றில் வேண்டாவெறுப்பாக டி.கே. மாதவனின் பெயர் இடம் பெறுகிறது. இதற்குமுன், ஆம் நான் சொல்வதற்கு முன், டி.கே. மாதவன், அய்யன்காளி பற்றி இவர்கள் தமிழில் என்ன எழுதியிருக்கிறார்கள்? அவருடைய படமே நான்தான் மலையாளத்திலிருந்து தமிழில் கொண்டு வந்து பிரசுரித்தேன்." என்கிறார் ஜெயமோகன். இவர் தான் டி.கே. மாதவனையே கண்டுபிடித்தாராம். எல்லா காயும் இவர் வெட்டியதுதான். எல்லா பருப்பும் இவர் அவித்தது தான்.

20.6.1926 அன்று கேரளா ஆலப்புழாவில் நடந்த திருவனந்தபுரம் தொழிலாளர் மாநாட்டில் பெரியார் கலந்து கொண்டார். அந்த மாநாட்டில் டி.கே. மாதவனும் பங்கெடுத்தார். இருவரையும் வாகனத்தில் அமர வைத்து ஊர்வலமாக அழைத்துச் சென்றுள்ளார்கள். (*குடி அரசு*, 4.7.1926)

டி.கே. மாதவன் அவர்கள் 1930 ஆம் ஆண்டு மறைந்தார். அவருக்கு அப்போதே இரங்கல் தீர்மானம் நிறைவேற்றியவர் தந்தை பெரியார் அவர்கள்.

10.5.1930 அன்று ஈரோட்டில் சுயமரியாதை இயக்கத்தின் இரண்டாவது மாநாடு நடந்தது. அதில் இளைஞர் மாநாடு தனியாக நடத்தப்பட்டது. அதில் நிறைவேற்றப்பட்ட முதல் தீர்மானம், "கேரள தேசத்தில் தீண்டப்படாத ஜாதியாரின் உரிமைகளை நிலை நிறுத்துவதற்கும், மதுவிலக்கிற்கும், ஈடுபட்டிருந்த டி.கே. மாதவன் அவர்கள் காலம் சென்றமைக்காக இம்மாநாடு மிகவும் வருந்துவதுடன் அவர்களுடைய குடும்பத்தாருக்கு அனுதாபத்தைத் தெரிவித்துக் கொள்கிறது" (நமது குறிக்கோள், பக். 19) என்று தீர்மானம் நிறைவேற்றப்பட்டுள்ளது.

1936 ஆம் ஆண்டு எழுதப்பட்ட தலையங்கத்தில், "வைக்கம் சத்தியாகிரகம் ஆரம்பிக்கப்பட்டதானது தோழர்கள் டி.கே. மாதவன், கே. அய்யப்பன் முதலிய ஈழவ சமூக சீர்திருத்தத் தலைவர்களால் தொடங்கப்பட்டதாகும்" (குடி அரசு, 22.11.1936) என்று குறிப்பிடப்பட்டுள்ளது.

1958 ஆம் ஆண்டு சிறையில் இருந்த போது, 'சாதி ஒழிப்பு - ஆதிசரித்திரம் - வைக்கம் சத்தியாகிரகம்' என்ற தலைப்பில் தனது நினைவுகளை கட்டுரையாக பெரியார் எழுதினார். அதிலும், டி.கே. மாதவன், கே.பி. கேசவமேனன், ஜார்ஜ் ஜோசப், கே. அய்யப்பன் ஆகியோர் பெயரைத் தான் தொடக்கத்திலேயே குறிப்பிடுகிறார்.

1959 ஆம் ஆண்டு கன்னியாகுமரி மாவட்டம் மார்த்தாண்டம், இரணியல் பகுதியில் சுற்றுப்பயணத்தின் போது வைக்கம் போராட்டம் குறித்து விரிவாக உரையாற்றினார் பெரியார். அப்போதும் டி.கே. மாதவன் தான் இதனை தொடங்கினார் என்பதை மறக்காமல் பெரியார் பதிவு செய்தார். (தீண்டாமையை ஒழித்தது யார்?, விடுதலை, 8.1.1959)

1975 ஆம் ஆண்டு 'உண்மை' இதழ் வைக்கம் சிறப்பிதழாக வெளியாகி உள்ளது. 'வைக்கம் வீரருக்கு அஞ்சலி செலுத்துவோம்' என்ற தலையங்கத்தில், ஜார்ஜ் ஜோசப், கேசவமேனன், டி.கே. மாதவன், குரூர் நீலகண்டன் நம்பூதிரி பாட் ஆகியோர்

இதைத் தொடங்கினார்கள்' எனக் குறிப்பிடப்பட்டுள்ளது. (உண்மை, மே, 1.5.1975)

ஜெயமோகன் வைக்கம் குறித்து எழுதத் தொடங்கியது எல்லாம் 2010 ஆம் ஆண்டுக்குப் பிறகுதான். ஆனால் அதற்கு முன்பே ஏராளமான திராவிடப் பிரதிகள் வைக்கம் பற்றி உள்ளது. அதில் மறக்காமல் - மறைக்காமல் டி.கே. மாதவன் இடம் பெற்றுள்ளார்.

இவர் திராவிடர் கழகத்தின் நூலையே பார்க்கவில்லை. திராவிடர் கழகத் தலைவர் கி. வீரமணி அவர்கள் 'வைக்கம் போராட்ட வரலாறு' என்ற குறுநூலை 1999 ஆம் ஆண்டு எழுதினார். அதிலேயே டி.கே. மாதவன் அவர்களது படம் இடம்பெற்றுள்ளது. 20 ஆண்டுகளாக ஜெயமோகனுக்கு இதுவே தெரியவில்லை.

98 பக்கங்கள் கொண்ட ஆசிரியர் கி. வீரமணியின் அந்த நூலில்,

1. நாராயணகுரு 2. டி.கே. மாதவன் 3. கே.பி. கேசவமேனன் 4. ஜார்ஜ் ஜோசப் 5. நீலகண்டன் நம்பூதிரிபாட் 6. கே. கேளப்பன் 7. மஸ்ஜித் செரீப் 8. கோவிந்தன் 9. சாமி சத்யபிரதன் 10. கே.எம். பணிக்கர் 11. திருமதி ஜார்ஜ் ஜோசப் ஆகிய 11 பேரின் புகைப்படம் இடம் பெற்றுள்ளது.

வைக்கம் போராட்டக் குழுவினரின் புகைப்படமும் இடம்பெற்றுள்ளது. அந்த நூலில் டி.கே. மாதவன் குறித்து ஆசிரியர் கி. வீரமணி இன்னொரு அரிய தகவலையும் சொல்கிறார்.

"டி.கே. மாதவன் என்பவர் மாவல்லிக்கரைப் பகுதியைச் சார்ந்த தீவிரமான ஒரு தொண்டர். அவருடைய பெயராலே டி.கே. மாதவா மெமோரியல் காலேஜ் என்று ஒரு கல்லூரியே இயங்குகிறது. 25 ஆண்டுகளுக்கு முன்பு தந்தை பெரியாரவர்கள் திருச்சியிலே இருந்த போது அந்தக் கல்லூரியிலே புதிய கட்டடங்கள் கட்டி அதை விரிவுபடுத்தினார்கள்.

டி.கே. மாதவன், தந்தை பெரியாரவர்களிடம் மிகுந்த ஈடுபாடு உள்ளவர் என்பதை அவர்கள் உணர்ந்து

விரிவுபடுத்தப்படும் ஒரு கட்டடத்தைத் திறந்து வைக்க வேண்டுமென்று தந்தைப் பெரியாரவர்களைத் திருச்சியிலே சந்தித்து அழைத்தார்கள்.

தந்தை பெரியார் அவர்களும் மாவல்லிக்கரையிலே இப்போது நடந்து கொண்டிருக்கிற அந்தக் கல்லூரிக் கட்டடத்தைத் திறந்து வைப்பதற்காக அப்போது கேரளம் சென்றார்கள். அந்த நிகழ்ச்சியிலே பிரமாண்டமான வரவேற்பை தந்தைப் பெரியாரவர்களுக்கு அவர்கள் அளித்தார்கள். அய்யா அவர்களோடு சென்று அந்த நிகழ்ச்சியிலே கலந்து கொண்டு அதைப் பார்க்கக் கூடிய வாய்ப்பு என்னைப் போன்றவர்களுக்குக் கிடைத்தது" (*வைக்கம் போராட்ட வரலாறு*, பக். 11, 12)

என்று எழுதி இருக்கிறார் ஆசிரியர் வீரமணி. இவர்களைத் தான் டி.கே. மாதவனை மறைக்கிறார்கள் என்கிறார் ஜெயமோகன்.

"வைக்கத்தில் தந்தை பெரியாரவர்கள் நடத்தியது மாபெரும் மனித உரிமைப் போராட்டம். பெரியார் அவர்கள் போராட்டம் ஆரம்பித்த சில நாட்களுக்குப் பின்னரே அதில் கலந்து கொண்டார். எனினும் அவர் தாம் அந்தப் போராட்டத்திற்குப் புத்துயிர் ஊட்டி - போராட்டம் வெற்றி பெறக் காரணமாக இருந்தவர். அதை நினைவூட்டக் கூடிய வகையிலே வைக்கத்தில் தந்தை பெரியாருக்கு நினைவுச் சின்னம் அமைப்பதுதான் பொருத்தம் என்று முடிவு செய்யப்பட்டது...

'வைக்கம் வீரர்' என்று அய்யா அவர்களைச் சொல்லும் போதோ அல்லது தந்தைப் பெரியாருக்கு நினைவுச் சின்னத்தை வைக்கத்திலே எழுப்ப வேண்டுமென்று சொல்லும் போதோ, தந்தை பெரியார் மட்டும் தான் வைக்கம் போராட்டத்தை நடத்தினார் என்று நம்மில் எவரும் ஒருபோதும் சொன்னதில்லை" (*வைக்கம் போராட்ட வரலாறு*, பக். 4, 9)

என்றும் சொல்லி இருக்கிறார் ஆசிரியர் வீரமணி.

"வைக்கம் போராட்டம் நாராயணகுரு, காந்தி உள்ளிட்ட பெரும் ஆளுமைகளால் வழிநடத்தப்பட்டது. டி.கே. மாதவன், பி.கே. குஞ்ஞிராமன், சகோதரன் அய்யப்பன் போன்ற சமூக சீர்திருத்தவாதிகளாலும் கேளப்பன், கே.பி. கேசவமேனன் போன்ற காங்கிரஸ் தலைவர்களாலும் நடத்தப்பட்டது. ஈ.எம்.எஸ், ஏ.கே. கோபாலன் போன்ற தலைவர்களை உருவாக்கியது. அதை ஈவேராவின் ஒற்றையாள் போராட்டம் என திரிப்பது மோசடி" என்கிறார் ஜெயமோகன். இது, 'ஒற்றை ஆள் போராட்டம்' என்று பெரியாரும் சொல்லவில்லை. எவரும் சொல்லவில்லை. அப்படி நினைத்திருந்தால் கேரளத் தலைவர்கள் அனைவரது படத்தையும் ஆசிரியர் கி. வீரமணி வெளியிட்டு இருப்பாரா?

2002 ஆம் ஆண்டு கு.வெ.கி. ஆசான் அவர்கள் 'வைக்கம் போராட்டம் ஒரு விளக்கம்' என்ற நூலை எழுதினார்கள். நாராயணகுருவின் அமைப்பின் சார்பில் வெளியான 'குருவேதர்மம்' என்ற இதழில் வைக்கம் பற்றி ஒரு கட்டுரை வெளியானது. அது குறித்து விரிவான விளக்கத்தை ஆசான் எழுதினார். அது 2010 ஆம் ஆண்டு சிறு நூலாக திராவிடர் கழகத்தால் வெளியிடப்பட்டது. அதில் டி.கே. மாதவன் அவர்களின் பெயர் 3, 4, 5, 6, 7, 11, 21, 24 ஆகிய பக்கங்களில் இடம் பெற்றுள்ளது.

'பெரியார் மட்டுமே போராடியதாக' திராவிடர் கழகத்தவர் சொன்னதாக ஜெயமோகன் அவராகவே கற்பனை செய்து கொண்டு எழுதி இருக்கிறார். சாமி.சிதம்பரனார், ஆசிரியர் கி. வீரமணி, வே. ஆனைமுத்து, கு.வே.கி. ஆசான் போன்ற திராவிட இயக்க எழுத்தாளர்கள் 1990 ஆம் ஆண்டுகளுக்கு முன்பே வைக்கம் போராட்டத்தில் பங்கெடுத்த அனைவரையும் குறிப்பிட்டே அந்த வரலாற்றை முழுமையாக எழுதி இருக்கிறார்கள்.

◉

கேரளத் தலைவர்களும் பெரியாரும்

1933 ஆம் ஆண்டு கொச்சியில் நடந்த தொழிலாளர் மாநாட்டில் பெரியார் பங்கெடுத்தார். அப்போது பெரியாருக்கு முன் பேசிய சிலர், வைக்கம் போராட்டத்தின் வெற்றிக்கு பெரியார் தான் காரணம் என்று பேசினார்கள். இறுதியாகப் பேசிய பெரியார் சொன்னார்:

"என்னைப் பற்றிப் பேசிய சிலர் வைக்கம் சத்தியாகிரகத்தைப் பற்றி பிரஸ்தாபித்து அதை நடக்கவித்ததும், அது வெற்றியாய் முடிவு பெறக் காரணமாய் இருந்ததும் நானேயாவேன் என்று பேசினார்கள். அதையும் ஒப்புக் கொள்ள முடியாமைக்கு நான் வருந்துகிறேன். வைக்கம் சத்தியாகிரகத்தில் பெயரளவுக்கு என் பெயர் அடிபட்டாலும், அதன் உற்சாகமான நடப்புக்கும், வெற்றிக்கும் வாலிப தோழர்களுடைய வீரம் பொருந்திய தியாகமும், சகிப்புத் தன்மையும் கட்டுப்பாடுமே காரணமாகுமென்று தெரிவித்துக் கொள்கிறேன்" *(குடி அரசு, 1.10.1933)*

என்று சொல்லியிருப்பதை ஜெயமோகன் முதலில் அறிய வேண்டும். இத்தகைய கேரளத் தோழர்கள் பலரையும் நேரடியாக அறிந்தவர் பெரியார்.

வர்த்தகராக இருந்த காலத்தில் இருந்து கேரளாவுடன் நெருக்கமான தொடர்பில் இருந்தவர் பெரியார். வைக்கம் போராட்டத்தின் மூலமாக அரசியல், சமூகவியல் நிகழ்வுகளிலும் பங்கெடுத்தார். இதனை அவரே பாலக்காட்டில் நடந்த கூட்டத்தில் விவரித்திருக்கிறார்...

"இங்கு கூடியிருக்கும் உங்களில் பெரும்பாலோர் எனக்கு பழைய நண்பர்களாகவே காணப்படுகிறீர்கள். வியாபார முறையில் இந்த ஊர் சுமார் 30 வருஷத்திய பழக்கமும் அதிகமான பரஸ்பர விஸ்வாசமும் உள்ள ஊராகும். நான் வியாபாரம் நிறுத்திய இந்த 10 வருஷ காலத்திற்குள்ளும் இந்த ஊருக்குப் பல தடவை வந்து பல விஷயங்களைப் பற்றிச் சொற்பொழிவுகள் நிகழ்த்தியிருக்கின்றேன். ஒத்துழையாமை பற்றியும், தீண்டாமை விலக்கு விஷயத்தில் தாழ்த்தப்பட்ட மக்களை தெருவில் நடக்க விட வேண்டும் என்பது பற்றியும் இதே இடத்தில் பல தடவை பேசியிருப்பது உங்களுக்கு ஞாபகமிருக்கும். சுமார் இரண்டு வருஷத்திற்குள்ளாக இந்த ஊரில் எவ்வளவோ மாறுதல்கள் ஏற்பட்டிருக்கின்றன. கல்பாத்தியில் பார்ப்பனர்கள் குடி இருக்கும் வீதிகளில் ஈழவர்கள், தீயர்கள் என்று சொல்லப்பட்ட சகோதரர்கள் நடக்க பாத்தியம் ஏற்பட்டிருப்பதும், கடைவீதியில் செர்மாக்கள் என்னும் மக்கள் நடக்க விடப்பட்டிருப்பதும் ஒரு பெரிய மாறுதல் என்று சொல்லக் கூடுமானாலும் இன்னமும் அநேகக் காரியங்கள் செய்யப்பட வேண்டியிருக்கின்றன..."
(குடி அரசு, 19.5.1929)

என்று 9.5.1929 அன்று பாலக்காட்டில் நடந்த சுயமரியாதைப் பொதுக்கூட்டத்தில் பேசி இருக்கிறார் பெரியார். அந்த வகையில் அவரோடு நட்புடன் இருந்த - அவருக்கு அறிமுகமாகி இருந்த கேரளத் தலைவர்கள் குறித்த சுருக்கமான பதிவு இது.

திரு. நாராயணகுரு (1856-1928)

'மனிதனுக்கு ஒரு சாதியும், ஒரு மதமும், ஒரு தெய்வமும், ஒரு கர்ப்பப்பையும் ஓர் உருவமும் மட்டுமே உள்ளன. இவற்றில் எந்த வேறுபாடும் இல்லை' என்ற கேரளச் சீர்திருத்தத்தின் சிற்பி நாராயணகுரு. வைக்கம் போராட்டத்தின் பேச்சுவார்த்தைக்காக வந்த காந்தி, நாராயணகுருவைச் சந்தித்தார். அப்போது பெரியாரும் உடனிருந்தார். 1925 மார்ச் 12 அன்று இந்தச் சந்திப்பு நிகழ்ந்தது. வைக்கம் தொடர்பான தனது உரைகள், கட்டுரைகளில் நாராயணகுரு குறித்து பதிவு செய்துள்ளார் பெரியார்.

'கேரள நாட்டு ஈழவ சமூகங்கள் எல்லாவற்றிற்கும் பொதுவானதான சமுதாய ஸ்தாபனம் ஒன்று உண்டு. அதன் பெயர் ஸ்ரீ நாராயணகுரு தர்ம பரிபாலன யோகம் என்று சொல்லப்படும். இது அவர்களது சீர்திருத்தத் தலைவரான ஸ்ரீ நாராயணகுரு சுவாமி பெயரால் ஏற்பட்டதாகும்' (குடி அரசு, 24.9.1933). சுவாமி என்ற அடைமொழியோடு அவர் அழைக்கப்பட்டார். ஜாதியும், மதமும், கடவுளும் போக வேண்டும் என்று சொல்கிற இந்தக் காலத்தில் அவரின் ஒரு ஜாதி, ஒரு மதம், ஒரு கடவுள் என்பதையும் நிராகரிக்க வேண்டும் என்று கேரளாவில் பெரியார் பேசியும் இருக்கிறார். *(குடி அரசு, 31.5.1936)*

வழக்கறிஞர் மாதவன்

"வைக்கம் போராட்டம் ஆரம்பம் ஆனதே ஒரு சிறு நிகழ்ச்சியில் இருந்துதான். தோழர் மாதவன் என்ற பி.ஏ.பி.எல். படித்த வக்கில் ஒரு வழக்குக்காக நீதிமன்றத்துக்கு ஆஜராகப் போனார். வழக்கு விசாரணைக்கான கோர்ட் இடம் ராஜாவுடைய கொட்டாரத்தில் ஓர் இடம். ராஜாவின் பிறந்தநாள் விழாவிற்கு அந்த ராஜாவுடைய கொட்டாரத்தில் (அரண்மனையில்) எல்லா பக்கங்களிலும் பந்தல் போட்டதில் கோர்ட் நடக்கும் இடமும் பந்தலுக்குள் ஆகி ஒரு கேசில் ஆஜராக அங்கே போக வேண்டிய அவசியம் வந்தது. ராஜாவின் பிறந்தநாள் கொண்டாட்டத்திற்காக முறை ஜெபம் ஆரம்பமாயிற்று. அங்கே இருந்த வக்கீல் ஈழவ சமுதாயத்தைச் சேர்ந்தவராதலால் அங்கே போகக் கூடாது என்று தடுத்தார்கள்..." *(விடுதலை, 8.1.1959)* என்று வழக்கறிஞர் மாதவன் குறித்து பெரியார் பேசியிருக்கிறார்.

டி.கே. மாதவன் (1886-1930)

கோவில் நுழைவின் தொடக்கப்புள்ளி டி.கே. மாதவன் தான். *1918* ஆம் ஆண்டு ஸ்ரீமூலம் மக்கள் சபைக்கு ஈழவர் பிரதிநிதியாகச் சென்ற டி.கே. மாதவன், அனைவர்க்கும் அனைத்து பொதுவிடங்களும் திறந்துவிடப் படவேண்டும் என்று தீர்மானம் கொண்டு வந்தார். இதனை திவான் எதிர்த்தார். திருநெல்வேலி வந்த காந்தியிடம் கோவில் நுழைவுப் போராட்டத்துக்கான அனுமதியைப் பெற்று வைக்கம் சத்தியாகிரகம் தொடங்கியவர் இவர். முதல் நாளே கைது செய்யப்பட்டு சிறை வைக்கப்பட்டார்.

“இந்த மாதவன் (வக்கீல்) சங்கதியை வைத்தே திருவனந்தபுரத்து ஈழவ சமுதாயத் தலைவர்கள் சத்தியாகிரகம் ஆரம்பிக்க வேண்டுமென்று முடிவு செய்தனர். வக்கீல் மாதவன், டி.கே. மாதவன் (கேரள காங்கிரஸ் கமிட்டித் தலைவர்), கே.பி. கேசவமேனன் இவர்களெல்லாரும் இன்னும் சிலரும் சேர்ந்து முடிவு செய்தார்கள்... சத்தியாகிரகம் ஆரம்பமானவுடன் வக்கீல் மாதவன், பாரிஸ்டர் கேசவமேனன், டி.கே. மாதவன், ஜார்ஜ் ஜோசப் முதலியவர்களைப் போல் சுமார் 19 பேரை ராஜா அரஸ்ட் செய்யும்படி உத்தரவிட்டு, அதன்படி அவர்கள் கைது செய்யப்பட்டார்கள்.” *(விடுதலை, 8.1.1959)* என்று பெரியார் குறிப்பிடுகிறார். “வைக்கம் சத்தியாகிரகம் ஆரம்பிக்கப்பட்டதானது தோழர்கள் டி.கே. மாதவன், கே. அய்யப்பன் முதலிய ஈழவ சமுதாயத் தலைவர்களால் திடீரென்று துவக்கப்பட்டதாகும்” *(குடி அரசு, 22.11.1936)* என்றார் பெரியார்.

29.11.1925 வைக்கம் வெற்றி விழாக் கொண்டாட்டத்தில் டி.கே. மாதவனுடன் பெரியாரும் பங்கெடுத்தார். கல்கத்தா சென்ற டி.கே. மாதவன் அந்த மாநாட்டில் சுசீந்திரம் சத்தியாகிரகம் பற்றி பேசியதாக *(குடி அரசு, 14.2.1926)* செய்தி வெளியிட்டார் பெரியார். *20.6.1926* அன்று ஆலப்புழையில் நடந்த திருவிதாங்கூர் தொழிலாளர் மாநாட்டுக்கு பெரியார் தலைமை வகித்தார். அப்போது அவரும், டி.கே. மாதவன், எஸ்.கே. நாயர், கொச்சி சட்டமன்ற உறுப்பினர் எ.பி. சேலம் ஆகியோரும் மோட்டார் வாகனத்தில் ஊர்வலமாக அழைத்து வரப்பட்டுள்ளனர்.

10.5.1930 அன்று ஈரோட்டில் சுயமரியாதை இயக்கத்தின் இரண்டாவது மாநாடு நடந்தது. அதில் இளைஞர் மாநாடு தனியாக நடத்தப்பட்டது. அதில் நிறைவேற்றப்பட்ட முதல் தீர்மானம், “கேரள தேசத்தில் தீண்டப்படாத ஜாதியாரின் உரிமைகளை நிலை நிறுத்துவதற்கும், மதுவிலக்கிற்கும், ஈடுபட்டிருந்த டி.கே. மாதவன் அவர்கள் காலம் சென்றமைக்காக இம்மாநாடு மிகவும் வருந்துவதுடன் அவர்களுடைய குடும்பத்தாருக்கு அனுதாபத்தைத் தெரிவித்துக் கொள்கிறது (நமது குறிக்கோள், பக். 19) என்று தீர்மானம் நிறைவேற்றப்பட்டுள்ளது.

கே.பி. கேசவமேனன்

கே.பி. கேசவமேனன், கேரளாவில் இருந்த போது மட்டுமல்ல, பின்னர் மலேசியாவில் இருந்த போதும் அவரோடு பெரியாருக்கு நட்பு இருந்தது.

கேசவமேனன் *'பந்தனத்தில் நின்னு'* என்ற நூலை வைக்கம் போராட்ட காலத்திலேயே மலையாளத்தில் எழுதினார். அதாவது *'தளைகளைவிட்டு'* என்ற நூலில், கேசவமேனன் சொல்லும் சொற்களைக் கவனியுங்கள்:

> "... தமிழ்நாடு காங்கிரஸ் கமிட்டியின் தலைவரும், ஈரோடு முனிசிபல் கவுன்சிலின் சேர்மனுமாக இருந்தவரும், ஒரு பெரும் பணக்காரரும், உத்தம தேசாபிமானியுமான நாயக்கரின் காலில் சங்கிலிகளும் கைதிகளது தொப்பியும், முழங்கால் வரையிலான வேட்டியும் கழுத்தில் மரக்கட்டையும் மாட்டி கொள்ளைக்காரர்கள் மற்றும் கொலைகாரர்களுடன் ஒன்றாக வேலைக்குச் செல்வதைக் கண்டு கேரளாவின் தீண்டாமைச் சாதிக்காரர்களது சுதந்திரத்துக்காக தமிழ்நாட்டின் ஒரு பெரிய மேற்குல இந்துவை, இப்படிப்பட்ட தியாகத்துக்கு உந்திய சிரேஷ்டமான இயக்கத்தின் மகிமை எங்களுக்கு புத்துயிர் தராதிருக்கவில்லை..." *(மலையாள நூல், பக். 76, தமிழில்: சிவன்)*

என்ற வரிகள், பெரியார் மீது அவர் வைத்திருந்த மதிப்பையும் மரியாதையும் வெளிப்படுத்துகின்றன.

வைக்கம் போராட்டம் குறித்து தனது *'கடந்த காலம்'* என்ற நூலில் பெரியாரைக் குறிப்பிடுகிறார் கே.பி. கேசவமேனன். தான் சிறைக்குச் சென்ற பிறகு பெரியார் வைக்கம் வந்து போராட்டத்தில் பங்கெடுத்தார் என்பதை மறக்காமல் பதிவு செய்துள்ளார். பின்னர் மலேசியா போய்விட்டார் கேசவமேனன். அங்கும் பெரியாருக்கும் இவருக்கும் நட்பு தொடர்ந்துள்ளது.

> "திராவிடர் கழகத் தலைவர் ஈ.வி. ராமசாமி நாயக்கர் நான் மலேயாவில் இருந்தபோது அங்கு வந்திருந்தார். சுயமரியாதை இயக்கப் பிரச்சாரம் செய்து கொண்டு நாயக்கர் மலேயாவில் பல இடங்களில் சுற்றுப் பயணம்

செய்தார். இரண்டு நாட்கள் அவரும் அவருடைய மனைவியும் எங்கள் இல்லத்தில் தங்கினார்கள். ஒத்துழையாமை இயக்கத்தில் பங்கு கொண்டவர்கள் என்ற முறையில் நாங்கள் அடிக்கடி பார்த்துப் பழக சந்தர்ப்பங்கள் இருந்திருக்கின்றன. பின்னர் நாயக்கர் காங்கிரசிலிருந்து பிரிந்தது மட்டுமின்றி, காங்கிரசுக்கு எதிரியாகவும் மாறினார். என்றாலும் எங்கள் தனிப்பட்ட நட்புறவுக்கு அது தடையாக இல்லை. மலேயாவில் திராவிடர் கழகத்தார் நாயக்கரின் அறுபதாவது ஆண்டு விழாவைக் கொண்டாடிய போது அக்கூட்டத்துக்கு என்னைத் தலைமை தாங்க அழைத்தார்கள். தேசியக் கருத்துகளில் எங்களிருவருக்கும் இடையே ஒற்றுமை நிலவவில்லை எனினும், அவர் சமுதாய முன்னேற்றத்துக்கு ஆற்றிவரும் தொண்டைப் பாராட்டுவதற்குரிய வாய்ப்பாக அச்சந்தர்ப்பத்தைப் பயன்படுத்திக் கொண்டேன். நாயக்கர் பேச்சாற்றல் மிகுந்தவர். பொதுத் தொண்டாற்றும் திறனுடன், தலைமைப் பொறுப்புக்குரிய பண்பும் அவரிடம் இசைந்திருந்தன. நாற்பது ஆண்டுகளுக்கும் மேலாகப் பொதுத் தொண்டாற்றி வரும் நாயக்கரை அவருடைய கருத்துகளில் உடன்பாடு கொள்ளாதவர்கள் கூட அவர் ஒரு ஆற்றல் மிகுந்த தனிமனிதர் என்பதை ஒத்துக் கொள்வார்கள்." (பக். 196)

என்று எழுதி இருக்கிறார் கே.பி. கேசவமேனன்.

மலேசியா நாட்டில் கேசவமேனனுக்கு தொல்லை தரப்பட்ட போது அதனைக் கண்டித்து எழுதினார் பெரியார். 'கே.பி.கே. மேனனுக்கு ஜே!' என்பது அதன் தலைப்பாகும்.

"உயர்திரு. பாரிஸ்டர் கே.பி. கேசவமேனன் அவர்கள் இந்தியாவில் சிறப்பாகத் தென்னிந்தியாவில் ஒரு பிரபல வக்கீலாகவும், ஒரு பெரிய தேச பக்தராகவும், தியாகியாகவும் இருந்து வந்ததும்; அவரது தேசபக்தி காரணமாக மாதம் 1000க் கணக்கான ரூபாய்கள் வரும்படி உள்ள தமது வக்கீல் தொழிலை நிறுத்தித் தனது செல்வமெல்லாவற்றையும் இழந்து, மனைவியையும் இழந்து மிக்க கஷ்டமான பரிசோதனைக்கெல்லாம்

ஆளான ஓர் உண்மை தேசபக்தர் என்பதும்; திரு. காந்தியவர்களுக்கும் மிகவும் நம்பிக்கை உள்ள சகாவாகவும், கேரள காங்கிரஸ் ஸ்தாபனத்தின் டிக்டேட்டராகவும் இருந்த ஒரு யோக்கியமும், கீர்த்தியும் வாய்ந்தவர்; அகிம்சையில் மிக்க நம்பிக்கையுமுடையவர். சமுதாயச் சீர்திருத்த விஷயத்தில், திருவனந்தபுரம் சமஸ்தானத்தில், தமது சமூகமான நாயர் சமூகத்திற்கே விரோதமாக வைக்கம் கோவில் தெருவில் தாழ்த்தப்பட்டவர்களுக்கு உரிமை வாங்கிக் கொடுக்கத் தீர்மானித்து மற்றும் சில பாரிஸ்டருடனும், பி.ஏ.,பி.எல்., வக்கீல்களுடனும் சத்தியாக்கிரகம் துவக்கி அவ்வரசாங்கத்தாரால் 6 மாதம் காவலில் வைக்கப்பட்டாலும், சிறையில் மிக்க கவுரமாய் நடத்தப்பட்டுத் தண்டனைக் காலம் தீருவதற்கு முன்பாகவே விடுதலை செய்யப்பட்டு, அவர் கோரியபடியே திருவாங்கூர் அரசாங்கம் இணங்கி வந்து வைக்கம் தெருக்களைப் பொதுஜன நடமாட்டத்திற்கு எல்லோருக்கும் பொதுவாய் விட்டுவிட்டதுடன், மற்றும் பல ரோடுகளையும் எல்லாச் சாதியாருக்கும் பொதுவாக்க வேண்டிய நிலைமையும் ஏற்பட்டது.

ஆகவே இவைகளிலிருந்து திரு. கே.பி. கேசவமேனன் அவர்களின் யோக்கியமும், முயற்சியும் எப்படிப்பட்டதென்பது யாரும் நன்றாய் உணரலாம்.

அன்றியும் அவர் தென்னிந்தியாவிலுள்ள கவுரமான கனவான்களில் ஒருவராகவும், எல்லா கவுரமான கனவான்களின் சிநேகிதராகவும், அய்க்கோர்ட் ஜட்ஜ், திவான், நிர்வாக சபை மெம்பர்கள் முதலியவர்களுடன் நெருங்கிப் பழகினவராகவுமிருந்து வந்ததும் இம்மாகாணத்தாருக்கு நன்றாய்த் தெரியும். இந்தப்படி உள்ள இவர் இங்கு வக்கீல் தொழில் நடத்துவது என்பது பிடிக்காமல் - ஏனெனில் இவ்விடத்திய நியாயாதிபதிகள் பெரிதும் பார்ப்பனர்களாக ஏற்பட்டு வருகின்றபடியாலும், அவர்களில் பெரும்பாலோர் பார்ப்பனச் சலுகையிலிருப்பதாகவும் மற்றும் பல காரணங்களாலும் அவருக்கு ஏற்பட்ட சில குடும்பத் துக்கத்தாலும் இந்தியாவிலிருக்க மனமில்லாமல், மலேயா

நாட்டுக்குப் போய்த் தனது தொழிலைக் கண்ணியமாய் நடத்தி வரலாமென்று கருதி அங்குள்ள நியாயாதிபதிகளின் நேர்மை குணத்தை நம்பி மலேயா நாட்டுக்குச் சென்றால், அங்கும் இவ்விடத்திய பார்ப்பனர்களே தொல்லை கொடுக்க ஆரம்பித்து அவருக்குப் பல உபத்திரவம் செய்து வருவதாகத் தெரிகிறது. இதைப்பற்றி முன்னொரு தடவையும் குறிப்பிட்டிருக்கின்றோம்.

அதாவது திரு. கே.பி. கேசவமேனன் அவர்கள் மீது மலாய் நாட்டு வக்கீல்களில் சிலர் பொறாமை காரணமாகக் குறிப்பாய்ச் சொல்ல வேண்டுமானால் ஒரு பார்ப்பனரின் கிருத்துருவத்தின் மீது, அவரை F.M.S. கோர்ட்டுகளின் வக்கீல்கள் சங்கத்தில் சேர்க்கக் கூடாதென்று பல முயற்சிகள் செய்யப்பட்டன. அதென்னவெனில் திரு. கே.பி.கே. மேனன் ராஜத் துரோகி என்றும் அவர் சிறை சென்றவர் என்றும் வக்கீலாயிருக்க இலாயக்கற்றவரென்றும் தொழிலாளர்களைத் தூண்டிவிட்டுக் கலகம் செய்பவரென்றும் பல மாதிரியான விஷமப் பிரச்சாரங்கள் செய்து, அவரை அங்கு அனுமதிக்காமல் இருக்கும் படியாகச் செய்யப் பலவிதத்திலும் பலமாக முயற்சித்தார்கள். எவ்வளவு சூழ்ச்சி செய்தும், கடைசியாகத் திரு. மேனன் அவர்கள் ஆதியில் எதிர்பார்த்தது போலவே மலாய் நாட்டு ஜட்ஜுகளின் நேர்மைக் குணத்தால் வெற்றி பெற்று அந்த நாட்டு நீதிவாத வக்கீலாக ஏற்றுக் கொள்ளப்பட்டுவிட்டார் என்ற சேதி கேட்டு மிக்க மகிழ்ச்சியடைகின்றோம்.

திரு. கே.பி.கே. மேனன் அவர்களையும் பாராட்டுவதோடு, மலாய் நாட்டுத் தலைமை நீதிபதி அவர்கள் பார்ப்பது போலவே நாமும் அவர் மலாய் நாட்டுத் திலகமாய் விளங்க வேண்டுமென்று ஆசைப்படுகின்றோம்" (*குடி அரசு, துணைத் தலையங்கம், 14.12:1930*)

கேளப்பன் (1889-1971)

கேரள காந்தி என அழைக்கப்பட்டவர். குருவாயூர் கோவில் நுழைவு போராட்டத்தை முன்னெடுத்தவர். 29.11.1925 அன்று வைக்கம் வெற்றி விழாக் கொண்டாட்டத்தில் கேளப்பனுடன் பெரியார் பங்கெடுத்தார். அந்த விழாவுக்கு வரவேற்புரை

ஆற்றியவர் இவர். 1933 பிப்ரவரி 11 அன்று மூத்த குன்னத்தில் பரூர் காஸ்மாபாலிட்டன் புரோகிரசிவ் சங்கத்தார் மாநாட்டில் கலந்து கொண்டு பெரியார் உரையாற்றினார். மாநாட்டுத் தலைமை வகித்தவர் கே. கேளப்பன். இரண்டாம் நாள் மாநாட்டுக்கு பெரியார் தலைமை வகித்தார். நுழைவுச் சீட்டு போட்டு இந்த மாநாடு நடந்துள்ளது.

11.2.1933 அன்று பெரியாரும் கேளப்பனும் திருச்சூரில் இருந்து கார் பயணமாக 20 மைல் தூரமும், பிறகு ஸ்டீம் போர்ட் வழியாக 7 மைலும் அழைத்து வரப்பட்டார்கள். மூத்தகுன்னம் படகுத்துறையில் இவர்களுக்கு வரவேற்பு தரப்பட்டது. அங்கிருந்து அவர்கள் பி.கே. குமரன், பி.ஏ.பி.எல்., அவர்களது மாளிகைக்கு அழைத்துச் செல்லப்பட்டார்கள். அங்கிருந்து பெரும் கூட்டத்துடன் பேண்டு வாத்தியங்களுடன் மாநாட்டுப் பந்தலுக்கு அழைத்துச் செல்லப்பட்டார்கள்.

இந்த மாநாட்டில் கேளப்பன் பேசிய போது சர்ச்சை ஏற்பட்டது. கூட்டத்தில் சிலர் எதிர் கருத்துகளைச் சொன்னார்கள். மாநாட்டுப் பந்தலுக்கு அருகே இருந்த கோவிலில் விழா நடந்து கொண்டு இருந்தது. அந்த திருவிழாவுக்கு வந்தவர்களும் இந்த மாநாட்டில் பங்கெடுத்தார்கள். அவர்களுக்கு கேளப்பன் பேச்சு புரியவில்லை. அதனால் எதிர்த்தார்கள்.

அப்போது பெரியார்,

> “மாநாட்டுத் தலைவரான கேளப்பன் பேச்சுக்கே இவ்வளவு எதிர்ப்பு இருக்குமானால் நாளை நான் பேசும் போது எப்படி இருக்குமோ என்று பயமாக இருக்கிறது. உங்கள் இஷ்டப்படி பேச நாங்கள் அழைக்கப்பட்டிருக்கிறோமா? அல்லது எங்கள் அபிப்பிராயத்தைத் தெரிவிக்க இங்கு அழைக்கப்பட்டிருக்கிறோமா என்பதை முதலில் தெரிவித்துவிட்டால் பிறகு நமக்குள் அபிப்பிராய பேதம் இருக்க இடமிருக்காது”

என்று கேலியாகச் சொன்னார். அதன் பிறகு கூட்டம் அமைதியானது. கடைசி வரை பொறுமையாகக் கேட்டார்கள். *(குடி அரசு, 26.2.1933)*

இரண்டாம் நாள் மாநாட்டுக்கு பெரியாரைத் தலைமை வகிக்கும்படி கே. அய்யப்பன் முன்மொழிந்தார். இங்கு பேசும் போதுதான், 'கோவிலே தேவையில்லை என்று நினைக்கும் நான் இனி கோவில் நுழைவுப் போராட்டங்கள் எதற்கு' என்ற முடிவுக்கு வந்திருப்பதாகப் பெரியார் சொன்னார்.

"கடவுள், மதம், வேதம் என்கின்றதான கற்பனைகளை ஒழிப்பதும் அழிப்பதுந்தான் மனிதனுக்கு உண்மையான விடுதலையே ஒழிய, மனிதனை கடவுள் உணர்ச்சியில் புகுத்தி மதவெறியில் ஆழ்த்தி வேதத்திற்கு அடிமையாக்கி கல்லில் முட்டிக் கொள்ள கோவிலுக்குள் தள்ளுவது மிகவும் மோசமான, கெடுதியான காரியமாகும்"

என்று பேசினார் பெரியார்.

வக்கீல் எம்.கே. இராமன்

1933 மாநாட்டில் பெரியாருக்கு வரவேற்புப் பாராட்டுச் சான்றிதழ் வாசித்துக் கொடுத்தவர் வக்கீல் எம்.கே. இராமன். இவர் எம்.எல்.சி.யாகவும் இருந்தவர். நீண்ட மர உருண்டையில் போட்டு சான்றிதழை பெரியாருக்கு வழங்கினார் எம்.கே. இராமன்.

மன்னத்து பத்மநாபன் (1878 -1970)

வைக்கம் போராட்டத்தின் போது உயர் வகுப்பினரை மனமாற்றம் செய்யும் பரப்புரையை அதிகம் மேற்கொண்டவர் இவர். 29.11.1925 அன்று வைக்கம் வெற்றி விழாக் கொண்டாட்டத்தில் மன்னத்து பத்மநாபனுடன் பெரியாரும் பங்கெடுத்தார்.

திருவிதாங்கூர் கொட்டாரக்கரையில் ஸ்தா நந்த ஸ்வாமிகள் ஆசிரமத்தில் வருணாசிரமப் பாகுபாடு காட்டப்படுவது குறித்த செய்தியில், இதனைப் போக்க சுவாமி ஆத்மாநந்த பாரதியை மன்னத்து பத்மநாபன் சந்தித்து எடுத்த முயற்சிகள் குறிப்பிடப்பட்டுள்ளன. (குடி அரசு, 30.1.1927)

ஜார்ஜ் ஜோசப்

"... ஜார்ஜ் ஜோசப் என்று ஒருவர் இருந்தார். அவர் தமிழ்நாட்டில் செல்வாக்காக இருந்தார். ஈழவ

சமுதாயத்தைச் சேர்ந்த வக்கீலும், ஜோசப்பும் என்ன செய்வது என்று ஆலோசனை பண்ணினார்கள். மீறிவிடுவது என்று முடிவெடுத்தார்கள். பதினெட்டாவதாக போராட்டத்தில் ஈடுபட ஆள் இல்லை. அப்பொழுது ஜோசப் அவர்கள் எனக்கு கூட்டு உதவியாக இருந்தவர். அவர் ஜெயிலில் இருந்து எனக்கு ஒரு கடுதாசி எழுதினார். இங்கு வந்தோம்" (18.10.1973 அன்று திருச்சி வானொலிக்கு அளித்த பேட்டி)

என்று பெரியார் குறிப்பிட்டுள்ளார்.

'நண்பர் ஜார்ஜ் ஜோசப் அவர்களின் அழைப்பின் பேரில் மலையாளம் சென்று சத்தியாகிரகத்தைத் தீவிரமாக நடத்தினேன்' (விடுதலை, 7.4.1961) என்கிற அளவுக்கு தொடக்கம் முதல் இருவரும் நெருக்கமாக இருந்தார்கள். மதுரையில் வாழ்ந்த காலத்தில் சுயமரியாதை இயக்க கூட்டங்களில் பங்கெடுத்தார்.

டாக்டர் பல்பு (1863-1950)

நவீன கேரளத்தை உருவாக்கிய சிற்பிகளில் ஒருவர் என்று டாக்டர் பல்புவை குறிப்பிடுகிறார் எழுத்தாளர் நிர்மால்யா. 1892 ஆம் ஆண்டு கேரளா வந்த விவேகானந்தர், இவரது வீட்டில் தங்கி இருக்கிறார். 1903 ஆம் ஆண்டு ஸ்ரீ நாராயண தர்ம பரிபாலன யோகம் என்ற அமைப்பைத் தொடங்கியவர் இவர்.

"நீதிக்கட்சித் தலைவராக விளங்கிய ஈ.வெ.ரா. பெரியாரிடமும் நல்லுறவைப் பேணி வந்த டாக்டர் பல்பு, தன்னை விட பதினாறு வயது குறைந்த ஈ.வெ.ரா.வைப் பிற்காலத்தில் சந்தித்தார். ஈ.வெ.ரா. பெரியாரை 'தமிழ்நாட்டின் சகோதரன் அய்யப்பன்' என்று பெருமையுடன் குறிப்பிடுகிறார் டாக்டர் பல்பு" (மகாத்மா அய்யன்காளி, கேரளத்தின் முதல் தலித் போராளி, நிர்மால்யா, பக். 254) என்று எழுதுகிறார்.

எஸ்.டி.என்.பி. யோகத்தின் (S.N.D.P) 26 ஆவது ஆண்டு விழா 1929 மே 6, 7, 8 ஆகிய நாட்கள் கோட்டயத்தில் நடந்தது. இதற்கு டாக்டர் பல்பு தலைமை வகித்தார். அப்போது நடக்கும் சுயமரியாதை மாநாட்டுக்கு பெரியாரும், ஆலய நுழைவு மாநாட்டுக்கு மாளவியாவும், பெண்கள் மாநாட்டுக்கு கௌரி அம்மாவும் தலைமை வகிப்பார்கள் என்று அறிவிக்கப்பட்டது.

(குடி அரசு, 12.5.1929) இம்மாநாட்டில் செங்கல்பட்டு சுயமரியாதை இயக்க மாநாட்டுத் தீர்மானத்தை தமிழிலும் ஆங்கிலத்திலும் படித்துக் காண்பித்தார்.

சகோதரன் கே. அய்யப்பன்: (1889-1968)

அனைத்து சமூகத்தவரும் 'சகோதரர்' ஆக வேண்டும் என்பதற்காக 'சகோதர அமைப்பும்', அதன் சார்பில் சகோதரன் என்ற இதழும் நடத்தியவர். அதனால் சகோதரன் அய்யப்பன் என அழைக்கப்பட்டவர். புலையர்களுடன் இவர் இணைந்து சமபந்தி விருந்து நடத்துவது குறித்து எழுதி இருக்கிறது குடி அரசு. *(24.1.1926)*

எஸ்.டி.என்.பி. யோகத்தின் *(S.N.D.P)* 26 ஆவது ஆண்டு விழா 1929 மே 6, 7, 8 ஆகிய நாட்கள் கோட்டயத்தில் நடந்தது. அங்கு நடந்த சுயமரியாதை மாநாட்டில் பெரியார் பங்கெடுத்து பேசினார். செங்கல்பட்டு சுயமரியாதை இயக்க மாநாட்டுத் தீர்மானங்களை தமிழிலும் ஆங்கிலத்திலும் படித்துக் காண்பித்தார் பெரியார். இதனை அடுத்துப் பேசிய சகோதரன் அய்யப்பன், 'இந்தத் தீர்மானங்களை நடைமுறைக்கு கொண்டு வர வேண்டும். இதைத் தவிர விடுதலைக்கு மார்க்கமில்லை. ஈழவ சமுதாயத்தில் அதிகம் பேர், அதாவது படித்தவர்களும் வாலிபர்களும் இதே கருத்தை வெகுகாலமாகக் கொண்டவர்கள். ஆனாலும் இன்று தான் இக்கொள்கைகளை வெளிப்படையாகப் பேசி ஒப்புக்கொள்ள நேர்ந்தது. பிரிட்டிஷ் ஆட்சியில் உள்ளவர்களுக்கு தீண்டாமை ஒழிவதற்கு முன் திருவிதாங்கூர் ராஜ்யத்தில் ஒழிந்துவிடும்' என்று குறிப்பிட்டார். பெரியாருக்கு நன்றி சொல்லி மாலை அணிவித்தார் சகோதரன் அய்யப்பன். *(குடி அரசு, 12.5.1929)*

1933 பிப்ரவரி 11 அன்று மூத்த குன்னத்தில் பரூர் காஸ்மாபாலிட்டன் புரோகிரசிவ் சங்கத்தார் மாநாட்டில் கலந்து கொண்டு பெரியார் உரையாற்றினார். மாநாட்டுக்குத் தலைமை வகித்தவர் கே. கேளப்பன். இரண்டாம் நாள் மாநாட்டுக்கு பெரியார் தலைமை வகித்தார். அவர் பெயரை முன்மொழிந்தவர் கே. அய்யப்பன்.

"... தைரியமாகவே மதமே வேண்டியதில்லை என்ற முடிவுக்கு வந்து விட்டார்கள். இவற்றிற்கெல்லாம் முக்கியக் காரணம் கேரள ஈழவ சமுதாயத் திலகம் போல் விளங்கும் தோழர் கே. அய்யப்பன் பி.ஏ., எம்.எல்.சி. அவர்களுடைய சுயமரியாதைப் பிரச்சார முயற்சியும், அவரது சகோதரன் பத்திரிகையின் பிரச்சாரமும், கள்ளிக்கோட்டை தோழர் சி. கிருஷ்ணன் பி.ஏ.பி.எல்., எம்.எல்.சி. அவர்கள் பிரச்சாரமும் அவரது மிதவாதி பத்திரிகையும் ஆகும்.

தோழர் கே. அய்யப்பன் அவர்களால் மற்றும் ஒரு பத்திரிகை நடத்தப்படுகின்றது. அதாவது, நமது *'ரிவோல்ட்'* பத்திரிகையைப் போல் ஒரு மாதப் பத்திரிகையானது மத மறுப்பையும், கடவுள் மறுப்பையும், பிரதானமாய்க் கொண்டு *'யுக்திவாதி'* என்னும் பேரால் நடத்தப்படுகின்றது. இந்த யுக்திவாதிப் பத்திரிகைக்கு தோழர் ராமவர்மதம்பான் முதலிய சில படித்த மேதாவியான இந்துக்கள் என்பவர்களும், தோழர்கள் ஜோசப் பி.ஏ.பி. எல்., டாக்டர் அந்தோணி எம்.பி.பி.எஸ். முதலிய கிறிஸ்தவர்களும், தோழர் எம்.கே. இப்ராஹிம் பி.ஏ., எம்.எல்.சி. முதலிய முகமதியர்களும் உபபத்திராதிபர்களாகவும், விஷயதானம் செய்பவர்களாகவும் இருந்து வருகிறார்கள். தோழர் அய்யப்பன் அவர்களுக்கு மத உணர்ச்சியைப் பற்றியும், கடவுள் உணர்ச்சியைப் பற்றியும் உள்ள வெறுப்பானது சுமார் 10, 15 வருஷ காலமாகவே இருந்து வருவதைக் கேரள மக்கள் நன்றாய் உணர்வார்கள். ஈழவ சமுதாயத்தில் இன்று உள்ள கடவுள், மத வெறுப்புணர்ச்சிக்கு வித்து ஊன்றியவர் நமது தோழர் அய்யப்பன் அவர்களே ஆகும் என்பதாகத் தாராளமாய்ச் சொல்லலாம். ... எல்லா சமய சமூகப் பெண் மக்களையும் நமது கொள்கையில் தீவிரமாக ஈடுபடச் செய்தது தோழர் அய்யப்பன் அவர்களின் துணைவி தோழர் பார்வதி பி.ஏ.எல்.டி. அவர்களாவர். அவர்களால் பெண்கள் விடுதலைக்கென்று மலையாளத்தில் *ஸ்ரீ* என்ற ஒரு பத்திரிகையும் வெளியிடப்பட்டு வருகிறது." *(குடி அரசு, 24.9.1933)*

என்று எழுதி இருக்கிறார் பெரியார்.

பி.சி. கந்தசாமி பிள்ளை

9.5.1929 அன்று பாலக்காட்டில் பி.சி. கந்தசாமி பிள்ளை தலைமையில் நடந்த சுயமரியாதைப் பொதுக்கூட்டத்தில் பெரியார் பேசினார். (குடி அரசு, 19.5.1929)

ஏ.கே. பிள்ளை

14.11.1931 அன்று திருவனந்தபுரத்தில் திருவிதாங்கூர் திவான் சர். சி.பி. ராமசாமி அய்யர் பற்றிய கண்டனக் கூட்டத்துக்கு தலைமை வகித்தவர் பாரிஸ்டர் ஏ.கே. பிள்ளை.

சி. கிருஷ்ணன்

பி.ஏ.பி.எல். படித்த வழக்கறிஞர். எம்.எல்.சி.யாகவும் இருந்தவர். இவரது இல்லத்தில் பெரியார் தங்கியுள்ளார்.

பி.எஸ். பாரதி

பாலக்காடு விஸ்வபாரதி வாசக சாலை என்ற அமைப்பின் சார்பில் நடந்த நிகழ்ச்சிக்கு பெரியாரை அதன் தலைவர் பி.எஸ். பாரதி அழைத்திருந்தார். (குடி அரசு, 28.2.1926)

பி.கே. மாணிக்கம் பிள்ளை

பாலக்காடு கூட்டுறவு கல்விக் கழகத்தின் சார்பில் நடந்த நிகழ்ச்சிக்கு பெரியாரை அந்த அமைப்பின் தலைவர் பி.கே. மாணிக்கம் பிள்ளை அழைத்திருந்தார். (குடி அரசு, 28.2.1926)

கிருஷ்ணப்பிள்ளை

22.6.1926 அன்று எர்ணாகுளம் பிராட்வேயில் கதர் சாலை ஒன்றை கிருஷ்ணப்பிள்ளை தலைமையில் பெரியார் திறந்து வைத்தார். (குடி அரசு, 27.6.1926)

நாராயண மேனன்

21.6.1926 அன்று எர்ணாகுளம் கடற்கரையில் பெரிய மாநாடு நடந்தது. நாராயண மேனன் பி.ஏ.பி.எல். தலைமையில் தற்கால காங்கிரஸ், கதர் ஆகிய இரு தலைப்புகளில் பெரியார் இரண்டு

இடங்களில் உரையாற்றி இருக்கிறார். பெரியாரை அறிமுகம் செய்து வைத்து நாராயண மேனன் பேசி இருக்கிறார்.

ராமவர்மாத் தம்பான்

கேரள சீர்திருத்த மாநாட்டுக்கு பெரியார் தலைமை வகித்த போது ராமவர்மாத் தம்பான், அந்த மாநாட்டைத் தொடங்கி வைத்து பேசி இருக்கிறார். 'எனது நண்பர்' என்று இவரைக் குறிப்பிடுகிறார் பெரியார். 'நான் பேச வேண்டியதை விட அதிகமாக நண்பர் தம்பான் பேசிவிட்டார்' என்று பெரியார் சொல்லி இருக்கிறார். 'சீர்திருத்தம் செய்யப்பட வேண்டும் என்றார் தம்பான். இல்லை, புரட்சியே செய்யப்பட வேண்டும்' என்று பேசினார் பெரியார். (*குடி அரசு*, 14.9.1930)

இப்படி பல்வேறு கேரளத் தலைவர்களுடன் நெருங்கிய நட்புடன் இருந்தவர் பெரியார்.

◉

சிறைக்கு போனதே இல்லையா?

வைக்கம் பற்றி எழுதும் போது போகிற போக்கில் பல பொய்களையும் அவதூறுகளையும் தூக்கி வீசுகிறார் ஜெயமோகன். அதில் ஒன்று,

'ஈ.வே.ரா. வேறு எப்போதும் நீண்ட சிறைவாசம் அனுபவித்தவரல்ல என்பதால் அவருடைய தியாக வாழ்க்கையை இவ்வண்ணம் புனைய வேண்டிய தேவை அவர்களுக்கு உள்ளது'

என்கிறார் ஜெயமோகன். பெரியார் ஏதோ வைக்கம் போராட்டத்தில் மட்டும் தான் சிறை இருந்தது போல எழுதுகிறார்.

வைக்கத்துக்கு முன்னதாக கள்ளுக்கடை மறியலில் ஒரு மாதம் சிறை (1921, நவம்பர்) இருந்தார். வைக்கம் சிறைவாசம் முடிந்த அதே ஆண்டு கதர் பிரச்சாரத்தில் கைதாகி மூன்று மாதம் சென்னை சிறையில் (1924, டிசம்பர்) இருந்தார். 1927, 1928 ஆகிய இரண்டு ஆண்டுகளிலும் ரயில்வே ஊழியர் போராட்டத்தின் பொருட்டு கைதானார். குடி அரசில் எழுதிய 'இன்றைய ஆட்சி முறை ஏன் ஒழிய வேண்டும்' என்ற தலையங்கத்துக்காக 1933 ஆம் ஆண்டு கைதாகி கோவை, ராஜபுரம் சிறைகளில் இருந்தார். 1938 இந்தி எதிர்ப்புப் போராட்டத்தில் கைதாகி ஆறு மாத காலம் சிறையில் இருந்தார். 1948 இந்திப் போராட்டத்தில் இரண்டு முறை கைதானார். 1950 ஆம் ஆண்டு பொன்மொழி நூலுக்காக கைதாகி ஒரு வார காலம் சிறையில் இருந்தார். 1956 ஆம் ஆண்டு ராமன் படம் எரிப்பு, 1957 ஆம் ஆண்டு சட்ட எரிப்பு ஆகிய போராட்டங்களை நடத்திக் கைதானார். 1958 ஆம் ஆண்டு குத்துவெட்டு பேச்சு வழக்கில் கைதாகி ஆறு மாத

காலம் சிறையில் இருந்தார். 1960 ஆம் ஆண்டில் யூனியன் படம் எரிப்புப் போரில் முன்னதாக கைது செய்யப்பட்டார்.

இது எதையும் தெரிந்து கொள்ள முயற்சிக்காத சுயமோகம், 'வேறு எப்போதும் நீண்ட சிறைவாசம் அனுபவித்தவரல்ல' என்று உண்மையை மறைக்கிறார்.

சிறைகளை நோக்கியே பெரியாரது எல்லாப் போராட்டங்களும் அமைந்திருந்தன என்பதை அவரது வரலாற்றை படித்தாலே தெரியும். சிறை பற்றிய எந்தப் பயமும் அவருக்கு எப்போதும் இருந்தது இல்லை. கைது செய்யப்பட்டதும் நீதிமன்றத்துக்கு போய், 'ஆமாம், உங்களது சட்டப்படி நான் குற்றவாளிதான்; ஆனால் நியாயப்படி அல்ல' என்று சொன்னவர் அவர். பிணையில் வராதவர் அவர். பிடித்துச் சென்றவர்களே விட்டால் தான் உண்டு. இல்லாவிட்டால் அங்கேயே இருப்பார். நீதிமன்றத்துக்கு வரும் போதே பெட்டி, படுக்கைகளுடன் வருபவர் அவர்.

124 இல் தூங்கினார்!

1921 ஆம் ஆண்டு கள்ளுக்கடை மறியல் போராட்டம் தீவிரமாக நடந்த காலம். 144 தடையை மீறியதற்காக கைது செய்யப்பட்டார் பெரியார். ஒரு மாத காலம் சிறையில் இருந்தார். அவர் சிறை வைக்கப்பட்ட பிறகு பெரியாரின் மனைவி நாகம்மாளும், சகோதரி கண்ணம்மாளும் இணைந்து கள்ளுக்கடை மறியல் போராட்டத்தை நடத்தினார்கள். அப்போது தான் காந்தி, 'கள்ளுக்கடை மறியலை நிறுத்துவது என் கையில் இல்லை, ஈரோட்டில் இரண்டு பெண்களின் கையில் இருக்கிறது' என்று சொன்னார்.

இதன் பிறகு தான் 1924 ஆம் ஆண்டு ஏப்ரலில் பெரியார் வைக்கம் சென்றார். அங்கு செல்வதற்கு முன்னதாக மயிலாப்பூரில் அவர் பேசிய பேச்சுக்காக வழக்கு பாய்ந்தது. அந்த விசாரணைக்காகத் தான் சென்னை திரும்பினார் பெரியார். அப்போது நடந்த காட்சியை திரு.வி.க. அவர்கள் விவரித்துள்ளார்கள்.

"வைக்கம் வீரர்க்குப் பல திற அணிகளுண்டு. அவற்றுள் ஒன்று வைராக்கியம்.

"மயிலை மந்தைவெளியிலே (8.3.1924) நாயக்கரால் நிகழ்த்தப் பெற்ற சொற்பொழிவிலே ராஜ நிந்தனை இயங்கியதென்று அவர் கைது செய்யப்பட்டார். வழக்கு நடந்தது. நாயக்கர் ராயப்பேட்டையிலே தங்கினார். ஓர் இரவு குகானந்த நிலையத்திலே, நாயக்கர் ஒரு திண்ணையில் உறங்கினார். யான் மற்றொரு திண்ணையில் உறங்கினேன். பதினொரு மணிக்கு மழை தொடங்கியது. நண்பரை எழுப்பினேன். அவர் கண் விழிக்கவில்லை. மழை பெருகியது. மீண்டும் நேயரை எழுப்பினேன். கண்கள் மூடியபடியே இருந்தன. பெரியாரைப் பலமுறை எழுப்பி எழுப்பிப் பார்த்தேன். பயன் விளையவில்லை. நாலு மணிக்கு மழை நின்றது. ஆறு மணிக்கு வைக்கம் வீரர் எழுந்தார். எனக்குச் சொல்லொண்ணாச் சிரிப்பு. மழை பெய்தது தெரியுமா? என்று நண்பரைக் கேட்டேன். மழையா? என்றார். நாயக்கரைத் தீண்டியுள்ள பாம்பு, 124-ஏ! வழக்கு நடப்புக்காலம்! அந்நிலையில், நண்பருக்குக் கவலையற்ற உறக்கம்! என் எண்ணம் நாயக்கர் மனத்தின் மீது சென்றது. அவர் மனம் பொன்னா? சஞ்சலமுடையதா? என்ற ஆராய்ச்சியில் இறங்கினேன்."
(பாகம் 1, வாழ்க்கைக் குறிப்புகள்)

என்று எழுதுகிறார் திரு.வி.க.

இதன் பிறகு தான் வைக்கம் சென்றது. இரண்டு முறை அங்கே சிறையில் இருந்தது. அங்கிருந்து வந்ததும், சென்னையில் இருந்த 124 ஏ, 153 ஏ ஆகிய வழக்குகளில் தீர்ப்பு வழங்கப்பட்டது. 11.9.1924 அன்று கைது செய்யப்பட்டு பெரியார் சிறை வைக்கப்பட்டார்.

காரணம் ரொம்ப சப்பை! (20.12.1933 - 15.5.1934)

'இன்றைய ஆட்சிமுறை ஒழிய வேண்டும் ஏன்?' என்ற தலையங்கம் தீட்டியதற்காக பெரியாரும், இதழின் வெளியீட்டாளரான கண்ணம்மாளும் கைது (20.12.1933) செய்யப்பட்டனர். 15.5.1934 அன்று பெரியார் விடுதலை செய்யப்பட்டார். கோவை மாவட்ட நீதிமன்ற நீதிபதி ஜி.டபிள்யூ. வெல்ஸ் இந்தத் தீர்ப்பை வழங்கினார். 'இதற்கு முன் எத்தனையோ தேசத் துரோகம் தலையங்கம் எழுதிய போதெல்லாம் விட்டுவிட்டு சப்பையான

தலையங்கத்துக்காக வழக்கு போட்டுவிட்டார்கள்' என்று வருந்தினார் பெரியார்.

'இன்றைய ஆட்சி முறை ஒழிய வேண்டும் ஏன்?' என்ற தலைப்பில் 29.10.1933 அன்று 'குடி அரசு' ஏட்டில் தலையங்கம் எழுதினார். முதலாளித்துவத்தையும் புரோகிதத்தையும் கொண்ட இந்த ஆட்சி ஒழிய வேண்டும் என்பதை வலியுறுத்தியது இந்த தலையங்கம். இதைத் தொடர்ந்து குடி அரசு ஏட்டுக்கு 2000 ரூபாய் அபராதம் விதிக்கப்பட்டது. இதழ் அலுவலகத்தில் காவல்துறையினர் நுழைந்து சோதனை நடத்தினார்கள். வழக்கு போடப்பட்டது. 'நான் எனது சமதர்ம பிரச்சாரத்தை நிறுத்திவிட வேண்டும் என்பதற்காக முதலாளி வர்க்கமோ அல்லது மத சம்பிரதாயக்காரர்களோ செய்த சூழ்ச்சி தான் இந்த வழக்கு' என்று நீதிமன்றத்தில் வாக்குமூலம் தாக்கல் செய்தார் பெரியார். மாறுதலை உண்டாக்க நினைப்பவருக்கு இது போன்ற வழக்கு பாய்வது வாடிக்கை என்றும் என்னைத் தண்டித்தாலும் விடுதலை செய்தாலும் எனது தோழர்களுக்கு வழிகாட்ட அது பயன்படும் என்றும் குறிப்பிட்டார்.

என்னவேண்டுமானாலும் தண்டனை கொடுத்துக் கொள்ளட்டும் என்று பெரியார் சொல்லிவிட்டார். அதனால் அரசு தரப்பு சாட்சிகளை குறுக்கு விசாரணை செய்ய வேண்டாம் என்று பெரியார் தனது வழக்கறிஞரிடம் சொல்லிவிட்டார். இதனை நீதிபதியே தனது தீர்ப்பில் சொன்னார். 'குறுக்கு விசாரணையில் வார்த்தைக்கு வார்த்தை அலசிக் காட்டி அதை நிரூபிக்க எதிரிகளுக்கு இடமிருந்தது. ஆனால் எதிரிகள் அப்படிச் செய்ய முயற்சிக்கவில்லை' என்றார் நீதிபதி. ஆறு மாத சிறைத்தண்டனை பெற்றார் பெரியார். ராஜமகேந்திரம் சிறையில் வைக்கப்பட்டார்.

ஏ-வகுப்பு வசதி தரப்பட்டாலும் பி-வகுப்பு சிறையில் இருந்தார். 32 பேர் அடைத்து வைக்கப்படும் அறையில் 29 ஆவது கைதியாக இருந்தார். முன் வராண்டா இல்லாத சிறை என்பதால் பகல் முழுவதும் நேரடியாக வெயில் உள்ளே வரும் சிறையில் அய்ந்து மாத காலம் இருந்தார்.

'அதிமான தண்டனையைக் கொடுங்கள்'

(6.12.1938 - 22.5.1939)

இந்தி எதிர்ப்புக் கிளர்ச்சியில் பெண்களை போராடத் தூண்டியதற்காக 6.12.1938 அன்று பெரியார் கைது செய்யப்பட்டு, இரண்டு ஆண்டு சிறைத்தண்டனை பெற்றார். 2000 ரூபாய் அபராதம் விதிக்கப்பட்டது. அதனை கட்ட மறுத்ததால் கூடுதலாக ஓராண்டு சிறைத் தண்டனை விதிக்கப்பட்டது. சென்னை, பெல்லாரி, கோவை ஆகிய சிறைகளில் இருந்து 22.5.1939 அன்று விடுதலை செய்யப்பட்டார்.

13.11.1938 அன்று சென்னை ஒற்றைவாடை தியேட்டரில் நடந்த பெண்கள் மாநாட்டில் பெரியார் பங்கேற்றார். இந்தி எதிர்ப்பு போராட்டத்தில் பெண்கள் கலந்து கொள்ள பெரியார் தூண்டினார் என்று வழக்கு போடப்பட்டது. தனக்கு வழக்கறிஞர் வைத்துக் கொள்ளாத பெரியார், தான் எதிர் வழக்காடப் போவதில்லை என்றும் சொல்லிவிட்டார். அரசு தரப்பு சாட்சி பதில் அளித்ததும், 'நீங்கள் ஏதாவது இவரிடம் கேட்க விரும்புகிறீர்களா?' என்று நீதிபதி கேட்பார். இல்லை என்று பெரியார் சொல்லிவிடுவார். 'அந்தச் சாட்சி என்ன சொன்னார் என்பது என் காதில் விழவில்லை. இருந்தாலும் இந்தக் கோர்ட்டில் நியாயம் கிடைக்கும் என்ற நம்பிக்கை இல்லை, அதனால் எதுவும் கேட்க வேண்டியதில்லை' என்று சொன்னார் பெரியார்.

ஜார்ஜ் டவுன் நீதிமன்றத்தில் நடந்த இந்த வழக்கில் தீர்ப்பளித்தவர் மாவட்ட நீதிபதி மாதவராவ். "கோர்ட்டாரவர்கள் தாங்கள் திருப்தியடையும் வண்ணம் அல்லது மந்திரிமார்கள் திருப்தியடையும் வண்ணம் எவ்வளவு அதிகபட்ச தண்டனையைக் கொடுக்க முடியுமோ, அவைகளையும் பழிவாங்கும் உணர்ச்சி திருப்தியடையும் வரைக்கும், எவ்வளவு தாழ்ந்த வகுப்பு கொடுக்க உண்டோ அதையும் கொடுத்து இவ்வழக்கு விசாரணை நாடகத்தை முடித்துவிடும்படி வணக்கமாய் கேட்டுக் கொள்கிறேன்" என்று துணிச்சலாக வாக்குமூலம் கொடுத்தார் பெரியார்.

பொன்மொழிகள் வழக்கு (18.9.1950 - 28.9.1950)

'பொன்மொழிகள்' என்ற நூல் துவேஷம் ஏற்படுத்துவதாக சொல்லி பெரியார் மீது வழக்கு போடப்பட்டது. 18.9.1950 அன்று 6 மாதம் சிறைத் தண்டனை விதிக்கப்பட்டது. நாடு முழுவதும் கொந்தளிப்பு ஏற்பட்டதைத் தொடர்ந்து 28.9.1950 அன்று அவர் விடுதலை செய்யப்பட்டார்.

அவர் பல்லாண்டு காலமாக பேசியவைகளை தொகுத்து உருவாக்கப்பட்ட புத்தகம் இது. பார்ப்பனச் சமுதாயத்தினர் மீது மற்றவர்கள் பகை உணர்ச்சிக் கொள்ள இந்தப் புத்தகம் தூண்டுவதாக குற்றம் சாட்டப்பட்டது. இது நேரடியாக நான் எழுதியதல்ல; எனது பேச்சைக் கேட்டவர்கள் எழுதித் தொகுத்தது என்று சொன்னார். ஆனால் இதில் சொல்லப்பட்ட கருத்துகள் எனது கருத்துகள்தான் என்று தனது வாக்குமூலத்தில் குறிப்பிட்டார். பழமையை நீக்க வேண்டுமானால் அவைகளை மக்கள் உணர இது போல விளக்கித்தான் ஆக வேண்டும் என்றார். என் மீது சாட்டப்பட்டுள்ள குற்றங்கள் குறிப்பிடுவது போல நான் குற்றவாளி அல்ல என்றார் பெரியார்.

திருச்சி மாவட்ட நீதிமன்றத்தில் வழக்கு தாக்கல் செய்யப்பட்டது. அப்போது பெரியாருக்கு 71 வயது. அதனால் சிறைத் தண்டனை வேண்டாம், அபராதம் கட்டினால் போதும் என்று சொல்லி, 700 ரூபாய் அபராதம் என தீர்ப்பளித்தார் நீதிபதி. அபராதம் கட்ட மறுத்தார் பெரியார். ஆறு மாத சிறைத் தண்டனை விதிக்கப்பட்டது. இதே நாளில், இதே நீதிமன்றத்தில் 'ஆரியமாயை' நூலுக்காக பேரறிஞர் அண்ணா மீது போடப்பட்ட வழக்குக்கும் ஆறு மாத சிறைத் தண்டனை தரப்பட்டது. இருவரும் ஒன்றாகக் கைது செய்யப்பட்டு திருச்சி சிறையில் அடைக்கப்பட்டார்கள். திராவிடர் கழகம், திராவிட முன்னேற்றக் கழகம் ஆகிய இரண்டு இயக்கங்களும் கடுமையானப் போராட்டத்தை முன்னெடுத்ததால், 'தண்டனைக் காலத்தைத் தள்ளுபடி செய்கிறோம்' என்று அரசு அறிவித்து பத்து நாளில் விடுதலை செய்தது.

இதைக் கூட 'விடுதலை' என்று சொல்ல முடியாது. பெரியாருக்கு 700 ரூபாய் அபராதம் விதிக்கப்பட்டது அல்லவா? அதற்காக அவரது காரை உடனடியாக ஜப்தி செய்தது அரசு. அதனை 835

ரூபாய்க்கு ஏலம் விட்டது அரசு. ஆக, பணத்தையும் கொடுத்து, சிறையிலும் இருந்தவர் பெரியார்.

'பார்ப்பான் நீதிபதியாக இருக்கும் நாடு...'

திருச்சி மாவட்ட ஆட்சியராக இருந்த ஆர்.எஸ். மலையப்பன் அவர்கள் நங்கவரம் பண்ணையார்க்கு எதிராக எடுத்த நடவடிக்கைக்கு எதிராக பார்ப்பன நிலப்பிரபுக்கள் அவருக்கு எதிராக (1956) வழக்கு போட்டார்கள். அப்போது இரு நீதிபதிகள், ஆட்சியர்க்கு எதிராக மிகக் கடுமையான சொற்களைப் பயன்படுத்தி தீர்ப்பை எழுதினார்கள். அவர்கள் இருவரும் பார்ப்பனச் சமூகத்தைச் சேர்ந்தவர்கள். இந்தத் தீர்ப்பை *'இந்து'* இதழ் ஆதரித்து எழுதியது. முழுக்க முழுக்க இதனை பார்ப்பனச் சதியாகக் குற்றம் சாட்டினார் பெரியார். இதனை திராவிடர் கழக மத்தியக் கமிட்டியில் கடுமையாகக் கண்டித்தார் பெரியார். திருச்சியில் கண்டனக் கூட்டமும் நடத்தினார். இதில் நீதிபதிகளை கண்டித்துப் பேசினார். 'நீதிமன்றம் தவறு செய்கிறது என்றால் அந்த அநீதியை யார் கண்டிப்பது?' என்று கேட்டார். நீதிமன்ற அவமதிப்பு வழக்கு வந்தால் வரட்டும் என்று பேசினார். அரசு தரப்பு வழக்கறிஞராக இருந்த பார்ப்பனர், சரியாக வாதிடவில்லை என்று அவர் மீதும் குற்றச்சாட்டு வைக்கப்பட்டது.

பெரியார், மணியம்மையார் ஆகியோர் மீது சென்னை உயர்நீதிமன்றத்தில் நீதிமன்ற அவமதிப்பு வழக்கு தொடுக்கப்பட்டது. 9.4.1957 அன்று வழக்கின் விசாரணை நடந்தது. சென்னை உயர்நீதிமன்ற தலைமை நீதிபதி ராசமன்னார், நீதிபதி பஞ்சாபகேசன் அமர்வு விசாரித்தது. 'குற்றவாளி என ஒப்புக்கொள்கிறீர்களா?' என்று நீதிபதிகள் கேட்டார்கள். 'இது சட்ட நீதிமன்றமே தவிர, நியாய நீதிமன்றம் அல்ல. எனவே நான் சட்டப்படி குற்றவாளி ஆகலாம். நியாயப்படி அல்ல. நான் எதிர் வழக்காட விரும்பவில்லை' என்றார். வாக்குமூலத்தை எழுதி தாக்கல் செய்தார். இதனை வாசிக்க அனுமதி தந்தார் நீதிபதி. எனவே முப்பது பக்க வாக்குமூலத்தை ஒரு மணி நேரம் வாசித்தார் பெரியார்.

'பார்ப்பனர் எந்தப் பதவியில் இருந்தாலும் பார்ப்பனரல்லாதாரை ஒழித்துக் கட்டுவதில் தலையெடுக்கவிடாமல் செய்கிறார்கள்'

என்றும் 'நான் சூத்திரர்களின் பிரதிநிதி' என்றும் பார்ப்பன நீதிபதிகள் யாராக இருந்தாலும் அவர்களுடைய நடத்தை சட்டத்தை பொறுத்து எப்படி நடந்து கொண்டாலும், தமிழனுக்கு தன்னாலான கேடு செய்து அழுத்தவோ, அழிக்கவோ செய்ய வேண்டியது அவர்களது ஜாதி மதக் கடமை' என்றும் 'பார்ப்பான் நீதிபதியாய், ஆட்சியாளராய் இருக்கும் நாடு கடும்புலி வாழும் காடேயாகும். ஆதலால், நாங்கள் புலிவேட்டை ஆடுகிறோம்' என்றும் 'வாயில், நாக்கில் குற்றம் இருந்தாலொழிய வேம்பு இனிக்காது. தேன் கசக்காது. பிறவியில் மாறுதல் இருந்தாலொழிய புலி புல்லைத் தின்னாது. ஆடு மனிதனைத் தின்னாது. அதுபோலவாக்கும் நம் பார்ப்பனர்கள் தன்மை' என்றும் 'நான் சொன்னவை அனைத்தும் எவ்வித குரோத உணர்ச்சி இல்லாமல் என் இன மக்களுக்கு உண்மையானதும், அவசியமானதும் ஆனது' என்றும் 'ஒரு யோக்கியமான பொதுநலத் தொண்டன் என்கிற தன்மையில் கனம் நீதிபதிகளுடைய சித்தம் எதுவோ அது என்னுடைய பாக்கியம் என்பதாகக் கருதி, எதையும் ஏற்கத் தயாராக இருக்கிறேன்' என்றும் வாக்குமூலம் அளித்தார் பெரியார்.

பெரியார் பேசியது நீதிமன்ற அவமதிப்பு ஆகும் என்று நீதிபதிகள் தீர்ப்பு அளித்தார்கள். அவரது முதிர்ந்த வயதைக் கருத்தில் கொண்டு 100 ரூபாய் அபராதம் விதிக்கிறோம். 'நீதியின் முடிவுக்கு அது போதுமானது என்பது எங்கள் கருத்து' என்றும் நீதிபதிகள் தீர்ப்பளித்தார்கள்.

குத்துவெட்டு வழக்கு (14.12.1957 - 13.6.1958)

தஞ்சையில் நடந்த ஜாதி ஒழிப்பு சிறப்பு மாநாட்டுக்கு முன்னதாக பல்வேறு ஊர்களில் பெரியார் பொதுக்கூட்டம் பேசினார். அதில் அவர் பேச்சுகளை சில இதழ்கள் தவறாகவும், திரித்தும் வெளியிட்டது. இவரது பேச்சுகள் 117, 302, 323, 324, 325, 436 ஆகிய பிரிவுகளின் கீழ் தண்டனைக்குரியதாக வழக்கு போடப்பட்டது. 6.11.1957 அன்று பெரியார் கைது செய்யப்பட்டு பிணையில் விடுவிக்கப்பட்டார். 'பார்ப்பனர்களை குத்துங்கள்' என்று பெரியார் சொன்னதாக வழக்கு போடப்பட்டது. 'குத்துங்கள்' என்று நான் சொல்லவில்லை என்று பெரியார் மறுத்தார். 'எனக்கு நீதிதான் சாட்சி, வேறு சாட்சி இல்லை'

என்று நீதிமன்றத்தில் சொன்னார். 'இனி இந்த மாதிரி பேசப் போவது இல்லை' என்று எழுதித் தர நீதிபதி கேட்டார். முடியாது என்று மறுத்துவிட்டார் பெரியார்.

"இந்த ஆட்சி கொடுமையான காட்டுமிராண்டி ஆட்சி. அதாவது பச்சைப் பார்ப்பனர் நீதி, நேர்மை, அன்பு, அறிவு, அற்ற கொடுங்காட்டுமிராண்டிப் பார்ப்பனப் பாதகர்கள் ஆட்சி. இந்த ஆட்சியில் இப்போது இயற்கையாகவே நீதி கிடைக்க மாட்டாது"

என்று வாக்குமூலத்தை தாக்கல் செய்தார். இறுதியாக வழங்கப்பட்ட தீர்ப்பின் படி மூன்று குற்றங்களுக்கும் தலா ஆறு மாதம் சிறைத் தண்டனை வழங்கப்பட்டது. ஒரே நேரத்தில் ஆறு மாத காலத் தண்டனையை ஏற்கலாம் எனச் சொல்லப்பட்டது. 'ஆறு மாதம் தானா? ஏமாற்றமாக இருக்கிறது' என்று நீதிபதியைப் பார்த்து சிரித்துக் கொண்டே சொல்லிவிட்டு பெரியார் சிறைக்குள் சென்றார். 14.12.1957 ஆம் நாள் கைதான பெரியார் 13.6.1958 அன்று தான் வெளியில் வந்தார்.

தமிழ்நாடு நீங்கிய தேசப் பட எரிப்பு போராட்டத்தில் தடுப்புக் காவலில் 5.6.1960 அன்று கைது செய்யப்பட்டு இரண்டு நாட்கள் கழித்து விடுவிக்கப்பட்டார்.

இப்படிச் சிறைக்கஞ்சாப் பறவையாக வாழ்ந்த பெரியாரைப் பற்றிய அரிச்சுவடியே தெரியாமல் ஜெயமோகன் எழுதி வருகிறார் என்பதற்கு எடுத்துக்காட்டு, 'பெரியார் சிறைக்கே போனதில்லை' என்ற அவரது கூற்றாகும். இப்படித்தான் எல்லா விவகாரங்களும் வாய்க்கு வந்ததை சவடாலாக அடித்து விட்டுக் கொண்டு இருக்கிறார் ஜெயமோகன்.

தேசப்படம், தேசியக் கொடி, ராமாயணம், அரசியல் சட்டம்... இப்படி எரிப்புப் போராட்டங்களை நடத்தியவர் பெரியார். 'தோசை மாவுப் போராளி' அல்ல! அதுவும் புளித்தமாவாக இருந்தாலும் பரவாயில்லை. புளியாதமாவுப் போராளி அல்ல!

⊙

ஆலய நுழைவுப் போராட்டங்கள்

வைக்கம் போராட்டத்துக்குப் பிறகு தான் ஆலய நுழைவுப் போராட்டங்கள் தீவிரமானது என்பதைப் போல ஜெயமோகன் எழுதுவதே முதல் தவறு.

கோவில்கள் இறை வழிப்பாட்டுத் தலங்கள் மட்டுமல்ல; சொத்துடைமை நிறுவனங்கள் ஆகும். மன்னராட்சி காலமானது கோவில்களை அரசு பாதுகாப்புக்கும், நிதிப் பாதுகாப்புக்கும் பயன்படுத்தியது. இத்தகைய கோவில்களை ஆக்கிரமித்த பார்ப்பனர்கள், மற்றவர்களை உள்ளே அண்ட விடாமல் பார்த்துக் கொண்டார்கள். இதற்குப் பெயர்தான் தீட்டு, சனாதனம், வர்ணாசிரமம். தங்களுக்கு மட்டுமே புனிதத்துவம் இருப்பதாகக் கற்பித்துக் கொண்டு கோவில்களை தங்களது நிலவுடைமையாக மாற்றிக் கொண்டார்கள்.

இதற்கு எதிரானப் போராட்டம் காலம் காலமாக நடந்து வந்துள்ளது. ஒடுக்கப்பட்ட மக்கள் தடையை மீறி கோவில்களுக்குள் நுழைந்ததை ஆய்வாளர் கா. க. மணிக்குமார் பட்டியலிடுகிறார். 1872 - திருச்செந்தூர் முருகன், 1874 - மதுரை மீனாட்சி கோவில், 1876 - திருத்தங்கல், 1897 - கமுதி மீனாட்சி சுந்தரேசுவரர் கோவில், 1899 - சிவகாசி காசி விசுவநாத சுவாமி கோவில் ஆகியவற்றில் நுழைந்ததாக வரிசைப்படுத்துகிறார். (தமிழ்நாட்டு வரலாறு, பக், 149) வலங்கை - இடங்கை பிரிவுகளுக்கு இருந்த தனிச் சலுகை சட்டங்களை பிரிட்டிஷ் அரசு நீக்கினாலும் வேறுபாடு தொடரவே செய்தது. இந்த அடக்குமுறையை ஏற்காத மக்களில் பலரும், ஊர்களை விட்டு நாட்டை விட்டு வெளியேறியதும் அதிகமாக நடந்தது. (இது குறித்து ஜெயசீல ஸ்டீபன் விரிவாக எழுதி இருக்கிறார்)

காலனிய பிரிட்டிஷ் ஆட்சியின் விதிமுறைகள் ஒடுக்கப்பட்ட மக்களுக்கு ஓரளவு நம்பிக்கை அளிப்பாக இருந்த நிலையில் 1900 ஆம் ஆண்டின் தொடக்கத்தில் கல்வி - பொருளாதார மேம்பாடு அடைந்த 'சமூக ஒடுக்கப்பட்டோர்' தங்கள் எழுச்சியை பல்வேறு இயக்கங்கள், அமைப்புகள் மூலமாக வெளிப்படுத்தினார்கள். கோவில்களுக்குள் நுழைய முயற்சித்தார்கள். நுழைய தடையிருந்த இடங்களில் தனிக் கோவில்களை கட்டி எழுப்பினார்கள்.

1920 இல் நீதிக் கட்சி ஆட்சியானது எந்தப் பொது இடங்களிலும் யாருக்கும் பாகுபாடு காட்டக் கூடாது என்ற அரசாணையை வெளியிட்டது. இதே காலத்தில் பெரியாரும் காங்கிரசு மேடைகளில் இது பற்றி பேசத் தொடங்கினார்.

1923 ஆம் ஆண்டே திருப்பூரில் நடந்த தமிழ்நாடு காங்கிரஸ் மாகாண மாநாட்டில் ஆலய நுழைவுத் தீர்மானம் கொண்டு வந்தவர் பெரியார்.

> "1923-ம் வருஷம் திருப்பூரில் கூடிய 28 ஆவது மாகாண மகாநாட்டிலும் நாடார்கள் முதலியோர்க்கு ஆலயப் பிரவேஷம் கொடுக்க வேண்டும் என்றும் அதற்கு விரோதமான சாஸ்திரங்களையும், பழைய ஆசார வழக்கங்களையும் மாற்ற வேண்டும் என்றும் ஸ்ரீமான் ஈ.வெ. ராமசாமி நாயக்கரால் பிரேரபிக்கப்பட்டு. விஷயாலோசனைக் கூட்டத்தில் தீர்மானமானதை வெளி மகாநாட்டில் பிரேரபிக்க முடியாதபடி பல பிராமணர்கள் செய்தும், கடைசியாக பெரிய தகராறின் பேரில் ஸ்ரீமான்கள் கல்யாணசுந்தர முதலியார் பிரேரபிக்க, ஈ.வெ. ராமசாமி நாயக்கர் ஆமோதிக்க அதன் பேரில் ஸ்ரீமான்கள் எஸ். சத்தியமூர்த்தி, மதுரை ஏ. வைத்திய நாதய்யர், கும்பகோணம் பந்துலுவய்யர் முதலியோர் ஆட்சேபித்து கூச்சல்களையும், கலகத்தையும் உண்டாக்கி எப்படியோ அத்தீர்மானத்தை அப்படியே ஓட்டுக்கு விடாமல் அதன் ஜீவ நாடியை எடுத்துவிட்டு ஒரு சொத்தைத் தீர்மானத்தை நிறைவேற்றினார்கள். அதுசமயம் ஸ்ரீமான் வரதராஜுலு நாயுடு மதில் மேல் பூனை போலவே நடந்து கொண்டார் என்கிற பழியும் அவருக்கு வந்தது" (குடி அரசு, தலையங்கம், 6.12.1925)

என்பதே உண்மையான வரலாறு ஆகும்.

இதனை திரு.வி.க. அவர்களும் தனது வாழ்க்கைக் குறிப்புகள் நூலில் உறுதி செய்துள்ளார்.

'வைக்கத்துக்கு போய்ப் போராடியவர் ஏன் தமிழ்நாட்டில் போராடவில்லை?' என்று கேட்கிறார் ஜெயமோகன். இவர் அது பற்றி படிக்கவில்லை என்பதால் போராடவில்லை என்றாகிவிடுமா? ஜெயமோகனுக்கு ஒரு செய்தி தெரியாமல் போனாலே அது நடந்திருக்காது என்று அர்த்தமா?

பெரியாரும் அவர் தம் சுயமரியாதை இயக்கத் தோழர்களும் பங்கெடுத்து நடத்திய ஆலய நுழைவுப் போராட்டங்கள் வரலாற்றுச் சுருக்கத்தை மட்டும் இங்கே தொகுத்து தருகிறேன்...

சுசீந்திரம் கோவில்

சுசீந்திரம் சாலைகளை அனைத்து மக்களுக்குமானதாக ஆக்கும் போராட்டத்தைத் தொடங்கியவர் டாக்டர் எம்.இ. நாயுடு. 1926 ஜனவரி 19 ஆம் நாள் போராட்டத்தைத் தொடங்கினார். காந்திதாஸ் தலைமையில் போராட்டக்குழு அமைக்கப்பட்டது. இந்தப் போராட்டத்துக்கு எதிர்ப்புக் குழுவும் அமைக்கப்பட்டது. (ஜனவரி 30) கோவில் பிரகாரத்தில் போராட்டக்காரர்கள் நுழைந்தார்கள். இப்போராட்டத்தில் பெரியாரும் கலந்து கொண்டார் (ஒடுக்கப்பட்ட சமுதாயம் வரலாறு படைத்தது, டாக்டர் அய்.வி. பீட்டர், பக். 94) என்று பதிவு இருக்கிறது. இதன் பிறகு 1930 ஆம் ஆண்டு காந்திராமன் இப்போராட்டத்தை முன்னெடுத்தார். ஓராண்டு சிறைத் தண்டனை பெற்றார். அந்தத் தீர்ப்பின்படி அனைவருக்கும் சுசீந்திரம் கோவில் சாலைகள் திறந்து விடப்பட்டது. பிறகு உயர்சாதியினரால் மீண்டும் தடை செய்யப்பட்டது. (காந்தி ராமன் - த. ராம்).

'சுசீந்திரம் சத்தியாக்கிரகம் வெற்றி பெறுமாக' என்று பாராட்டி வெளியிட்ட அறிக்கையில், "வைக்கம் முடிந்ததும் சுசீந்திரம் தொடங்கியுள்ளதை கண்டு மகிழ்ச்சியடைகிறோம்" என்றார் பெரியார். "நம் ஊரில் இப்படிக் கொடுமை வைத்துக் கொண்டு தென்னாப்பிரிக்க மக்களுக்காக பரிந்து பேசுவது அக்கிரமம்" என்றார். நாய்களுக்கும் பன்றிகளுக்கும் கொடுத்துள்ள உரிமையைக் கூட தாழ்த்தப்பட்ட மக்களுக்கு அளிக்க மறுக்கும்

நமக்கு சுயராஜ்யமும் விடுதலையும் அவசியமா? என்று அந்த அறிக்கையில் கேட்டார் பெரியார்.

“தமிழ்நாட்டினர் வைக்கம் சத்தியாக்கிரகத்துக்கு எவ்வாறு பணம் கொடுத்தும் ஆட்கள் உதவியும் ஒத்தாசை செய்தார்களோ அவ்வாறே சுசீந்திரம் சத்தியாக்கிரகத்திற்கும் தாங்கள் நன்கொடையளித்தும் ஆட்கள் உதவியும் முழு ஒத்தாசையும் அளிப்பார்களென்று நம்புகிறோம். தமிழ்நாட்டு தேசிய வாலிபர்களானாலும் சரி, மற்றும் எந்தக் கட்சியைச் சேர்ந்த எவரானாலும் சரி அனைவரும் சத்தியாக்கிரகத்துக்குத் தொண்டு செய்ய அவசியமேற்படும்போது தயாராயிருக்க வேண்டுமென்று கேட்டுக் கொள்ளுகிறோம். தமிழ்நாட்டார் சுசீந்திரத்தில் உரிமைப் போர் நடப்பதற்குத் தங்களாலியன்ற நன்கொடையைக் கொடுக்கவும் தயாராயிருக்க வேண்டுமென்பதே நமது வேண்டுகோளாகும்.” *(குடி அரசு, 31.1.1926)*

1926 ஜனவரி *30* ஆம் தேதி சுசீந்திரம் சென்றுள்ளார் பெரியார். டாக்டர் எம்.இ. நாயுடுவுடன் சத்தியாக்கிரகம் நடக்கும் இடத்துக்குச் சென்றார். ஆலயத்தைச் சுற்றியுள்ள சாலைகளை பார்வையிட்டார். மாலையில் பொதுக்கூட்டம் நடந்தது. எம். சிவதாணுபிள்ளை தலைமை. சத்தியாக்கிரகத்தை ஆதரித்து பெரியார் பேசினார். அப்போது எதிர்க்கட்சியைச் சேர்ந்தவர்கள் கலகம் செய்தனர். *(குடி அரசு, 14.2.1926)*

(கூடுதல் தகவல்களுக்கு 1926 ஜனவரி, பிப்ரவரி, ஏப்ரல், மே, ஜூன், 1930 ஜூன், 1943 ஜனவரி குடி அரசு இதழ்களைப் பார்க்கலாம்!)

மதுரை மீனாட்சி அம்மன் கோவில்

3.2.1927 ஆம் நாளன்று மதுரை மீனாட்சி அம்மன் கோவிலுக்குள் சுயமரியாதை இயக்க வீரர் ஜே.என். ராமநாதன் நுழைந்தார். கோவிலுக்குள் நுழைந்து உள்ளே இருந்த பிள்ளையார் கோவில் அர்த்த மண்டபத்துக்குள் செல்கிறார். அங்கிருந்த அர்ச்சகர் இவரைத் தடுக்கிறார். பட்டரின் எதிர்ப்பை மீறித் தன் கையில் எடுத்துச் சென்றிருந்த தேங்காயை உடைத்து தாமாகவே

கற்பூர ஹாரத்தி காட்டுகிறார். இதை முடித்துக் கொண்டு மீனாட்சி அம்மன் இருக்கும் கர்ப்பக் கிரகத்துக்குள் நுழையச் செல்கிறார். அங்கிருந்த பட்டர்கள், குருக்கள் உடனடியாக அந்த கர்ப்பக்கிரகத்தை மூடுகிறார்கள். கர்ப்பக்கிரகத்துக்குள் நுழைய முடியாத ராமநாதனும் அவருடன் சென்றவர்களும் மூடப்பட்ட கதவு அருகே அர்த்த மண்டபத்திற்கு வெளியே தேங்காய் உடைத்து கற்பூரம் ஹாரத்தி காட்டினார்கள். அங்கு நின்று கொண்டிருந்த பட்டர்கள் குரல் எழுப்பி எதிர்ப்பு தெரிவித்தார்கள். இதை இவர்கள் மதிக்கவில்லை. உடனடியாக மீனாட்சி அம்மன் கோயில் தலைவாசல் கதவு உள்பட அனைத்துக் கதவுகளும் மூடப்பட்டன.

ஸ்ரீமான் ராமநாதன் உள்ளிட்ட உள்ளிருந்தவர்கள் இரவு 9.30 மணி வரை வெளியே வர முடியவில்லை. வெளியிலிருந்தவர்கள் இரவு 12 மணி வரை உள்ளே செல்ல முடியவில்லை. போலிசார் விசாரணை செய்தார்கள். ஸ்ரீமான் ராமநாதன் வெளியே வந்த பொழுது கூடியிருந்த பெரும் ஜனக் கூட்டத்தினர் அவரைக் கண்டு சந்தோஷ ஆரவாரம் செய்து அவருக்கு மாலை போட்டார்கள். அவரை ஊர்வலமாக அழைத்துச் சென்றார்கள். சுதேசி ஸ்டோருக்கு அருகில் இரவு 12.30 மணிக்கு தந்த கட்டடத்தில் ஸ்ரீமான் ராமநாதன், கோவிலுக்குள் நடந்தவைகளை விளக்கி உபந்நியாசம் செய்தார். (குடி அரசு 6.2.1927) *'திராவிடன்'* நாளிதழ் வெளியிட்ட இந்தச் செய்தியை *'குடி அரசு* மறுபிரசுரம் செய்துள்ளது. 'பிராமணரல்லாதாரே பூஜை செய்தல்' என்று தலைப்பிட்டுள்ளது *'குடி அரசு'*. அப்போது நிருபர் ஒருவர் மீனாட்சி அம்மன் கோவில் வாசலில் இருந்துள்ளார். அவர் ராமநாதனைப் பேட்டி எடுத்துள்ளார். அதுவும் *'திராவிடன்'* நாளிதழில் வெளியாகி உள்ளது.

> "நான் என் நண்பர்கள் நால்வருடன் 7.30 மணிக்கு சுவாமி தரிசன ஆலயத்துக்குச் சென்றிருந்தேன். நாங்கள் ஒவ்வொருவரும் தேங்காய், வெற்றிலை, பாக்கு, கற்பூரத்துடன் மண்டபத்திற்குச் சென்றோம். சின்னச்சாமி பட்டர் என்பவர் எங்களை வெளியிலே தள்ள முயன்றார். நான் ஆட்சேபித்து, 'நான் சைவன்' என்று தெரிவித்தேன். அவ்வாறிருந்தும் பட்டர் என்னை வெளியே போகும்படி சொன்னார். அதற்கு நான், 'அங்கு தேங்காய் உடைக்க

வந்தேனேயன்றி வேறல்ல' என்றேன். அங்கு பட்டர் தேங்காயை உடைக்கவிடவில்லை. வெளியேயுள்ள முதற்படியிலேயே உடைத்தேன். இதற்குள் மக்கள் கூடிவிட்டனர். உடனே பட்டர்கள் எல்லாம் ஒன்றாய்ச் சேர்ந்து, 'அவர்கள் சந்நிதிக்குள் போகிறார்கள். கதவை மூடுங்கள்' என்று கூவிக் கொண்டு சந்நிதிக்கு ஓடினார்கள்.

பிறகு நாங்களும் அம்மன் சந்நதிக்குள் சென்றோம். அங்கு உட்கதவு மூடப்பட்டு இருந்தது. மூடப்பட்ட கதவுக்கு அருகில் ஒருவர் தேங்காய் உடைத்தார். அதற்கு பட்டர்கள் ஆட்சேபித்து தடுத்தார்கள். தேங்காய் உடைக்க வழக்கமாக அனுமதிக்கப்படும் இடத்தில் உடைக்க எங்களுக்கு உரிமை உண்டென்று நான் கூறினேன். தேங்காய் உடைத்த பின் நாங்கள் பிரகாரத்து அருகே சென்றோம். பிறகு நாங்கள் வெளியே வரும் போது அக்கதவும் மூடப்பட்டு இருந்தது. போலிசார் விசாரித்து அநேகருடைய வாக்குமூலங்களையும் பதிவு செய்தனர்''

(குடி அரசு, 6.2.1927) இவ்வாறு ராமநாதன் பேட்டி அளித்தார்.

இந்தச் செய்தி பரவிய பிறகு சுயமரியாதை இயக்கக் கூட்டம் நடக்கும் ஊர்களில் அந்தந்த ஊர்க் கோவில்கள் முன்கூட்டியே மூடப்பட்டன.

திருவண்ணாமலை கோவில்

மீனாட்சி அம்மன் கோவில் நுழைவு நடந்த நான்காவது நாள் அதாவது, 7.2.1927 அன்று திருவண்ணாமலை அருணாசலேஸ்வரர் கோவிலுக்குள் 'திராவிடன்' நாளிதழ் ஆசிரியர் ஜே.எஸ். கண்ணப்பர் நுழைந்தார். தாலுகா போர்டு துணைத் தலைவர் ராமச்சந்திர செட்டியார், செங்கம் கூட்டுறவு சங்க செயலாளர் வரதராஜுலு செட்டியார், வேலூர் பண்டிதர் துரைசாமி முதலியார், திண்டுக்கல் சங்கரப்ப நாயக்கர், சர்க்கிள் இன்ஸ்பெக்டர் கோபால் பிள்ளை, இன்ஸ்பெக்டர் சிவப்பிரகாச முதலியார், நரசிம்மலு நாயுடு, வேட்டவலம் ஜமீன்தார், திருஞான சம்பந்த பண்டாரியார் மற்றும் பலர் அவருடன் சென்றதாக 'குடி அரசு' செய்திக் *(13.2.1927)* கூறுகிறது.

இவர்கள் இப்படி வருகிறார்கள் என்று கோயில் அதிகாரி ராமநாத சாஸ்திரிக்கு தெரிந்துவிட்டது. அவர் ஊழியர் கூட்டத்தைக் கூட்டிப் பேசினார். அவர்களை உள்ளே விடக் கூடாது என்று முடிவெடுத்தார். கோவிற் கோபுர வாசற்கதவை மூடச் சொன்னார். ஜே.எஸ். கண்ணப்பருடன் வந்த போலிஸ் இன்ஸ்பெக்டர் சிவப்பிரகாச முதலியார், கோவில் வாசல் கதவை திறக்கச் சொன்னார். இவர்கள் உள்ளே சென்றார்கள். உடனே சுவாமி சந்நிதி, அம்மன் சந்நிதி கதவுகள் மூடப்பட்டன. ஜே.எஸ். கண்ணப்பருடன் வேட்டவலம் ஜமீன்தார் வந்திருந்தார். அவர் இந்தக் கோவில் அறங்காவலர்களுள் ஒருவர். சந்நிதி கதவுகளை வேட்டவலம் ஜமீன்தார் திறக்கச் சொன்னார். திறக்க மறுத்தார்கள். அன்று முக்கியமான நாள் என்பதால், பொதுமக்களும் ஏராளமாக இருந்தார்கள். யாருமே சாமி தரிசனம் செய்ய முடியவில்லை. ஏமாற்றத்துடன் திரும்பினார்கள். அன்று மாலை நடந்த பொதுக்கூட்டத்தில் இதனைக் கண்டித்து ஜே.எஸ். கண்ணப்பர் பேசினார். மாஜிஸ்திரேட் நீதிமன்றத்தில் ஜே.எஸ். கண்ணப்பர் வழக்கு தொடர்ந்தார். ராமநாத சாஸ்திரி, குப்புசாமி குருக்கள், வெங்கிடாசலம் செட்டியார் ஆகியோர் மீது புகார் கொடுத்தார்.

"...வாதி ஹிந்து என்பதை எதிரிகள் தெரிந்திருந்தும் வேண்டுமென்றே அவமானப்படுத்தி கோபத்தை மூட்டியிருக்கிறார்கள்... எதிரிகளின் இவ்வித நடவடிக்கையானது இ.பி.கோ. 169, 331 பிரிவுகளின்படி குற்றமாகிறது. ஆகையால், இதை விசாரித்து நீதி செலுத்த வேண்டுமென பிராது கொடுக்கப்பட்டிருக்கிறது." (குடி அரசு, 13.2.1927)

அதாவது, கோவிலுக்குள் அத்துமீறி நுழைந்ததற்காக அவர்கள் வழக்கு போடவில்லை. கோவிலுக்குள் அவர்கள் விடவில்லை என்று இவர்கள்தான் புகார் கொடுத்தார்கள். இந்த வழக்கு மிக நீண்டகாலம் நடந்தது. 'திருவண்ணாமலை கோவில் வழக்கு' என்ற தலைப்பில் திராவிடன், குடி அரசு இதழ்களில் பக்கம் பக்கமாக வெளியானது.

ஜே.எல். கண்ணப்பருக்கு வி.எஸ். பத்மநாப முதலியார் வழக்கறிஞர். எஸ்.வி. விஜயராகவாச்சாரியாரும், டி.ஆர்.ராமசாமி

அய்யரும் அரசு வழக்கறிஞர்கள். ஜே.எஸ்.கண்ணப்பர், அன்று நடந்ததை எதிரிகளுக்கு விரிவாக விளக்கிய பிறகு...

"நான் ஜஸ்டிஸ் கட்சியைச் சேர்ந்தவன். ஜஸ்டிஸ் கட்சியின் கொள்கை சுயராஜ்யம் பெற வேண்டுமென்பது. சுயராஜ்யம் பெறுவதற்கு இப்பொழுது பிராமணர்கள் எதிரிடையாய் இருக்கிறார்கள்... இந்தக் கொட்டம் ஒழிய வேண்டும்... இந்த சாதி வித்தியாசம் ஒழிய வேண்டும். இந்தக் கோவிலில் பிராமணர்களுக்கு நுழைய உரிமை இல்லை. அவர்களெல்லாம் தாமே கடவுள் என்றிடும் சங்கராச்சாரியார் மதத்தைச் சார்ந்தவர்கள். எனவே கோவில்களில் பிராமணர்களைத் தவிர, இந்துக்களென்று சொல்லும் மற்ற எல்லோருக்கும் நுழைய உரிமையுண்டு...

நான் இதற்கு முன் திருவண்ணாமலைக்கு வந்தது கிடையாது. இதற்கு முன் இக்கோவிலைப் பார்த்ததும் கிடையாது. எல்லா இந்துக்களுக்கும் கோவிலுக்குள் போக உரிமையுண்டு... நான் எனது பத்திரிகையில், கோவிலில் எல்லோரும் நுழைய உரிமை உண்டு, ஜாதி வித்தியாசம் ஒழிக்க வேண்டும், கடவுளுக்கும் பக்தர்களுக்கும் இடையே தரகர் கூடாது என்ற கொள்கைகளை இடையறாது எழுதி வந்திருக்கிறேன்... பிராமணர்கள் எவ்வளவு தூரம் போகலாமோ அவ்வளவு தூரம் எல்லோரும் போகலாம்... நான் ஆதி திராவிடர் வீட்டில் பலமுறை சாப்பிட்டு இருக்கிறேன். இதனால் கோவிலுக்குள் செல்வதற்கு எனக்குள்ள உரிமை போய்விடவில்லை. ஸ்பென்சர் ஹோட்டலில் சாப்பிடும் எத்தனையோ பிராமணர்கள் தங்கள் ஜாதியை இழக்கவில்லை." (*குடி அரசு*, 7.8.1927)

"என் அபிப்பிராயத்தில் ஆதி திராவிடர்களும் இந்துக்களாவார்கள். ஆகவே ஆதி திராவிடர்களும் கோவிலுக்குள் நுழையலாம். நான் அவ்வாறே பிரசங்கமும் செய்தேன். ஆதி திராவிடர்கள் கர்ப்பக் கிருகத்துக்குள் போவது குற்றமென்று சொல்லமாட்டேன்... ஆதி திராவிடர்கள் நுழைந்ததற்காகப் பிராயச்சித்தம் செய்வது சரியல்ல... கோவிலுக்குள்ளே போகும் போது ஆதி திராவிடர்கள் வந்தார்களோ அல்லவா வென்பதுந்

தெரியாது. ஆதி திராவிடர்களை நான் கோவிலுக்குள் வர வேண்டாமென்றும் சொல்லவில்லை...” (*குடி அரசு, 14.8.1927*)

“ஆதி திராவிடர்களுடன் சாப்பிடக் கூடாதென்று சில வைதிக நாயுடுகள் சொல்லுகின்றார்கள். சிலர் அவர்களைத் தொடக்கூடாதென்றும் சொல்லுகின்றார்கள். நான் பகிரங்கமாய் பலமுறை அநேக ஆதி திராவிடர்கள் வீட்டில் சாப்பிட்டுள்ளேன். ஆதி திராவிடர்கள் வீட்டில் சாப்பிடுவதில் யாதொரு தோஷமும் இருக்கிறதென்று நான் நினைக்கவில்லை.

எனக்கும் இன்னும் கல்யாணம் ஆகவில்லை. எனக்கு வயது 31. நான் ஆதி திராவிடர்கள் வீட்டில் சாப்பிடுவதால் நாயுடுகள் எனக்குப் பெண் கொடுக்க மாட்டேன் என்று சொல்லவில்லை. இவ்வருடம் கூட குன்னத்தூரில் நாயுடுகள் வீட்டில் எனக்குப் பெண் கொடுப்பதாய்ச் சொன்னார்கள். ஆதி திராவிடர்கள் வீட்டில் சாப்பிட்டதற்காக என்னைக் கோவிலுக்குள் வரக் கூடாதென்று தடுப்பதற்கு எவருக்கும் அதிகாரம் கிடையாது...

இன்னும் பிராமணரல்லாதார்கள் கர்ப்பக் கிருகத்தில் நுழைவதற்குத் துணியவில்லை... நான் நாட்டை இப்பொழுது பக்குவப்படுத்திக் கொண்டு வருகின்றேன்... பிராமணரல்லாதாருந்தான் சாதி வித்தியாசம் பாராட்டுகின்றார்கள். ஆனால், சாதி வித்தியாசம் பாராட்டும் பிராமணனை வெறுப்பது போல் பிராமணரல்லாதாரை வெறுக்கமாட்டேன். ஏனெனில், சாதி வித்தியாசத்தை புகுத்தியவர்கள் பிராமணர்கள்தான்... சில வைதீகப் பார்ப்பனரல்லாதார் ஆதி திராவிடனைத் தன் வீட்டிற்குள் விடுவதற்கு ஆட்சேபனை செய்கிறார்கள். ஆனால், என்னைச் சார்ந்தவர்களுக்கெல்லாம் ஆதி திராவிடன் தன் வீட்டிற்குள் விடுவதற்கு யாதொரு ஆட்சேபனையுங் கிடையாது...

ஒரு முதலியார் வீட்டில் ‘இந்து’ என்று சொல்லிக் கொள்ளும் ஆதி திராவிடன் பரோகதம் செய்வதற்கு எனக்கு ஆட்சேபனை கிடையாது... சைவர்கட்கென்று சில

ஆச்சாரம் உண்டு. பெரும்பான்மையான சைவர்கள் ஆதி திராவிடர்களுடன் சாப்பிடலாமென்று நினைக்கிறார்கள். எந்தவிதமான ஆச்சாரத்துடன் இருந்தாலும் இந்து இந்துவே. அவனை ஜாதியை விட்டுத் தள்ள யாருக்கும் அதிகாரம் கிடையாது..." *(குடி அரசு, 21.8.1927)*

இவ்வாறு தனது சாட்சியத்தில் ஜே.எஸ். கண்ணப்பர் கூறி எதிரி தரப்பு வழக்கறிஞர்கள் கண்ணப்பரிடம் கேட்டக் கேள்விகளுக்கு அவர் அளித்த பதில்கள் இவை:

இந்த வழக்கில் தனது சாட்சியாக சர்.டி. சதாசிவ அய்யர் என்பவரை ஜே.எஸ். கண்ணப்பர் அழைத்து வந்தார். சென்னை உயர்நீதிமன்ற முன்னாள் நீதிபதி இவர். இந்துமத பரிபாலன போர்டு தலைவர் இவர் என்கிறது *'குடி அரசு'*. இந்துமத நிபுணர் என்கிற முறையில் இவரை அழைத்து வந்திருந்தார் ஜே.எஸ். கண்ணப்பர். இவரிடம் செய்யப்பட்ட குறுக்கு விசாரணை முக்கியமானது:

கே: இந்துக்கள் என்போர் யார்?

நீதிபதி சதாசிவ அய்யர்: சமஸ்கிருதத்திலுள்ள ருக்வேத மந்திரங்களிலும், ரிஷிகளின் வாக்கியங்களிலும் நம்பிக்கை யுள்ளவர்களெல்லாம் இந்துக்களென்று நான் நினைக்கிறேன்.

கே: ஆதி திராவிடர்கள் இந்துக்களா?

நீதிபதி: ஆதி திராவிடர்கள் மேற்கூறியவைகளில் நம்பிக்கையுடையவர்களாக இருந்தால் அவர்களும் இந்துக்களே.

கே: இந்து மதத்துள் பிறப்பினால் உயர்வு தாழ்வு என்ற வேற்றுமை உண்டா?

நீதிபதி: பிறப்பினால் உயர்வு தாழ்வு உண்டென்ற கொள்கைக்கு இந்து சாஸ்திரங்கள் மதிப்புக் கொடுக்கவில்லை.

கே: இந்துக்கள் பல வகுப்பாருள்ளும் உடன் உண்ணல் வைத்துக் கொள்ளலாமா?

நீதிபதி: எவன் ஒருவன் சுத்தமான உணவை அன்புடன் அளிக்கின்றானோ, அவன் யாராயினும் அவனுடன் உண்ணலாம்.

கே: ஆதி திராவிடர்கள் வீட்டில் சாப்பிட்டதாலும், தீண்டினமையாலும் ஓர் இந்து தன் சாதியையும், கோவிலுள் நுழையும் உரிமையையும் இழக்கின்றானா?

நீதிபதி: குடிகாரனான ஓர் ஆதி திராவிடனோடு சாப்பிட்டால் தான் ஒருவன் சாதியை இழக்கின்றான். இல்லாற்போயின் ஆதி திராவிடர்களுக்குப் பொதுவாக வேதத்தில் நம்பிக்கை உண்டு. ஆகையால் அவர்கள் இந்துக்களே. தென்னிந்தியாவில் மட்டும் அவர்கள் கோவிலுக்குள் நுழைய விட மறுக்கப்படுகிறார்கள். இந்து மதத்தில் பல தீங்குகள் இருக்கின்றன. உதாரணமாக பிற முன்னிட்டு ஒரு ஜாதியைச் சார்ந்திருக்கின்றவன், எவ்வளவு உயரிய ஒழுக்கமும் குணமுடையவனானாலும் தான் பிறந்த சாதியைவிட்டு மேலேற முடியவில்லை. கோவிலுக்குள் ஆதி திராவிடர்களுள் மிக பக்தியுடையவர்கள்கூட போக முடியவில்லை. இத்தகையவும் இவை போன்றவையுமான தீங்குகளை எல்லாம் நான் ஒழிக்க விரும்புவதால் என்னைச் சமுதாய சீர்திருத்தக்காரன் என்று சொல்லிக் கொள்கிறேன். *(குடி அரசு, 6.11.1927)*

இவ்வாறு **நீதிபதி** சதாசிவ அய்யர் சாட்சியம் அளித்தார். இந்நிலையில் இந்த வழக்கை வேறு நீதிமன்றத்துக்கு மாற்ற வேண்டும் என்று எதிரிகளில் ஒருவரான ராமநாத சாஸ்திரி சென்னை உயர்நீதிமன்றத்தில் வழக்கு தாக்கல் செய்தார். ஜில்லா சப் மாஜிஸ்திரேட் அப்பாதுரை பிள்ளையும், ஜே.எஸ். கண்ணப்பரும் நெருங்கிப் பழகுகிறார்கள் என்றும் ஒரே அறையில் சாப்பிடுகிறார்கள் என்றும் சப் மாஜிஸ்திரேட் மகனுக்கு ஜே.எஸ். கண்ணப்பர் நல்ல வேலை வாங்கித் தர வாக்குறுதி தந்திருப்பதாகவும் ராமநாத சாஸ்திரி புகார் மனுவில் கூறினார். இம்மனுவை நீதிபதி ஜாக்சன் தள்ளுபடி செய்தார். இந்த வழக்கு விசாரணையும் மிகவும் ரசிக்கத்தக்கதாக உள்ளது. *(குடி அரசு, 18.3.1928)*

திருச்சி மலைக்கோட்டை

திருவண்ணாமலை கோவில் வழக்கு நடந்து வரும் காலத்தில் திருச்சி மலைக்கோட்டை கோவிலுக்குள் ஜே.என். ராமநாதன் சுயமரியாதை இயக்கத் தொண்டர்களுடன் நுழைந்தார். இவர்களை கோவில் அதிகாரிகள், காலிகளை வைத்து வழிமறித்து தாக்கினார்கள். கோவில் அதிகாரிகள் மீது ராமநாதன் புகார் கொடுத்தார்.

திருச்சி மலைக்கோட்டை கோவிலுக்குள் பிரவேசிக்க கூடாது என்று திருவாளர்கள் ஜே.எஸ். கண்ணப்பர், தண்டபாணி பிள்ளை ஆகியோருக்கு திரு. சீனிவாசராவ் என்கின்ற ஒரு பார்ப்பனரால் 144 உத்தரவு பிறப்பிக்கப்பட்டிருக்கின்றது. இவ்வுத்திரவு அக்கிரமமான உத்திரவானதால் அதை மீறி பிரவேசித்து சிறைபுக தீர்மானித்து திருவாளர்கள் கண்ணப்பரும், தண்டபாணி பிள்ளையும் முடிவு செய்துவிட்டார்கள். இன்று அல்லது நாளை திருச்சிக்கு சென்று உத்திரவை மீறுவார்கள். (குடி அரசு, 24.6.1928) அதாவது சொல்லிவிட்டே சென்றார்கள். கலகமோ, பலாத்காரமோ நடைபெறாது என்று கூறினார்கள். பொதுமக்களே இக்காரியத்தை செய்யச் சொன்னதாகவும் அறிவித்தார்கள்.

பார்த்தசாரதி கோவில்

6.7.1927 அன்று சென்னை பார்த்தசாரதி கோவிலுக்குள் தண்டபாணி பிள்ளை நுழைந்தார்.

அன்றைய தினம் இரவு 9 மணிக்கு என். தண்டபாணி பிள்ளை, பார்த்தசாரதி கோவிலுக்கு சென்றார். இவரை, கோவில் தர்மகர்த்தாக்களில் ஒருவரான பார்த்தசாரதி அய்யங்காரின் சகோதரரான பாஷ்யம் அய்யங்காரும், ஆலய அமீனா ராமாநுஜாச்சாரியும் தடுத்தனர். உள்ளே கதவைப் பூட்டிவிட்டார்கள். கதவைத் திறக்கச் சொன்னார் தண்டபாணி பிள்ளை. அவர்கள் மறுத்துவிட்டனர்.

நரசிம்ம சுவாமி பிரமோற்சவத்தின் கடைசி நாள் என்பதால் கூட்டம் அதிகமாக இருந்தது. தண்டபாணி பிள்ளையோடு நிறையப் பேர் தடுக்கப்பட்டார்கள். கோவிலுக்குள் உள்ளே இருந்தவர்களும் வெளியே போக முடியாமல் ஆக்கப்பட்டனர்.

இன்னொரு வாசல் வழியாக செல்ல தண்டபாணி பிள்ளை முயற்சிக்கிறார். அங்கும் தடுத்து நிறுத்தப்பட்டார். அதன்பிறகு தண்டபாணி பிள்ளை தனது வழக்கறிஞர் ஆர். வாசுதேவ் மூலமாக பார்த்தசாரதி கோவிலுக்கு நோட்டீஸ் அனுப்பினார். (குடி அரசு, 29.7.1928)

மயிலாடுதுறை கோவில்

1927 மே மாதம் தடையை மீறித் தீண்டாதாரை அழைத்துக் கொண்டு மாயிலாடுதுறை கோவிலுக்குள்ளும் திருவானைக்காவல் கோவிலுக்குள்ளும் சுயமரியாதை இயக்கத் தலைவர் கி.ஆ.பெ. விசுவநாதம் சென்றார்.

1928 மே 5 ஆம் நாள் திருச்சிராப்பள்ளி மலைக்கோட்டை கோவிலுக்குள் செல்ல அரசின் தடையை மீறிய போது காவல் துறையால் தடுத்து நிறுத்தப்பட்டார். (முத்தமிழ்க் காவலரின் கடிதங்கள், மணவை வ. இளங்கோ)

"இந்து மதத்தினர் என்று கூறுபவர்களிலேயே சிலரை ஆலயத்தினுள் புகவிடாதபடி தடுப்பதை ஒழித்தலே எமது இயக்க வேலை" என்று வரதராஜுலு நாயுடுவுக்கு எழுதிய கடிதத்தில் கி.ஆ.பெ. குறிப்பிட்டுள்ளார்.

சிதம்பரம்

சிதம்பரம் நடராசர் கோவிலுக்குள் ஆதி திராவிடர் நுழையப் போகிறார்கள் என்ற தகவலைத் தொடர்ந்து காவல்துறை பாதுகாப்பு போடப்பட்ட செய்தி 'திராவிடன்' நாளிதழில் உள்ளது. (16.12.1929)

"சிதம்பரம் நடராசர் கோவில், தீட்சிதர்களின் அப்பன் வீட்டு சொத்தல்ல. அல்லது ஆத்தாள் வீட்டுச் சொத்தல்ல. தீட்சிதர்களுக்கு அதில் நுழைய எவ்வளவு உரிமையுண்டோ, அவ்வளவு உரிமையுண்டு ஆதி திராவிடர்களுக்கும். தீட்சிதர்களைக் காட்டிலும் ஆதி திராவிடர்கள் ஒழுக்கத்திலும் குணத்திலும் மேம்பட்டவர்கள்...

தில்லை நடராஜனையும் அவர் கோவிலையும் அவர்களின் பாட்டன் வீட்டுச் சொத்து என்று கருதிக் கொண்டிருக்கும் தீட்சிதர்களையும் நாம் சும்மா விடப்போவதில்லை. ஒரு

கை பார்த்துவிடுவது என்றுதான் முடிவு கட்டியுள்ளோம். இந்த சத்தியாக்கிரகத்துக்கு ஆயிரம் ஆதி திராவிடர் சிறுவர்கள் வருவதாக பல ஊர்களிலிருந்து எழுதி இருக்கிறார்கள். *(நூற்றாண்டில் திராவிடன், இரா. பகுத்தறிவு, பக். 33-34)*

சுயமரியாதை இயக்கத்தவர்கள் உள்ளே நுழைந்துவிடுகிறார்கள் என்பதற்காக கோவில் கதவுகளை மூடுவதைக் கடுமையாக கண்டித்து பெரியார் எழுதினார். கோவிலுக்குள் போக உரிமை கிடைத்தவருக்கு சுவாமி கும்பிட உரிமை உண்டா இல்லையா? சுவாமி கும்பிட உரிமை உள்ளவனுக்கு சுவாமிக்கு தேங்காய் பழம் உடைத்து வைக்க உரிமை உண்டா இல்லையா என்று கேட்ட பெரியார், இவர்களைவிட வெள்ளைக்காரர்கள் எந்த விதத்தில் கெட்டவர்கள்? என்று கேட்டார். மதுரை, திருவண்ணாமலை கோவில்களில் நடந்த அவமானம் பொறுக்கக் கூடியது அல்ல என்றார். ஒரு காரியத்துக்குப் போகக் கூடாது, சிரமம் என்று நினைத்து தலையிட்டு வீட்டில் அதைச் சுலபத்தில் விட்டுவிட்டு ஓடவும் கூடாது என்று எழுதினார். *(குடி அரசு, 13.02.1927)*

திருவில்லிபுத்தூர்

கோவிலுக்குள் நுழைந்தது மட்டுமல்ல, ஒவ்வொரு கோவிலுக்கும் சுயமரியாதை இயக்கத்தவர் மனு கொடுத்தார்கள். ஸ்ரீவில்லிபுத்தூர் ஜில்லா சுயமரியாதை சங்கத்தைச் சேர்ந்தவர்கள் ராமநாதபுரம் ஜில்லா தேவஸ்தான கமிட்டியாருக்கு ஒரு மனு அனுப்பினார்கள். "ஜில்லா கமிட்டியின் ஆதிக்கத்துக்குட்பட்ட எல்லாக் கோவில்களிலும் இந்து மதத்தைச் சேர்ந்த எல்லா வகுப்பினருக்கும் பிரவேச உரிமை வழங்க வேண்டும்" என்று அதில் குறிப்பிட்டார்கள். இதைத் தொடர்ந்து ராமநாதபுரம் ஜில்லா தேவஸ்தான கமிட்டியார், எல்லா கோவில் டிரஸ்டிகளுக்கும் ஏழு கேள்விகள் கேட்டு ஒரு கடிதம் அனுப்பினார்கள்.

1. இந்துக்கள் எல்லோரும் கோவிலுக்குள் செல்வதுண்டா?
2. செல்லுமிடத்தில் வரையறையுண்டா?
3. எல்லோரும் செல்லாவிட்டால், அதன் காரணமென்ன?
4. ஜாதி காரணமாக யாராவது தடுக்கப்படுகிறார்களா?

5. தடுக்கப்பட்டால் அதற்குக் காரணம் உண்டா?

6. அக்காரணங்களுக்கு எழுத்து மூலமான அதன் விபரம் என்ன?

7. ஜாதி வித்தியாசம் இல்லாமல் கோவிலுக்குள் யாரையும் விடுவது உங்களுக்குச் சம்மதமா?

என்பதே அக்கேள்விகள்.

கும்பகோணம்

ஸ்ரீவில்லிபுத்தூர் சுயமரியாதை இயக்கத்தவர் மனு கொடுத்ததும், கும்பகோணம் கமிட்டியில் இருந்து தஞ்சை ஜில்லா தேவஸ்தான கமிட்டிக்கு கடிதம் கொடுக்கப்பட்டது. அக்கடிதத்தை நிராகரித்துவிட்டார்கள். ஈரோட்டிலும் இதுபோல் மனு தரப்பட்டுள்ளது. *(குடி அரசு, 24.08.1930)*

சென்னை

சென்னையில் கந்தசாமி கோவிலில் சில ஆதி திராவிடர்கள் சென்றதாகச் செய்தி வந்தது. மறுநாள் கோவில் அடைக்கப்பட்டு விட்டது. மயிலாப்பூர் கோவிலுக்குள் செல்ல அனுமதி கேட்பதற்காகச் சென்ற உயர்ந்த சாதி இந்துக்களையே கோவிலுக்குள் விடாமல் கதவடைத்துவிட்டார்கள்.

"இன்னும் தென்னாட்டில் உள்ள சிதம்பரம், சீரங்கம், கும்பகோணம், திருச்சிராப்பள்ளி, மதுரை, திருவாரூர் போன்ற ஊர்களில் உள்ள பெரிய கோவில்களில் தீண்டாதாரை அழைத்துக் கொண்டு போக ஆரம்பித்தால் அப்பொழுது கும்பகோணம் பார்ப்பனர்கள் என்ன செய்வார்கள் என்பது தெரியும்" *(குடி அரசு, 25.09.1932)*

என்று பெரியார் எச்சரிக்கை செய்தார்.

ஈரோடு

ஈரோடு ஈஸ்வரன் கோவில் நுழைவுப் போராட்டம் (1929 ஏப்ரல்) சுயமரியாதை இயக்க வரலாற்றில் முக்கியமானது. ஈரோடு கோட்டை ஈஸ்வரன் கோவில் தேவஸ்தான கமிட்டியின் தலைவராக பெரியார் இருந்தார். 1929 ஏப்ரல் முதல் வாரத்தில், ஒரு தீர்மானம் கொண்டு வந்தார். இந்து மதத்தைச் சேர்ந்தவர்

யாராக இருந்தாலும் சுத்தமாக இருந்தால் கோவிலுக்குள் நுழைந்து சாமி கும்பிடலாம் என்று தீர்மானம் போடப்பட்டது. அதாவது, ஒருவர் எந்தச் சாதியைச் சேர்ந்தவராக இருந்தாலும் சுத்தமாக வந்து சாமி கும்பிடலாம். இந்தத் தீர்மானம் போட்டதும் ஈரோட்டில் இருந்து கோவை சென்றுவிட்டார் பெரியார். *(30.3.1929 தீர்மான நாள்)*

4.4.1929 அன்று மாலை குத்தூசி குருசாமி ஒரு காரியம் செய்தார். ஈரோடு ஈஸ்வரன் கோவிலுக்குள் ஆதி திராவிடத் தோழர்களை அனுப்புவது என்று குத்தூசி குருசாமி திட்டமிட்டார். இதற்கு பொன்னம்பலனாரும் உடந்தை. ஈரோடு கச்சேரி வீதி ஈசுவரன், ஈரோடு மஞ்சைமேடு பசுபதி, ஈரோடு கிருஷ்ணம்பாளையம் கருப்பன் ஆகிய மூன்று ஆதி திராவிடத் தோழர்களுக்கு நெற்றியில் விபூதி பூசச்செய்து அழைத்துக் கொண்டு, தேங்காய், பழம், பூ ஆகியவற்றையும் வாங்கிக் கொண்டு தயார் ஆனார்கள். கோவிலுக்குள் போய்விட்டார்கள். இதனை பார்ப்பனர்கள் பார்த்து கோவில் வெளியில் பூட்டிவிட்டார்கள். இரண்டு நாள் கழித்து கோவையில் இருந்து பெரியார் வந்த பிறகுதான் கோவில் கதவு திறக்கப்பட்டு 'பக்தர்கள்' வெளியே வந்தார்கள். இந்த மூன்று பேருக்கும் இரவு நேரத்தில் பெரியாரின் மனைவி நாகம்மையார் உள்ளே சாப்பாடு அனுப்பியதாக குருவிக்கரம்பை வேலு எழுதுகிறார். *(குத்தூசி குருசாமி நூல் பக். 160)*

இந்த வழக்கு நடந்து சிறைத் தண்டனையும் அபராதமும் விதிக்கப்பட்டது. உயர்நீதிமன்றம் இந்த தண்டனையை ரத்து செய்ததாக *'குடி அரசு'* இதழில் இது தொடர்பான செய்திகள் *(21.4.29)* இதழ்களில் உள்ளன. இந்த வழக்கின் நீதிமன்ற விசாரணையை *'திராவிடன்'* நாளிதழ் பக்கம் பக்கமாக தொடர்ந்து வெளியிட்டது *1.4.1929, 6.4.1929, 9.4.1029, 16.4.1929, 16.5.1929, 27.5.1929, 28.5.1929, 31.5.1929, 4.6.1929, 17.8.1929, 30.8.1929, 31.8.1929, 4.10.1929, 5.10.1929, 19.10.1929* ஆகிய நாள் *'திராவிடன்'* நாளிதழில் உள்ளது. இந்த வழக்கின் மொத்தச் செலவும் பெரியாருடையது. பாரிஸ்டர் கே.ஸி. சுப்பிரமணியம் என்ற வழக்கறிஞரை பெரியார் நியமித்திருந்தார்.

"தீண்டாதார் கோவிலுக்குள் போனதால் கோவில் அசூசையானது, தீட்டானது. எப்போதும் கோவிலுக்குள்

போகாதவர்கள் போனதால் தீட்டானது. ராமசாமி நாயக்கர் ஆபீஸிலுள்ளவர்கள் சொன்னதால்தான் இவர்கள் கோவிலுக்குள் போனார்கள். கீழ்சாதிக்காரர்கள் கோவிலுக்குள் வந்ததே பிசகு. அதுவும் நவக்கிரகம் வரை போனார்கள். தேங்காய் உடைத்து அபிசேகம் செய்துள்ளார்கள். வெளியில் இருந்து கொண்டு வந்த சாப்பாட்டைச் சாப்பிட்டுள்ளார்கள். சிகரெட், பீடி பிடித்துள்ளார்கள்" என்று அரசு சாட்சி அங்கமுத்து கூறினார்.

இவரது வழக்கறிஞர், "ஆதி திராவிடர்கள் கோவிலுக்கும் போகக் கூடாது என்பதற்கு இந்து சாஸ்திரத்தில் ஆதாரமிருக்கிறதா என்று எனக்குத் தெரியவில்லை" என்றார்.

குற்றம் சாட்டப்பட்டவர் தரப்பு வழக்கறிஞர் கே.ஸி. சுப்பிரமணியம் "இந்து மதத்தைச் சேர்ந்த ஒரு தரப்பாரை கோவிலுக்குள் அனுமதிக்க மாட்டோம் என்பது இந்து மதத்தை அவமானப்படுத்துவது. ஒவ்வொரு ஆதி திராவிடரும் இந்துதான். அதனால், அவர்கள் கோவிலுக்குள் செல்வதற்கு உரிமை உண்டு. கோவிலுக்குள் செல்லக் கூடாது என்று எந்த சாஸ்திரத்தில் உள்ளது என்று காட்டுங்கள்" என்று கேட்டார்.

"சாஸ்திரத்தில் இதற்கு ஆதாரம் காட்ட முடியவில்லை என்றாலும் இவர்கள் இதுவரை கோவிலுக்குள் அனுமதிக்கப்படாதவர்கள்" என்றார் அரசு வழக்கறிஞர்.

குற்றம் சாட்டப்பட்டவர் தரப்பு வழக்கறிஞர் கே.ஸி. சுப்பிரமணியம், சாட்சியான முத்துசாமி குருக்களை விசாரணை செய்தார்.

வழக்கறிஞர்: பஞ்சமர்கள் கோவிலுக்குள் செல்லக் கூடாது என்று எந்த ஆகமத்தில் உள்ளது?

முத்துசாமி குருக்கள்: காபிகமிக ஆகமத்தில் உள்ளது.

வழக்கறிஞர்: இன்னின்ன ஜாதியார்தான் கோவிலுக்குள் வரலாம். இன்னின்ன ஜாதியார் கோவிலுக்குள் வரக் கூடாது என்று இருக்கிறதா?

முத்துசாமி குருக்கள்: இல்லை.

வழக்கறிஞர்: தீண்டாதார்களை பார்த்த மாத்திரத்தில் இவர்கள் தீண்டாதார் என்று உங்களால் சொல்ல முடியுமா?

முத்துசாமி குருக்கள்: முடியாது.

வழக்கறிஞர்: பிறகு இவர்களைத் தீண்டாதார் என்று எப்படிச் சொல்கிறீர்கள்?

முத்துசாமி குருக்கள்: 2 ஆவது குற்றவாளியை (பசுபதி) 15 வருடமாக எனக்குத் தெரியும். 3 ஆவது குற்றவாளியை (கருப்பன்) 6 மாதமாகத் தெரியும்.

இதைத் தொடர்ந்து தத்தாத்திரி குருக்களிடம் வழக்கறிஞர் கே.ஸி. சுப்பிரமணியம் விசாரணை நடத்தினார்.

வழக்கறிஞர்: தீண்டாதாரில் உங்கள் ஜாதிக்கும் எங்கள் ஜாதிக்கும் கல்வி போதிக்கும் உபாத்தியாயர்கள் இருப்பது தெரியுமா?

குருக்கள்: தெரியாது.

வழக்கறிஞர்: நந்தனாருக்கும் சாமி மோட்சம் கொடுத்திருக்கிறதே.

குருக்கள்: தெரியாது.

வழக்கறிஞர்: அதைப் படித்திருக்கிறீரா?

குருக்கள்: தெரியாது.

வழக்கறிஞர்: திருக்குறள் எழுதியவரும் தீண்டாதார் தானே?

குருக்கள்: தெரியாது.

வழக்கறிஞர்: தேர்கள் இழுப்பது தீண்டாதார் தானே?

குருக்கள்: தெரியாது.

விசாரணையின் ஒரு சில பகுதிகள் இவை. இப்படி பல மாதங்கள் விசாரணை நடந்தது. நீதிமன்றத்தையே சமூக சீர்திருத்த மேடையாக ஆக்கியவர் பெரியார். சுயமரியாதை இயக்கத்தின் கொள்கையை 'திராவிடன்' தலையங்கம் சுட்டிக் காட்டுகிறது. தாழ்த்தப்பட்ட வகுப்பார் என்று நசுக்கப்பட்டோர் யாராகிலும்

கோவிலுக்குள் விடப்பட வேண்டும். இல்லாவிட்டால் கோவில்கள் இடித்துத் தள்ளப்பட வேண்டும்... பிராமணர்கள் உயர்ந்தவர்கள், அவர்களைக் காட்டிலும் ஆதி திராவிடர்கள் எவ்வளவு கீழானவர்கள் என்பதை இன்று சுட்டிக்காட்டிக் கொண்டிருப்பவை கோவில்களே... இவர்கள் காட்டும் கோவில்கள் இருப்பது இந்துக்களுக்கு அவமானம். (*திராவிடன்*, 9.1.1930). கோவிலுக்குள் அனைவரையும் விடவேண்டும். அல்லது கோவில்களை இடித்துவிட வேண்டும். இது நடக்கும் என்றது '*திராவிடன்*'.

இந்த நிகழ்ச்சிக்குப் பிறகு சுயமரியாதை இயக்கத்தின் கூட்டங்கள் நடந்த ஒவ்வொரு கூட்ட நாட்களில் கோவில்களைப் பூட்டிவிடுவார்கள். கூட்டம் முடிந்து சுயமரியாதைக்காரர்கள் அவரவர் இல்லம் சென்ற பின்னரே ஆலயங்களைத் திறப்பார்கள். காரணம் சுயமரியாதைக்காரர்கள் ஆதி திராவிடரைக் கோவிலுக்குள் அழைத்துச் சென்றுவிடுவார்கள் என்ற அச்சமேயாகும். (குத்தூசி குருசாமி, குருவிக்கரம்பை வேலு)

பவானி

பள்ளிப்பாளையம், பவானி முதலிய இடங்களில் அந்தந்த ஊர் சுயமரியாதை இயக்கத்தவர் கோவிலுக்குள் செல்வோம் என்று அறிவித்தார்கள். (*திராவிடன்*, 6.4.1929)

பவானி சங்கமேஸ்வரர் கோவிலுக்குள் பெரியார் நுழையப் போகிறார் என்ற வதந்தி 9.4.1929 பரவியதாகவும், அதனால் கோவில் கதவு பூட்டப்பட்டதாகவும் '*திராவிடன்*' (16.4.1929) செய்தி வெளியிட்டுள்ளது.

சிதம்பரம்

சிதம்பரம் நடராசர் கோவிலுக்குள் ஆலயப் பிரவேசம் செய்யப் போவதாக 9.1.1930 அன்று திருஉரையூர் சுவாமி ஞானாநந்தா அறிவிப்பு செய்தார். அவருடன் பூவாளூர், லாலுகுடி நகர், வரகனேரி, திருக்காட்டுப்பள்ளி ஆதி திராவிடர்கள் உடன் வருகிறார்கள் என்ற செய்தி '*திராவிட*'னில் இருக்கிறது.

> "இன்றைய ஜாதி வித்தியாசத்திற்கு ஆதாரமாயுள்ள ரோடு, கிணறு, பள்ளிக்கூடம், சாவடி முதலியவை எல்லாம்

ஒருவிதமாக மாற்றப்பட்டு வந்து கொண்டிருப்பதனாலும் இந்தக் கோவில்கள்தான் சிறிதும் மாற்றுவதற்கு இடம் தராமல் ஜாதி வித்தியாசத்தை நிலைநிறுத்தி உபயோகப்பட்டு வருகின்றது. ஆதலால்தான், நான் தீண்டாத மக்கள் என்போர் கண்டிப்பாய் கோவிலுக்குள் போய்த்தீர வேண்டும் என்று கூறுகின்றேனே ஒழிய, பக்திக்காகவோ மோட்சத்திற்காகவோ பாவ மன்னிப்புக்காகவோ அல்லவே அல்ல. கோவிலில் சமத்துவமடைந்துவிட்டால் மற்றக் காரியங்களில் வித்தியாசம் இருக்க முடியவே முடியாது. கோவிலில் பிரவேசித்து நாம் செய்யும் ஒவ்வொரு முயற்சியும் ஜாதி வித்தியாசத்தை ஒழிக்கச் செய்யும் முயற்சியே ஒழிய வேறில்லை." *(குடி அரசு, 27.10.1929)*

என்றார் பெரியார்.

சுயமரியாதை இயக்கத்தவர் குறித்த அச்சம் இதன் மூலம் எல்லா ஊர்களிலும் ஏற்பட்டது. பெரியாரின் பிரச்சாரத்தில் எழுத்தில், பேச்சில் ஆலய நுழைவு தொடர்ச்சியாக இடம் பெற்றது. 'ஒவ்வொரு மாகாணத்திலும் தேவஸ்தான சட்டம் தேவை' என்று எழுதினார் பெரியார். *(குடி அரசு, 12.7.1925)*

ஆலய நுழைவின் அவசியம் பற்றி குடி அரசு, திராவிடன் இதழ்களின் துணை ஆசிரியர் திரிசிரபுரம் ராஜன் விரிவாக எழுதினார். *(குடி அரசு, 22.12.1929)* சென்னை கவர்னரின் மனைவியை, மதுரை மீனாட்சி அம்மன் கோவிலுக்கு அழைத்துச் சென்று குப்புசாமி அய்யர் காட்டியதாகவும் அவருக்கு அந்தப் பெண்மணி நன்றி கூறியதாகவும் கிடைத்த செய்தியை வைத்து எழுதப்பட்ட தலையங்கத்தில், "நமது மதத்துக்கு விரோதமாய் பிரசாரம் செய்பவர்களை கோவிலுக்குள் அனுமதிக்கும் நீங்கள், நமது மதத்தில் உள்ளவர்களை கோவிலுக்குள் விட மறுப்பது ஏன்?" என்று கேட்டார். *(குடி அரசு, 17.01.1926)*

"தீண்டாதார் என்பவர்களை கோவிலுக்குள் விடவேண்டுமென்பதும், பார்ப்பானுக்கு வேறு இடம் நமக்கு வேறு இடம் என்று இருக்கக் கூடாது என்பதும் உள்ளே போய் சுவாமி தரிசனம் செய்வதாலோ, தொட்டுக் கும்பிடுவதாலோ பக்தி அதிகமாகுமென்றோ பலன் அதிகமென்றோ கருதி அல்ல

என்பதை பொது ஜனங்களுக்குத் தெரிவித்துக் கொள்ளுகின்றோம்." (குடி அரசு, 19.08.1928) என்று விளக்கம் அளித்தார். சென்னை வந்த மதன்மோகன் மாளவியா, 'தீண்டத்தகாதவர்கள் என்பவர்கள் கோவிலுக்குள் செல்ல சாஸ்திரத்தில் இடமில்லை' என்று கூறிய போது, "திரு. மாளவியாவின் பித்தலாட்டம் பார்ப்பனர்களின் அசல் அயோக்கியத்தனத்திற்கு ஒரு உதாரணமாகும்" (குடி அரசு, 26.5.1929) என்று கண்டித்தார்.

இதன் தொடர்ச்சியாக சென்னை நேப்பியர் பூங்காவில் நடந்த மாநாடு முக்கியமானது. அதன் பெயர்: ஆதி திராவிடர் சுயமரியாதை மாநாடு. இந்து மதத்தில் சமத்துவ உரிமை இல்லாமல் இருப்பதால் அடுத்து வரும் சென்சஸ் கணக்கில் நாம் இந்துக்கள் என பதியக் கூடாது என்ற தீர்மானம் இம்மாநாட்டில் நிறைவேற்றப்பட்டது. (குடி அரசு, 21.07.1929). இம்மாநாட்டில் பெரியாரும் கலந்து கொண்டு பேசினார். "இத்தீர்மானத்தை நான் ஆதரிக்கிறேன். நான் அநேக தடவைகளில் இதைப் பற்றி எழுதியும் பேசியும் இருக்கிறேன்" என்றார். "ஆதி திராவிடர்கள், தங்களை இந்து என்ற தளையில் இருந்து பிரித்துக் கொள்வதைப் போல சூத்திரர்களும் இந்து என்ற தளையில் இருந்து பிரித்து விடு என்று கேட்கும் நாள் விரைவில் வரும்" என்று (குடி அரசு, 21.07.1929) எழுதினார். பூனாவில் ஆலயப் பிரவேசம் நடந்ததையொட்டி தமிழ்நாட்டிலும் ஆலயப் பிரவேசம் நடத்துவது தொடர்பாக ஆலோசிக்க 22.10.1929 அன்று சென்னை நேப்பியர் பூங்காவில் பொதுக்கூட்டம் நடைபெற்றது. "பம்பாய்க்காரர்கள் சத்தியாகிரகம் துவக்கிவிட்டார்கள் பல கோவில்கள் எல்லோருக்கும் திறந்து விடப்பட்டுவிட்டன. நாமோ மற்றொருவர் செய்த சத்தியாகிரகத்தைப் பாராட்டுவதில் முனைந்திருக்கிறோம். இதை நினைக்கும் போது நம்மை நாம் வாய்ப்பேச்சு வீரர்கள் என்றே சொல்லிக் கொள்ள வேண்டும்" என்றார் பெரியார்.

"இதரப் பொது இடங்களைவிட கோவில்களிலேயே முதன்முதல் தாழ்த்தப்பட்ட மக்கள் தங்களது உரிமையை நிலைநிறுத்திக் கொள்ள வேண்டியது அவசியம்" என்று எழுதிய பெரியார், "கோவில் நுழைவு விஷயத்தில் பொதுமக்கள் தங்கள் கடமையைச் செய்வதோடு முக்கியமாக சுயமரியாதை இயக்கத்தில் ஈடுபட்ட அனைவரும் தீவிரமாக வேலை செய்யக்

கடமைப்பட்டிருக்கிறார்கள் என்பதை ஞாபகப்படுத்துகிறோம்" *(குடி அரசு, 22.12.1929)* என்று சுயமரியாதை இயக்கத்தின் முக்கிய வேலைத் திட்டங்களில் ஒன்றாகக் கோவில் நுழைவை மய்யப்படுத்தினார்.

ராமநாதபுரம் தேவஸ்தான கமிட்டி உறுப்பினராக விருதுநகர் சிதம்பர நாடார் நியமிக்கப்பட்ட போது, ஜாதி உயர்வு தாழ்வை கோவில்களில் நீக்க அவர் தனது பதவியை பயன்படுத்த வேண்டும் என்று எழுதினார். *(குடி அரசு, 21.12.1930)*

தேவஸ்தான போர்டு நிர்வாக கமிஷனர்கள், சர்க்கிள் கமிட்டி சங்கத்தினர் நியமனத்தில் பார்ப்பனரல்லாதார் அய்ந்து பேர் நியமிக்கப்பட்டிருப்பதை பாராட்டி எழுதிய பெரியார், நீலகிரி தேவஸ்தான கமிட்டிக்கு ஆதி திராவிடர் ஒருவர் நியமித்திருப்பதை பெருமையோடு வரவேற்றார். 'தேவஸ்தானம்' என்ற பதத்தை ஆதி திராவிடர் மக்கள் நினைக்கவும் உச்சரிக்கவும் கூடாது என்ற நேரத்தில் முதல் அமைச்சர் டாக்டர் சுப்பராயன் இந்தக் காரியத்தை செய்திருப்பது துணிச்சல் ஆகும் *(குடி அரசு, 25.5.1930)* என்று எழுதினார்.

கோவில் நுழைவுப் போராட்டத்துக்கும் பக்திக்கும் எந்தத் தொடர்பும் இல்லை என்பதை விளக்கிய பெரியார், 'பொது இடத்தில் எல்லா மக்களுக்கும் உரிமை வேண்டும்' என்பதற்காக மட்டுமே கோவில் நுழைவுப் போராட்டங்கள் நடத்தப்பட வேண்டும் என்பதையும் தெளிவுபடுத்தினார். *(குடி அரசு, 8.5.1932)*

1932 ஆம் ஆண்டின் இறுதியில் கோவில் பிரவேச மசோதாவை டாக்டர் சுப்பராயன் கொண்டுவரப் போவதாக செய்திகள் பரவியதும் பெரியார் அதனை வரவேற்று எழுதினார். எதிர்க்கட்சித் தலைவரான டாக்டர் சுப்பராயன் இப்படி தீர்மானம் கொண்டு வந்தால் அனைத்துக் கட்சியினரும் ஏற்றுக்கொள்வார்கள். ஆளும் கட்சியான நீதிக்கட்சியினரும் ஏற்றுக் கொள்வார்கள் என்று நம்பினார். 'இந்துக்களாக இருக்கும் அனைவரும் இந்து கோவிலுக்குள் செல்லலாம்' என்பது சுப்பராயனின் மசோதா ஆகும். 'இந்து மத ஆலயங்களில் அனைவரும் செல்லலாம்' என்று மாற்றச் சொன்னார் பெரியார். மசூதி, தேவாலயம்,

புத்த கோவில்களில் அனைவரும் செல்லலாம் என்பதை சுட்டிக்காட்டினார். (*குடி அரசு*, 30.10.1932)

பரோடா சமஸ்தானத்தில், தாழ்த்தப்பட்டோர் அனைவரும் கோவிலுக்குள் செல்ல உரிமை உண்டு என்று பிறப்பிக்கப்பட்ட உத்தரவை வரவேற்ற பெரியார், இது போல் சென்னை மாகாணத்திலும் பிறப்பிக்கப்பட வேண்டும் என்றார். (*குடி அரசு*, 6.11.32)

இந்தக் கால கட்டத்தில்தான் ஆலயப் பிரவேசம் என்பதை இந்தக் காந்தியும் காங்கிரஸும் அதிகமாகப் பேச ஆரம்பித்தது. தேசியப் புரட்டு, கதர் புரட்டு, மறியல் புரட்டு, சத்தியாகிரகப் புரட்டு ஆகியவைகளை எல்லாம்விட இவர்களின் தீண்டாமை விலக்குப் புரட்டு, கோவில் நுழைவுப் புரட்டுக் கொடுமை, கொடுமை, மகா கொடுமை என்று எழுதினார் பெரியார். (*குடி அரசு*, 8.1.1933) தீண்டாதார் பெயரைச் சொல்லிக் கொண்டு சட்டசபைக்குப் போகவும், ஊரைக் கொள்ளை அடிக்கவுமான தந்திரம் என்றே இதனைச் சொன்னார். காந்தியின் தீண்டாமை ஒழிப்பு (*குடி அரசு*, 15.01.1933) ராஜாஜியின் கருத்து (*குடி அரசு*, 15.01.1933) ஆகியவற்றை கண்டித்து எழுதினார். சுதேசமித்திரன், சுதந்திர சங்கு ஆகிய இதழ்கள் ஆலய நுழைவை விமர்சித்த போது இவர் கடுமையாக அதை எதிர்த்து எழுதினார். (*குடி அரசு*, 22.01.1933)

ஹரிஜன சேவை, தீண்டாமை விலக்கு, கோவில் பிரவேசம் ஆகிய மூன்றையும் சமத்துவத்துக்காக இல்லாமல் இந்துமத பிரச்சாரமாகவே பெரியார் பார்த்தார். மதத்தை ஒப்புக்கொண்டு இதைப் பேசக் கூடாது என்றார். 'மாடு தின்பவர்கள் கோவிலுக்குள் வரக் கூடாது' என்று காந்திச் சொன்னதைக் கண்டித்தார். 'தீண்டாதார் பூணூல் போட வேண்டும், சாராயம் குடிக்கக் கூடாது' என்று மதன் மோகன் மாளவியா சொன்னதை எதிர்த்தார். இராஜாஜியின் 'நந்தன்' மேற்கோளை நிராகரித்தார். காங்கிரஸ்காரர்களின் தீண்டாமை விலக்கு கிளர்ச்சியில் சுயமரியாதை இயக்கம் பங்கேற்காது என்றார். தீண்டாத மக்களின் தனித்தொகுதி முறையில் மண்ணைப் போடவே இவை பேசப்படுகின்றன என்றார். (*குடி அரசு*, 5.2.1933)

தனிக்கோவில் கூடாது

கல்கத்தாவில் ஆதி திராவிடர்களுக்கு என தனிக்கோவில் கட்டிய செய்தியை, பித்தலாட்டமான காரியம் என்றார் பெரியார். (குடி அரசு, 5.2.1933) தனிக்கோவில் கட்டுவதால் பேதம் ஒழியாது என்றார். இந்திய சட்டசபையில் ஆலயப் பிரவேச மசோதா கொண்டுவரப்பட்ட போது, அது பொதுமக்கள் பார்வைக்கு அனுப்பி வைக்கப்பட்டது. இந்த மசோதாவை மாளவியா, இராஜாஜி, கிருஷ்ணமாச்சாரியார், சத்யமூர்த்தி ஆகியோர் எதிர்த்தார்கள். இந்து மதத்துக்கு விரோதம் என்றார்கள் இவர்கள். நோக்கம் சரியானது, சட்டம் தேவையில்லை என்றார்கள். இந்து அல்லாத உறுப்பினர்கள் இம்மசோதாவுக்கு ஆதரவாக வாக்களிக்கக் கூடாது, உயர் சாதித் தலைவர்கள் இம்மசோதாவை ஏற்க வேண்டும் என்று இராஜாஜி வைத்த நிபந்தனைகளை காந்தியும் ஏற்றுக் கொண்டார். காந்தியும், காங்கிரசும் தீண்டாதார் பிரச்சனையில் அம்பலப்பட்டுப் போனார்கள் என்று பெரியார் குற்றம் சாட்டினார். இனியாவது காந்தி, காங்கிரஸ் என கட்டியழ வேண்டாம் என்றார். (பகுத்தறிவு, 26.8.1934)

இதைத்தொடர்ந்து 1934 ஆம் ஆண்டு ஆகஸ்ட் 23 ஆம் நாள் இந்திய சட்டசபையில் ஆலயப் பிரவேச மசோதா திரும்பப் பெறப்பட்டது. பொதுமக்கள் எண்ணத்துக்கு விரோதமாக இருக்கிறது என்று சொல்லப்பட்டது. ‘கருவிலேயே கருகிவிட்டது’ என்று தலைப்பிட்டது ‘பகுத்தறிவு’ இதழ். (பகுத்தறிவு, 26.8.1934) தீண்டாதார்களை காங்கிரஸுக்கு வரவழைக்கும் தந்திரம் பொய்த்துப் போனது என்றது. ‘அங்கேண்டி மகளே ஆலாப் பறக்கிறாய், இங்கு வா காற்றாய்ப் பறக்கலாம்’ என்று தாழ்த்தப்பட்டோரை அழைத்து ஏமாற்றியாகிவிட்டது என்றும் கிண்டலடித்தார் பெரியார். காங்கிரஸ் என்ற மண்குதிரையை தீண்டத்தகாதார் நம்பக் கூடாது என்று எழுதினார். (பகுத்தறிவு, 02.09.1934)

ஆலயப் பிரவேசம் தொடர்பான சட்டசபை தீர்மானத்தையும் ஒழித்து, இனிமேல் அப்படி யாரும் தீர்மானம் கொண்டு வராமலும் பார்த்துக் கொண்டார்கள் என்றும் தீண்டாமை ஒழிப்பு தொடர்பாக வசூல் செய்த பணத்தை சட்டசபைத் தேர்தலுக்கு பயன்படுத்திக் கொண்டார்கள் என்றும் பெரியார் குற்றம் சாட்டினார். (குடி அரசு, 21.07.1935) தேர்தலில் வென்ற

பிறகு தீண்டாமை பற்றியோ ஆலயப் பிரவேசம் குறித்தோ காங்கிரஸ்காரர்கள் வாயைத் திறப்பதில்லையே ஏன் என்றும் 'பார்ப்பானுக்கும் பறையனுக்கும் ரத்தத்தில் பேதம் உள்ளது' என்று சங்கராச்சாரியார் கூறிய கருத்துக்கு தீண்டாமை ஒழிப்பு வீரர்கள் ஏன் வாயைத் திறக்கவில்லை? என்றும் கேட்டார். *(குடி அரசு, 28.07.1935)*

"தாழ்த்தப்பட்ட மக்களை இந்துக்கள், பார்ப்பனர்கள் தங்களுடைய எண்ணிக்கையைப் பெருக்கிக் காட்டுவதற்கும் தங்களுக்கு அடிமைகளாய் ஆக்கிக் கொள்வதற்கும் பயன்படுத்தி பலன் அடைந்து வருகிறவர்கள். ஆகையால், சுலபத்தில் சுதந்திரமோ சமத்துவமோ கொடுக்க இசையமாட்டார்கள்" என்று பெரியார் தீர்க்கமாகச் சொன்னார். *(குடி அரசு, 8.1.1938)*. காங்கிரஸ் கட்சியின் சுயராஜ்யம், ராமராஜ்யம், வர்ணாச்சிரம ராஜ்யம், இந்து ராஜ்யம் ஆகிய அனைத்தும் ஒன்றே என்று கும்பகோணத்தில் பேசினார். *(குடி அரசு, 16.1.1938)*

இறுதிக் காலத்திலும்...

பெரியார் தனது வாழ்க்கையின் இறுதிப் பகுதியில் நடத்தியதும் கோவில் நுழைவுப் போராட்டமே. இன இழிவை நீக்க கோவில் கர்ப்பக் கிரகக் கிளர்ச்சி பற்றி 1969 ஆம் ஆண்டில் பெரியார் கவனம் செலுத்தினார்.

தமக்கு இசைந்து வராவிட்டால் கோவில் புக வேண்டும். புகுந்து தமிழனே மணியடிக்கச் செய்ய வேண்டும். தமிழன் அர்ச்சனை செய்யும்படி செய்ய வேண்டும். போலிஸ் வைத்துக் கொண்டு எத்தனை நாளைக்குப் பூஜை நடத்த முடியும்? அப்படித்தான் நடத்திப் பார்க்கட்டுமே! என்று அறிவித்தார்.

25.11.1969 அன்று மாயூரத்தில் நடந்த ஜாதி ஒழிப்பு மாநாட்டில் புத்தர் படத்தைத் திறந்து வைக்கும் போது பேசினார் பெரியார். அதற்கான போராட்டத்தை 1969 அக்டோபரில் தொடங்கினார். கோவில் கர்ப்பக் கிரகத்துக்குள் அனைவரும் நுழையப் போகிறோம் என்று அறிவித்தார்.

18.10.1969 முதல் போராட்ட வீரர்கள் பெயர் கொடுக்கத் தொடங்கினார்கள். 100க்கு 97 சதவிகிதம் பேரை கோவில் சிலைகளுக்கு அருகில் நெருங்கக் கூடாதவர்களாக

வைத்துள்ளார்கள் என்றார் பெரியார். இதுவரை இப்படி ஒரு கிளர்ச்சி செய்யாமல் இருந்ததுதான் மானங்கெட்ட தன்மை, இமாலயத் தவறு என்று தன்னையே விமர்சித்தார். *(விடுதலை, 19.10.1969)*

இந்தத் தலையங்கத்தில் பார்ப்பனர்களை மட்டுமல்ல, பார்ப்பனரல்லாத பூசாரிகள், குருக்களையும் கடுமையாக பெரியார் விமர்சிக்கிறார்.

26.1.1970 ஆம் நாளை 'கிளர்ச்சி நாள்' என்று அறிவித்தார். அன்றைய முதலமைச்சர் கலைஞர், 'ஜாதி அடிப்படையில் கோவில் அர்ச்சகர்கள் நியமனம் செய்யப்படாமல் அனைவருக்கும் சமவாய்ப்பு அளிக்கும் வகையில் சட்ட விதிமுறைகள் ஏற்படுத்தப்படும்' என்று அறிவித்தார். (19.1.1970) இதைத் தொடர்ந்து 26.1.1970 ஆம் நாள் நடக்க இருந்த கிளர்ச்சியை பெரியார் ஒத்திவைத்தார். அர்ச்சகர் தொழிலுக்கு பார்ப்பனர் அல்லாத மற்ற வகுப்பினரும் பயிற்சி பெற்று வரலாம் என்ற மசோதா தமிழக சட்டமன்றத்தில் 30.11.1970 அன்று தாக்கல் செய்யப்பட்டு 02.12.1970 அன்று ஒருமனதாக நிறைவேறியது. அனைத்துச் சாதியினரும் அர்ச்சகராகலாம் என்ற சட்டம் செல்லாது என உச்ச நீதிமன்றம் தீர்ப்பளித்தது. இந்தத் தீர்ப்பை கடுமையாக பெரியார் விமர்சித்தார். சாதி பேதத்தை உச்ச நீதிமன்றம் நிலை நாட்டியது என்றார். (15.3.1972) இதைத் தொடர்ந்து சாதி இழிவு நீக்க மாநாடுகளை நடத்தினார். 'இன்றைய நமது இந்தி ஆட்சிக்கு உட்பட்ட தமிழக அரசுக்கு இது விஷயத்தில், உள்ள சட்டத் தடைகளை நீக்க சக்தி போதாது *(விடுதலை, 14.10.73)* என்று தலையங்கம் தீட்டினார். என்ன செய்யலாம் என்பதைத் தீர்மானித்து முடிவெடுக்க 'தமிழர் சமுதாய இழிவு ஒழிப்பு மாநாடு' நடத்தினார். சென்னை பெரியார் திடலில் டிசம்பர் 8, 9 தேதிகளில் நடந்தது மாநாடு. பெரியார் தலைமை உரையாற்றினார். தீண்டாமை ஒழிந்ததாகச் சொல்லியும் கோவிலில், கடவுளில் தீண்டாமை ஒழியவில்லை என்றுதான் தனது உரையைத் தொடங்கினார். 'இழிவு நீங்குகிறது ஒன்று; மடமை ஒழிகிறது என்கிறது ஒன்று. இது இரண்டையும்விட விடுதலைக்கு நமக்கு ஒரு வாய்ப்பு ஏற்படுமே என்கிறது ஒன்று' என்று தனது உரையை முடித்தார். கர்ப்பக்கிரகம் அனைவருக்கும் திறக்கப்படவில்லை என்றால் பிரிவினைதான் தீர்ப்பு என்றார்.

நமக்கு ஞாயம் இருக்கிறது, இந்த டில்லி அரசாங்கத்தை மாற்ற. நமக்கு ஞாயம் இருக்கிறது, நம் அரசாங்கத்தை அமைக்க. அடியோடு இந்தியா பூராவுக்கும் மாற்றாவிட்டாலும் நம் நாட்டைப் பொருத்தவரைக்கும் நாம் தனிச்சுதந்திர ஆட்சி என்று செய்து கொள்ள நமக்கு உரிமை இருக்கிறது. (பெரியார் ஈ.வெ.ரா சிந்தனைகள் 3, வே. ஆனைமுத்து தொகுப்பு, பக். 2058)

பெரியார் இறந்தது டிசம்பர் 24. இந்தப் பேச்சை டிசம்பர் 9 ஆம் நாள் பேசினார். டிசம்பர் 19 ஆம் நாள், அதாவது இறப்புக்கு அய்ந்து நாட்கள் முன்னதாக சென்னை தியாகராயர் நகரில் சிந்தனையாளர் மன்றம் சார்பில் பெரியார் பேசியதுதான் அவரது இறுதிச் சொற்பொழிவு.

"... சட்டம் எழுதி இருக்கிறார்கள். தமிழ்நாட்டில் உள்ள மக்கள், நண்பர் வீரமணி சொன்னாற்போல், கிறிஸ்தவன், முஸ்லிம், பார்சி தவிர மற்றவன் எல்லாம் இந்து; பழக்கத்திலே நம்மை ஈனசாதி என்கிறான். 'ஏனடா' என்றால், 'நீ கோவிலுக்குள்ளே வர வேண்டாம்... நீ வந்தால் சாமி தீட்டாய்ப் போய்விடும்' என்கிறான். என்ன அர்த்தம்? 'கல்லைத் தொட்டால் தீட்டாகிவிடும்' என்றால், நம்மை எவ்வளவு கீழ்ச்சாதி என்கிறான்!...

எத்தனை வருஷமாக இது இருக்கிறது? 2000 வருஷமாக இருக்கிறது. மேலேயே சொல்லலாம்; நாசமாய் போகட்டும்...

நம்முடைய நிலைமை உலகத்திலேயே பெரிய மானக்கேடான நிலைமை. இரண்டாயிரம் வருஷமாக இருக்கிற முட்டாள்தனத்தைவிட, இந்தச் சட்டத்திலே இருக்கிறதே 'இந்து லா'விலேயும் மற்ற அரசியல் சட்டத்திலேயும் - அது பெரிய முட்டாள்தனம். அதைவிட இதைச் 'சொல்லி மாற்றச் செய்யாமல் இந்த ஆட்சியிலேயே நாம் குடிமகனாக இருக்கிறோமே, இது மகாமகா மானங்கெட்டதனம்.'

இப்போது நாம் முன்னேற்றம் அடையணும். மேலே வருகிறதற்குள்ளே பள்ளத்திலே இருந்து நிலத்து

மட்டத்துக்கு வரணும், அப்புறம் மேலே ஏறணும். இப்போது நாம் பள்ளத்திலே கிடக்கிறோம். என்ன? நாலாவது சாதி, அய்ந்தாவது சாதி, தீண்டப்படாத சாதி, பார்ப்பானுடைய வைப்பாட்டி மக்கள் இப்படியல்லவா இருக்கிறோம் நாம். இது மாற வேணும். அப்புறம் மேலே போகணும்; மாறாது மேலே போக முடியுமோ? .... மாறியே ஆகணும், மாறாவிட்டால் சாகணும்; அந்த உணர்ச்சி உள்ளவன்தான் மிஞ்சுவான்... நாம் முதலாவது இப்போது மானத்துக்காகப் போராடுகிறோம். வேறே எதற்காகவும் இல்லை...

உலகத்துக்கே ஒரு வழிகாட்டியாவோம் நாம். நம் சமுதாயமே புது உலகமாகும். தமிழன் இந்தியாவிலேயே முதல் நம்பராக இருப்பான்; இந்தியாவுக்கே வழிகாட்டக் கூடிய சக்தி உடையவனாகி விடுவான். அனேகக் கோளாறுகள் இருக்கின்றன. அதெல்லாம் சுலபமாய் மாறிவிடும். அது செய்கிறவனுடைய லட்சியத்தைப் பொறுத்து இருக்கிறது; செய்கிறவனுடைய துணிவைப் பொறுத்து இருக்கிறது... உங்கள் கடமை என்றால் ஒருவரைப் பொறுத்ததல்ல; தமிழா என்று சொல்லுகிற நாம் இத்தனைக் கோடி மக்களையும் பொறுத்தது. பிறகு நாம் வட்டியும் முதலுமாய் உயரலாம். ஒன்றும் தேங்கிப் போகாது நம் நாட்டு முன்னேற்றம்..." *(பெரியார் ஈ.வெ.ரா சிந்தனைகள் 3,* வே. ஆனைமுத்து தொகுப்பு, பக். *2076)*

என்று பேசினார்.

'மனித இழிவு நீக்கமே' தனது இறுதிக்குரல் என்று 19.2.1973 அன்று பேசினார். இதுவே பெரியாரது இறுதிச் சொற்பொழிவு. உறுதிச் சொற்பொழிவு. மனிதனை மனிதன் இழிவாக நடத்துகிறான் என்று 1922 திருப்பூர் காங்கிரஸ் மாநாட்டில் பேசியது முதல் 1973 ஆம் ஆண்டு தியாகராயர் நகரில் பேசியது வரை அவரது பேச்சு அனைத்துமே 97 சதவிகித மக்களுக்காகத்தான். இதில் பார்ப்பனர் நீங்கலாக அனைவரும் அடக்கம். தலித் அல்லாதவர்களை மட்டும் கோவிலுக்குள் அழைத்துச் செல்வதற்காக பெரியார்

போராட்டம் நடத்தவில்லை. அனைத்து மக்களையும் கோவிலுக்குள் அழைத்துச் செல்லவே போராடினார்.

ஈரோடு ஈஸ்வரன் கோவிலுக்குள் 1929 ஆம் ஆண்டு நுழைந்தது முதல் தமிழ்நாட்டின் பல கோவில்களுக்குள் சுயமரியாதை இயக்கத்தவர் நுழைய முன்வந்த நிலையில்தான், 1939 ஆம் ஆண்டு சட்டம் இயற்றப்பட்டு, கோவிலுக்குள் வருபவர் அனைவரையும் அரசு பாதுகாக்கும் என்று உறுதி பெறப்பட்டது. 'கோவிலுக்குச் செல்லக் கூடாது என்று சொல்லும் நான் கோவில் நுழைவுப் போராட்டம் நடத்துவது வீண் என்ற முடிவுக்கு வந்திருக்கிறேன்' என்றும் 1939 காலக்கட்டத்தில் சொல்லி விளக்கம் அளித்துள்ளார் பெரியார். இவை எதுவும் தெரியாமல், வேறு எங்காவது சுயமரியாதை இயக்கத்தவர்கள் போராடி இருக்கிறார்களா என்று கேட்கிறார் ஜெயமோகன், வழக்கம் போல வரலாறுகள் எதையும் படிக்காமல்!

◉

இல்லை இல்லை இல்லை!
ஆம் ஆம் ஆம்!

ஜெயமோகன் சொல்கிறார்: 'வைக்கம் போராட்டத்தை ஈவேரா தொடங்கவில்லை, தலைமை தாங்கி வழி நடத்தவில்லை, முடிக்கவில்லை' என்று!

'நூறுமுறை சொன்னதை திரும்பவும் சொல்கிறேன்' என்கிறார் ஜெயமோகன்.

"வைக்கம் போராட்டத்தை ஈவேரா 'தொடங்கியதற்கு' 'முழுமையாக தலைமை தாங்கி வழிநடத்தியதற்கு' 'முடித்து வைத்து உரிமைகளை பெற்றுத் தந்தமைக்கு' ஒரே ஒரு ஆதாரத்தையாவது வரலாற்றிலிருந்து காட்டுவார்கள் என்றால் பேசலாம். மற்றபடி யார் என்ன திரித்தாலும் கோபத்தில் பாய்ந்தாலும் வசைபாடினாலும் நான் சொன்னவை நிறுவப்பட்ட வரலாற்று உண்மைகளாகவே நீடிக்கும்" என்கிறார் ஜெயமோகன்!

ஏன் இவ்வளவு கொந்தளிக்கிறார் ஜெயமோகன்? உண்மையை ஒரு தடவை சொன்னால் போதும். பொய்யைத் தான் நூறு தடவை சொல்ல வேண்டும்.

பெரியார் தான் தொடங்கினார் என்றோ, அவர் மட்டுமே தலைமை தாங்கினார் என்றோ, அவரே முடித்து வைத்தார் என்றோ யாரும் சொல்லவில்லை!

'நான் தான் தொடங்கினேன், நான் நடத்தினேன், நானே முடித்தேன்' என்று பெரியாரும் சொல்லவில்லை. வைக்கம் வரலாற்றுக் குறிப்பு நூலை எழுதிய திராவிடர் கழகத் தலைவர் கி. வீரமணியும் எழுதவில்லை. தான் வைக்கம் செல்வதற்கு முன்னால் அங்கு யாரெல்லாம் போராடி வந்தார்கள்

என்பது பெரியாரின் பேச்சுகளில் இருக்கிறது. ஆசிரியர் கி. வீரமணியின் நூல்களிலும் இருக்கிறது. ஆனால் 'பெரியார் மட்டும் தான்' என்று சொல்லிக் கொள்வதாக ஜெயமோகனாகக் கற்பனை செய்து கொள்கிறார். கேட்டால், 'தமிழ்நாட்டுப் பள்ளி பாடப் புத்தகங்களில் இருக்கிறது' என்கிறார். அவரது வரலாற்று அறிவு, ஒன்பதாம் வகுப்பு பாடப் புத்தகங்களோடு நின்றுவிட்டதற்கு நாம் பொறுப்பாக முடியாது. பாடப் புத்தகங்கள் எந்தத் தலைவரைப் பற்றிய கட்டுரையோ அந்தத் தலைவரைத் தான் புகழ்ந்து எழுதும். அதன் தன்மை அதுதான்.

'வைக்கம் வீரர்' என்கிறார்களே என்று தனது வயிற்றில் தானே அடித்துக் கொள்கிறார் ஜெயமோகன். 'வைக்கம் வீரர்' என்று பெரியாரை முதலில் அழைத்தது திராவிடர் கழகத்தவர் அல்ல. சுயமரியாதை இயக்கத்தை பெரியார் தொடங்குவதற்கு முன்பே, பெரியார் காங்கிரஸ் இயக்கத்தில் இருக்கும் போதே திரு.வி.க. தான் அவரை 'வைக்கம் வீரர்' என்றவர். 'திருவனந்தபுரம் சிறையில் இருக்கும் தீரரை தமிழ்நாடு பாராட்டுகிறது' என்று எழுதியவர் இராஜாஜி. *(சுதேசமித்திரன், 26.6.1924)*

'தொடங்கவுமில்லை, நடத்தவுமில்லை, முடிக்கவுமில்லை' என்ற வார்த்தைகளில் வரலாற்று அபத்தத்தை பின்னர் சொல்கிறேன். முதலில் இந்த விமர்சனமே வரலாற்றறிவு அற்றது.

வீரபாண்டிய கட்டபொம்மன், இந்திய சுதந்திரப் போராட்டத்தைத் தொடங்கவுமில்லை, முடிக்கவுமில்லை. அதற்காக அவர் சுதந்திரப் போராட்ட வீரர் அல்ல என்பாரா?

நேதாஜி சுபாஸ் சந்திரபோஸ், இந்திய சுதந்திரப் போராட்டத்தை தொடங்கவுமில்லை, முடிக்கவுமில்லை. அதற்காக அவர் சுதந்திரப் போராட்ட வீரர் அல்ல என்பாரா?

வ.உ. சிதம்பரனார், இந்திய சுதந்திரப் போராட்டத்தை தொடங்கவுமில்லை, முடிக்கவுமில்லை, அதற்காக அவர் சுதந்திரப் போராட்ட வீரர் அல்ல என்பாரா? என்ன அபத்தம் இது? இப்படிப்பட்டவர் எல்லாம் வரலாறு எழுத வந்துவிடுகிறார்? 1947 ஆகஸ்ட் 15 அன்று இவர்கள் மூவருமே உயிரோடு இல்லை. என்ன செய்யலாம்? வரலாற்றின் அவர்களது பங்களிப்பை

எவ்வாறு அளவிடுவது? அவர்கள் வாழ்ந்த காலத்தில் 'இந்திய சுதந்திரம்' என்ற கருத்தாக்கத்துக்காக என்ன செய்தார்கள் என்று அளவிட்டுச் சொல்ல வேண்டும். அதேபோல அளவிட்டால் பெரியார், 'வைக்கம் வீரர்' தான். தமிழ்நாட்டின் தீரர் தான்!

தொடங்கினாரா?

வைக்கம் போராட்டத்தை பெரியார் தொடங்கினாரா? இல்லை! அப்படி அவரே சொல்லவில்லை!

வைக்கம் என்பது அன்றைய சென்னை மாகாணத்தில் இல்லை. திருவிதாங்கூர் சமஸ்தானத்தில் இருந்தது. அந்தப் போராட்டத்தைத் தொடங்கியவர்கள் பட்டியல் பெரிது. போராட்டத்தில் கைதானவர்களைப் பாருங்கள். அவர்கள் தான் அதனைத் தொடங்கியவர்கள். முழு முதல் காரணம் டி.கே. மாதவன். இவர் தான் ஸ்ரீ நாராயண தர்ம பரிபாலன இயக்கத் தொண்டர். 1915 முதல் கேரளாவில் தீண்டாமைக்கு எதிராகப் போராடியவர்.

1924 ஜனவரி மாதம் எர்ணாகுளத்தில் கூடிய கேரள மாநில காங்கிரஸ் கூட்டத்தில் 'கேரள மாநில தீண்டாமை ஒழிப்புக் குழு' அமைக்கப்பட்டது.

பிரச்சாரக் குழுவும் அமைக்கப்பட்டது. 'பொது இடங்களைப் பயன்படுத்துவதில் தடை கூடாது' என்ற தீர்மானத்தை இவர்கள் கொல்லம் சுயராஜ்யா ஆசிரமத்தில் கூடி எடுக்கிறார்கள். வைக்கம் மகாதேவன் கோவில் தெருவில் அனைத்து சாதியினரும் மார்ச் 30 ஆம் நாள் செல்லலாம் என்று தீர்மானிக்கப்படுகிறது. 30 ஆம் தேதி மூன்று பேர் கைது. 31 ஆம் தேதி மூன்று பேர் கைது. ஏப்ரல் 1, 2 ஆகிய நாட்களில் போராட்டம் இல்லை. அதிலிருந்து வரிசையாக கேசவமேனன், டி.கே. மாதவன் (7 ஆம் தேதி), ஏ.கே. பிள்ளை, கேளப்பன் நாயர், வேலாயுத மேனன் (9 ஆம் தேதி), சாத்துக்குட்டி நாயர், கிருஷ்ணன் பாச்சன், நாராயணன் (10 ஆம் தேதி) வி.ஆர். பிள்ளை, ஜிதான்நாயர், வி.கே. தாஸ், கே. ராகவன், பத்மநாபன், ராமதாஸ், ஜார்ஜ் ஜோசப், கே.ஜி. நாயர், பி.டபிள்யூ. செபஸ்தியான் (11 ஆம் தேதி), சாத்துக்குட்டி நாயர், கிருஷ்ணன்பாச்சான், நாராயணன் (12 ஆம் தேதி) ஆகியோர் வரிசையாக கைதாகிறார்கள். சிறையில் அடைக்கப்பட்டார்கள்.

இந்த நிலையில் தான் பெரியார் கேரளாவுக்குள் நுழைகிறார். பெரியாரின் மார்த்தாண்டம் பொதுக்கூட்ட பேச்சில் கூட இது விரிவாக உள்ளது. எனவே, பெரியார் தொடங்கியதாக யாரும் சொல்லவில்லை. அவரே அப்படி சொல்லிக் கொள்ளவில்லை.

தொடர்ந்து நடத்தினாரா?

ஆம்! கேசவமேனனும் ஜார்ஜ் ஜோசப்பும் பெரியாருக்கு எழுதிய ரகசியக் கடிதம், பெரியாருக்கு கிடைக்கிறது. 13 ஆம் தேதி பெரியார் வைக்கம் வந்துவிடுகிறார். அதாவது போராட்டம் தொடங்கிய 15 ஆவது நாள் பெரியார் வைக்கம் வந்துவிடுகிறார்.

மிக முக்கியமான கேரளத் தலைவர்கள் அனைவரும் சிறைக்குள் இருந்ததால் முன்னர் அமைக்கப்பட்ட தீண்டாமை ஒழிப்புக் குழு மாற்றி அமைக்கப்பட்டது. அந்தக் குழுவில் பெரியார், மன்னத்து பத்மநாப பிள்ளை, சிஷ்ஷேடத்து சங்கு பிள்ளை, கோயமுத்தூர் அப்துல் ரகீம் ஆகியோர் இருந்தனர். இவர்களது முயற்சியால் கே.ஜி. குஞ்சு கிருஷ்ணபிள்ளை தலைமையில் திருவனந்தபுரத்தில் மாநாடு நடந்தது. அதில் பெரியார் மூன்று மணிநேரம் பேசி இருக்கிறார். அவரது பேச்சை 13.4.1924 தேதியிட்ட *'கேரள கவுமுதி'* வெளியிட்டுள்ளது. அதனை மொழிபெயர்த்துள்ளார் த. அமலா. *(வைக்கம் நினைவலைகள், பக். 65 - 70)*

'கேரளாவில் வெளியான அக்காலத்திய நாளிதழ் ஆதாரங்களில் அநேகமாக எங்குமே ஈ.வெ.ரா.வின் பெயர் காணப்படவில்லை' என்று ஜெயமோகன் சொல்கிறார் (வைக்கம் குறித்த டிசம்பர் 26, 2013 கட்டுரையில்!) அவர் த. அமலாவின் புத்தகத்தை பார்க்க வேண்டும். ஏனென்றால், இவர், *கேரள கவுமுதி, மலையாள மனோரமா, தேசாபிமானி, மாத்ருபூமி* ஆகிய கேரள இதழ்களை பார்த்துத்தான் இந்தப் புத்தகத்தையே எழுதி இருக்கிறார். ஒருவேளை ஜெயமோகன் சொல்லும் கேரளம் வேறு எங்காவது இருக்கிறதா எனத் தெரியவில்லை.

பெரியாரையும் உள்ளடக்கிய குழு தான் ஏப்ரல் 18 அன்று திருவனந்தபுரத்தில் பந்த் நடத்த முடிவெடுத்தது. சத்தியாகிரகத்தின் தலைமையகத்தை கொச்சிக்கு மாற்றியதும் இக்குழு தான். டி.ஆர். கிருஷ்ணசாமி அய்யரிடம் தலைமைப்

பொறுப்பை வழங்கியதும் இக்குழுதான். ஏப்ரல் 25 ஆம் தேதி அன்று டி.ஆர். கிருஷ்ணசாமி அய்யர் கைது ஆகிறார். அன்று மாலையில் கொச்சியில் நடந்த பொதுக்கூட்டத்தில் பெரியார், குரூர் நீலகண்டன் நம்பூதிரிபாட், சி. குட்டன் நாயர், டாக்டர் நாயுடு ஆகியோர் அக்கூட்டத்தில் பேசினார்கள்.

'மகாராச திருமனசின் குடிமக்களான பல இனத்தவரிலேயே பகைமையை வளர்க்கிறார்கள்' என்று குற்றம் சாட்டப்பட்டு பெரியாருக்கும் கோவை அய்யாமுத்துவுக்கும் மாவட்ட நீதிபதி பேச்சுரிமைத் தடை விதிக்கிறார். இன்னொரு மாவட்ட நீதிபதியும் தடை உத்தரவு விதிக்கிறார். மே 8 அன்று நடந்த நாயர் - ஈழவர் கூட்டத்தில் பெரியார் கலந்து கொள்கிறார். மே 13 ஆம் தேதி பெரியாருக்கு மீண்டும் கோட்டயம் நீதிபதி பேச்சுரிமை தடை போடுகிறார். இரண்டு முறை தடையுத்தரவை மீறவில்லை. மீற வேண்டாம் என்று இராஜாஜி கடிதம் அனுப்புகிறார். ஆனால் மூன்றாவது முறை பெரியார் மீறிப் பேசுகிறார். 'நான் மீற வேண்டியவனாக இருக்கிறேன்' என்று கோட்டாறு நீதிபதிக்கு கடிதம் அனுப்புகிறார் பெரியார்.

மே 21 அன்று வைக்கம் மாஜிஸ்திரேட் நீதிமன்றத்தில் வழக்கு தொடுக்கப்படுகிறது. அருவிக்குத்தி சிறையில் ஒரு மாத காலம் பெரியார் இருந்தார். தண்டனை முடிந்து ஜூன் 21 அன்று விடுதலையானார். திருவனந்தபுரம், கோட்டயம் மாவட்டத்தில் பேசக் கூடாது என்று ஜூன் 24 அன்று தடை நீடிக்கப்பட்டது. அவரை வெளியேற்ற ஜூலை 1 ஆம் தேதி உத்தரவு போடப்பட்டது. இதை மீறியதற்காக ஜூலை 5 அவரைக் கைது செய்வதற்கான உத்தரவு போடப்பட்டது. அதற்கு முந்தைய நாள் ஈரோடு சென்றார் பெரியார். அங்கேயே தங்கி விடவில்லை. 'தலைமறைவு' ஆகிவிடவில்லை. ஜூலை 10 ஆம் தேதி மீண்டும் கேரளா வருகிறார். 18 ஆம் தேதி நடந்தக் கூட்டத்தில் பேசுகிறார். இவர் மீதான இரண்டாவது வழக்கு ஜூலை 27 ஆம் தேதி விசாரிக்கப்பட்டு நான்கு மாத கடுங்காவல் தண்டனை தரப்படுகிறது. கோட்டயம், திருவனந்தபுரம் சிறையில் வைக்கப்பட்ட பெரியார் செப்டம்பர் மாதம் 1 ஆம் தேதி விடுதலை செய்யப்பட்டார். செப்டம்பர் 9 ஆம் தேதி ஈரோடு வந்துவிட்டார்.

அதாவது ஏப்ரல் மாதம் 30 ஆம் தேதி வைக்கம் போராட்டம் தொடங்குகிறது. அதற்கு 15 நாள் கழித்து அதாவது 13.4.1924 அன்று கேரளா வருகிறார் பெரியார். சுமார் அய்ந்து மாத காலம் வைக்கம் போராட்டத்தை 'நடத்துகிறார்'. இதில் 22.5.1924 முதல் 21.6.1924 வரையிலும், 27.7.1924 முதல் 1.9.1924 வரையிலும் சுமார் இரண்டு மாதங்களுக்கு மேல் சிறையிலும் இருக்கிறார்.

சரியாகச் சொன்னால் வைக்கம் போராட்டத்தின் முதல் காலக்கட்டமான 30.3.1924 முதல் 1.9.1924 வரையிலான காலக்கட்டத்தில் முதல் 13 நாளும் இடையில் 6 நாளும் தான் அவர் கேரளாவில் இல்லை. கேரளாவை சேர்ந்தவர்களைத் தவிர மற்றவர்கள் வெளியேற வேண்டும் என்று காந்தி உத்தரவிட்டார். இராஜாஜி கடிதம் அனுப்பி இவரை வரச் சொல்லிவிட்டார். இந்த இரண்டு காரணங்களால் பெரியார் அங்கிருந்து வந்துவிட்டார். அவ்வளவுத்தான். காந்தி அந்தக் கட்டுப்பாட்டை போடவில்லை என்றால் பெரியார் அங்குதான் இருந்திருப்பார்.

இதன் பிறகும் சொல்வீர்களா? 'வைக்கம் போராட்டத்தை அவர் நடத்தவில்லை' என்று?

முடித்து வைத்தாரா?

ஆம்!

'வைக்கம் போராட்டத்தை பெரியார் முடிக்கவில்லை' என்பது ஜெயமோகன் கண்டுபிடிப்பு. 1925 ஆம் ஆண்டு நவம்பர் 21 ஆம் தேதிதான் வைக்கம் போராட்டத்துக்கு முழு வெற்றி கிடைத்தது.

பெரியார் வைக்கத்தில் இருந்து புறப்பட்டது 1924 செப்டம்பர். அதே ஆண்டு டிசம்பரில் பெல்காம் காங்கிரஸ் மாநாட்டுக்கு பெரியார், டி.கே. மாதவன், குரூர் நீலகண்டன் நம்பூதிபாடு, சத்ய விரத சுவாமிகள் ஆகியோர் சென்றனர். அதில் டி.கே. மாதவன், குரூப் நீலகண்டன், குஞ்சு கிருஷ்ணபிள்ளை ஆகியோர் மட்டும் தான் காந்தியை சந்தித்தார்கள். மற்றவர்கள் முன்கூட்டியே திரும்பிவிட்டார்கள். 1925 ஆம் ஆண்டு மார்ச் 9 ஆம் நாள் வைக்கம் வந்தார் காந்தி. சவர்ண இந்துக்கள் 17 பேருடன் பேசினார். எத்தகைய சாதி வன்மம் தலைதூக்கிய சமூகமாக கேரளா இருந்தது என்பதை த. அமலாவின் மொழிபெயர்ப்பில் படிக்கலாம். (பக். 99-132)

மார்ச் 12 ராணியைச் சந்தித்தார் காந்தி. அன்றைய தினம் நாராயணகுருவைச் சந்தித்தார் காந்தி. அந்த நேரத்தில் பெரியாரும் அங்கு தான் இருந்தார். 13 ஆம் தேதி ராணியைச் சந்திக்கச் சென்றார் காந்தி. அவரோடு இராஜாஜியும் இருந்தார். பெரியாரும் சேர்ந்து மூவரும் தான் ராணியின் பங்களாவுக்கு சென்றார்கள். ஆனால் பாதியில் இறங்கிக் கொண்டார் பெரியார். (பழ.அதியமான் நூல்)

'நாங்கள் சாலையைத் திறந்து கொடுக்கிறோம். ஆனால் அடுத்ததாக கோவிலுக்குள் நுழைவோம் என்கிறார் ராமசாமி நாயக்கர். அவர் அதை செய்யக் கூடாது. கோவில் நுழைவு கிளர்ச்சியை அவர் செய்யாவிட்டால் இப்போதே தடையை நீக்கிவிடுகிறேன்' என்றார் ராணி. உடனே காந்தி, பெரியார் தங்கி இருந்த இடத்துக்கு வருகிறார். பெரியாரிடம் கேட்கிறார். 'நமது லட்சியம் கோவில் வரை தானே? தெருவிலே போவதால் என்ன ஆகும்? இந்த பேதம் ஒழிவதற்குத்தானே கிளர்ச்சி செய்கிறோம். ஆனால் நாம் இப்பொழுது இதைப் பற்றி அழுத்தம் கொடுக்கப் போவது இல்லை. மக்களை அதற்கு பக்குவப்படுத்தித்தான் செய்ய வேண்டும்' என்கிறார் பெரியார். 'இதை ராணிக்கு சொல்லி விடலாமா?' என்று கேட்கிறார் காந்தி. சரி என்கிறார் பெரியார். மீண்டும் ராணியை சந்திக்கிறார் காந்தி. 'இப்போதைக்கு கோவில் நுழைவு இல்லை' என்கிறார் காந்தி.

17 ஆம் தேதி கவிஞர் வள்ளத்தோள் - காந்தி சந்திப்பு நடக்கிறது. 18 ஆம் தேதி காவல்துறை ஆணையருக்கு காந்தி கடிதம் எழுதி, 'வைக்கம் சாலைக்கான தடையை நீக்குங்கள்' என்று கோரிக்கை வைக்கிறார். அன்றைய தினம் 18.3.1925 அன்று வைக்கம் சாலையில் அனைவரும் செல்லலாம் என்று அரசு அறிவிக்கிறது. ஆனாலும் தடை நீடிக்கிறது. கிழக்கு பாதை நீங்கலாக மற்ற பாதையில் செல்லலாம் என்கிறார்கள். அதன் பிறகு அந்த தடையும் 1925 நவம்பர் 21 ஆம் நாள் உடைகிறது.

இதன்படி பார்த்தால் இறுதிக்கட்ட பேச்சுவார்த்தை காந்திக்கும் ராணிக்கும் நடக்கும் போது பெரியாரும் கேரளாவில் தான் இருந்து முடித்து வைத்துள்ளார். வைக்கம் சத்தியாகிரகம் முடிவுற்றதாக அதிகாரப்பூர்வமாக 23.11.1925 அன்று

அறிவிக்கப்படுகிறது. இந்த சத்தியாகிரகத்தின் வெற்றி விழா 27.11.1925 அன்று வைக்கம் சத்தியாகிரக ஆசிரமத்தில் நடந்தது. அதற்கு பெரியாரும் நாகம்மாளும் வரவழைக்கப்பட்டார்கள். கூட்டத்துக்கு பெரியார் தலைமை வகிக்க வேண்டும் என்று முன்மொழிந்தவர் கேளப்பன் நாயர். 'நான் தலைமை தாங்க வரவில்லை, உங்கள் அனைவரையும் பார்க்கவே வந்தேன்' என்றார் பெரியார். அதில் பெரியார் பேசுகிறார். மற்றவர்களும் பேசுகிறார்கள். 'தமிழக பிராமணர்கள்தான் இந்தத் தடையை நீக்க தடையாக இருந்தார்கள்' என்று பலரும் பேசி இருக்கிறார்கள். பெரியார் முன்பு தான் இவை நடந்துள்ளன.

இதற்கு என்ன பெயர்? முடித்து வைப்பதுதானே ஜெயமோகன்?

⦿

காந்தி விமர்சிக்கப்படுவது ஏன்?

காந்தியை பெரியார் மட்டுமே விமர்சித்து அவமானப்படுத்தினார் என்பது ஜெயமோகனின் குற்றச்சாட்டு ஆகும்.

"தமிழகத்தில் ஈ.வே.ரா. அவர்களால் முன்வைக்கப்பட்டது போல, 'காந்தி, வைக்கம் போராட்டத்தை காட்டிக் கொடுத்தார், கைவிட்டார்' என்று எவராலும் எழுதப்பட்டதில்லை. காந்தியின் போக்கை முழுமையாக மறுப்பவர்கள் கூட அதைச் சொன்னதில்லை. இந்தக் கோணம் ஈவேராவால் உருவாக்கப்பட்டு திராவிடர் கழகத்தால் தமிழகத்திற்குள் நிலைநாட்டப் பட்டிருக்கிறது அவ்வளவுதான். ஆகவே காந்தி இந்தப் பிரச்சினை முழுக்க முழுக்க இந்து மதத்துக்குள் உள்ள பிரச்சினை என்றும் அன்னிய மதத்தவர் இதில் தலையிடவேண்டாம் என்றும் சொன்னார். மேலும் இது கேரளத்திற்குரிய பிரச்சினை, ஆகவே இதில் பிற பகுதியைச் சேர்ந்தவர்கள் ஈடுபடவேண்டாம் என்றும் விலக்கினார். ஆனால் இதை போராட்டத்திற்கு வந்த கிறித்தவர்களும் சீக்கியர்களும் ஏற்கவில்லை" என்று சொல்லும் ஜெயமோகன், காந்தி இந்த விவகாரத்தில் நடந்து கொண்ட முரண்பாடான நடத்தைகளையும் சொல்கிறார்...

"1925 அக்டோபர் எட்டாம் தேதி வைக்கம் சத்தியாக்கிரகத்தை திரும்பப் பெற காந்தி ஆணையிட்டார். அரசுக்கும் காந்தியவாதிகளுக்கும் இடையே சமரச ஒப்பந்தம் கையெழுத்தானது. ஒப்பந்தம் கையெழுத்தான பின்னரும்கூட விதிகள் நடைமுறைப்படுத்தப்பட மேலும் ஒரு மாதமாகியது. அதன் பின்னரே சத்யாகிரகம் வாபஸ் பெறப்பட்டது.

மேலோட்டமான பார்வைக்கு வைக்கம் சத்தியாக்கிரகம் அரைகுறை வெற்றி என்றே தோன்றும். வைக்கம் ஆலயத்தைச்

சுற்றியுள்ள நான்கு தெருக்களில் மூன்றில் மட்டுமே எல்லா சாதினரும் நுழையலாம் என்று ஒத்துக் கொள்ளப்பட்டது. கிழக்கு வீதி அப்போதும் நுழையக் கூடாததாகவே இருந்தது. ஆலயப் பிரவேசம் நிகழவேயில்லை. இந்த விஷயத்தை வைத்துத்தான் வைக்கம் போராட்டத்தில் காந்தி விட்டுக்கொடுத்தார், சமரசம் செய்து கொண்டார் என்றெல்லாம் ஈவேரா அனுதாபிகள் எழுதுகிறார்கள்.

உண்மையில் காந்தியின் போராட்ட முறையே இதுதான். போராட்டம் என்பதே அவரைப் பொருத்தவரை ஒரு பிரச்சார முறைதான். ஒரு கருத்தை மிகப் பரவலாக எடுத்துச் செல்வதே ஜனநாயகப் போராட்டம். அக்கருத்தே சமூக மாற்றத்தையும் அதிகார மாற்றத்தையும் உருவாக்குகிறது. வைக்கத்தில் அதிரடியாக உள்ளே நுழைந்து சில நூறு போராளிகளைப் பலிகொடுத்திருக்கலாம். ஆனால் நிரந்தரமான தீர்வு என்பது பழமைவாதிகள் தனிமைப்படுத்தப்பட்டு தோற்கடிக்கப்படுவதில்தான் உள்ளது. அதிரடிகள் மூலம் அதைச் செய்ய முடியாது.

காந்தி தன் தரப்பு கோரிக்கைகளில் ஒரு பகுதியை விட்டுக் கொடுத்தார். வைக்கம் பழமைவாத தரப்பு ஒரு பகுதியை விட்டுக் கொடுத்தது. கிழக்குவாயிலை தக்கவைத்துக் கொள்வதன் மூலம் அவர்களுக்கு கவுரவம் பாதுகாக்கப்பட்டது. இதுவே வைக்கம் சத்தியாக்ரகத்தின் முடிவு. வைக்கம் போராட்டம் மட்டுமல்ல; எல்லா போராட்டத்தையும் காந்தி இப்படித்தான் முடித்திருக்கிறார். போராட்ட சக்தியில் பெரும்பகுதி தன் தரப்பில் எஞ்சும் போதே சமரசம் செய்துக் கொண்டார்"

என்று எழுதுகிறார் ஜெயமோகன்.

இதனை தான் திராவிட இயக்க எழுத்தாளர்களும் எழுதுகிறார்கள். நாம் சொல்லும் அதே கருத்து ஜெயமோகன் சொல்லும் போது எப்படி சரியாகி விடுகிறது? நாம் நேரடியாகச் சொல்கிறோம். அவர் காந்தியைக் காப்பாற்ற வளைந்து நெளிந்து சொல்கிறார் அவ்வளவுதான்.

காந்தி மீது பெரியார் வைத்த விமர்சனங்கள் என்பவை.

* ராஜகோபாலாச்சாரியார் எனக்குக் கடிதம் எழுதினார், 'நீ ஏன் நம் நாட்டை விட்டு விட்டு இன்னொரு நாட்டிலே போய் ரகளை செய்கிறாய் அது சரியல்ல, அதைவிட்டு விட்டு நீ இங்கு வந்து, நீ விட்டுச் சென்ற வேலைகளைக் கவனி என்றார்.

* எஸ். சீனிவாசய்யங்காரும் வைக்கத்துக்கு வந்து, இங்கிருந்து வந்து விடச் சொன்னார்.

* சுவாமி சிரத்தானந்தா என்பவர் பஞ்சாப்பில் இருந்து வந்து ஆதரவு தெரிவித்தார். உடனே இங்கிருந்த பார்ப்பனர்கள் எல்லோரும், சீக்கியர்கள் வந்து இந்து மதத்திற்கு எதிராகப் போர் தொடுக்கிறார்கள் என்றெல்லாம் காந்திக்கு எழுதினார்கள். உடனே காந்தி, மற்ற மதத்தவர் யாரும் கலந்து கொள்ளக் கூடாது என்று எழுதினார். காந்தி எழுதியதும் மற்ற மதக்காரர்கள் அனைவரும் போய்விட்டார்கள்.

* இந்தப் போராட்டத்தில் கலந்து கொண்ட ஜார்ஜ் ஜோசப்புக்கும் ராஜகோபாலாச்சாரி கடிதம் எழுதினார். இந்து மதச் சார்புள்ள காரியத்தில் நீ கலந்து கொள்வது தப்பு என்றார். அதனை ஜார்ஜ் ஜோசப் ஏற்கவில்லை. மறுப்பு கடிதம் எழுதினார்.

இப்படி தொடர்ந்து எழுதி போராட்டத்துக்கான பணத்தையும் ஆட்களையும் காந்தி தடுத்துவிடுவாரோ என்று பலரும் பயப்பட்டார்கள்.

இறுதியாக ராணியும் கூப்பிட்டு எங்களோடு இராஜி பண்ணி ஒரு உடன்பாட்டுக்கு வர விருப்பம் தெரிவித்தவுடன், அப்போது சமஸ்தானத்தின் திவானாக இருந்த ஒரு பார்ப்பான் (ராகவய்யா) என்னிடத்தில் ராணி நேராகப் பேசக் கூடாது என்று கருதி திரு. ராசகோபாலாச்சாரியாருக்கு கடிதம் அனுப்பினார். ராசகோபாலாச்சாரியும் எங்கே என்னிடத்தில் ராணி பேசி உடன்பாட்டுக்கு வந்தால் எனக்கு மரியாதையும் புகழும் வந்துவிடுமோ, அந்த மாதிரி வரக் கூடாது என்று கருதி இதைக் காந்தியாருக்கே அந்த வாய்ப்பு அளித்து காந்தியின் மூலமே காரியம் நடந்ததாக உலகுக்குக் காட்ட வேண்டுமென்று தந்திரம் செய்து காந்திக்கு கடிதம்

எழுதினார். எனக்கு அதைப் பற்றிக் கவலை இல்லை. எப்படியாவது காரியம் வெற்றியானால் போதும் நமக்கு பேரும் புகழும் வருவது முக்கியமல்ல என்ற கருத்தில் நானும் ஒப்புக் கொண்டேன்.

காந்தியும் புறப்பட்டு வந்தார். ராணியோடு காந்தி பேசினார். ராணி காந்தியோடு பேசிய போது ராணி தெரிவித்தார்கள், நாங்கள் ரோடுகளைத் (சாலைகளைத் திறந்துவிட்டுப் போகிறோம். ஆனால், அதை விட்டவுடன் நாயக்கர் கோவிலுக்குள் போக உரிமை வேண்டும் என்று கேட்டு ரகளை செய்தால் என்ன செய்வது? அதுதான் தயங்குகிறோம் என்றார்கள். உடனே காந்தி டி.பி.யில் தங்கியிருந்த என்னிடத்தில் வந்து ராணி சொன்னதைச் சொல்லி என்ன சொல்லுகிறாய்? இதை ஒப்புக் கொண்டுவிடுவது நல்லது என்றார். நான் சொன்னேன் Public ரோடு திறந்து விடுவது சரி! ஆனால் அதை வைத்துக் கொண்டு கோவிலைத் திறந்து விடும்படி கேட்கமாட்டோம் என்று எப்படி நாம் உறுதியளிப்பது? கோவில் பிரவேசம் என்பது காங்கிரசின் லட்சியமாக இல்லாவிட்டாலும் எனது லட்சியம் அதுதானே! அதை எப்படி விட்டுக் கொடுக்க முடியும்? வேண்டுமானால் ராணிக்கு ஒரு வார்த்தை சொல்லுங்கள். இப்போதைக்கு அது மாதிரி கிளர்ச்சி எதுவுமிருக்காது. கொஞ்சநாள் அது பற்றி மக்களுக்கு விளங்கும்படி பிரச்சாரம் செய்து, கலவரத்திற்கு இடமிருக்காது என்று கண்டால்தான் கிளர்ச்சி ஆரம்பிக்கப்படலாம் என்று சொல்லுங்கள் என்று சொன்னேன்.

அதைக் காந்தி ராணியிடம் சொன்னவுடன் ராணியார் ரோட்டில் யார் வேண்டுமானாலும் நடந்து செல்லலாம் என்று உத்தரவு போட்டு பொதுச்சாலையாக ஆக்கினார்கள்" (மார்த்தாண்டத்தில் பெரியார் பேச்சு, விடுதலை, 8.1.1959)

கடைசியாக இராணியாருக்கு இதை அனுமதித்திட வேண்டும் என்ற எண்ணம் வந்துவிட்டது. ராகவய்யா என்பவர் இராஜாஜிக்கு ஒரு கடுதாசி எழுதினார். அரசாங்கத்தில் சம்மதித்துவிட்டார்கள், இதை ஒழித்துக் கட்டிவிடலாம். நீங்கள் பேச்சுவார்த்தையின்

பொழுது வர வேண்டும் என்று எழுதியிருந்தார்கள். இராஜாஜி என்ன செய்தார், நமக்கு ஏதாவது இதில் பிசகு வந்துவிடும் என்று நினைத்து காந்தியிடம் தான் இதைப் பற்றிக் கேட்க வேண்டும் என்று பதில் எழுதி விட்டார்.

காந்திதான் இதை செய்ய வேண்டாம் என்று சொன்னவர். காந்திக்கு இதில் சம்பந்தமே இல்லை. அரசாங்கம்தான் இதை முடிவு செய்தது. இராஜாஜி காந்திக்கு கடிதம் எழுதினார். காந்தி உடனே புறப்பட்டுவந்தார்.

அரசாங்கம் இந்த மாதிரி சம்மதிக்கிறார்கள் என்று தெரிந்தவுடனே காந்தி என்ன சொன்னார் என்றால் ராமசாமி தானே அதில் ஈடுபட்டுக் கொண்டிருக்கின்றார். அவரை கேட்காமல் சம்மதம் கொடுத்து அவர் பாட்டுக்கு காரியம் செய்தால் என்ன செய்வது? அதனாலே அவரைக் கேட்டுக் கொண்டால் தேவலாம் என்று சொன்னார். அதன் பிறகு இந்த விசயத்தில் என்னை கலக்க ஆரம்பித்தார்கள். காந்தி அங்கே தானே இருக்கிறார். அவரை போய் நான் பார்த்தேன். என்ன ராமசாமி? இந்த மாதிரி சொல்கிறார்களே! ஒத்துக் கொண்டு போக வேண்டியதுதானே! என்ன சொல்லுகிறீர்கள்? என்று கேட்டார். எனக்கொன்றும் ஆட்சேபனை இல்லை என்று நான் சொன்னேன்.

அந்தம்மா, காந்தியையும், இராஜாஜியையும் அழைத்தார். என்னை அழைக்கவில்லை. காந்தி எனக்கு சம்மதம் இருக்கிறதாகக் காட்டிக் கொள்ள வேண்டும் என்பதற்காக என்னை அழைத்துக் கேட்டார். போகும் பொழுது நான் ஒரு இடத்தில் இறங்கி நின்றேன். அவர் ஒரு இடத்தில் இறங்கினார்.

திருவனந்தபுரத்தில் கொட்டாரம் என்று இருக்கிற இடம். அது சமுத்திர கரையோரமாக இருக்கின்ற இடம். அங்கு என்னை அழைத்து காந்தி கேட்டார்.. எனக்கொன்றும் ஆட்சேபனை இல்லிங்க என்று சொன்னேன். நான் போய் பேசலாமா என்று கேட்டார். போய் பேசுங்களேன் என்று நான் சொன்னேன்.

காந்தியார் போனார். ராணியாரிடம் பேசினார். அந்தம்மா சொன்னார்களாம். கோவிலுக்குள் அடுத்ததாக நுழைவதாக அவர் பேசிக் கொண்டிருக்கின்றார். அவர் அதை செய்யக் கூடாது என்று சொன்னார். கோவில் பிரவேசத்தைப் பற்றி

கிளர்ச்சி பண்ணவில்லை என்று சொன்னால் இப்பொழுதே நான் விதித்துள்ள தடையை நீக்கி விடுகின்றேன் என்று சொன்னார்.

காந்தியாரும் சரி என்று சொல்லிவிட்டு அங்கிருந்து நேராக நான் இருக்கின்ற இடத்திற்கே வந்தார். இந்த மாதிரி அந்த அம்மா சொல்கிறார், கோவில் பிரவேசத்துக்குப்போகக் கூடாது என்று, அதற்கு என்ன சொல்லுவது நாம் என்று சாதாரணமாகக் கேட்கிற மாதிரி கேட்டார்.

நான் சொன்னேன். நம்முடைய லட்சியம் கோவில் வரைக்கும் தானே! தெருவிலே போவதால் என்ன ஆகும்? இந்த பேதம் ஒழிய வேண்டும் என்பதற்காகத்தான் இந்தக் கிளர்ச்சியை செய்கின்றோம்.

ஆனால், இப்பொழுது நாம் அதைப் பற்றி பிரஸ் பண்ணுவதில்லை. மக்களை அதற்குப் பக்குவப்படுத்திக் கொண்டுதான் செய்ய வேண்டும் என்று சொன்னேன். அப்படியே சொல்லி விடலாமா என்று காந்தி கேட்டார். நன்றாக சொல்லி விடுங்கள் என்று சொன்னேன்.

காந்தி போனார். கோவில் பிரவேசம் இப்பொழுது இல்லை என்று சொன்னார். அந்த அம்மா அப்பொழுதே அனுமதித்துவிட்டார்.

ஒரு இடத்தில் கொஞ்சம் தகராறு இருக்கிறது. அந்த இடத்தில் வேலி போடுகிற வரைக்கும் சும்மா இருக்க வேண்டும் என்றார். ஒரு இடத்தில் என்ன தகராறு என்றால், கோவில் சம்பந்தமான குளம் அந்த ரோட்டிலே இருக்கிறது. அந்தக் குளம் தீட்டாகிப் போய்விட்டால் கோவிலுக்குள் போனது போல் ஆகிவிடும்.

அந்தக் குளம் இருக்கிற பகுதியோட கோவில் இருக்கிற இடத்திற்கு வேலி போட்டு விடுகின்றோம். அதற்கு மூன்று நான்கு நாள் ஆகும். வாய்தா கேட்டார்கள். அவசரமாகவும் வேலி போட்டுவிட்டார்கள். அப்புறம் போகலாம் என்றார்கள். எல்லோரும் அந்த ரோட்டில் நடந்தார்கள். அந்தக் காரியம் முடிந்து போய்விட்டது. (திருச்சி வானொலிக்கு 18.10.1973 அன்று பெரியார் அளித்தப் பேட்டி)

- இவை தான் காந்தி குறித்து பெரியார் கூறியவை ஆகும்.

* பிற மாநிலத்தவரை வெளியேறச் சொன்னார்.
* பிற மதத்தவரை வெளியேறச் சொன்னார்.
* திருவிதாங்கூரைச் சேர்ந்தவர்கள் மட்டுமே பங்கேற்க வேண்டும் என்றார்.
* உண்ணாவிரதம் கூடாது என்றார்.
* சாலை நுழைவு தானே தவிர, கோவில் நுழைவு அல்ல என்றார்.
* என்னை நேரடியாக பேச்சுவார்த்தைக்கு அழைத்துச் செல்லவில்லை.
* ஆனால் என்னிடம் கேட்டுச் செய்தார் காந்தி.

இவை தான் காந்தி குறித்து பெரியார் சொன்னவை ஆகும். காந்தியின் எழுத்துகளை படித்தாலே இவை அனைத்தும் உண்மை எனப் புரியும்.

காந்தியின் பதிவுகள் சொல்வதும்

வைக்கம் போராட்ட காலத்தில் காந்தியாரின் செயல்பாடுகள், அறிவுரைகள் போராட்டக்காரர்கள் அனைவரையும் கோபம் கொள்ள வைத்தது என்பதுதான் உண்மை. இதனை காந்தியின் பதிவுகளில் இருந்தே அறியலாம். மகாத்மா காந்தி நூல்கள் தொகுதி 7, 8 ஆகியவற்றில் இருந்து கீழ்க்கண்ட மேற்கோள்கள் எடுக்கப்பட்டன.

'இனி பின் வாங்குவதற்கு இடமே இல்லை. இயக்கத்தை வைதிக இந்துக்கள் தீவிரமாக எதிர்ப்பார்களாயின் போராட்டம் நீண்ட காலம் நடைபெறலாம்' (யங் இந்தியா, 17.4.1924) என்று உறுதியாக சொன்ன காந்தி, வைக்கம் போராட்டத்தில் திருவிதாங்கூருக்கு வெளியில் இருந்து யாரும் வந்து போராடக் கூடாது என்று சொன்னார். (யங் இந்தியா, 24.4.1924) பலவீனமானவர்கள் செய்வது தான் சத்தியாகிரகம் என்று விளக்கம் அளித்தார். வெளியில் இருந்து பண உதவிகள் செய்யலாமே தவிர ஆட்கள் வரக்கூடாது என்றார்.

போராட்டத்துக்கு தலைமை வகித்த கே.பி. கேசவ மேனன் கைதான பிறகு தலைமை வகிக்க ஜார்ஜ் ஜோசப் தேர்ந்தெடுக்கப்பட்டார். கிறித்துவரான அவரை எப்படி தலைவராக தேர்ந்தெடுத்து போராட்டம் நடத்தலாம் என்று வைக்கம் போராட்டத்துக்கு எதிரானவர்கள் காந்திக்கு ஒரு கடிதம் எழுதுகிறார்கள். "அந்த ஆட்சேபனை முற்றிலும் நியாயமானது என்பதே எனது தாழ்மையான அபிப்பிராயம்" *(யங் இந்தியா, 1.5.1924)* என்று எழுதுகிறார் காந்தி. இது தொடர்பாக ஜார்ஜ் ஜோசப்புக்கு காந்தி ஒரு கடிதம் எழுதுகிறார். 'வைக்கம் சம்பந்தப்பட்ட வகையில் இந்துக்களே வேலை செய்யும் படி நீங்கள் விட்டுவிட வேண்டும் என்று எண்ணுகிறேன்' என்று அதில் குறிப்பிட்டுள்ளார். ஒட்டுமொத்த சமூகப் பிரச்சனைக்கு அனைவரும் சேர்ந்து போராட வேண்டும் என்று இல்லாமல், இந்து மதத்துக்குள் உள்ள பிரச்சனையாக அதனைச் சுருக்கி இந்துக்கள் மட்டும் போராட்ட வேண்டும் என்றார் காந்தி.

உண்ணாவிரதம் இருக்கப் போகிறோம் என்று சத்தியாகிரகிகள் காந்திக்கு எழுதுகிறார்கள். 'உண்ணாவிரதம் இருக்கக் கூடாது' *(யங் இந்தியா, 1.5.1924)* என்று எழுதுகிறார். 'நம் மீது அன்பு கொண்டவரை சீர்திருத்தும் நோக்கத்துடன் உண்ணாவிரதம் இருக்கலாம். அவரிடம் இருந்து உரிமைகளை வற்புறுத்திப் பெறுவதற்காக உண்ணாவிரதம் இருக்கக் கூடாது' என்று குழப்பினார் காந்தி. வைக்கம் போராட்டம் நியாயமான காரணத்துக்காக நடக்கிறது, ஆனால் ஒழுங்கான எல்லைக்கு உட்பட்டு நடக்க வேண்டும் என்று சொல்லிக் கொண்டார் காந்தி.

போராட்டக்காரர்களுக்கு சீக்கிய மதத்தைச் சேர்ந்தவர்கள் உணவு தயாரித்துக் கொடுத்ததை காந்தி கண்டித்தார். 'வைக்கம் சத்தியாகிரகம் வரம்பு மீறிப் போய்க் கொண்டு இருக்கிறதென நான் அஞ்சுகிறேன். இந்துக்களின் சீர்திருத்தம் சம்பந்தமான ஒரு விஷயத்தில் மற்றவர்கள் தலையிடுவது குறித்து வைதிக இந்துக்கள் கோபம் அடைவார்கள்' *(யங் இந்தியா, 8.5.1924)* என்றார். மற்ற மதத்தவர்கள் வந்து போராடினால் இந்து மதத்தின் கதி என்னவாகும் என்று கவலையுடன் கேட்டார் காந்தி.

காங்கிரசு கட்சியில் இது தொடர்பாக தீர்மானம் நிறைவேற்றக் கூடாதா என்று காந்தியிடம் கேட்கப்பட்ட போது, 'அந்த யோசனை எனக்குப் பிடிக்கவில்லை' (யங் இந்தியா, 3.7.1924) என்று சொன்னதாகச் சொல்கிறார். அசாதாரணமான சூழலில் தான் அகில இந்திய காங்கிரஸ் ஆதரவு தர வேண்டும் என்றார். வைக்கத்தில் நடப்பதை அசாதாரணமானதாக அவர் நினைக்கவில்லை என்றே தெரிகிறது.

'என்னை நம்பாதீர்கள்' என்று காந்தியே சொல்லிக் கொண்டார். "சத்தியாகிரகிகளைத் திருவாங்கூர் சர்க்கார் கைவிட்டிருக்கலாம். நானும் கைவிடலாம். ஆனால் அவர்களுக்குக் கடவுளிடம் நம்பிக்கை இருந்தால், கடவுள் அவர்களை ஒருபோதும் கைவிடமாட்டார். அவர்கள் என்னை நம்பிக் கொண்டிருப்பார்களாயின், ஒடிந்த நாணல் குச்சி மீது தாங்கள் சாய்ந்து கொண்டிருக்கிறோம் என்பதை அவர்கள் அறிந்து கொள்ளட்டும். அவர்களிடமிருந்து நான் பத்திரமான தூரத்தில் வசித்து வருகிறேன். நான் அவர்களுடைய கண்ணீரைத் துடைக்கலாம். ஆனால் துன்பத்திற்குள்ளாவது அவர்களுடைய ஏகபோக உரிமையாகும்" (யங் இந்தியா, 19.2.1925) என்றும் எழுதி இருக்கிறார் காந்தி.

'இது இந்துக்களுக்கு ஆழ்ந்த மத சம்பந்தமான ஒரு போராட்டமாகும்' என்று வைக்கத்தில் பேசிய காந்தி, 'மத சம்பந்தமான விஷயங்களில் நிர்பந்தத்தைக் கொண்டு வருவது, நம்மை நாமே தற்கொலை செய்து கொள்ளுவதாகுமென்பதில் அய்யமில்லை' என்றும் சொன்னார். (யங் இந்தியா, 19.3.1925)

தெருவில் நடப்பதற்கு தான் காந்தி முக்கியத்துவம் தந்தாரே தவிர கோவில் நுழைவுக்கு அல்ல. 'சத்தியாகிரகிகளின் உடனடியான லட்சியம், கோவிலைச் சுற்றியுள்ள தெருக்களைத் திறந்துவிட வேண்டும் என்பதேயாகும். கோவிலுக்குள் பிரவேசிக்க வேண்டும் என்பதல்ல' (யங் இந்தியா, 14.1.1926) என்று எழுதினார். இரண்டு விதங்களில் சீர்திருத்தம் அவசியம் என்றும் அவர் சொன்னார். 'சவர்ண இந்துக்கள் தாங்கள் மிகவும் கொடுமையாக ஒடுக்கி வைத்திருந்த தீண்டாதார் விஷயத்தில் தங்கள் கடமையைச் செய்யும் படி பார்த்துக் கொள்ள வேண்டும். அதே சமயத்தில் பார்ப்பதற்குச் சுத்தமாக

இருக்கும் படி தீண்டாதாரையும் செய்ய வேண்டும். அவர்கள் தங்களுடைய அசுத்தமான பழக்க வழக்கங்களைக் கைவிடும் படி செய்ய வேண்டும். அந்தப் பழக்க வழக்கங்களுக்கு அவர்கள் பொறுப்பாளிகள் அல்லவெனினும், சமுதாயத் தராசில் தீண்டாதார் சரிசமமான இடம் பெற வேண்டுமாயின், அவர்கள் அசுத்தமான பழக்க வழக்கங்களைக் கைவிட்டு தீர வேண்டும்' என்றும் எழுதியவர் காந்தி. (யங் இந்தியா, 14.1.1926)

காந்தியின் சத்தியாகிரக வழிமுறைகளை அப்போதே நாராயணகுரு விமர்சித்துள்ளார். அதனை காந்தியே குறிப்பிட்டு எழுதியும் இருக்கிறார். சாலையைத் தடுத்து அமைக்கப்பட்டுள்ள வேலிகளை சத்தியாகிரகிகள் தாண்ட வேண்டும் என்றும் சாலைக்குள் மட்டுமல்ல கோவிலுக்குள்ளும் செல்ல வேண்டும் என்றும் நாராயணகுரு சொன்னதை காந்தி விமர்சித்துள்ளார்.

'குருவின் பலாத்கார உபதேசம்!' என்ற தலைப்பில் காந்தி எழுதிய கட்டுரையில்:

> "'தீயா' வகுப்பினரின் மத குருவான ஸ்ரீ நாராயண குரு அவர்களால் உத்தேசிக்கப்பட்டுள்ள நடவடிக்கை சத்தியாகிரகமாகாது. அடைப்பு வேலிகளைத் தாண்டிச் செல்லுவது பகிரங்க பலாத்காரமாகும். நீங்கள் அடைப்பு வேலிகளைத் தாண்டலாம் என்றால், கோவில் கதவுகளையும் உடைத்துக் கொண்டு ஏன் உள்ளே பிரவேசிக்கக் கூடாது? கோவில் சுவர்களைத் துளைத்துக் கொண்டு கூட ஏன் உள்ளே செல்லக் கூடாது? சரீர பலாத்காரத்தை உபயோகிக்காமல், போலிஸ்காரர்களின் வரிசையைப் பிளந்து கொண்டு தொண்டர்கள் எப்படிச் செல்ல முடியும்? தீயாக்கள் பலம் வாய்ந்தவர்களாகவும், போதிய தொகையினர் இறப்பதற்கு விருப்பமுடையவர்களாகவும் இருந்தால், மேலே உத்தேசிக்கப்பட்ட முறைகளால் அவர்கள் தங்கள் கோரிக்கையைப் பெற முடியாது என்று நான் கூறவில்லை. நான் பணிவுடன் கூறுவதெல்லாம் என்னவெனில், தொண்டர்கள் அவ்வாறு செய்தால், அவர்கள் சத்தியாக்கிரகத்துக்கு நேர்மாறுபாடான முறைகளால் தங்கள் கோரிக்கைகளில் வெற்றி பெற்றவர்களாவர்.

அப்போது கூட அவர்கள், வைதிகர்களைத் தங்களுடைய அபிப்பிராயத்திற்கு மாற்றியவர்களாக மாட்டார்கள்; தங்கள் கருத்தைப் பலாத்காரமாக அவர்கள்பால் திணித்தவர்கள் ஆவர்..."

என்ற காந்தி, அதற்காக சத்தியாகிரகத்தை நிறுத்திவிடக் கூடாது என்றார்.

"அதே சமயத்தில் இயக்கத்தில் கலந்து கொண்டுள்ளவர்களின் நடவடிக்கைகளை அதிக கண்டிப்பாகக் கண்காணித்து வர வேண்டுமென்றும் நான் வற்புறுத்துகிறேன். லட்சியத்தை அடைய அதிக காலமோ அல்லது குறைந்த காலமோ ஆயினும், தாமே துன்பத்தை அனுபவித்துக் கொள்ளுதல், சுயத்தூய்மை இம்முறைகளால் வைதிகர்களின் மனத்தை மாற்றும் அமைதியான வழிதான் சிறந்த வழியாகும்" (யங் இந்தியா, 19.6.1924) என்று எழுதினார்.

கேசவ மேனன் மூலமாக அறிவது...

வைக்கம் போராட்டம் 1924 ஆம் ஆண்டு மார்ச் மாதம் தொடங்கியது. ஆனால் வைக்கத்துக்கு காந்தி 1925 ஆம் ஆண்டு மார்ச் 9 ஆம் தேதி தான் வந்தார். ஓராண்டுகள் கழித்து தான் அங்கு வந்தார்.

போராட்டம் தொடங்கிய போது வைக்கத்தில் இருந்து சிவராமய்யர் என்பரும், வாஞ்சீசுவர அய்யர் என்பவரும் தன்னை வந்து சந்தித்ததாக கே.பி. கேசவ மேனனுக்கு கடிதம் மூலம் தெரிவித்துள்ளார் காந்தி. (கடந்த காலம், கே.பி.கேசவ மேனன், தன் வரலாறு, பக். 154) மதன்மோகன் மாளவியாவை இரண்டு மாதத்தில் அங்கு அனுப்பி வைப்பதாக காந்தி அந்தக் கடிதத்தில் சொல்கிறார்.

"இரண்டு மாதத்தில் அங்கு மாளவியாஜி வருவாரென்று அறிகிறேன். தாழ்த்தப்பட்ட மக்களின் பிரதிநிதிகளாக நீங்களும், கோவில் உரிமையாளரும், மாளவியாஜியை நடுவராக வைத்துக் கொண்டு பேசி முடிவு காண வேண்டியும், அவருடைய தீர்ப்பை ஒரு குறிப்பிட்ட காலத்துக்குள் வெளியிடவும், பிராமணர் அதற்கு இசைந்தால் இந்த நடவடிக்கைக்கு நடுநிலையாளர்

இடைப்பட்டுப் பேசி முடிவு காண்பதற்குத் தீர்மானம் செய்திருக்கிறபடியால், சத்தியாகிரகம் இப்போதைக்கு நிறுத்தி வைக்கப்பட்டிருக்கிறதென்று அறிவித்து நிறுத்தி வைக்கும் படி நான் யோசனை கூறுகிறேன்" (கே.பி. கேசவமேனன் நூல், பக். 155) என்று கடிதம் எழுதியவர் காந்தி. 1924 ஏப்ரல் 1 ஆம் தேதி இக்கடிதத்தை காந்தி எழுதி இருக்கிறார். இந்தக் கடிதம் தனக்கு கையில் கிடைக்காத நிலையில், இந்து நாளிதழில் இக்கடிதத்தை பார்த்து 6.4.1924 அன்று காந்திக்கு கே.பி. கேசவ மேனன் ஒரு பதில் அனுப்புகிறார்.

காந்தியை வந்து சந்தித்த இரண்டு பேரையும் எனக்குத் தெரியாது என்றும் வைக்கம் தெரு என்பது திருவிதாங்கூர் மன்னரின் ஆளுகைக்கு உட்பட்டது என்றும் அந்த வழியை பயன்படுத்த அனைவருக்கும் உரிமை உண்டு என்றும் இவ்வகையில் சத்தியாகிரகத்தை நிறுத்தி வைக்காமல் நடத்துவதற்கு மகாத்மாஜி எங்களுக்கு உபதேசம் நல்குவார் என்று நான் உறுதியாக இருக்கிறேன் என்றும் இந்தப் போராட்டத்தை நடத்துவதைத் தவிர எங்களுக்கு வேறு வழியில்லை என்றும் 7 ஆம் தேதி சத்தியாகிரகத்தைத் தொடங்கப் போகிறோம் என்றும் அந்தக் கடிதத்தில் பதில் எழுதுகிறார் கே.பி. கேசவ மேனன். (பக். 156-157) இதை வைத்துத்தான் காந்தியை மீறி நடந்த போராட்டம் இது என்கிறார் பெரியார்.

டி.கே. ரவீந்திரனின் விமர்சனங்கள்

காந்தி மீதான விமர்சனங்களை ஆய்வாளர் டி.கே. ரவீந்திரனும் விரிவாக எழுதி இருக்கிறார்.

> "Vaikkam Satyagraha was not the making of Gandhi; it was, in fact, forced upon him by T.K. Madhavan, the Ilava leader of Travancore. But once it was decided upon, Gandhi made it a point to raise it as the finest flower of his revolutionary thought of non-violent passive resistance or civil disobedience" (பக். 6)

என்று எழுதி இருக்கிறார் டி.கே. ரவீந்திரன். காந்தி போராட்டங்களைத் தொடங்குவார், அது லேசான வன்முறைக்குச்

சென்றதும் அதனை நிறுத்திவிடுவார் என்பதையும் டி.கே. ரவீந்திரன் பட்டியலிட்டுள்ளார்.

> "But the leadership of the Congress and its membership largely, rested on caste-Hindus. It will be highly inexpedient, therefore, to advocate eradication of caste itself; Gandhi well recognised this fact when he broke away from other reformers, by declaring his firm faith in caste and his opposition to inter-dining and inter-marriage, which he did not think desirable even as a matter of individual freedom." (பக். 16)

என்று காந்தி கருதியதாகச் சொல்கிறார்.

சாதி தீண்டாமைக்கு எதிரான போராட்டங்கள் சாதி இந்துக்களுடன் சேர்ந்து இந்து மதத்தின் எல்லைக்குள் இருக்க வேண்டும் என்றும் இந்திய விடுதலைப் போராட்டம் என்பது அனைவரையும் உள்ளடக்கிய போராட்டமாக இருக்க வேண்டும் என்றும் காந்தி கருதியதாக டி.கே. ரவீந்திரன் சொல்கிறார். ஆனால் காங்கிரஸ் தலைமையும் அதன் பெரும்பாலான உறுப்பினர்களும் சாதி இந்துக்களாக இருந்ததையும் அவர் குறிப்பிடுகிறார்.

சாதியையும் தீண்டாமையையும் விமர்சிக்கும் காந்தி வர்ணாசிரமத்தை ஆதரித்துக் கருத்துகளைக் கூறியிருப்பது அனைவருக்கும் தெரியும்.

வருணாசிரமம் என்பதை நீடிக்கும் சக்தியாக காந்தி கருதினார். சமூக உணர்வுகளை மேம்படுத்த இது அவசியம் என்றும் கருதினார். இதைச் சொல்லிவிட்டு டி.கே. ரவீந்திரன் எழுதுகிறார்:

> "It is really paradoxical that Gandhi should have chosen an institution that caused communal disruption and produced veritable crimes against humanity, in his search for an ideal The attitude and ideas of Gandhi with regard to caste, inter dining, intermarriage etc" என்கிறார்.

அந்தக் காலக்கட்டத்தில் இராஜாஜி சொன்னதை மேற்கோள் காட்டுகிறார். கலப்புத் திருமணங்கள் குறித்து இராஜாஜி சொன்ன கருத்து இது.

"Let not the people of Vykom or any other place fear that Mahatmaji wants caste to be abolished. Mahatmaji does not want the caste system to be done away with but he holds that untouchability should be abolished. Un-touchability, as you observe in Malabar, he considers to be a great danger to Hinduism itself. He feels that Hinduism itself will disappear if we keep this untoachability.

"Mahatmaji does not want you to dine with Thiyyas or Pulayas. What he wants is we must be prepared to touch and go near other human beings as you touch and go near a cow or horse. I was standing at the barricade today. An ocular demonstration was given to me. The volunteers were standing at the barricade. A cow crossed the line under a barricade. The constables were looking fiercely at the volunteers but the cow was allowed to go on. A dog also came in, but nobody disturbed it. Mahatmaji wants you to look upon the so colled untouchables as you do at the cow and the dog and other harmless creatures. C. Rajagopalachari, Speech delivered at Vaikkam on May 27 1924. (The Hindu, Wednesday June 4, 1924)

என்பதை மேற்கோள் காட்டுகிறார்.

காந்தி, சாதியை ஒழிக்க விரும்புவதாக நீங்கள் பயப்படத் தேவையில்லை. அவர் தீண்டாமையைத் தான் ஒழிக்க நினைக்கிறார் என்று விளக்கம் அளித்துள்ளார் இராஜாஜி. 'இந்தத் தீண்டாமையை வைத்திருந்தால் உங்கள் இந்து மதமே அழிந்துவிடும்' என்று இராஜாஜி எச்சரிக்கிறார். 'விலங்குகளை தொடுவதைப் போலவாவது நினைத்து தீண்டாதாரைத் தொடக் கூடாதா?' என்று கெஞ்சுகிறார் இராஜாஜி. இந்த உள்ளடக்கத்தில் சமூகநீதியும் உரிமையும் இருக்கிறதா என்பதை இதனை வாசிப்பவர்கள் தான் சொல்ல வேண்டும்.

வர்ணத்தை ஆதரிப்பதன் மூலமாக ஜாதியை காந்தி ஆதரித்தார் என்றும் ஜாதியானது உடைமைகளின் வேறுபாட்டைக்

கொண்டது அல்ல என்றும் ஒரு குறிப்பிட்ட தூய்மையான வாழ்க்கை முறையைக் கொண்ட குடும்பங்களைச் சேர்க்க முயற்சிக்கிறது என்றும் இப்போது இருப்பது உண்மையான வர்ணாசிரமம் அல்ல என்றும் உண்மையான வர்ணாசிரமத்துக்கு அனைவரும் திரும்ப வேண்டும் என்றும் காந்தி சொன்னதை மேற்கோள் காட்டுகிறார் டி.கே. ரவீந்திரன். இந்தக் கருத்தின் அடிப்படையில் தான் இந்து அல்லாதவர்கள் இப்போராட்டத்தில் பங்கெடுக்கக் கூடாது என்றார். இதுவே சர்ச்சைக்கு மிக முக்கிய அடிப்படை ஆனது.

> "Time and again Gandhi made it clear that Vaikkam's struggle was to right a religious wrong. Throwing open of the roads at Vaikom, he believed, was granting a religious right to the untouchables. Hence his ban on non-Hindus participating in the Satyagraha. This automatically alienated the sympathy of the majority of the Christian and Muslim population of Kerala.

> "வைக்கம் போராட்டம் ஒரு மதத் தவறைச் சரி செய்வதற்காகத்தான் என்பதை காந்தி மீண்டும் மீண்டும் தெளிவுபடுத்தினார். வைக்கத்தில் சாலைகளைத் திறந்து விடுவது, தீண்டத்தகாதவர்களுக்கு மத உரிமையை வழங்குவதாக அவர் நம்பினார். எனவே இந்துக்கள் அல்லாதவர்கள் சத்தியாகிரகத்தில் பங்கேற்க அவர் தடை விதித்தார். இது கேரளாவின் பெரும்பான்மையான கிறிஸ்தவ மற்றும் முஸ்லிம் மக்களின் ஆதரவைத் தானாகவே அந்நியப்படுத்தியது" (பக். 75)

என்பதை அவரும் சொல்லி இருக்கிறார்.

> "Gandhi was particular to make the agitation a local one, confining it to Travancore, at best to Kerala. As Malabar was a part of Madras presidency, he would permit Hindus of Madras also to help the movement. But he liked the Hindus of Kerala to rely upon themselves and would not in any case, allow them to seek help of any kind from Hindus outside the Madras Presidency. He objected to the Akali Kitchen at Vaikkam which served

well the needs of the Satyagraha camp, on the ground that charity would degenerate the character of the Kerala struggle. Local charity was in his eyes glorious, while outside charity was unwholesome. But he himself voted Rs. 1000 per month from the AICC Fund for Vaikkam Satyagraha. These self-contradictory commands given by the Mahatma, put the organizers of Vaikkam Satyagraha in a very difficult situation. He had valid reasons, on the whole, to think that the movement was not rightly steered. The situation became more complicated, as it was reported in the papers that Gandhi was against the Vaikkam Satyagraha and that he had ordered "hands off" Vaikkam. The Anti-Untouchability Committee discussed the matter and they decided that a deputation should proceed to Bombay to apprise him of the working of the struggle."

"இந்தப் போராட்டத்தை உள்ளூர்ப் போராட்டமாக மாற்றி, திருவிதாங்கூருக்கு மட்டுப்படுத்தினார் காந்தி. அதன் பிறகுதான் கேரளாவுக்குச் சென்றார். மலபார், அப்போது மெட்ராஸ் பிரசிடென்சியின் ஒரு பகுதியாக இருந்ததால், அந்த இயக்கத்திற்கு உதவ சென்னை இந்துக்களையும் அனுமதித்தார். ஆனால், கேரளாவின் இந்துக்கள் தங்களை மட்டுமே நம்பியிருப்பதையே காந்தி விரும்பினார். எந்த சந்தர்ப்பத்திலும், மெட்ராஸ் பிரசிடென்சிக்கு வெளியே உள்ள இந்துக்களிடம் எந்த விதமான உதவியையும் பெற அனுமதிக்கவில்லை. சத்தியாக்கிரக முகாமின் தேவைகளை நன்கு பூர்த்தி செய்த வைக்கத்தில் உள்ள சீக்கிய அகாலிகள் சேர்ந்து அமைத்த சமையலறையை காந்தி எதிர்த்தார். இந்தச் சேவையானது கேரளப் போராட்டத்தின் தன்மையை சீரழிக்கும் என்று நினைத்தார். ஆனால் உள்ளூர் மக்கள் சேவையாற்றுவதை அனுமதித்தார்.

மகாத்மா வழங்கிய இந்த சுயமுரண்பாடான கட்டளைகள், வைக்கம் சத்தியாகிரகத்தின் ஏற்பாட்டாளர்களை மிகவும் கடினமான சூழ்நிலைக்குத் தள்ளியது. ஒட்டுமொத்தமாக, இயக்கம் சரியாக வழிநடத்தப்படவில்லை என்று அவர் கருதுவதற்கு சரியான காரணங்கள் இருந்தன. காந்தி

வைக்கம் சத்தியாகிரகத்திற்கு எதிரானவர் என்றும் வைக்கம் போராட்டத்தைத் தடுக்க உத்தரவிட்டார் என்றும் ஏடுகளில் செய்திகள் வந்ததால், நிலைமை மேலும் சிக்கலானது. தீண்டாமை எதிர்ப்புக் குழு இந்த விஷயத்தைப் பற்றி விவாதித்து, போராட்டத்தின் செயல்பாடு குறித்து அவருக்குத் தெரிவிக்க ஒரு பிரதிநிதி பம்பாய்க்குச் செல்ல வேண்டும் என்று முடிவு செய்தனர். *(தி இந்து, ஜூன் 11, 1924)*

> "By justifying the movement and then setting limitations to its methods of work, Gandhi had made it difficult for the satyagrahis to follow his injunctions faithfully. The promoters of the campaign depended heart and soul on Gandhi's justification of it, but whenever it was convenient they ignored his injunctions regarding the limits of help or compulsion. "The Hindu reformers of Malabar" he said, "will estrange the entire Hindu sympathy if they accept or encourage non-Hindu interference or assistance beyond sympathy. I am sure that the Hindu reformers who are leading the movement in Vaikkam do not want to convert their orthodox brethren by compulsion"

இயக்கத்தை நியாயப்படுத்துவதன் மூலமும், அதன் வேலை முறைகளுக்கு வரம்புகளை நிர்ணயிப்பதன் மூலமும், காந்தி சத்தியாகிரகிகளுக்கு தனது கட்டளைகளை உண்மையாக பின்பற்றுவதை கடினமாக்கினார். பிரச்சாரத்தின் ஊக்குவிப்பாளர்கள் காந்தியின் நியாயப்படுத்தலில் இதயத்தையும் ஆன்மாவையும் சார்ந்து இருந்தனர். ஆனால் அது வசதியாக இருக்கும்போதெல்லாம் அவர்கள் உதவி அல்லது நிர்பந்தத்தின் வரம்புகள் தொடர்பான அவரது உத்தரவுகளை புறக்கணித்தனர். "மலபாரின் இந்து சீர்திருத்தவாதிகள், இந்து அல்லாதாரின் தலையீட்டையோ அல்லது அனுதாபத்திற்கு அப்பாற்பட்ட உதவியையோ ஏற்றுக் கொண்டாலோ அல்லது ஊக்குவிப்பாலோ, ஒட்டுமொத்த இந்து அனுதாபத்தையும் ஒதுக்கி வைப்பார்கள். கட்டாயத்தின் பேரில் அவர்களின் மரபுவழி சகோதரர்கள் எப்படி இருந்தாலும், அவர்களை விடுங்கள் ஒரு சத்தியாகிரகி கடக்கக் கூடாத எல்லைக் கோட்டை அடையாளம்

காணவும் சீர்திருத்தவாதிகளை நான் மரியாதையுடன் கேட்டுக் கொள்கிறேன். (பக். 77)

காந்தியின் கடுமையான கட்டுப்பாடுகள் குறித்து விவாதிப்பதற்காக வைக்கம் பிரதிநிதிகளான கே. மாதவன், குரூப் நீலகண்டன் ஆகியோர் காந்தியைச் சந்திக்கச் சென்றார்கள். இதனை அறிக்கையாகவும் வெளியிட்டார்கள். காங்கிரஸ் கட்சியினரை இப்போராட்டத்தில் இருந்து விலக்கி, திருவிதாங்கூர் இந்துக்களை மட்டும் போராட்டத்தில் கலந்து கொள்ள வைக்கும் முயற்சிகள் நடந்ததையும் டி.கே. ரவீந்திரன் சொல்கிறார். இந்த சந்திப்பு தொடர்பாக நாங்கள் என்ன அறிக்கை தரப்போகிறோம் என்பதை முன்கூட்டியே அறிய காந்தி மிக ஆர்வமாக இருந்தார் என்று அந்த அறிக்கையில் இருக்கிறது.

> *'The Mahatma was very particular that any statement given by us to the press should be seen by him beforehand so that he may not be put to the necessity of correcting it later on' (The Madras Mail, May 26, 1924.*
> *- டி.கே. இரவீந்திரன் நூல், பக். 77)*

உண்ணாவிரதம் இருக்கக் கூடாது என்றும் 144 தடையுத்தரவை மீறக் கூடாது என்றும் காந்தி கூறியிருக்கிறார்.

> *"The Mahatma has further expressed the opinion that orders under Section 144 need not be disobeyed now because the number of workers is limited and the resources of the Committee have to be conserved as much as possible"*

என்று காந்தி சொன்னதாக அந்த அறிக்கை சொல்கிறது.

இதைத் தொடர்ந்து டி.கே. ரவீந்திரன் எழுதுகிறார்:

> *The total effect of the mandates of Gandhi was that the Satyagrahis found themselves at every stage on the right side of an unwelcome alternative suggested by his ideal or advice.*

காந்தியின் ஆணைகளின் மொத்த விளைவு என்னவென்றால், சத்தியாகிரகிகள் ஒவ்வொரு கட்டத்திலும் காந்தியின் இலட்சியம் அல்லது ஆலோசனையால் பரிந்துரைக்கப்பட்ட ஆலோசனைகள் தங்களுக்கு எதிராக இருப்பதாகக் கருதினார்கள்.

They were fighting against the cruel oppressiveness of varnasrama when in the thick of it they heard Gandhi pronouncing his considered view: "I personally believe in Varnasrama though it is true that I have my own meaning for it".

வர்ணாஸ்ரமத்தின் கொடூரமான அடக்குமுறைக்கு எதிராக சத்தியாகிரகிகள் போராடிக் கொண்டிருந்த போது, காந்தி, "நான் தனிப்பட்ட முறையில் வர்ணாஸ்ரமத்தை நம்புகிறேன், ஆனால் அதற்கு என்னுடைய சொந்தக் கருத்தைக் கொண்டுள்ளேன்" சொல்லிக் கொண்டு இருந்தார்.

The poor Satyagrahi also had to indulge in tergiversation of sorts and repeat the words of Gandhi while engaged in attacking caste and its pernicious effects.

This created an unhappy situation producing deep conflict in the minds of the participants and the leaders of the Satyagraha at Vaikkam and they started giving free vent to their opinions, which often struck a false note.

இது ஒரு மகிழ்ச்சியற்ற சூழ்நிலையை உருவாக்கியது. வைக்கத்தில் நடந்த சத்தியாகிரகத்தில் பங்கேற்பாளர்கள் மற்றும் தலைவர்களின் மனதில் ஆழமான கசப்பை உருவாக்கியது. எனவே அனைவரும் சுதந்திரமாக கருத்துக் கூறத் தொடங்கினார்கள். இதனாலேயே சில சத்தியாகிரகிகள், தங்கள் நோக்கம் கோவில் நுழைவு அல்ல என்றும் பொதுச் சாலைகளைப் பயன்படுத்துபவரின் குடியுரிமையை நிலைநிறுத்த மட்டுமே என்றும் கூறினர்.

Thus at first the Satyagrahis professed that their object was not temple entry and that they wanted only to establish a civic right, the user of the public roads. T.K. Madhavan started the agitation, first proclaiming *the right of all Hindus to enter temples. Then when the Satyagraha started he obeyed Gandhi's injunctions and elaborated on the right to move along the temple roads.*

டி.கே. மாதவன், முதலில் அனைத்து இந்துக்களுக்கும் கோவில்களில் நுழையும் உரிமையைப் பிரகடனப்படுத்தி போராட்டத்தைத் தொடங்கினார். பின்னர் சத்தியாகிரகம் தொடங்கிய போது காந்தியின் கட்டளைகளுக்குக் கீழ்ப்படிந்து கோவில் சாலைகளில் செல்ல உரிமை பற்றி மட்டுமே பேசினார். காந்தி சொன்னதால் அவருடன் உடன்பட்டார்.

Gandhi made it a religious issue; Madhavan agreed with him while repeating the social aspect of it. Some leaders openly called for temple entry. For instance, Mannath Padmanabhan in the course of a propaganda tour stated that the Royal family was blessed with children only after the depressed classes were admitted into schools and other public institutions and that he was in favour of temple entry for the simple reason that even a Pulaya who made an offering of a handful of rice, had equal right over the temple property. 37 *Changanasseri K. Parameswaran Pillai one of the Nayar leaders.*

சில தலைவர்கள் வெளிப்படையாகவே கோவில் பிரவேசத்துக்கு அழைப்பு விடுத்தனர். உதாரணமாக, மன்னத்து பத்மநாபன் ஒரு பிரச்சார பயணத்தின் போது, அரச குடும்பத்தினர் தாழ்த்தப்பட்ட வகுப்பினரை பள்ளிகள், பிற அரசு அமைப்புகளில் அனுமதித்தப் பின்னரே மக்கட்பேறைப் பெற்றோர்கள், ஆலயத்திற்கு பிடியளவு அரிசி நல்கிய புலையருக்கும் கோவில் சொத்தின் மீது சம உரிமை உண்டெனக் கூறினார். *(பக். 84)*

காந்தியின் அறிக்கைகள் தொடர்ச்சியாக முரண்பாடுடன் அமைந்திருந்தது என்றும் டி.கே. ரவீந்திரன் சொல்கிறார். பாதிக்கப்பட்ட வகுப்பினரின் உண்மையான மனக்குறை காந்தியின் கட்டுப்பாடுகளால் வெளியில் தெரியாமல் போய்விட்டது. பிரச்சனையே பின்னுக்கு தள்ளப்பட்டது, போராட்டத்தை வேறு குழப்பத்தில் தள்ளினார் காந்தி. இதனால்

சத்தியாகிரகிகளின் மனதில் அவநம்பிக்கையும் விரக்தியும் உருவாகியது என்பதையும் டி.கே. ரவீந்திரன் சுட்டிக்காட்டுகிறார்.

> "The ukases issued by Gandhi frequently on the Vaikkam Satyagraha had from first to last, been a collection of mild inconsistencies because he depended on the reports of the working of the movement supplied to him by different persons of diverse views which in themselves contained conflicting statements.
>
> The confusion arose, in the main, as a result of too much of theorising on the issue at hand. In doing this, the real grievance of the affected classes was lost sight of; they were pushed to the background. Gandhi's emphasis on the sin concept and his insistence on the expiation of that sin by caste Hindus, were res- ponsible for complicating the whole issue of untouchability and unapprochability and stripping it of its real significance with reference to the non-caste Hindus. The reality of the evil was submerged and lost in the theory of the evil. Confusion was, therefore, bound to occur in the conduct of the struggle.
>
> Apart from this, Gandhi's writings in Young India and his public statements created feelings of despire and frustration in the minds of the Satyagrahis and the leaders. (பக். 85)

என்று எழுதுகிறார் டி.கே. ரவீந்திரன்.

வைக்கம் சத்தியாகிரகத்தை இந்தியா முழுக்க விரிவுபடுத்த சத்தியாகிரகிகள் நினைத்தார்கள். ஆனால் அதனை காந்தி மறுத்தார். இது முடியாத காரியம் என்று மறுத்தார் காந்தி. (ரவீந்திரன் நூல், பக். 87, ஆதாரம் *The Hindu*, 14 April, 1924)

> Gandhi's opinion that non-Hindus should dissociate themselves from Vaikkam Satyagraha was responsible for reducing the issue into a cheap religious dispute.

The self-respect of more than half the population of the state was directly involved in the struggle. Self-respect of people, indeed, is not the fat stock of religion. It is to be granted to every individual irrespective of one's caste, creed, sex or colour. A Hindu, Muslim or Christian belonging to any caste or denomination is entitled to it against the whole world. When it is in danger of being trampled, it is the duty of every other individual to help his fellow being to regain it. If the right claimed is denied, it cannot but be a great strain on the loyalty of a people who are devotedly attached to their ruler. Thus the right in question takes the mantle of a fundamental civil right. Untouchability and unapproachability may rightly be considered as religious institutions; but the consequences flowing from them are not necessarily religious; they are mostly social, political and economic in content. The untouchables and unapproachables enjoyed religious rights within their own folds; but they did not possess social and civic rights as the caste Hindus did. that they were not allowed to enter temples to offer worship in them cannot therefore, be taken as a religious disability because The fact they were free to have their own temples and do the worship there On the contrary if they were objected to have them, it could be described as a denial of religious right. Caste inferiority imposes only social disabilities, not religious disabilities. An untouchable is prevented from entering the temple on account of his social inferiority or caste disabilityThe moment social equality is granted his right to temple will be conceded. Practices of untouchability, and unapproachability are evils of Hindu social order, and not of Hinduism. The disabilities emanating from them are therefore social and not religious.

என்பது ரவீந்திரன் நூலில் குறிப்பிடும் பகுதிகள் ஆகும்.

கோபாலகிருஷ்ண காந்தியின் விமர்சனம்

வைக்கத்தில் காந்தி நடந்து கொண்ட சில செயல்களை கோபாலகிருஷ்ண காந்தியே விமர்சித்து எழுதுகிறார். Kerala and Gandhi என்ற கட்டுரையில் இதனைக் குறிப்பிடுகிறார்.

"...செங்கனூரில் பிறந்த பாரிஸ்டர், எழுத்தாளர் மற்றும் சுதந்திரப் போராட்ட வீரர் ஜார்ஜ் ஜோசப் அவர்கள் வைக்கம் இயக்கத்திற்கு உத்வேகமான தலைமையை வழங்கினார். தேசிய அளவிலான தலைவர்கள் வைக்கம் வர வேண்டும் என்று ஜோசப் விரும்பினார். காந்தி அதற்கு ஆதரவாக இல்லை. திருவிதாங்கூரைச் சேர்ந்தவர்களே அந்தப் போராட்டத்துக்கு தலைமை தாங்க வேண்டும் என்று காந்தி நினைத்தார். ... வைக்கத்தில் உண்ணாவிரதப் போராட்டம் நடத்த முடிவு செய்தார்கள். அதனையும் காந்தி ஏற்றுக்கொள்ளவில்லை. காந்தியின் இந்த நிலைப்பாடு ஆய்வுக்குரியது. பல்வேறு இடங்களில் இதற்கு முன்பெல்லாம் உண்ணாவிரதப் போராட்டத்தை ஆதரித்த காந்தி, இங்கு மட்டும் அதனை நிராகரித்தார். காந்தி ஒரு வழிகாட்டியாக புரிந்து கொள்ள கடினமாக இருந்தது. பின்பற்ற கடினமாக இருந்தது. ஆயினும்கூட, அரசியல் உள்ளுணர்வு மற்றும் சமூக உள்ளுணர்வின் சுத்த சக்திக்கு அவருக்கு இணையானவர்கள் யாரும் இல்லை" என்கிறார் கோபாலகிருஷ்ண காந்தி.

"...Joseph wanted national-level leaders to come to Vaikom. Gandhi was not in favour of that. Money does not seem to have been the problem.. Nor was there a dearth of national leaders who would have been able to make time for Vaikom. But no, Gandhi felt Travancore should find and give to its cause its own leadership. Next, Joseph was inclined to go off food to pressurize the State. Gandhi was not in favour of that either.

With Joseph imprisoned, Rajagopalachari monitored the Vaikom situation for Gandhi and on 15 April, 1924 sought his advice on tactics and direction, especially on the hunger-strike idea.

Gandhi wired back: "Hunger strike unlawful". Think Vaikom struggle should be kept up under reservations suggested. Gandhi's reply merits analysis. He had himself, by this time, fasted in 1918 in Ahmedabad to bring redress to striking mill-workers, and on three occasions in 1919 around the first national satyagraha, Jallianwala Bagh, and its aftermath, then in 1921, over acts of violence during satyagraha action, in 1922 after Chauri Chaura, and was to fast the same yearsome five months later, in Delhi, for Hindu-Muslim unity. But in Vaikom he disfavoured Joseph or anyone starving as a method of protest. Why?

The clue to his seeming contradiction over the foregoing of food as a weapon lies, I think, in the difference between a hunger strike and a fast, and over the likely denouement to such proceedings. A hunger strike is a pressure tactic, plain and simple, a moral junior to a fast. And as such even if it has strength, it lacks stature. Whereas a fast with all its ingredients of atonement, self-purification, and complete non-violence in thought word and deed, is a different order of persuasion to be resorted to only by an adept, and then, directed not at Authority alone, but equally at Society Gandhi was to dissuade Kelappan, likewise, later.

Gandhi as a guide was hard to understand, hard to follow. And yet there was none to match him for the sheer power of political instinct and social intuition.

என்கிறார் கோபாலகிருஷ்ண காந்தி. Social Scientist இதழில் இக்கட்டுரை வெளியானது.

நாராயணகுருவின் நிலைப்பாடுகள்

ராஜ் சேகர் பாசு, காந்தி மீதான விமர்சனங்களைப் பதிவு செய்துள்ளார். Gandhi, Satyagraha And The Struggle For Social Equality: The 'Untold' Stories Of The Vaikom Satyagraha In

Travancore, 1924-1925 என்ற கட்டுரையில் எழுதி இருக்கிறார் பாசு.

காந்தியின் நிலைப்பாடுகளை நாராயண குரு ஏற்கவில்லை என்பதை பாசு பதிவு செய்துள்ளார்.

"The strategy of the satyagrahis to keep standing before the barricades, until the roads were open to all classes was resented by the Ezhava reformist leader Sri Narayanan Guru. The guru felt that merely standing before the barricades would not serve the purpose. He believed that disobedience should actually mean the defiance of unjust laws which perpetrated distinctions within humanity. The guru felt that the volunteers should advance towards the prohibited thoroughfares to end the segregation based on social distinctions. Sri Narayana Guru's position was very much different from the Gandhian line of thinking. Gandhi deliberately refrained from adopting a radical position, even when his proposal for arbitration was refused by the trustees of the temple. Gandhi issued statements to congratulate the Maharaja for being sympathetic to the problems of the subject and stated that while the satyagrahis could wage their battle for social reforms, they had to accept the fact that there would not be any violent upsurge against the ruling classes. He clearly did not attack the Hindu caste system and continued to believe that chaturvarna devoid of the practice of untouchability was better suited in the India social conditions. The other weakness in the Gandhian line of thinking was the generalisation that Gandhi made about the social complexion of Travancore. In September 1924, Gandhi's failure to critique the caste system was revealed in his assertion that in the Sri Mulam Assembly, the Brahmins and Nambudris who are 'nominated voluntarily rubbed shoulders with nominated Pulayas and Parayas'"

“அனைத்து வகுப்பினருக்கும் சாலைகள் திறக்கப்படும் வரை, தடைகள் முன் நின்று கொண்டே இருக்க வேண்டும் என்ற சத்தியாகிரகிகளின் உத்தி ஈழவ சீர்திருத்தவாத தலைவர் ஸ்ரீ நாராயண குருவால் எதிர்க்கப்பட்டது. வெறும் தடுப்புகளுக்கு முன்னால் நிற்பதால் அந்த நோக்கம் நிறைவேறாது என்று குரு உணர்ந்தார். சமூக வேறுபாடுகளின் அடிப்படையில் பிரிவினையை முடிவுக்குக் கொண்டு வருவதற்கு தன்னார்வலர்கள் தடைசெய்யப்பட்ட பாதைகளை நோக்கி முன்னேற வேண்டும் என்று குரு உணர்ந்தார். ஸ்ரீ நாராயண குருவின் நிலைப்பாடு காந்திய சிந்தனையிலிருந்து மிகவும் வேறுபட்டது” என்கிறார் பாசு.

> “*Historians like Elleanor Zelliot drawing a cue from Mahadev Desai’s The Epic of Travancore, have argued that Gandhi in his correspondences assured the Nambudri Brahmin trustees of the Vaikom temple that the sanctity of the shrine would be preserved under all costs. Gandhi also deliberately refrained from adopting a radical stance when his proposal for arbitration was turned down by the trustees of the temple. Gandhi’s line of thinking displayed many points of contradiction since he did not fully lend support to the satyagrahis over an issue related to social reform. He therefore ended up in a position almost similar to those of the orthodox associations like the Kshatriya Mahasabha, the Kerala Hindu Sabha and the Yogakshema Sabha.*”

“காந்தி தனது கடிதப் பரிமாற்றங்களில், வைக்கம் கோவிலின் நம்பூதிரி பிராமண அறங்காவலர்களிடம், சன்னதியின் புனிதம் எந்தச் சூழலிலும் பாதுகாக்கப்படும் என்று உறுதியளித்ததாக வாதிட்டார். காந்தியின் சிந்தனைப் போக்கு பல முரண்பாடுகளைக் காட்டியது. ஏனெனில் அவர் சமூக சீர்திருத்தம் தொடர்பான பிரச்சினையில் சத்தியாகிரகிகளுக்கு முழுமையாக ஆதரவளிக்கவில்லை. எனவே அவர் சத்ரிய மகாசபை, கேரள இந்து சபா மற்றும் யோகக்ஷேம சபை போன்ற பழமைவாத சங்கங்களின் நிலைப்பாட்டை கிட்டத்தட்ட ஒத்த நிலையை அடைந்தார்” என்று சொல்லும் பாசு, காந்திக்கும்

ஜார்ஜ் ஜோசப்புக்குமான மோதல் குறித்தும் விரிவாக எழுதி இருக்கிறார்.

> "The radical critics of Gandhi like E.V. Ramaswamy Naicker whole heartedly favoured participation of all, irrespective of their caste, class or religious backgrounds. Gandhi felt that such mobilization could possibly be misinterpreted by the orthodox Hindus, leading to disruption or disharmony within the Hindu order. Gandhi differed with Ramaswamy Naicker over the interpretation of the Vaikom Satyagraha. Gandhi did not believe that the Vaikom Satyagraha offered an opportunity to strike at the roots of a religion which had prevented development and progress in the society. He believed that religion had an integrative role and that the satyagraha was exclusively a Hindu affair, warranting only the presence of Hindus. Mary Elizabeth King has rightly observed that Ramaswamy Naicker's disagreement with Gandhi transcended the Brahmin question. Ramaswamy consistently made the point that the upper caste leadership was trying keeping the caste question unaddressed and this had encouraged them to permit only a limited participation of the depressed and the former slave castes from participating in the Vaikom Satyagraha."

ஈ.வெ.ரா போன்ற காந்தியின் தீவிர விமர்சகர்கள் ஜாதி, வகுப்பு அல்லது மதப் பின்னணியைப் பொருட்படுத்தாமல் அனைவரும் பங்கேற்பதை முழு மனதுடன் ஆதரித்தனர். இத்தகைய அணிதிரட்டல் மரபுவழி இந்துக்களால் தவறாகப் புரிந்து கொள்ளப்படலாம் என்று காந்தி கருதினார், இது இந்து அமைப்பிற்குள் சீர்குலைவு அல்லது ஒற்றுமைக்கு வழிவகுக்கும். வைக்கம் சத்தியாகிரகத்தின் விளக்கம் குறித்து ராமசாமி நாயக்கருடன் காந்தி கருத்து வேறுபாடு கொண்டிருந்தார். சமுதாயத்தில் வளர்ச்சியையும் முன்னேற்றத்தையும் தடுத்த ஒரு மதத்தின் வேர்களைத் தாக்க வைக்கம் சத்தியாகிரகம் ஒரு வாய்ப்பை வழங்கியதாக காந்தி நம்பவில்லை. மதம் ஒரு

ஒருங்கிணைந்த பங்கைக் கொண்டுள்ளது என்றும் சத்தியாகிரகம் பிரத்தியேகமாக ஓர் இந்து விவகாரம் என்றும் இந்துக்களின் இருப்பை மட்டுமே உறுதிப்படுத்துகிறது என்றும் அவர் நம்பினார்.

> "Throughout the months of the satyagraha, Gandhi had maintained the opinion that Vaikom Satyagraha was essentially a Hindu affair, which should have no space for a non-Hindu participation. He also insisted that it should notreceive any help from the Hindus who were residing in places outside territorial confines of Travancore. Gandhi's decision of not allowing the outsiders to participate in the struggle, generated a great deal of practical difficulties, leaving the space open for acrimonious exchanges and controversies in the future"

சத்தியாகிரகம் நடைபெற்ற மாதங்கள் முழுவதும், வைக்கம் சத்தியாகிரகம் அடிப்படையில் ஓர் இந்து விவகாரம் என்றும் அதில் இந்து அல்லாதவர்கள் பங்கேற்பதற்கு இடமில்லை என்ற கருத்தை காந்தி கடைப்பிடித்தார். திருவிதாங்கூரின் எல்லைக்கு வெளியே உள்ள இடங்களில் வசிக்கும் இந்துக்களிடமிருந்து எந்த உதவியும் பெறக் கூடாது என்றும் அவர் வலியுறுத்தினார். போராட்டத்தில் வெளியாட்களை அனுமதிக்கக் கூடாது என்ற காந்தியின் முடிவு, நடைமுறைச் சிக்கல்களை உருவாக்கி, எதிர்காலத்தில் கடுமையான கருத்துப் பரிமாற்றங்களுக்கும், சர்ச்சைகளுக்கும் இடமளித்தது.

> However, the Gandhian strategy to debar the participation of outsiders, failed to prevent the Akali Jatha from reaching Vaikom. ...The circulation of these rumours forced Gandhi to order the abrupt closure of the free kitchen being run by Akalis.

> Gandhi, condemning the presence of the Akalis, strongly made the point that help from outside would not be solicited in the Vaikom Satyagraha. It was obvious that Gandhi viewed the Akali presence as a potential source of conflagration. In an article published in Young India,

Gandhi denouncing the Akali involvement in Travancore commented "... that the proposed Sikh free kitchen I can only regard as a menace to the frightened Hindus of Vaikom." In the face of such obdurateness on the part of Gandhi, the Akalis had no other option but to leave Travancore.

வெளியாட்களின் பங்கேற்பைத் தடுக்கும் காந்திய உத்தி, அகாலி தளத்தை வைக்கம் சென்றடைவதைத் தடுக்கத் தவறியது... அகாலிகளின் இலவச சமையலறையை திடீரென மூட காந்தி கட்டாயப்படுத்தினார். ... யங் இந்தியாவில் வெளியான ஒரு கட்டுரையில், காந்தி திருவிதாங்கூரில் அகாலி ஈடுபாட்டைக் கண்டித்து "... சீக்கியர் இலவச சமையலறை அமைக்கும் திட்டமானது அச்சமடைந்த வைக்கம் இந்துக்களுக்கு அச்சுறுத்தலாக மட்டுமே நான் கருத முடியும்." காந்தியின் தரப்பில் இத்தகைய மெத்தனப் போக்கை எதிர்கொண்ட அகாலிகள் திருவிதாங்கூரை விட்டு வெளியேறுவதைத் தவிர வேறு வழியில்லை.

Historians like T.K. Ravindran criticised Gandhi on the ground that there was really no well thought out strategy on his part to find a tangible solution to the problems. It has been observed that Gandhi's meeting with the Nambudris was nothing more than being closeted with "caste fanatics", something which ended in farce and remained a melodrama for all practical matters.

In his public meeting at Vaikom, where 'lower' caste Hindus and women were present in large numbers, there were questions put forth to Gandhi regarding the issues of untouchability. Gandhi in his reply made it clear that 'untouchability' and 'unapproachability' were not a part of Hinduism and that untouchability was a blot upon humanity and also on Hinduism. Gandhi recounted his meeting with the Nambudri leaders, which to him had not yielded the expected results. But he firmly believed that the Dewan would be able to convince the orthodox sections that they would have to progress with the changing times.

Gandhi was confronted with a similar set of questions during his visits to other parts of Travancore. In Alleppey, there were questions raised by the local Ezhavas to which Gandhi replied in his own way. In his meeting with the Maharani Regent and the Dewan at Varkala, Gandhi tried to convey to them the resentments of the 'lower castes'. The Maharani Regent tried to convince Gandhi that despite her sympathy for the 'lower castes', she could not arrive a decision to open the roads. She was obviously hinting that as a ruler, who was bound to the Hindu Shashtric doctrines of Rajadharma, there was very little that she could do by going against the sentiments of her subject population.

வரலாற்றாசிரியர் டி.கே. ரவீந்திரன், வைக்கம் பிரச்சினைகளுக்கு உறுதியான தீர்வைக் காண்பதற்கு காந்தியின் தரப்பில் எந்த ஒரு நன்கு சிந்திக்கப்பட்ட உத்தியும் இல்லை என்று விமர்சித்தார். காந்தியின் நம்பூதிரிகளின் சந்திப்பு "சாதி வெறியர்களுடன்" நெருக்கமாக இருந்ததைத் தவிர வேறொன்றுமில்லை, இது கேலிக்கூத்தாக முடிந்து அனைத்து நடைமுறை விஷயங்களுக்கும் ஒரு மெலோ ட்ராமாவாக இருந்தது.

தாழ்த்தப்பட்ட சாதி இந்துக்களும் பெண்களும் திரளாகக் கலந்து கொண்ட வைக்கம் பொதுக்கூட்டத்தில் காந்தியிடம் தீண்டாமைப் பிரச்சனைகள் குறித்து கேள்விகள் எழுப்பப்பட்டன. காந்தி தனது பதிலில், 'தீண்டாமை' மற்றும் 'அணுக முடியாதது' இந்து மதத்தின் ஒரு பகுதி அல்ல என்றும் தீண்டாமை மனித குலத்தின் மீதும் இந்து மதத்தின் மீதும் ஒரு கறை என்றும் தெளிவுபடுத்தினார். காந்தி நம்பூதிரி தலைவர்களுடனான தனது சந்திப்பை விவரித்தார். இது அவருக்கு எதிர்பார்த்த பலனைத் தரவில்லை. ஆனால், மாறிவரும் காலத்திற்கேற்ப அவர்கள் முன்னேற வேண்டும் என்று சனாதன பிரிவினரை திவானால் நம்ப வைக்க முடியும் என்று அவர் உறுதியாக நம்பினார்.

Gandhi's involvement in the Vaikom Satyagraha had brought him closer to a social movement which was trying to defy the age-old practices of 'untouchability' and 'unapproachibility'. Gandhi had been a strong critic of 'untouchability' but he did not favour radical assertions that would break down the social fabric in the princely state of Travancore. In more than one way, his own stand during the Vaikom Satyagraha had been one of wait and watch policy and that of compromises. His predicaments in challenging the savarna logic, stemmed from his heartfelt desire of preserving the cultural system that was intricately linked to the Hindu jati order. This had been clearly revealed in his somewhat passive acceptance of the arguments that had been put forth by Indanturittil Nambyiathri and the other upper caste notables in Vaikom. Mary Elizabeth King makes a very pertinent point that the inability of Gandhi to think beyond the boundaries being imposed by the sanatanists had much to do with his own personal belief that the sufferings of the satyagrahis would melt down the social divides that had persisted over centuries. Perhaps it was Gandhi's insistence to carry out the satyagraha within the philosophical tenets of Hinduism that aroused the controversies over his actions and beliefs during the Vaikom satyagraha. Gandhi's differences with the Akalis and with many of the Ezhava social reformists reveal his inner tensions to maintain a balance between pristine and reformist versions of Hinduism. Gandhi's model of satyagraha was one which remained exclusive, rarely addressing the grievances of many of the satyagrahis and their 'lower caste' sympathisers. The problem could be seen from Gandhi's own definition of social change, which could not happen through offence but through a change of heart. This philosophical position was one which was tested at Vaikom undoubtedly crowning Gandhi with successes and also exposing *him into bouts of embarrassments and desperations. In the finale, despite the Vaikom satyagraha ending with a verdict in favour of the satyagrahis, the lower caste leadership found it opportune to argue that Gandhian satyagraha could never be an answer to the sanatani logic of maintaining a caste order in the Indian society. However, the fact also remains that by imposing his own levers of control Gandhi had tried to keep the movement alive without being suppressed by the ruling groups citing the breakdown of law and order and one which threatened to spill over the territorial boundaries of a princely state.*

வைக்கம் சத்தியாகிரகத்தில் காந்தியின் ஈடுபாடு, 'தீண்டாமை' மற்றும் 'நெருக்கமின்மை' போன்ற பழங்கால நடைமுறைகளை மீற முயன்ற ஒரு சமூக இயக்கத்துடன் அவரை நெருக்கமாக்கியது. காந்தி 'தீண்டாமை' பற்றிய வலுவான விமர்சனம் கொண்டியிருந்தார், ஆனால் திருவிதாங்கூர் சமஸ்தானத்தின் சமூக கட்டமைப்பை உடைக்கும் தீவிரமான வலியுறுத்தல்களை அவர் ஆதரிக்கவில்லை.

இறுதிக்கட்டத்தில், வைக்கம் சத்தியாகிரகம் சத்தியாகிரகிகளுக்குச் சாதகமாக முடிவடைந்த போதிலும், இந்தியச் சமூகத்தில் சாதிய ஒழுங்கைப் பேணுவதற்கான சனாதன தர்க்கத்திற்கு காந்திய சத்தியாகிரகம் ஒருபோதும் விடையாக இருக்க முடியாது என்று தாழ்த்தப்பட்ட சாதித் தலைமை வாதிடுவதைக் கண்டது. எவ்வாறாயினும், சட்டம் ஒழுங்கு சீர்குலைந்ததைக் காரணம் காட்டி ஆளும் குழுக்களால் நசுக்கப்படாமல் காந்தி தனது சொந்த கட்டுப்பாட்டு நெம்புகோல்களை திணிப்பதன் மூலம் இயக்கத்தை உயிர்ப்புடன் வைத்திருக்க முயன்றார் என்பதும் உண்மையாகவே உள்ளது.

என்று காந்தி மீதான விமர்சனங்களை ராஜ் சேகர் பாசு பதிவு செய்துள்ளார்.

மேரி எலிசபெத் கிங் வரிசைப்படுத்துபவை

மேரி எலிசபெத் கிங் தனது நூலிலும் காந்தி குறித்த விமர்சனங்களை கடுமையாகவே முன் வைத்துள்ளார். வைக்கம் காலக்கட்டத்தில் காந்தியின் நிலைப்பாடுகளை விமர்சித்து எழுதி இருக்கிறார்.

"வைக்கம் போராட்டம் இன்னமும் வளர்ந்திருக்க முடியும், வளர்ந்திருக்க வேண்டும். வைக்கம் போராட்டத்தை ஜனநாயக அணிதிரட்டலுக்கான ஒன்றாக வளர்த்தெடுத்து இருந்தால், சாதியை பெரும் தளமொன்றில் நேர்த்தியாக எதிர்கொண்டிருக்க முடியும். டி.கே. மாதவன் தீண்டாமைக்கு எதிராக அவர்ணர்கள், இந்து பழமைவாதிகளில் உள்ள இடைநிலை வகுப்பினர் கூட்டாகச் சேர்ந்து இயங்க வேண்டும் என்று தீவிரமாகக் கண்ட கனவு கைகூடவில்லை. தமிழ்நாட்டைச் சேர்ந்த தலைவர் பெரியாரும் இப்படிப் பரந்துபட்ட வரையறைமிக்கப் போராட்டங்களை நாடினார். பிறரும் நாடினார்கள்.

காங்கிரஸ் கட்சியானது வைக்கத்தை இந்தியாவின் சுயாட்சி, ஜனநாயகத்துக்காகப் பயன்படுத்தியிருக்கலாம். ஆனால், வைக்கத்தில் கொடுக்கப்பட்ட "தீர்வானது" முழுமையான ஜனநாயக இயக்கம் ஒன்று திருவிதாங்கூரில் வளர்வதைத் தடுத்து விட்டது. இதனால் ஜனநாயக அமைப்புகள் பெருமளவில் வளர்வதற்கு உதவாமல், அவற்றை முடக்கிப்போட்டு விட்டது. திருவிதாங்கூரில் நடைபெற்ற பல்வேறு சாதி எதிர்ப்பு இயக்கங்கள் காலனியத்திற்கு எதிரான இந்திய இயக்கங்களுக்கு அமைப்பு ரீதியான வலிமையை வழங்கியிருக்கும். உரிமைகள், பொறுப்புகள் சார்ந்து போராட்டங்கள் முன்னெடுக்கப்பட்டு இருந்தால் மக்கள் உரிமைகளை வேகமாக வென்றெடுத்து இருக்க இயலும். அம்பேத்கர், பெரியார், நாராயணகுரு முதலியோர் ஒரு புறமும், காந்தி ஒருபுறமும் நின்றது அறம் சார்ந்தும், அரசியலிலும் பல்வேறு விளைவுகளை ஏற்படுத்தின" (பக். 226) என்று காந்திக்கும் மற்றவர்களுக்குமான நிலைப்பாடுகளை இவர் வேறுபடுத்திச் சொல்கிறார்.

கே.என். பணிக்கரும் இதே போல் நினைத்ததாகவும் எலிசபெத் எழுதுகிறார்...

“வைக்கம் போராட்டத்தைத் தீண்டாமை பற்றிய போராட்டமாக மட்டுமே மாற்றி நடத்தியதன் மூலம் காந்தியும், காங்கிரசும் தீண்டாமை சார்ந்த மோதல்கள் நீடித்திருப்பதற்கு ஒரு காரணமாகினார் என்று கருதலாம். சாதி இந்துக்கள், சாதி அடுக்குக்கு அப்பால் உள்ள உள்ளூர் இந்துக்களையும் இணைத்துக் கொண்டு பரந்துபட்ட, கூட்டுறவு இயக்கம் ஒன்றை மாதவன் கனவு கண்டார். ஆனால், ஆலயத்தை நோக்கிய சாலைகளுக்குள் நுழைவதற்கான உரிமை சார்ந்து மட்டுமே போராடுமாறு காந்தி மாதவனைச் சம்மதிக்க வைத்தார். வைக்கம் போராட்டத்தின் புகழ்மிக்கப் பெரும்பாலான பாத்திரங்கள் ஏராளமான நேரங்களில் திருவிதாங்கூருக்கு வெளியே உள்ள பிராமண, நாயர் சாதி இந்து குடும்பங்கள், காங்கிரஸ் கட்சியைச் சேர்ந்தவர்கள். இவற்றைக் கொண்டு இந்த இயக்கத்தை வெளியாட்களின் தலையீட்டால் உருவான ஒன்றாகப் புறந்தள்ளப்படுவதற்கான வாய்ப்பு இருந்தது. அப்படியே புறந்தள்ளப்பட்டது. போராட்டத்தின் துவக்க கட்டத்தில், தாழ்த்தப்பட்ட இந்து சமூகங்களின் ஆதரவு குறைவாக இருந்ததும் இந்தச் சுமையைக் கூட்ட காரணமானது. போராட்டத்தின் துவக்கத்தில் இருந்தே அக்காலத்தில் வளர்ந்து கொண்டிருந்த ஸ்ரீ நாராயண தர்ம பரிபாலன சங்கம் உள்ளிட்ட உள்ளூர் சமூக இயக்கங்களோடு தன்னை இணைத்துக் கொள்ளவில்லை என்பதே இதற்குக் காரணமாகும். வெளியில் இருந்து இறக்கப்பட்ட பிரமுகர்கள், உள்ளூர் ஆளுமைகள் உதவிகரமாகப் பங்காற்றியிருக்கலாம் என்றாலும், தனித்துவமான அறிவும், சிந்தனைகளும் மிக்கத் திருவிதாங்கூர் தலைவர்களின் இடத்தை அவர்களால் நிரப்ப முடியவில்லை. காந்தி வகுத்தளித்த வரைமுறைகளும், நிபந்தனைகளும் “துரதிர்ஷ்டவசமான பரிமாணத்தைக் கொண்டிருந்தது, ஆனால், இதனைத் துரதிர்ஷ்டவசமானதாக மக்கள் அடையாளம் காணவில்லை.” என்கிறார் பணிக்கர். *(கே.என். பணிக்கர் எலிசபெத் கிங்கிற்கு ஆகஸ்ட் 15, 2005 இல் வழங்கிய நேர்முகம்).*

"போராட்டத்தின் ஆரம்பத்திலேயே தலைவர்கள் கைதானார்கள். அவர்கள் உடனடியாகச் சிறையில் அடைக்கப்பட்டார்கள். மேற்சொன்ன சிறை புகுதலை உயர் சாதி இந்துக்கள், அவர்கள் தூண்டுதலில் இயங்கிய அரசாங்கம் ஆகிய இரு தரப்பிடமும் முன்வைக்கப்படும் வேண்டுகோளாகக் காந்தி சித்தரித்தார். இதனால் ஏற்பட்ட வெற்றிடத்தில் இருந்து வைக்கம் இயக்கம் எப்போதும் மீண்டெழவில்லை. ஏப்ரல் 1924 இல் எல்லாம் இயக்கம் செயல்திட்டம் எதுவுமின்றித் தள்ளாடிக் கொண்டு இருந்தது. குறிப்பாக, காந்தி இயக்கத்தின் இறுதி இலக்கு, வழிமுறைகள் ஆகிய இரண்டையும் சுற்றிவளைத்துக் கட்டுப்படுத்திவிட்டார்" என்கிறார் மேரி எலிசபெத் கிங்.

காந்தியின் செயல்கள் மீதான விமர்சனத்தை இப்படி வைத்தார் மேரி எலிசபெத் கிங்:

> "பழமைவாதிகளைக் காயப்படுத்தாமல், அவர்களை மனமாற்ற வேண்டும் என்பது காந்தியின் நிலைப்பாடாக இருந்தது. எல்லா வகையிலும், காந்தி வைக்கம் சத்தியாகிரகத்தை ஒரு பரிசோதனையாகவே கருதினார். காந்தியின் பார்வையில் சமூக மாற்றம் என்பதை உள்ளார்ந்த மனித செயல்பாடுகளின் மூலம் சாதிக்க வேண்டும். எளிய மக்கள் சமூக மாற்றத்தை முன்னெடுக்கக் கூடும் எனும் போது அரசாங்கமானது சமூக மாற்றத்தை வழிநடத்த கூடாது என்பது அவரின் பார்வை. இவற்றின் அடிப்படையில் தான் உயர்சாதியினரை வென்றெடுக்கும் வண்ணம் வழிமுறைகளை வகுத்தளிக்க காந்தி முயற்சிகள் எடுத்தார். எதிர்த்தரப்பில் இருப்பவர் செய்யும் கொடுமைகளைத் தானாக முன்வந்து, புகார்கள் இல்லாமல் ஏற்றுக்கொள்ளும் போது, இத்தகைய தனிமனித தியாகம், துன்ப ஏற்பு ஆகியவை எதிர்தரப்பின் மனதை குத்திக்கிழிக்கும் என்பது காந்தி தேசிய ஆளுமையாக உருவெடுத்துக் கொண்டிருந்த காலத்தில் அவருடைய கருத்தியல் சாரமாக இருந்தது. இதனை ஜோன் போண்டுரண்ட் எதிராளியின் பகுத்தறிவுமயமான தற்காப்புக்கலை என்று அழைக்கிறார். (பக். 228)

காந்தி ஒவ்வொன்றையும் தனக்கேயுரிய அறச்சட்டகத்தில் அணுகினார். அறம் சார்ந்த பீடமொன்றில் இருந்து பேசிய காந்தியை பொருத்தவரை சாதியானது மனசாட்சியின் பாற்பட்ட தேர்வாக இருந்தது. பெருமளவில் தீரத்தோடு நடத்தப்பட்ட இருபது மாத கால வைக்கம் போராட்டம் மெதுவாகத் தள்ளாடி முன்னோக்கி நகர்ந்த போது, காந்தி ஆரம்ப மாதங்களில் தான் கொண்டிருந்த உறுதிமிக்கக் கட்டுப்பாடுகள் சிலவற்றைத் தளர்த்திக் கொண்டார். மார்ச் 1925 வாக்கில் போராட்டத்தால் கிட்டத்தட்ட கண்ணுக்கு தெரியக் கூடிய எந்த முன்னேற்றமும் ஏற்படாத சூழலில், உயர்சாதியினர் விடாப்பிடியாக இருந்ததால் காந்தி தன்னுடைய பார்வைகளில் இருந்து மேலும் வளைந்து கொடுத்தார். சத்தியாகிரகத்தில் தடுப்புகளை விலக்குவது, சத்தியாகிரகிகளை மறிப்பதை நிறுத்துவது, இவற்றுக்குப் பதிலாகச் சத்தியாகிரகிகள் எல்லைக்கோட்டை தாண்டாமல் போராட்டத்தைத் தொடர்வது அல்லது நூல் நூற்பது என்கிற காவல்துறை ஆணையர் பிட்டின் சமரசம் எடுபடுமா என்று காந்தி அய்யப்பட்டார். எனினும், அந்த முயற்சியில் ஈடுபடுவதன் மூலம் ஒரு சிறிய துளையிட்டு அதன் மூலம் படிப்படியாகப் பிற மாற்றங்களைச் சாதிக்க முடியக்கூடும் என்று காந்தி எண்ணினார்.

மனித வளங்களாகத் திகழும் தன்னார்வலர்களை இழப்பதை குறித்துக் காந்திக்குத் தெரிந்திருந்தது. 1924 ஆம் ஆண்டு ஏற்பட்ட பெருவெள்ளத்தில் உயிரிழப்புகளோடு, உடல்நலமும் பலருக்குப் பாதிக்கப்பட்டது. சிலர் பெரியம்மையால் தாக்கப்பட்டார்கள். அவர்கள் வசைகளையும், அவமானங்களையும் தாங்கிக் கொண்டார்கள் என்று காந்தி அறிவார். சத்தியாகிரகிகளைக் காந்தி 1908 இல் ‘உறுதிமிக்க எதிர்ப்பாளர்கள்’ என விளித்தார். ஆனால், அவர்களால் தாங்கள் விரும்பிய இலக்கை எட்ட முடியவில்லை. பிரிட்டிஷாரின் எந்த உத்தரவும் ஆலய நுழைவை சாதிக்க முடியாது என்று காந்திக்கு தெரியும். திருவிதாங்கூர் மன்னர் மட்டுமே நடவடிக்கை எடுத்து, அதனை உறுதியோடு செயல்படுத்த இயலும்.

சத்தியாகிரகம் ஒருவழியாக ஓரளவிற்குத் தாக்கங்களை ஏற்படுத்தியது என்றாலும், அது மிகக்கடுமையான தியாகங்களைத் தன்னளவில் மேற்கொண்ட தன்னார்வலர்களால் ஏற்படவில்லை. அவர்களின் “துயரங்களைப் புனிதப்படுத்தும்” முயற்சிகள்

தோல்வியடைந்தன. டி.கே. ரவீந்திரன் குறிப்பிடுவதைப் போல, "துயரத்தை அமைப்பு முறையாக்க மாற்ற முயல்கையில்" வைக்கமில் உள்ள கதாபாத்திரங்கள் "பொய்யான, மலிவான பரப்புரையில்" ஈடுபட்டார்கள். இதனால் தன்னார்வலர்களின் துயரங்களைக் குறித்துக் கவனப்படுத்துவது சில தளங்களில் எதிர்மறையான விளைவுகளை ஏற்படுத்தியது. ஸ்ரீ நாராயண குரு அங்கே எதையும் தாங்கும் மனவுறுதி இல்லை, வெறும் காலி வயிறுகள் தான் உள்ளன என்று சொன்னார். "அடைமழை கொட்டும் போது ஏன் குடையைப் பயன்படுத்தக் கூடாது? அநீதிக்கு நியாயம் தரவேண்டும் என்று கேளுங்கள்! தடைகளை உடைத்தெறியுங்கள்! முன்னேறிச்சென்று உயர்சாதியினரை தீட்டுப்படுத்துங்கள். உங்களைக் காவல்துறை அடித்தால், அது தான் உங்களின் மனவுறுதிக்கான சோதனை. மழையில் நின்று கொண்டிருப்பது அல்ல" என்றார் என்று நாராயணகுருவும் காந்தியின் நிலைப்பாட்டுக்கு எதிராக இருந்ததை சுட்டிக் காட்டுகிறார்.

அனைத்துக்கும் மேலாக நம்பூதிரிகளிடம் போய் காந்தி கருத்துக் கேட்டதை விமர்சிக்கிறார்...

> "காந்தியின் அனுமானத்தில் உள்ள குறைபாடு மார்ச் 1925 ஆம் ஆண்டு வெளிப்பட்டது. வைக்கம் நம்பூதிரிகளை அங்கீகரிக்கப்பட்ட பண்டிதர்களைக் கொண்டு ஒடுக்கப்பட்ட மக்களை அருகே அண்டவிடாமைக்கு மத நூல்களில் அங்கீகாரமும், ஏற்பும் உள்ளதா எனக் கண்டறிய சொன்னார் காந்தி. இதன் மூலம், தன்னையறியாமல் அவர் தத்துவரீதியாகப் பிராமணர்களின் ஆதிக்கத்தை நியாயப்படுத்தி இதன் மூலம் அவர்களின் முக்கியத்துவத்தையும், மேம்பட்ட நிலையையும் அங்கீகரித்துவிட்டார்.

பிராமணிய பார்வைகளுக்கு அப்பாற்பட்டு, சீர்திருத்த இயக்கங்களின் இருப்பானது எழுதப்படாத பல்வேறு மதப் பார்வைகளின் ஓட்டத்தைத் தொடர்ந்து முன்னிறுத்தியது. எடுத்துக்காட்டாக, நாராயண குரு நடத்திய இயக்கமானது, உயர் சாதி சீர்திருத்த முயற்சிகளில் இருந்து வேறுபட்டதாக இருந்தது. எனினும், இந்த இயக்கத்தைக் காந்தி ஏறத்தாழ

கண்டுகொள்ளவே இல்லை. இந்து மதத்தின் பல்வேறு வழிமுறைகளில் நிலவி வந்த ஆற்றல் மிக்கப் பிளவுகளைப் பயன்படுத்தி அவர்ணர்களுக்கான மாற்றுப் பாதைகளுக்கான தூண்டுகோலாகத் திகழ காந்தி துளி கூட முயலவில்லை" என்கிறார் மேரி எலிசபெத் கிங்.

கடந்த மாதம் வெளியான நூலிலும்

கடந்த மே மாதம் வெளியான குறிப்பிடத்தக்க நூல் Caste Pride என்பதாகும். இதிலும் காந்தி - பெரியார் முரண்பாடு பேசப்பட்டுள்ளது. தீண்டாமையை எதிர்த்த காந்தி, வர்ணத்தை ஆதரித்தார் என்று மனோஜ் மிட்டா குறிப்பிடுகிறார். முதலில் கோவில் நுழைவாகத் தொடங்கி, சாலைகளில் செல்வதற்கான அனுமதியாக இது சுருங்கியதையும் சுட்டிக் காட்டுகிறார்.

> As for the differences between Gandhi and Ambedkar, which have received rather more attention, there has still been a tendency underestimate their fundamental variance on caste. Consequently, of the most renowned scholars mistook the Gandhi supported Vaikom Satyagraha of 1924-25 for a temple entry struggle even some though he was at the time far from ready for such a reform in view of his avowed commitment to varna. (பக். 387)

> While tracing Periyar's evolution as a caste reformer, Nicholas Dirks writes: 'In the spring of 1924, he entered the campaign at Vaikkam, a temple town in the princely state of Travancore. The campaign concerned the issue of temple-entry for the "untouchable" caste of Ezhavas. Temple entry had become an important concern of Gandhi and of Congress, as an extension of reform activities around the plight of untouchable groups' 24 Clubbing Vaikom with the 1929-30 agitations at Parvati temple in Poona and Kalaram temple in Nasik, Susan Bayly says that they 'came to be referred to as temple entry campaigns'. She adds that '[b]eginning with the Vaikam campaign, these battles [were] over access to Hindu temple precincts'.

உயர் வர்ணத்தினர் ஒப்புக் கொண்ட பிறகு தான் தாழ்ந்த வர்ணத்தவர் உள்ளே நுழைய வேண்டும் என்று நினைப்பவராக காந்தி இருந்ததை சுட்டிக் காட்டுகிறார் இவர்.

> Even then, Gandhi, as a votary of varna, was agreeable to Avarnas entering only such temples where local devotees had given their consent through a referendum. (பக். 388)

பிற்காலத்தில் காந்தி, அம்பேத்கர் மோதலுக்கும் இதுவே வழிவகுத்தது என்கிறார்.

எனவே, காந்தியை பெரியார் மட்டுமே விமர்சித்தார் என்பதே ஜெயமோகனின் அறியாமை ஆகும். காந்தியின் சனாதனம், வைக்கம் போராட்ட காலம் முதல் இன்று வரை விமர்சிக்கத் தக்கதாகவே அமைந்திருந்தது.

காந்தியின் சனாதனம்

காந்தியை எதிர்கொள்ளுதல் மிகமிகச் சிரமம் ஆனது. எந்தவொன்றுக்கும் அவர் தன்னளவில் ஒரு பொருளை வைத்திருப்பார். நான் சொல்லும் இந்து, நான் சொல்லும் ராமன், நான் சொல்லும் சனாதனம் என்று தனக்கென தனியே வைத்திருப்பார்.

எந்தவொன்றையும் விமர்சிப்பது என்பது, அது இந்தக் காலத்தில் என்னவாக நடைமுறையில் இருக்கிறது என்பதை வைத்துத்தான். ஆனால் காந்தி, 'என்னளவில் இதுதான்' என்பார். அதனாலேயே அதை எதிர்கொள்வது மிகமிகச் சிரமம் ஆனது. அப்படி ஒரு சொற்களில் ஒன்றுதான் சனாதனம். வர்ணாசிரமம்.

'தீண்டாமை'யை மிகக் கடுமையான எதிர்த்தார் காந்தி. அதே நேரத்தில் தீண்டாமைக்கான உண்மையான காரணத்தை காணத் தவறினார். அவர் கடுமையாக எதிர்க்கும் தீண்டாமையானது எதனுடைய விளைவு என்பதை கண்டுபிடிக்கவும், அதற்கு எதிராகப் போராடவும் அவர் தயங்கினார். அதனால் தான் அவருடைய தீண்டாமை எதிர்ப்பு என்பது மேம்போக்கானதாக இருந்தது. 'பொய் பேசக் கூடாது', 'நல்லவனாக இருக்க

வேண்டும்' என்பது போன்ற பொத்தாம் பொதுவான அறிவுரையாக இருந்தது.

"இந்து சமயம், அழிக்க முடியாததான ஒரு பெரும் களங்கத்தை தன்னிடம் வைத்துக் கொண்டிருக்கிறது... அது நமக்கு ஒரு சாபக்கேடு என்றே தோன்றுகிறது. அந்த சாபக்கேடு நம்மிடம் இருந்து வரும் வரையில், இப்புண்ணிய பூமியில் நாம் அனுபவிக்க நேரும் ஒவ்வொரு துன்பமும், நாம் செய்து வரும் இப்பெரிய மன்னிக்க முடியாத குற்றத்திற்கு ஏற்ற, சரியான தண்டனை என்றே நான் எண்ணுவேன்" (மகாத்மா காந்தி நூல்கள், தொகுதி 7, பக். 48) என்று மிகச் சரியாகச் சொன்னவர் அவர். அகமதாபாத்தில் நடந்த தாழ்த்தப்பட்டோர் மாநாட்டில் 1921 ஆம் ஆண்டு பேசும் போது, 'நான் மீண்டும் பிறப்பு எடுப்பதானால் தீண்டாதவனாகவே பிறக்க வேண்டும்... என்னுடைய ஆசைகள் நிறைவேறாமல், தீண்டாதாருக்கு நான் செய்யும் சேவை முற்றுப்பெறாமல், என் இந்து தருமம் பூரணமடையாமல் நான் இறந்துவிட நேருமாயின், என்னுடைய இந்து தருமம் பூரணமாக நிறைவேறும்படி செய்வதற்காக, நான் தீண்டாதாரிடையே பிறக்க வேண்டும் என்றும் பிரார்த்தித்துக் கொண்டேன்' (தொகுதி 7, பக். 48) என்று பேசினார். இந்து தருமங்களில் ஒன்றாக தீண்டாமை இருப்பதையே அவர் உணராததையே இது காட்டுகிறது. தீண்டாமையை எனது ஆன்மா அடியோடு வெறுக்கிறது என்று சொன்ன காந்தி, தீண்டாமையின் ஆன்மா எங்கே இருக்கிறது என்பதைக் கண்டுபிடிக்கத் தவறினார்.

'தீண்டாமை உண்டு என்றால் சுயராஜ்யம் இல்லை' என்று சொன்னவர் காந்தி. ஆனால் தீண்டாமைப் போராட்டங்களை விட சுயராஜ்ய போராட்டங்களுக்கே அதிக முக்கியத்துவம் தந்தது ஏன்? வைக்கம் போராட்டம் கூட, சுயராஜ்ய போராட்டத்துக்கு தடை செய்யும் நிகழ்வுகளாக அமைந்து விடும் என்று அவர் கருதியது ஏன்?

'நாம் செய்த வினை' என்று தீண்டாமையை அடையாளப் படுத்தினார் காந்தி. (யங் இந்தியா, 13.10.1921) இங்கே 'நாம்' என்று அவர் சொல்வது யாரை? தீண்டாதாரையா? தீண்டாமை பாவமா? தீண்டாதார் முன் செய்த பாவத்தின் தண்டனை

தீண்டாமையா? காந்தியின் கற்பிதம் அபத்தமாக இருக்கிறதே! இது கற்பிதமல்ல; அவரது மதத்தைக் காப்பாற்றச் செய்து கொண்ட தப்பிதல் வாதமாகத் தானே கருத வேண்டும்.

'எனது கனவு' என்று காந்தி சொல்வதைக் கேளுங்கள்...

"தீண்டாமை சம்பந்தமாகக் காங்கிரஸ் தீர்மானத்தின் விளக்கம் எவ்விதம் இருக்கலாம் என்பது பற்றி என் அபிப்பிராயத்தை மகிழ்ச்சியுடன் கூறுகிறேன்.

நாட்டில் தீண்டாமையே இராது. மற்றவர்களுக்கு என்ன உரிமைகள் உண்டோ, அந்த உரிமைகள் தீண்டாதாருக்கும் இருக்கும். ஆனால், ஒரு பிராமணர் எவரையும் தொடும்படி வற்புறுத்தப்படமாட்டார். தம்மைத் தாமே தீண்டாதாராகச் செய்து கொள்ள, பிராமணருக்குச் சுதந்திரம் உண்டு! அவர் தமக்கென்று சொந்தமாகக் கிணறு, தமக்கென்று சொந்தமாகக் கோவில், தமக்கென்று சொந்தமாகப் பள்ளிக்கூடம் முதலியவற்றை வைத்துக் கொள்ளலாம். இன்னும் அவருக்கு என்னென்ன வைத்துக்கொள்ள வசதியிருக்கிறதோ அதையெல்லாம் வைத்துக் கொள்ளலாம். ஆனால், அண்டை வீட்டுக்குத் தொல்லை கொடுக்கும் விதத்தில் அவர் எதுவும் வைத்துக் கொள்ளக் கூடாது. எனினும், தெருக்களில் நடக்கவோ அல்லது பொதுக் கிணறுகளை உபயோகிக்கவோ துணியும் தீண்டாதாரை, இப்போது சிலர் தண்டிப்பது போல் தண்டிப்பதற்கும் அவருக்குச் சக்தி இராது.

மற்ற எல்லா ஹிந்துக்களும் பொதுக் கோவில்களுக்குள் செல்ல அனுமதிக்கப்படும்போது, தீண்டாதாரை மாத்திரம் அனுமதிக்க மறுக்கும் மானக்கேடான காரியம் சுயராஜ்யத்தின் கீழ் இராது. வேதங்கள், மற்ற சாஸ்திரங்கள் இவற்றின் கட்டளைகள் மறுக்கப்பட மாட்டா. ஆனால், அவற்றையொட்டி தனி நபர்கள் செய்யும் வியாக்கியானத்துக்கு மதிப்பு இராது. பொதுஜன நடவடிக்கைகளை ஒழுங்குப்படுத்த அந்த மத நூல்கள் எந்த அளவில் உபயோகிக்கப்படுகின்றனவோ, அந்த அளவுக்கு அவற்றின் கட்டளைகள் நிறைவேறுவது சட்டங்களின் போக்கைப் பொறுத்தே இருக்கும்.

மனச்சாட்சி பூர்வமான ஆட்சேபணைகளுக்கு மதிப்புக் கொடுக்கப்படும். எனினும், அந்த ஆட்சேபணைகள், பொது ஒழுக்கத்திற்கோ, மற்றவர்களின் உரிமைகளுக்கோ தடையாக இருக்கக் கூடாது. அசாதாரணமான ஆட்சேபணைகளை உடையோர், தங்களுடைய பகட்டுக்கு விலையாகப் பல வசதிகளை இழந்து சங்கடத்திற்குள்ளாக நேரும்.

பழக்க வழக்கத்தின் பெயராலோ அல்லது மதத்தின் பெயராலோ எந்த நபரும், எந்தச் சமூகமும் உயர்வுக் கொண்டாடுவதைச் சட்டம் சகித்துக் கொண்டிராது. ஆனால், இதெல்லாம் எனது கனவுதான்.

நான் காங்கிரஸ் அல்ல. காங்கிரஸ் அவ்விதமெல்லாம் செய்யக்கூடாதென்று விரும்புவோர், தாமதமின்றிக் காங்கிரசில் சேர்ந்து கொள்ளுவதும், தங்கள் அபிப்பிராயத்தை ஆதரிப்போரும் அதில் சேரும்படி செய்வதும் தான் சிறந்தது. காங்கிரஸ், பொது மக்களின் விருப்பத்தைப் பிரதிபலிக்கும் ஸ்தாபனமாகும். அதன் அமைப்புத் திட்டம் பொதுஜன விருப்பத்தைப் பிரதிபலிக்கும் அளவுக்குப் பரந்த முறையில் இருக்கிறது.

(யங் இந்தியா, 11.6.1931, காந்தி நூல் தொகுதி 7, பக். 70 - 71) என்கிறார் காந்தி. இதனை மீண்டும் படியுங்கள். இதில் தீண்டாமை ஒழிப்பு இருக்கிறதா? அல்லது தீண்டாமையை எப்படியாவது தக்க வைத்துக் கொள்ளும் தன்மை இருக்கிறதா?

தீண்டாமையைக் கடைப்பிடிக்க நினைக்கும் பிராமணர்கள், தங்களுக்கென தனியாக அமைப்புகளை நிறுவிக் கொள்ளலாம் என்கிறார் காந்தி. தீண்டாமை அங்கு இருக்கும். உயர்ஜாதியினரை மனமாற்றம் செய்வது தான் காந்தியின் சத்தியாகிரக வழிமுறை என்றால், அது இங்கே எங்கே போனது? உயர்ஜாதியினரின் மனதோடு ஒத்துப்போவதாக இருக்கிறதே காந்தியின் கனவு?

இவரது ஆட்சியில் வேதங்களும், மற்ற சாஸ்திரங்களும் மறுக்கப்படாது என்கிறார். தீண்டாமைக்கு ஆதாரமாகச் சொல்லப்படுவதே வேதங்களும், சாஸ்திரங்களும் தானே? வைக்கத்தில் நம்பூதிரிகளிடம் காந்தி பேசும் போது, அவர்கள்

தங்களது பழக்க வழக்கங்களுக்கு இதே வேதங்களையும் சாஸ்திரங்களையும் தானே ஆதாரமாகக் காட்டினார்கள். 'வேதங்களும் சாஸ்திரங்களும் மறுக்கப்படாது' என்பது காந்தியின் நிலைப்பாடாக இருந்தால், தீண்டாமை நிலை பெறும் என்றே பொருள்.

'மனச்சாட்சிப் பூர்வமான ஆட்சேபனைகளுக்கு மதிப்பு அளிக்கப்படும்' என்கிறார் காந்தி. மனச்சாட்சிப் பூர்வமானதா, மனித உரிமை மீறலா என்பதை யார் கண்டுபிடிப்பது? எப்படி கண்டுபிடிப்பது?

காந்தியின் சிக்கல் இதுதான். பாதிக்கப்படுபவருக்கும், பாதிப்பை ஏற்படுத்துபவருக்கும் ஒரே நேரத்தில் நல்லபிள்ளையாக இருத்தல் இது. தீண்டாமையை கடைப்பிடிக்க மதமும் சாஸ்திரமும் அடிப்படையாகச் சொல்லப்படுகிறது. அந்த அடிப்படைகளைக் கை வைக்காமல் இருப்பதால் காந்தி உயர்ஜாதியினரின் மகாத்மாவாக ஏற்றுக் கொள்ளப்பட்டார். 'தீண்டாமை இந்து மதத்தின் ஒரு அம்சம்' என்பதை அவர் ஏற்றுக் கொள்ள மறுத்ததால் அவர் மகாத்மாவாக ஏற்றுக் கொள்ளப்பட்டார்.

தீண்டாமைக்கு எதிராக காந்தி பேசியதும், அதற்கு எதிராக பிரச்சாரம் செய்ததும் முற்போக்கான நடவடிக்கைகளே. ஆனால் ஒதுக்கும் சமூகம் மனம் மாறும் வரை ஒதுக்கப்படும் சமூகம் ஒதுங்கியே இருக்க வேண்டும் என்பது கடைந்தெடுத்த பிற்போக்கு ஆகும். ஒதுக்கும் சமூகம் முழுமையாக ஒப்புக் கொண்ட பிறகு ஒரு அரசாங்கமே சீர்திருத்தச் சட்டத்தைக் கொண்டு வர வேண்டும் என்றும் அதுவரை அரசாங்கமே அமைதியாகத் தான் இருக்க வேண்டும் என்றும் காந்தி சொல்வது, ஆதிக்க சக்திகளைக் காப்பாற்றும் குரலே தவிர வேறல்ல.

'அவர்ண' இந்துக்களின் அடிமைத்தனத்தை 'சவர்ண' இந்துக்கள் ஒப்புதல் தரும் வரை காத்திருந்து ஒழிக்க வேண்டுமானால் எத்தனை காலம் காத்திருப்பது?

தன்னை ஒரு சனாதன இந்து என்று சொல்லிக் கொள்வதில் காந்தி தயங்கியது இல்லை. தீண்டாமையை மதம் அனுமதிக்கவில்லை. அது சைத்தானின் தந்திரம் என்றவர் அவர். யார் அந்த சைத்தான் என்பதற்கு காந்தி பதில் சொல்லவில்லை. அந்த சைத்தானுக்கு

எதிராகப் போராடவில்லை காந்தி. அந்த சைத்தானைப் பற்றி மற்றவர்கள் பேசுவதையும் தடுத்தார் காந்தி.

மதத்தில் ஆதாரம் இல்லை என்று காந்தி சொல்லிக் கொண்டார். ஆனால் மதத்தில் உள்ள ஆதாரங்களை திருநெல்வேலியைச் சேர்ந்த ஆர். கிருஷ்ணஸ்வாமி அய்யர் என்பவர் எடுத்துக் காட்டி *'யங் இந்தியா'* பத்திரிகைக்கு கடிதம் எழுதினார். வேத நூல்களில் ஆதாரம் உள்ள தீண்டாமையை நீங்கள் எப்படி மறுக்கலாம் என்று கேட்கிறார் அவர். 'ஒரு தரும சாஸ்திரத்தின் ஏடுகளைக் கூடப் புரட்டாமல் தம் இஷ்டப்படி அவர் அறிக்கைகள் விடுவது மிகவும் வருந்தத்தக்கது ஆகும். அவர் புரட்டிப் பார்த்திருந்தால் மிகவும் நிந்திக்கப்பட்ட தீண்டாமைக்கு எண்ணிக்கையற்ற ஆதாரங்கள் இருப்பதை அவர் கண்டிருப்பார்.' என்கிறது அந்தக் கடிதம். மனு, வியாக்ரபாதர், பிருகஸ்பதி, கவுதமர் ஆகியோரை அவர் மேற்கோள் காட்டுகிறார்.

> "ஒரு சண்டாளர், மாதவிடாய் உள்ள பெண், சாதிப் பிரஷ்டர், சமீபத்தில் பிரசவித்த பெண், பிரேதம் அல்லது பிரேதத்தைத் தொட்டவர் இவர்களைத் தீண்டியவர்கள் ஸ்நானம் செய்த பிறகே சுத்தமாவார்கள்." - மனு, 5 - 85, கவுதம தருமசாஸ்திரம், *14 - 29*
>
> "சண்டாளரும் சாதிப் பிரஷ்டரும் நமக்குச் சிறிது தூரத்திலேயே இருக்க வேண்டும். அவர் நிற்குமிடம் ஒரு பசு வாலை ஆட்டும் தூரத்துக்குக் குறைவாக இருக்குமாயின், நாம் இடுப்பில் கட்டிக்கொண்டிருக்கும் துணியுடன் ஸ்நானம் செய்ய வேண்டும்." - வியாக்ரபாதர்
>
> "ஒரு சாதிப் பிரஷ்டர், மாதவிடாய் உள்ள பெண், சமீபத்தில் பிரசவித்த ஸ்திரீ, ஒரு சண்டாளர் இவர்கள் நம்மிடமிருந்து முறையே ஒன்று, இரண்டு, மூன்று, நான்கு நுகத்தடிகள் தூரத்தில் நிற்க வேண்டுமென்று விதிக்கப்பட்டிருக்கிறது." - பிருகஸ்பதி
>
> "ஒருவர் சண்டாளரைத் தீண்டுவாராயின் அவர் ஸ்நானம் செய்ய வேண்டும்."

சாஸ்திர விரோதமான காரியங்களைப் பிடிவாதமாக அடிக்கடி செய்து வருபவரையே சாதிப் பிரஷ்டர் என்று சாதாரணமாகக் கூறுகிறோம். அவர் கூட ஒரு தீண்டாதார்தான்.

அவரை மாத்திரமே சாதிப் பிரஷ்டர் என்று குறிப்பிடுவதில்லை. இதில் மற்றும் சில குறிப்பிட்ட சாதியினரும் சேர்ந்தவர்கள்தான்.

"உயர் சாதிப் பெண்களிடம் சூத்திரருக்குப் பிறந்த குழந்தைகளும் சாதிப் பிரஷ்டர்கள்தான். ஆனால், அவர்களில் சண்டாளர்களே மிகுந்த பாவம் செய்தவர்கள் ஆவர். - கவுதமர், 4 - 27, 28

என்று ஆர். கிருஷ்ணஸ்வாமி ஐயர் மேற்கோள் காட்டிவிட்டு எழுதுகிறார்:

"சாதிப் பிரஷ்டர்கள் யார், அவர்களுடைய தொழில்கள் யாவை என்பதெல்லாம் மனு ஸ்மிருதியின் பத்தாவது அத்தியாயத்தில் விவரமாகக் குறிப்பிடப்பட்டிருக்கிறது. தீண்டாதாரைத் தொடுவோர், அவர்களுடன் பேசுவோர், அவர்கள் தொட்ட அல்லது அவர்களுக்குச் சொந்தமான அல்லது அவர்கள் வெட்டிய கிணறுகள், குளங்கள் இவைகளில் உள்ள தண்ணீரைக் குடிப்போர், அவர்கள் பார்த்த, தீண்டிய அல்லது அவர்களுக்குச் சொந்தமான உணவை அருந்துவோர், இவர்கள் சுத்தமாவதற்கு என்னென்ன சடங்குகள் செய்ய வேண்டுமென்ற முழு விவரங்களும் ஸ்மிருதிகளில் காணப்படுகின்றன.

ஒருவருடைய சொந்த மனைவியாக இருந்தால்கூட அவள் சமீபத்தில் பிரசவித்திருந்தாலோ அல்லது மாதவிடாயாக இருந்தாலோ அவளையும் தீண்டாதாராகவே சாஸ்திரம் கருதுகிறது. எனவே, இந்த விதிகளை வாசிப்போர் ஒரு விஷயத்தைத் தெளிவாகத் தெரிந்து கொள்ளலாம். இறுமாப்பையோ, உயர்வையோ அடிப்படையாகக் கொண்டு அவ்விதிகளைச் சாஸ்திரங்கள் ஏற்படுத்தவில்லை; ஆன்ம சுத்தியை அடிப்படையாகக் கொண்டே அவ்விதிகள் ஏற்பட்டிருக்கின்றன.

ஹிந்துக்கள் தங்கள் நடவடிக்கைகளை ஒழுங்குபடுத்திக் கொள்ள சாஸ்திரங்கள் ஆன்ம சம்பந்தமான வழிகாட்டிகளாக இருந்து வரும் வரையில், தீண்டாமை மத சம்பந்தமான ஒரு பிரச்சனையில்லை, சமுதாயப் பிரச்சனையே என்று கூறுவது முற்றிலும் அறியாமையாகும். சாஸ்திரங்களில் என்னென்ன கூறப்பட்டிருக்கின்றன, என்னென்ன கூறப்படவில்லையென்பதைப் பிரகடனம் செய்ய முற்படுமுன், சாஸ்திரங்களை வாசிக்கும் சிரமத்தை மேற்கொள்ளும் படி நான் காந்திஜியைக் கேட்டுக் கொள்ளுகிறேன்.

தீண்டாமை சாஸ்திர விரோதமாகும் என்று நிரூபிப்பதற்காக, ராமபிரானுக்கும் குகனுக்கும் உள்ள நட்பைப் பற்றி காந்திஜி தமது பிரசங்கமொன்றில் குறிப்பிட்டார். அவர் ராமாயணத்தை நன்கு வாசித்திருந்தால் குகன் நிஷாத சாதியைச் சேர்ந்தவர் (அனுலோம சாதிகளில் ஒன்று) என்பதையும் எனவே அவர் தீண்டாதார் அல்ல என்பதையும் தெரிந்து கொண்டிருப்பார்." என்று காந்திக்கு நெத்தியடி பதிலைச் சொல்லி இருக்கிறார் நெல்லையைச் சேர்ந்த ஆர். கிருஷ்ணஸ்வாமி அய்யர். காந்தி யாரைத் திருப்திப்படுத்த தனது தீண்டாமை எதிர்ப்பு நிலைப்பாட்டை மெல்லியதாகப் பயன்படுத்த நினைத்தாரோ அந்தக் கூட்டத்தில் இருந்து ஒலித்தது இந்தக் குரல்.

'தீண்டாதாரை' ஏமாற்றுவது போல எங்களை ஏமாற்றாதே என்றது அந்தக் குரல். 'தீண்டாமைக்கு ஆதாரம் இருக்கிறது, அதனால் தீண்டாமை கடைப்பிடிக்கப்பட்டே தீர வேண்டும்' என்றது அந்தக் குரல். இரண்டு பக்கமும் காந்தி இடி வாங்கியது இதனால் தான்.

இதனை அப்படியே 'யங் இந்தியா'வில் வெளியிட்ட காந்தி, தீண்டாமை சாத்தானை உருவாக்கிய மனு முதலிய சாஸ்திரங்களுக்கு எதிராக அல்லவா பொங்கி இருக்க வேண்டும். இல்லை.

"சாஸ்திரங்களில் எனக்கு ஆழ்ந்த அறிவு இல்லையென்பதை இன்னும் ஒப்புக்கொள்ளுகிறேன். எனினும், ஹிந்து மதத்தின் ரகசியத்தை நான் அறிந்து கொண்டிருப்பதாகப் பறைசாற்றுகிறேன்.

நான் அடக்கமாக, ஆனால் என் பலம் கொண்ட மட்டும் ஆணித்தரமாக ஒரு விஷயம் கூறத் துணிகிறேன். அதாவது, இப்போது நம்மிடையே நிலவிவரும் தீண்டாமை நீடித்து வருவது ஹிந்து மதத்துக்கே பெரும் களங்கமாகும்; ஸ்மிருதிகளை அநீதியாகத் துஷ்பிரயோகம் செய்வதாகும்; ஹிந்து மதத்தின் அடிப்படையான அன்புக்கு முற்றிலும் முரணாகும். இன்று அனுஷ்டிக்கப்பட்டு வரும் தீண்டாமையைப் பேய்த்தனமான ஒரு செய்கை என்று கூற நான் தயங்கவில்லை. ஸ்ரீ ஐயருக்குக் கடவுள் அளித்துள்ள திறமையை, அவரது தேச மக்களிடையேயுள்ள சாதிப்பிரஷ்டர்களுக்குத் தொண்டு புரிவதில் அர்ப்பணம் செய்யும்படி அவரை அழைக்கிறேன். அப்படியாயின், ஹிந்து சாஸ்திரங்களில் நான் காணும் வாழ்க்கையின் அர்த்தத்தை அவரும் காண்பார் என்று உறுதி கூறுகிறேன்" என்று தனது அத்தனை ஆயுதங்களையும் கீழே போட்டுவிட்டு நிற்கிறார் காந்தி. (யங் இந்தியா, 20, 27.10.1921, காந்தி நூல்கள், தொகுதி 7, பக். 86 - 90)

சாஸ்திரங்களுக்கு எதிர்ப்பு தெரிவிக்காமல், சாதிப்பிரஷ்டர்களுக்கு சேவை செய்ய ஆர். கிருஷ்ணஸ்வாமி அய்யரை அழைக்கிறார் காந்தி. சாதிப்பிரஷ்டையை ஒரு கூட்டம் செய்து கொண்டே இருக்கும், இன்னொரு பக்கம் சாதிப்பிரஷ்டை செய்யப்பட்டவர்களுக்கு ஆதரவாக ஒரு கூட்டம் பேசிக் கொண்டே இருக்க வேண்டும் என்பதுதான் சத்தியாகிரகப் பாதையா? இதற்கு முற்றுப்புள்ளி எப்போது?

மனுஸ்மிருதியில் உள்ள தீண்டாமைக்கு ஆதரவான ஸ்லோகங்களை ஒருவர் எடுத்துப் போட்டு கடிதம் எழுதும் போது, 'நீங்கள் குறிப்பிட்டுள்ள வாசகங்கள் மனுஸ்மிருதிக்கே முற்றிலும் முரணாக இருக்கின்றன. அதன் மூலக்கிரந்தகம் இப்போது யாரிடமும் இல்லை' என்று பதில் அளிக்கிறார் காந்தி. (காந்தி நூல், தொகுதி 7, பக். 110) மனுஸ்மிருதி புத்தகத்தில் இருந்து மேற்கோள் காட்டினாலும் அதனை ஏற்காமல், அது மனுவில் இல்லை என்கிறார். இந்தக் கடிதத்தை எழுதியவர் காந்தியையே கிண்டல் அடித்தும் இருக்கிறார்.

'மனுஸ்மிருதியைப் புனிதமான நூலாகக் கருத வேண்டுமென்றும், அதில் அடங்கியுள்ள விதிகளின் படி நடந்து கொள்ள

வேண்டுமென்றும் இந்துக்கள் கட்டளையிடப்பட்டிருக்கிறார்கள். இந்த நூல் புனிதமற்றதென்று நீங்கள் கருதினால், அவ்விதம் நீங்கள் ஏன் பிரகடனம் செய்யக் கூடாது? அதற்குப் பதிலாக காந்தி ஸ்மிருதி என்ற புதிய விதிகள் அடங்கிய நூலை நீங்கள் ஏன் வெளியிடக் கூடாது?' என்று அந்த நபர் கேட்கிறார். தீண்டாமைக்கு மதத்தில் ஆதாரம் இல்லை என்று காந்தி சொன்னதை மதவாதிகளும் ஏற்கவில்லை. பெரியார், அண்ணல் அம்பேத்கர் போன்றவர்களும் ஏற்கவில்லை. காந்தி ஸ்மிருதிக்கு ஏற்பட்ட சிக்கல் இதுதான்.

பொதுக்கிணறு, பொதுக்கோவில்கள் ஆகியவை தீண்டாதாருக்கு திறந்து விட வேண்டும் என்ற காந்தி, தீண்டாதாருக்காக தனிக்கிணறும், தனிக் கோவில்களும் அமைக்க வேண்டும் என்றும் சொன்னார். (யங் இந்தியா, 28.11.1929)

வர்ணாசிரமம் வேறு, தீண்டாமை வேறு என்றார். "வர்ணாசிரமத்தை நான் பிறப்பை அடிப்படையாகக் கொண்ட ஒரு சிறுபிரிவினை என்று சொன்னவரும் அவர் தான். உயர்ந்தவர், தாழ்ந்தவர் என்பதை நான் ஏற்கவில்லை என்றும் சொன்னார். பிராமணர்களுக்கும் மற்ற மூன்று பிரிவினருக்கும் இடையே குறிப்பிடத்தக்க தெளிவான வேற்றுமை இருக்கிறது என்றும் சொன்னார். 'வர்ணாசிரமம் துஷ்பிரயோகம் செய்யப்படுவதை எதிர்க்க வேண்டுமேயன்றி, வருணாசிரமத்தை எதிர்க்கக் கூடாது" (யங் இந்தியா, 23.4.1925) என்றும் எழுதி இருக்கிறார். அதாவது வேற்றுமை உண்டு, ஒருவருக்கொருவர் வேறுபட்டவர்கள், ஆனால் உயர்வு தாழ்வு இல்லை என்பது காந்தியின் கட்சி. உயர்வு, தாழ்வும் உண்டு என்பது சனாதனிகள் கட்சி.

'எச்சரிக்கையாக இருங்கள்' என்றார் அம்பேத்கர்!

காந்தியுடன் மிக அதிகமாக முரண்பட்டு கருத்து மோதல்களை நடத்தியவர் அண்ணல் அம்பேத்கர் அவர்களே. "தீண்டப்படாதவர்களுக்கு காங்கிரசும் காந்தியும் சாதித்தது என்ன?" என்ற நூலையே 1945 ஆம் ஆண்டு வெளியிட்டார் அண்ணல். 'திரு. காந்தியிடம் எச்சரிக்கையாக இருங்கள்' என்று முன்னுரையிலேயே எச்சரித்தார் அம்பேத்கர். 626 பக்கங்களைக் கொண்டதாக பாபாசாகேப் டாக்டர் அம்பேத்கர் தொகுப்பில் 16

ஆவது நூலாக அது உள்ளது. அதன் உள்ளடக்கத்தை மட்டும் சுருக்கமாகக் காணலாம்.

1.

ஒடுக்கப்பட்ட மக்களுக்கு ஆதரவான தீர்மானத்தை 1917 ஆம் ஆண்டு கல்கத்தா காங்கிரசு மாநாட்டில் தான் முதன்முதலாக எடுத்தார்கள். இதனை விநோதமான தீர்மானம் என்று விமர்சித்தார் அம்பேத்கர். (பக். 12) சமூக சீர்திருத்தங்களில் ஈடுபடக்கூடாது என்று சொல்லி வந்த காங்கிரஸ் திடீரென இப்படி ஒரு தீர்மானத்தை கொண்டு வந்ததையே விமர்சித்தார். 1885 ஆம் ஆண்டு தொடங்கப்பட்ட காங்கிரசு, 32 ஆண்டுகள் கழித்து முதன்முதலாக இதனைப் பேசியது என்றார். மும்பையில் தாழ்த்தப்பட்டோர் மாநாட்டுத் தீர்மானம் தான் காங்கிரசை இந்த முடிவெடுக்கத் தள்ளியது என்கிறார். 1922 ஆம் ஆண்டு பர்டோலி திட்டத்தில் தீண்டாதார் முன்னேற்றம் உள்ளது. ஆனால் அதற்கு அடுத்த ஆண்டு பம்பாயில் கூடிய காங்கிரசு மாநாட்டில், இது இந்து மதம் தொடர்புடையது என்பதால் இந்து மகாசபை இது தொடர்பாக கவனம் செலுத்த வேண்டும் என்று தள்ளிவிடப்பட்டது. (பக். 37) தீண்டாதார் பிரச்னையை காங்கிரசு கைகழுவி விட்டதாக அம்பேத்கர் குற்றம் சாட்டுகிறார். பர்டோலி திட்டத்தை நிறைவேற்றுவதற்காக திரட்டப்பட்ட பணம், அதற்காக செலவு செய்யப்படவில்லை என்பது குறித்து விரிவாக அவர் எழுதி இருக்கிறார். இதனைக் காந்தி முறைப்படுத்தவில்லை என்பது அம்பேத்கரின் முதல் குற்றச்சாட்டு.

2.

அய்ந்தாம் ஜார்ஜ் மன்னர் 1930 நவம்பர் 12 அன்று வட்டமேசை மாநாட்டைக் கூட்டினார். இந்தியாவுக்கான அரசியல் சட்டத்தை உருவாக்குவதற்கான மாநாடு அது. அதில் தீண்டாதார் நலனை உள்ளடக்கியதாக இருக்க வேண்டும் என்று நினைத்தது ஆங்கிலேய அரசு. அதில் டாக்டர் அம்பேத்கரும், ரெட்டைமலை சீனிவாசனும் இடம் பெற்றிருந்தார்கள். ‘சுயாட்சி உரிமை பெற்ற இந்தியாவில் பெரும்பான்மை ஆட்சியின் கீழ் தங்களை உட்படுத்திக் கொள்ள தாழ்த்தப்பட்ட வர்க்கத்தினர் சம்மதிக்கக் கூடிய நிபந்தனைகள்’

அதில் இடம் பெற்றிருந்தன. தீண்டத்தகாதார் தனி இனம் எனவும் அரசியல் உரிமை பெறத் தகுதியுடையவர் எனவும் முதலாவது வட்டமேசை மாநாடு அங்கீகரித்ததாக அம்பேத்கர் சொல்கிறார். (பக். 89) இது முதலாவது வட்டமேசை மாநாடு. இதில் காங்கிரசு பங்கேற்கவில்லை.

3.

இரண்டாவது வட்டமேசை மாநாட்டில் (1931 செப்டம்பர்) காங்கிரசு கலந்து கொண்டது. காங்கிரசு சார்பில் காந்தி கலந்து கொள்கிறார். அவரது உரையில் தீண்டாதார் முன்னேற்றம் குறித்த சரியான நிலைப்பாடுகள் இல்லை என்கிறார் அம்பேத்கர். ‘தீண்டப்படாதவர்களைப் பொருத்தவரை டாக்டர் அம்பேத்கர் கூறுவதை நான் இன்னமும் முழுமையாகப் புரிந்து கொள்ளவில்லை’ என்ற காந்தி, ‘எந்த ஒரு கூடுதல் சிறப்பு பிரதிநிதித்துவத்தையும் வன்மையாக எதிர்க்கிறேன்’ என்றார். (பக். 92) இது தீண்டப்படாதவர்களுக்கு எதிரான போர் என்று எழுதுகிறார் அம்பேத்கர். முசுலிம்களுக்கும் சீக்கியர்களுக்கும் தரப்படும் அங்கீகாரத்தை தீண்டத்தகாதாருக்கு ஏன் தரவில்லை என்று காந்தியைக் கேட்டார் அம்பேத்கர். தீண்டத்தாகதர்வக்கு தனி வாக்காளர் தொகுதி கூடாது என்றார் காந்தி. ஆனால் தனித் தொகுதி வாய்ப்பை பிரிட்டிஷ் ஆட்சி வழங்கியது. இதை எதிர்த்து சாகும் வரை உண்ணாவிரதம் இருக்கப் போவதாகச் சொன்னார் காந்தி.

4.

தாழ்த்தப்பட்ட வகுப்பினருக்கு தனித் தொகுதிகள் ஏற்படுத்துவது அவர்களுக்கும் இந்து சமயத்துக்கும் தீங்கானது என்று சொல்லி 1932 செப்டம்பர் 20 அன்று எரவாடா சிறையில் வைத்து உண்ணாவிரதம் தொடங்கினார் காந்தி. (வைக்கம் போராட்டத்தின் போது யாரையும் கட்டாயப்படுத்துவதற்காக உண்ணாவிரதம் இருக்கக் கூடாது என்ற காந்தி தான், அம்பேத்கரைக் கட்டாயப்படுத்த உண்ணாவிரதம் இருந்தார். தேசியப் போராட்டம் நடக்கும் போது மற்ற பிரச்சனைகளுக்கு அதிக முக்கியத்துவம் தரக்கூடாது என்று சொன்ன காந்தி தான், தீண்டாதார் தனித் தொகுதியை பெரிய பிரச்னையாக

ஆக்கினார். இந்த நுட்பத்தை நினைவூட்டிக் கொள்ளுங்கள்!) 'தாழ்த்தப்பட்ட வகுப்பினருக்கு தனித்தொகுதிகளை உருவாக்கும் ஏற்பாட்டில் இந்து தர்மத்தைத் திட்டமிட்டு அழிப்பதற்கு விஷம் வைக்கப்பட்டிருப்பதைக் காண்கிறேன்' என்று பொதுக்கடிதம் அனுப்பி விட்டு உண்ணாவிரதம் உட்கார்ந்தார். நாங்கள் அறிவித்ததை நாங்கள் மாற்ற மாட்டோம் என்றது ஆங்கிலேய அரசு. உங்களுக்குள் பேசி மாற்றிக் கொள்ளுங்கள் என்றது. எனவே, காந்தி உயிர் அம்பேத்கர் கையில் இருந்தது. 'இருதலைக் கொள்ளி எறும்பு நிலைக்கு நான் ஆளானேன்' என்று எழுதுகிறார் அம்பேத்கர். காந்தியைக் காப்பாற்றும் மனிதாபிமானம் ஒரு பக்கம், தாழ்த்தப்பட்ட மக்களின் உரிமையைக் காக்கும் கடமை ஒரு பக்கம் தனக்கு இருந்தது என்கிறார். காந்தி மனநிறைவை அடையும் வகையில் வகுப்புத் தீர்ப்பு மாற்றப்படுவதற்கு இணங்கினேன் என்று எழுதுகிறார். (பக். 147) இதுதான் பூனா ஒப்பந்தம் ஆகும்.

பிரிட்டிஷ் ஆட்சி வழங்கிய வகுப்புத் தீர்ப்பை விட பூனா ஒப்பந்தம் தாழ்த்தப்பட்டோருக்கு அதிகமான இடங்களை வழங்கியது. ஆனால், வகுப்புத் தீர்ப்பில் வழங்கப்பட்ட இரட்டை வாக்குரிமையை பூனா ஒப்பந்தம் பறித்துவிட்டது. தீண்டாதாருக்கு வழங்கப்பட்ட முதல் அடி இது என்கிறார் அம்பேத்கர். (பக். 154)

5.

இந்திய அரசியல் சட்டப்படி 1935 ஆம் ஆண்டு தேர்தல் நடந்தது. தீண்டப்படாதாருக்கு மொத்தம் 151 இடங்கள் ஒதுக்கப்பட்டது. இதில் காங்கிரசு கட்சி 78 இடங்களில் தான் வெற்றி பெற முடிந்தது. அதேநேரத்தில் அமைச்சர் பொறுப்புகள் அவர்களுக்கு உரியவகையில் வழங்கப்படவில்லை என்கிறார் அம்பேத்கர். இது தொடர்பாக காந்தி அளித்த பதிலையும் மேற்கோள் காட்டுகிறார். சாதி அடிப்படையிலான பிரதிநிதித்துவத்தை வழங்க நான் ஆலோசனை கூற இயலாது என்றும் ஓர் அமைச்சர் என்பவர் அனைவரது நம்பிக்கையையும் பெற்ற தலைசிறந்த நபராக இருக்க வேண்டும் என்றும் காந்தி சொல்லி இருக்கிறார். இசுலாமியர் விஷயத்தில் இப்படிக் கூறாத காந்தி, தீண்டாதார்

விஷயத்தில் அமைச்சரவையின் கதவை இப்படி மூடுவது என்ன நியாயம் என்று கேட்கிறார் அம்பேத்கர். (பக். 164)

6.

ஆலய நுழைவு நிலைப்பாடுகளாக 1932 ஆம் ஆண்டு வரை காந்தியின் நிலைப்பாடு என்பது, 'தற்போதுள்ள எல்லாக் கோவில்களிலும் அந்த்யஜாக்கள் (தீண்டப்படாதோர்) பிரவேசிப்பதற்கு உரிமை வழங்குவது எவ்வாறு சாத்தியம்? சாதி மற்றும் ஆசிரம விதிமுறைகள் இந்து சமயத்தில் பிரதான இடம் பெற்றிருக்கும் வரை ஒவ்வொரு இந்துவும் ஒவ்வொரு கோவிலுக்குள்ளும் நுழையலாம் என்று கூறுவது இன்று சாத்தியமல்ல' என்பதாக இருந்தது என்கிறார் அம்பேத்கர். (பக். 176) ஆலயப் பிரவேச இயக்கத்துக்கு என் ஆதரவைத் தரும்படி காந்தி கேட்டார். நான் மறுத்துவிட்டேன் என்கிறார் அம்பேத்கர்.

"உங்கள் கோவில்களைத் திறப்பதோ, திறக்காமலிருப்பதோ உங்கள் விருப்பம். அது நீங்களே தீர்மானித்துக் கொள்ள வேண்டியது. அதற்காக நாங்கள் கிளர்ச்சி செய்யப் போவதில்லை. மனித ஆளுமையின் புனிதத்தை, தூய்மையை, மதிக்காமல் இருப்பது சரியல்ல, முறையல்ல என்று நீங்கள் கருதினால் உங்கள் கோவில்களைத் திறந்து விட்டுப் பண்பாளர்களாக, பொறுப்புணர்ச்சி மிக்கவர்களாக, பெருந்தன்மையுடையோராக நீங்கள் நடந்து கொள்ளுங்கள்" என்று அறிக்கை விட்டார் அம்பேத்கர். (பக். 181) ஆலய நுழைவு இயக்கத்தை ரெட்டைமலை சீனிவாசன் அவர்களும் ஆதரிக்கவில்லை.

7.

தீண்டாமையை எதிர்த்தாலும் சாதியை எதிர்க்கப் போவதில்லை என்று காந்தி அவ்வப்போது அறிக்கை வெளியிட்டார். இதனைக் கடுமையாக விமர்சித்தார் அம்பேத்கர். "தீண்டாமை என்பது சாதி அமைப்பு முறையின் ஒரு வெளிப்புற வடிவமே ஆகும். ஆதலால் சாதி அமைப்பு முறையை ஒழித்துக் கட்டாமல் தீண்டாமைக்கு முடிவு கட்டும் பேச்சுக்கே இடமில்லை. சாதியை எதிர்க்கப் போவதில்லை என்று சொல்லும் காந்தி, தீண்டாதாரின் நண்பராக இருக்க முடியாது" (பக். 416) என்றார்

அம்பேத்கர். காந்தியின் தீண்டாமை எதிர்ப்பு இயக்கம் தோல்வி அடைந்துவிட்டதாகவும் அவர் எழுதினார்.

- தீண்டாமையை ஒழித்துக்கட்டும் படி காந்தி சொன்னதை இந்துகள் செவி சாய்க்கவில்லை.
- இந்துக்களை பகைத்துக் கொள்ள காந்தி விரும்பவில்லை.
- தீண்டாதார் அமைப்பு ரீதியாக திரள்வதை அவர் விரும்பவில்லை.
- காந்தி சொன்னது அனைத்தும் அறிவுரைகளாகவே இருந்ததே தவிர, செயல்முறைகளாக இல்லை

என்பதை பல்வேறு நிகழ்வுகளின் மூலமாக ஆதாரங்களுடன் அம்பேத்கர் எழுதி இருக்கிறார். குருவாயூர் ஆலய நுழைவை காந்தி தொடங்கவே இல்லை என்றும் பம்பாய் ஆலய நுழைவின் போது உண்ணாவிரதம் இருக்க அவர் விடவில்லை எனவும் அம்பேத்கர் எழுதுகிறார். சத்தியாகிரகத்தை அயல்நாட்டினருக்கு எதிராகத்தான் பயன்படுத்த வேண்டும். உள்நாட்டினருக்கு எதிராக பயன்படுத்தக் கூடாது என்று அங்கு சொல்லி இருக்கிறார் காந்தி. (பக். 423)

குஜராத்தைச் சேர்ந்த கவிதா என்ற கிராமத்தில் தாழ்த்தப்பட்ட சிறுவர்களை பொதுப்பள்ளியில் அனுமதிக்கவில்லை. இதற்கு எதிரான போராட்டம் நடந்தது. உயர் வகுப்பினர் ஏற்கவில்லை. எனவே, அந்த மக்கள் வேறு கிராமத்துக்கு சென்று விட தீர்மானித்தார்கள். இது தொடர்பான அறிக்கை காந்தியிடம் தரப்பட்ட போது அவர் சொன்னதை அம்பேத்கர் குறிப்பிடுகிறார்.

> "...வேலை தேடுவதற்கே இடம் விட்டு இடம் செல்ல வேண்டியிருக்கும் போது சுயமரியாதையைத் தேடி அவர்கள் இவ்வாறு செய்வதில் தவறு என்ன இருக்க முடியும்? அன்பாதரவற்ற இந்தக் கவிதாவிலிருந்து வெளியேறுவதற்கு ஹரிஜனங்களின் நலத்தில் அக்கறை கொண்டவர்கள் இந்த ஏழை எளிய குடும்பங்களுக்கு உதவுவார்கள் என்று நம்புகிறேன்"

என்று சொல்லி இருக்கிறார் காந்தி. (பக். 426) தீண்டாதாரின் உரிமையை காந்தி நிலைநாட்டவில்லை. இந்துக்களின் மனம் புண்படாதபடி அவர்களை கைதூக்கிவிட நினைக்கிறார் என்கிறார் அம்பேத்கர். இவை அனைத்தையும் சொல்லி விட்டு, காந்தியம் என்பது தீண்டாதாரின் தலைக்கு மேல் தொங்கும் வாள் என்று வர்ணிக்கிறார் அம்பேத்கர்.

1922 ஆம் ஆண்டில் காந்தி சாதி அமைப்பு முறையின் காவலராக இருந்தார். 1925 ஆம் ஆண்டில் தீண்டாமை அமைப்பு முறையை கண்டிப்பவராகக் காண்கிறோம். வருண அமைப்பு முறையின் தீவிர ஆதரவாளராக மாறினார். சாதி அமைப்பு முறை என்பது வாள் முனையில் நிலைநிறுத்தப்பட்டு சட்ட அந்தஸ்து அளிக்கப்பட்ட அமைப்பு முறை ஆகும். வருணம் என்பது சாதியின் இன்னொரு பெயரே ஆகும். சாதியில் இருந்து வருணத்துக்கு காந்தி மாறியது முற்போக்கான நிலைப்பாடு அல்ல. இந்தியாவின் செத்துப் போன கடந்த காலத்தை புதுப்பிப்பதே காந்தியத்தின் குறிக்கோள் ஆகும். அந்நிய நாட்டு ஆதிக்கத்தில் இருந்து மக்களை விடுவிக்க நினைக்கும் காந்தி, பரம்பரை அடிப்படையில் ஒரு வகுப்பினர் மீது மற்ற வகுப்பினர் ஆதிக்கம் செலுத்துவதை அனுமதிக்கும் ஒரு சமூகக் கட்டமைப்பை உருவாக்க நினைத்தார். பாதுகாக்க நினைத்தார். ஆதிக்க சக்திகளுக்கு இது பாதுகாப்பையும் தருகிறது, அடிமையாக இருப்பவர்களுக்கு, 'இது உன் தலையெழுத்து' என்றும் சொல்கிறது. இத்தகைய வரையறையை தனது படைப்புகளில் அழுத்தமாக வைத்து வந்தவர் அம்பேத்கர். எனவே, காந்தியின் மீதான விமர்சனத்தை பெரியார் மட்டுமே வைத்தார் என்று சொல்ல முடியாது. இன்னும் சொன்னால் பெரியார் கூட தனி நூல் எழுதவில்லை. காந்தியை விமர்சித்து நிறைய பேசி இருக்கிறார். அம்பேத்கர் தான் முதன்முதலாக தனிநூலே எழுதினார்.

வகுப்புவாதிகள் கோலோச்சும் இக்காலத்தில் காந்தி மீது அதிகப்படியான விமர்சனங்களை வைக்க விரும்பவில்லை. இன்னும் சொன்னால் கோட்சேக்கள் கூட்டம் அதிகரித்து வரும் நிலையில் காந்தியை ஆதரித்து நிற்பதே இன்றைய முற்போக்கு நிலைப்பாடாகவும் அமைந்தாக வேண்டும்.

காந்தியைப் பொருத்தவரையில் தனது மதத்தை தூய்மையாக ஆக்க நினைத்தார். தனது தூய்மைவாதங்களை மத அடையாளமாக மாற்ற முயன்றார். தன்னைப் போலவே அனைவரும் இந்து மதத்தைத் தூய்மையாக ஆக்க வேண்டும் என்று நினைத்தார். அதனால் தீண்டாமைக்கு எதிராக அதிகம் பேசினார். தீண்டாமையை அகில இந்தியா முழுமைக்குமான பேசுபொருளாக ஆக்கியது காந்தியே. "வரலாற்றுக்கு நியாயம் செய்வதென்றால், இந்திய அரசியலில் தீண்டாமை என்ற பிரச்சனையை முக்கியமானதாக மாற்றியவர் பாபு தான் என்பதை நாம் ஏற்றுக் கொள்ளத்தான் வேண்டும்" (தீப்பற்றிய பாதங்கள், பக். 888) என்கிறார் இந்தியாவின் மிக முக்கியமான சமூக விமர்சகர் டி.ஆர். நாகராஜ். ஆனால் அதற்கு எதிரான போராட்டத்தின் நடைமுறைச் சிக்கல்களை மீறி அவரால் செயல்பட முடியவில்லை. ஏனென்றால் காங்கிரஸ் என்ற மாபெரும் கட்சி அவரது காலைப் பிடித்து இழுத்துக் கொண்டிருந்தது. 'மகாத்மா' மகுடத்தின் உச்சியில் போய் உட்கார வைக்கப்பட்டதால் அவராலும் பலரையும் பல நேரங்களில் பகைத்துக் கொள்ள முடியவில்லை. இவை தான் காந்தி மீதான விமர்சனமாக பெரியாரிய - அம்பேத்கரியவாதிகளால் வைக்கப்படுகிறதே தவிர அவரைக் கொச்சைப்படுத்துவதற்காக அல்ல! அல்லவே அல்ல!

கோவில் நுழைவுப் போராட்டத்தைச் சாலை நுழைவு போராட்டமாகச் சுருக்கியும் விட்டது காந்தியின் இறுதிக்கட்ட பேச்சுவார்த்தைகள். இதனை காந்தி நினைத்திருந்தால் இந்தியா முழுமைக்குமான போராட்டமாக மாற்றி இருக்க முடியும். இவை நடக்காதது தான் பெரியார் உள்ளிட்ட சீர்திருத்தவாதிகளின் கோபமாக இருந்தது. காந்தி இதனால் தான் விமர்சிக்கப்பட்டார். காந்தி மீதான இந்த விமர்சனத்தை அன்றைய வைக்கம் போராட்டவாதிகள் மட்டுமல்ல, இன்று வைக்கம் போராட்டத்தை ஆதரித்து மலையாளத்தில் எழுதுபவர்களும் குறிப்பிடத் தவறுவது இல்லை. ஏதோ, பெரியார் மட்டும் தான் காந்தியை விமர்சித்தார் என்பது போல கட்டமைக்கிறார் 'திடீர் காந்தியவாதி' முகமூடிக்குள் வாழும் ஜெயமோகன்!

இன்றைய கோட்சே!

உண்மையில் காந்தியை அதிகமாக கொச்சைப்படுத்தியவர் ஜெயமோகன் தான். 'இன்றைய காந்தி' என்ற அவரது நூலைப் பாருங்கள். நுட்பமாக அறியலாம்.

- **காமம்:** இரு ஆசைகள் அவரை (காந்தியை) அலைக்கழித்தன. ஒன்று காமம். இன்னொன்று உணவு... ஒரு ஆளுமை எந்த அளவுக்கு வீரியம் உள்ளதாக இருக்கிறதோ அந்த அளவுக்கு அது காமமும், உணவில் ருசியும் கொண்டதாக இருக்கும் என ஊகிக்கலாம். (பக். 21 - 22)

- **பனியா:** சாதிப் புத்தி என்பது ஒரு நடைமுறை உண்மை. (பக். 32). காந்தி ஒரு பனியா என்பதை ஓர் எதிர்மறைக் கூற்றாகக் கருத வேண்டியதில்லை. ... இந்திய தேசிய காங்கிரஸ் ஒரு நிறுவனம். ஒரு நிறுவனத்தை நடத்துவதென்பது இந்தியாவில் வேறெந்தச் சாதியை விடவும் வெற்றிகரமாக பனியாவால் தான் சாத்தியம் என்பது அனுபவ உண்மை. (பக். 51)

- **நாடகத்தன்மை:** மேலை நாட்டு உடைகள் அணிந்த காங்கிரஸ் தலைவர்களின் கூட்டத்தில் அவர் சட்டென்று தனியாகத் தெரிந்தார். சலித்துப் போன கூட்டம் சட்டென்று அவர் என்ன சொல்கிறார் என்பதைக் கவனித்தது. அவரது போராட்டங்களை அறிவித்த முறையிலேயே அந்த நாடகத்தன்மை எப்போதும் இருப்பதைக் காணலாம். (பக். 57)

- **இந்திய மரபு தெரியாது:** காந்திக்கு இந்திய மரபில் எந்த முறையான பயிற்சியும் இருக்கவில்லை. ஆகவே அவருக்கு இந்திய ஞான மரபில் புலன்களை அடக்கி வெல்ல முழுமை நோக்கிச் செல்ல உருவாக்கப்பட்டிருந்த முறைகள் எதுவுமே தெரியவில்லை. (பக். 77)

- **காம வறட்சி:** காந்தி காமத்தை அணுகிய முறை மிக வறண்டதாக இருந்தது... காந்தி முன்வைக்கும் காமம் குறித்த எல்லாக் கருத்துகளையும் முதிரா கருத்துகள் என்று முற்றாக நிராகரிக்கிறேன். (பக். 78-79)

- **முக்கியமாக இல்லை:** நல்ல உணவு, நல்ல இசை, நல்ல கலைகள் எதுவுமே அவருக்கு முக்கியமானதாகப் படவில்லை. *(பக். 79)*

- **படிக்கவில்லை:** அவர் குருவாகப் போற்றிய லேவ் தல்ஸ்தோயின் ஒரு நாவலைக் கூட அவர் வாசிக்கவில்லை. வாசிக்க வேண்டும் என்று எண்ணவுமில்லை. *(பக். 79)*

- **சரளா தேவி:** காந்திக்கு 50 வயதாக இருக்கும் போது சரளா தேவி என்பவரை மணம் முடிக்க விரும்பியதாகவும் அதற்கு யார் யார் தடையாக இருந்தார்கள் என்பதையும் ஜெயமோகன் எழுதுகிறார். *(பக். 84 - 85)*

- **கஸ்தூரிபா:** காந்திக்கு கஸ்தூரிபா ஒரு அர்ப்பணமுள்ள மனைவி அவ்வளவுதான். அறிவுத்தளத்தில் அவரது தோழியாக அவரால் இருக்க முடியாது. மிக நுட்பமான நகைச்சுவை உணர்வும் அறிவார்ந்த விவாதங்களில் பேரார்வமும் கொண்ட காந்தியால் கஸ்தூரிபாயை ஒரு இணையாக கருதவும் முடிந்திருக்காது... சரளா தேவியை அவர் மணம் புரிய முயன்றது அவரது நிரந்தரத் தோழமைக்கான ஏக்கத்தால் தான். துறவிகளின் அந்த அய்ம்பது வயது அகழியில் காந்தியின் காலிடறி விழுந்திருக்க எல்லா வாய்ப்புகளும் இருந்தன. ... பின்னர் அதைப் பற்றி கஸ்தூரிபாவிடம் காந்தி விவாதித்திருக்கிறார். கஸ்தூரிபா அக்காலத்தைய ஒரு உதாரண இந்து மனைவி. பொறுத்துப் போவதும் புரிந்து கொள்வதுமாகவே அவர் கணவனைப் பின் தொடர்ந்தார். காந்தியைப் போன்ற ஒரு கட்டற்ற மிகையுணர்வாளருக்கு மனைவியானது ஒரு வகையில் அவரது துரதிஷ்டமே. *(பக். 90)*

- **தாந்திரீகம்:** காந்தி தன் வாழ்க்கையில் கடைசிக் காலக் கட்டத்தில் வங்காள தாந்திரீகர்களால் ஈர்க்கப்பட்டிருக்கலாம் என்று படுகிறது... தாந்திரீகம் காந்தியின் மேலைப் பாணி சிந்தனைக்கு நியாயமாகப் பார்த்தால் ஏற்புடையதாக இருந்திருக்காது... ஆனால் நாம் காந்தியைப் போன்ற விசித்திரமான கிறுக்கரைப் பற்றி எதையும் சொல்லி விட முடியாது. *(பக். 92)*

- **படுக்கை:** காந்தி 1936 வாக்கில் பெண்களைத் தன்னுடன் படுக்க வைக்க ஆரம்பித்தார்... ஆனால் காந்தி அதை தெளிவாக விளக்கவில்லை. ஆகவே இன்றும் அது ஒரு மர்மமாகவே பல வகையான ஊகங்கள், அவதூறுகள் வசைகளுக்குக் காரணமாகவும் நீடிக்கிறது என்று சொல்லி இதனை பற்றி விலாவாரியாக ரசம் சொட்ட விவரித்து எழுதுகிறார் ஜெயமோகன். (பக். 96-102)

- **சிறுநீர் மருத்துவம்:** சிறுநீரை காலையில் வெறும் வயிற்றில் குடித்தல் அபத்தம். உண்ணாவிரதம் இருந்து சிறுநீரில் யூரியா அதிகரித்த நிலையில் அதைக் குடிப்பது மடத்தனமானது. ஒவ்வொரு நாளும் தன் மலத்தை அவதானித்து குறிப்புகள் எடுத்து வைத்தார். அவர் அவரது பாணியில் தன் உடலை வைத்து எதையோ செய்து கொண்டிருந்தார். என்ன செய்தார் என்று அவருக்கே வெளிச்சம். (பக். 98)

- **போற்றப்படுவது ஏன்?:** அவரது கடைசிக் காலமும் மரணமும் ஒரு தீர்க்கதரிசியின் இடத்தை அவருக்களித்தன. (பக். 99) மனுவுடன் காந்தி இருப்பதைப் பார்த்து அதிர்ச்சி அடைந்த தனிச் செயலாளர் ஆர்.பி. பரசுராம் அந்த பொறுப்பில் இருந்து விலகியதைச் சொல்லிவிட்டு இந்த வரியை எழுதுகிறார் ஜெயமோகன். அதுதான் உன்னிப்பாக கவனிக்கத்தக்கது. மதப்பிரிவினைக்கு எதிராகப் போராடாமல் போயிருந்தால், சுட்டுக் கொல்லப்படாமல் போயிருந்தால் காந்திக்கு இந்த இடம் கிடைத்திருக்காது என்பதே ஜெயமோகன் வரியின் உள்ளடக்கம் ஆகும்.

- **கிறுக்கு:** காந்தியின் பிரம்மச்சரிய அல்லது யோகப் பயிற்சிகளை அவரது சொந்தக் கிறுக்குத்தனத்தில் ஒரு பகுதி என்றே நினைக்கிறேன்... காந்தியின் சுயசிகிச்சை முறையும் அவரது அந்தரங்கமான கிறுக்குத்தனமே... ஆயுர்வேதம் போன்ற விரிவான ஒரு மருத்துவமுறை இருந்த நாட்டில் அதைப் பற்றி எந்த அறிதலும் இல்லாமல் காந்தி அய்ரோப்பிய கத்துக்குட்டி இயற்கை மருத்துவர்களின் சில நூல்களில் இருந்து மட்டுமே தொடங்கி முன்னே சென்றார்... அவரது கிராம சுயராஜ்ய கனவிலும் ஓரளவு அவருடைய கிறுக்குத்தனம் உள்ளது. ... காந்தியை அவரது அனைத்துக் கிறுக்குத்தனங்களுடன் நான் ஏற்கிறேன்.

இப்படித்தான் ஞானிகளும் மேதைகளும் நமக்கு வரலாற்றால் அளிக்கப்படுகிறார்கள் என்பதனால் நமக்கு வேறு வழி இல்லை. (பக். 111)

* **இறுதிக்காலம்:** காந்தி தன் கடைசிக் காலத்தில் ஆன்மிகமாகச் சோர்ந்து போனார். லௌகீகத்தில் மிதமிஞ்சி இறங்கும் ஞானி அடையும் அனைத்து அவநம்பிக்கைகளையும் தனிமையையும் கசப்பையும் அடைந்தார். கடைசிக் காலத்தில் முழுமையாகக் கைவிடப்பட்டார். 'என்னை ஏன் கைவிட்டீர்' என்ற காந்தியின் குரலை மீண்டும் மீண்டும் கடைசிக் காலத்து எழுத்துகளில் பேச்சுகளில் காண்கிறோம். அவர் கடைசியில் தேடியது ஒரு சிலுவையை. அதை கோட்சே கொடுத்து அவரை விடுதலை செய்தார். (பக். 169 - 170)

* **பெருந்தோல்வி:** நேருவைத் தேர்வு செய்ததே காந்தியின் பெரும் தோல்வி என்கிறார். நேருவைத் தேர்வு செய்ததன் மூலம் தன் பொருளியல், சமூகவியல் கொள்கைகளைத் தானே வேறு வழியின்றி புதைத்தார். அதை அவர் அறிவார். அதுவே அவரது பெருந்தோல்வி. வரலாறு அவரை அங்கே கொண்டு சென்று நிறுத்தியது. (பக். 170)

'இன்றைய காந்தி'யாக ஜெயமோகன் அடையாளப்படுத்தும் காந்தி இவர். இவ்வளவு கொச்சைப்படுத்துதலை எந்த திராவிட இயக்க எழுத்தும் செய்யவில்லை என்பதே உண்மை. ஜெயமோகன் தான் செய்திருக்கிறார். எவரையும் எளிதில் கொச்சைப்படுத்தும் நோய் அவருக்குத் தான் இருக்கிறது.

கடைசிக் காலத்தில் விரக்தியின் விளிம்பில் இருந்த காந்தி, எப்படி சாகலாம் என்று நினைத்துக் கொண்டு இருந்தார், காந்தியின் அந்த அவஸ்தைக்கு கோட்சே முற்றுப்புள்ளி வைத்தார் என்ற நயவுரைக்கு இணையான நயவஞ்சகவுரை இருக்க முடியுமா? கோட்சேவின் வழக்கறிஞராக ஜெயமோகனை வாதாட விட்டிருந்தால், தூக்குத் தண்டனையில் இருந்து கூட கோட்சே தப்பி இருக்கலாம். கோட்சேவின் 'ஆவி' ஜெயமோகனுக்குள் புகுந்து எப்படி எல்லாம் எழுத வைக்கிறது! இதனைப் பற்றி இன்னும் விரிவாக 'இன்றைய கோட்சே' என்ற தலைப்பில் யாராவது எழுதலாம்!

◉

தொன்மம் அல்ல
உண்மை

"**வை**க்கம் வீரர்' உள்ளிட்ட 'தொன்மங்கள்' ஏன் கட்டமைக்கப்படுகின்றன என்று புரிந்து கொள்ளுங்கள். நாராயண குரு, டி.கே. மாதவன் முதல் சகோதரன் அய்யப்பன், அய்யன்காளி முதலிய அடித்தளச் சாதியினரான, கீழ்நிலையில் இருந்து எழுந்து வந்து களத்தில் நின்ற உண்மையான போராட்டத் தலைவர்களை மறைக்கும் பொருட்டு, அங்கே ஈவேரா அவர்களை நிலைநாட்டும் பொருட்டு. தலித்துக்கள் உள்ளிட்ட ஒடுக்கப்பட்டோரின் எல்லா உரிமைகளும் உயர்சாதியினர் - இடைநிலைச் சாதியினர் 'இட்ட பிச்சை' என நிறுவும் பொருட்டு!" என்கிறார் ஜெயமோகன்.

இப்படி யாரும் சொல்லவில்லை. படிப்பவருக்கு இப்படி எல்லாம் திராவிட இயக்கத்தினர் சொல்லி வருவதாக கெட்ட எண்ணத்தை உண்டாக்குவதற்காக ஜெயமோகனே இட்டுக்கட்டி சொல்லிக் கொள்ளும் வன்ம வார்த்தைகள் இவை. வைக்கம் போராட்டத்தில் பெரியாரின் பங்களிப்பு குறித்தப் பதிவுகளை திராவிடர் கழகத்துக்கு வெளியே உள்ள ஆதாரங்களைத் தான் இப்போது நாம் பார்க்க இருக்கிறோம்.

"வைக்கம் போராட்டம் குறித்து கேரளத்தில் வெளி வந்த அக்காலத்தைய நாளிதழ் ஆவணங்களில் அனேகமாக எங்குமே ஈவேராவின் பெயர் காணப்படவில்லை. ஈழவ இதழ்களான கேரளகௌமுதி போன்றவற்றில்கூட அவரது பெயர் பட்டியலில் ஒன்றாகவே உள்ளது. வைக்கம் போராட்ட வீரர்களான டி.கே. மாதவன் போன்றவர்களின் வாழ்க்கை வரலாறுகளிலும் நினைவுகளிலும்கூட ஈவேராவின் பெயர் முதன்மையாக எடுத்துச் சொல்லப்படவில்லை." என்றும்

"உண்மையில் தமிழ்நாட்டில் ஈவேரா அவர்கள் வைக்கம் வீரர் என்று சொல்லப்படுவது குறித்து கேரள ஈழவ வரலாற்றாசிரியர்களே நமுட்டுச் சிரிப்புடன் தான் எதிர்வினையாற்றுவார்கள். கேரளத்தில் வைக்கம் குறித்த எந்த வரலாற்றிலும் ஈவேரா பெயர் முக்கியமாக குறிப்பிடப்படுவதில்லை"

என்றும் சொல்கிறார் ஜெயமோகன். அவரின் அறிவுக் கயமை வெளிப்படும் இடம் இதுதான். நம்பூதிரிகளுக்கும் நாயர்களுக்கும் எதிரான வைக்கம் போராட்டத்தை பெரியார் முன்னின்று நடத்தினாரே என்ற எரிச்சலில் ஜெயமோகன் செய்யும் வரலாற்றுக் கயமை இது. வரலாற்றை இவர் மறைக்கிறார் என்பதற்காக மற்றவர்களும் இதே போன்ற கயவர்களாக இருப்பார்கள் என்று சொல்ல முடியுமா? வரலாறு எப்போதும் பாகுபாடு அற்றது. அது ஒவ்வொரு நிகழ்வையும் அது நடக்கும் போதே பதிவு செய்து கொள்கிறது. பிற்காலத்தில் அந்த வரலாற்றை பயன்படுத்துபவர்கள் தான் பாகுபாட்டுடன், வேறுபாட்டுடன் பயன்படுத்திக் கொள்கிறார்கள்.

வைக்கம் போராட்டம் நடந்த போதும் - அது தொடர்பான ஆங்கில ஆய்வு நூல்களும், கேரளக் கட்டுரைகளும் பெரியாரின் பங்களிப்பை மறைக்காமல் பதிவு செய்துள்ளன. எனவே, வைக்கம் வந்து பெரியார் போராடியது என்பது ஜெயமோகன் புனைவுகளில் வரும் கப்ஷாக்கள் போன்றது அல்ல. உண்மைகள் என்பதை உணரலாம்!

1. மலையாள மொழி மலர்

வைக்கம் சத்தியாகிரக நினைவு மலர் கேரள அரசின் சார்பில் 1975 ஆம் ஆண்டு வெளியானது. மொத்தம் 367 பக்கம் கொண்டது. இது முழுக்க மலையாள மொழிப் பதிவுகளையே கொண்டது. இதில் வைக்கம் போராட்ட காலத்தில் பெரியார் பேசிய பேச்சுகள் 94 - 96 ஆகிய பக்கங்களில் மலையாளத்தில் உள்ளது. பெரியாரின் படமும் (பக். 94) இடம் பெற்றுள்ளது. நாகம்மாளின் படம் 130 ஆவது பக்கத்தில் உள்ளது. கோவில் சாலைக்குள் நாகம்மாளும் கண்ணம்மாளும் சென்றது அதில் பதிவாகி உள்ளது.

Vaikom Satyagraha commemoration volume என்று இதற்குப் பெயர். (*വൈക്കം സത്യാഗ്രഹ സ്മാരക ഗ്രന്ഥം*). *Edited, Printed and Published By Sukumaran Moolakkattu. Convener: Vaikom Satyagraha Golden Jubilee Souvenir, Vaikom, Kerala. Printed ar Mathrubhumi Press, Cochin Kerala*

என குறிப்பிடப்பட்டுள்ளது. மலர்க்குழுத் தலைவர் யார் என்பதைக் கவனியுங்கள்.

Chairman, Editorial Board: K.P. Kesava Menon. President Publishing Committee: S. Narasimha Naik.

எனக் குறிப்பிடப்பட்டுள்ளது. இதனுடைய உறுதிப்பாட்டை விளக்கத் தேவையில்லை. வைக்கம் போராட்ட காலத்தில் வெவ்வேறு ஊர்களில் பெரியார் பேசிய உரைகள் இதில் உள்ளன. (பெரியார் உரையின் தமிழாக்கம் பின் வரும் பகுதியில் இருப்பதால் மலையாள மொழிப் பகுதிகள் இங்கு தேவையில்லை எனக் கருதுகிறேன்.)

இதில் இடம் பெற்றுள்ள நாகம்மாள் குறித்த மலையாளப் பகுதி இது:

സ്ത്രീകളും സത്യഗ്രഹരാ

അഞ്ച് സ്ത്രീരത്നങ്ങൾ വാളണ്ടിയർമാരായി ഇടവം 7–ാം രാവിലെ ഗോപുരവാതുക്കൽ പോയിരിക്കുന്നു. അവർ മിസ്സിസ് നായിക്കരും, മി. നായിക്കരുടെ ഇളയ മ്മയും മിസ്സിസ് നാ യിഡുവും മിസ്സിസ് ചാന്നാരും മിസ്സിസ് താണുമലയ പെരുമാ പിള്ളയും ആയിരു ന്നു. അവർ മുന്നോട്ടു ചെന്നും എതിരെ വ ച്ചിരുന്ന മുളയെ വലി ച്ചെടുക്കുവാൻ ശ്രമി ച്ചു. ഇൻസ്പെക്ടർ ശ അവരുടെ ജാതി ചോ ദിക്കുകയും മിസ്സിസ് ചാന്നാർ ഒഴിച്ച് മ റുള്ളവർക്കു പോകാമെന്നു കടന്നു കയും ചെയ്തു. മി സ്റ്റിസ് നായർ അ തിനും ഇപ്രകാരം മറു പടി പറഞ്ഞു: ആ സഹോദരി ഒന്നിച്ചു പോകുവാനാ ണ് ഞങ്ങൾ വന്നിട്ടുള്ളതു്. ഞങ്ങൾക്കു തനിച്ചു പോക ണ്ട്. "അറുപതു വയസ്സു പ്രായം വരുന്ന നായിക്കരുടെ ഇള യമ്മ പുഴുത്ത മത്സ്യവും കൊണ്ടുവരുന്ന മുക്കുവനെവിടാം. ഹിന്ദുക്കളിൽ ചിലരെ വിട്ടുകൂടയോ? "എന്നു ചോദിച്ചു. ആ സ്ത്രീകൾ രണ്ടു മണിക്കൂറോളം അവിടെ നിന്നു. ഇവ രോടും സാധാരണ പുരുഷന്മാരോട്

പെരുമാറുന്ന വിധ ത്തിൽ പെരുമാറിയാൽ മതിയെന്നും പ്രത്യേക ഒത്താശകൾ. ഒന്നും ചെയ്യേണ്ടാ എന്നും മി. പിച്ചു അയ്യങ്കാർ മി. ശർമ്മ യോടു പറഞ്ഞു.

2. திருவிதாங்கூர் போலிஸ் அறிக்கை

கேரள அரசு ஒரு ஆவணக் களஞ்சியத்தை 2006 ஆம் ஆண்டு வெளிட்டது. Selected Documents on Vaikom Satyagraha என்பது இதன் பெயராகும். இதன் ஆசிரியர் S. Raimon ஆவார். இவர் Director, Kerala State Archives Department Government of Kerala என்ற பொறுப்பில் இருக்கிறார். 192 பக்கம் கொண்ட இந்தத் தொகுப்பில் பெரியார் குறித்த பதிவுகள் பல இடங்களில் உள்ளன.

அதன் குறிப்பிட்ட பகுதிகள் மட்டும் சுருக்கமாக இங்கு எடுத்துரைக்கப்படுகிறது.

The District Superintendent of Police, Trivandrumக்கு எழுதப்பட்ட அறிக்கையில் வைக்கத்தில் நடந்த கூட்டம் பதிவாகி உள்ளது. கே.ஜி. குஞ்ஞுண்ண கிருஷ்ணன் பிள்ளை (கூட்டத் தலைவர்) பேசும் போது,

> *"Ramaswami Naiker is a gentleman of very good pecuniary circumstances. His Highness, the Junior Rani and the Dewan had been staying in his Bungalow"*

என்று குறிப்பிட்டுள்ளார். (பக். 5)

E.V. Ramaswami Naiker பேச்சு என்ற தலைப்பில் உள்ள பதிவு:

> *Satyagraha at Vaikom is not a fight against Government, it is not a religious fight and it is not a communal fight. It is an act of a public good. It is intended to establish equality. In this we cannot depend upon any help from those who are in good circumstances. The Hindu Religion is fast disappearing. Statistics will show that while all other religions increase in population by 5%, 10% and 15% the Hindu population goes down by 6% in a period of 10 years. Does this show that Hindus do not marry*

or do not beget children. The bad treatment given to a portion of the Hindus by the other induces them to join other religions. If this state of affairs is continued to go on, Hindus will become extinct. Matha Bhakti 'மதபக்தி' should be adhered to even if it is against Raja Bhakthi 'ராஜ sem'. While one Hindu considers another to be untouchable etc., the Muhamadans and Christians treat every one of their Religion, whether born or converted, as equal. Various suggestions made by Government to make a compromise are unacceptable. One is that the road is temple property. Has His Highness any property? The whole State belongs to Sri Padmanabha and is therefore temple property. It is not the property of his grandfather. Government ask whether we will be satisfied if Muhamadans and Christians are also prohibited from entering the road. This is something like the order of a king. King once ordered that measures should be held upside down when measuring. People complained that the bottom portion will not contain as much as the measure if held aright. The king compromised the situation and ordered that the measure should be held sideways. Thereby even the small quantity that could be retained in the bottom portion was lost. The compromise suggested at Vaikom can again be compared to this.

We call out that we are hungry and the Government say "you say you are hungry because you find others eat. The others who eat will be deprived of their meals". When I came to Travancore I was under the impression that the British Government is bad as they do not hesitate to use all state-gems and speak falsehood to gain their object When I see the state of affairs here I think that this Government has made the British Government much better. The letters P.W.Dwas written in the trees standing by the side of the road in question but they have been removed by Government Is this not forgery? Is it possible to attain our object by believing in Government? The king is spoken of as one who respects the existances of Varna. His Highness keep in view these sentiments when he appoints the so called low-caste people to high Government posts? A Thiya is appointed a District Judge - his peons are Brahmins Is this not opposed to Varnasrama Dharma? How can His Highness be considered to be respecting Varnasrama Dharma? Does the fact that some Hindus carry on a particular business make them untouchable? The right hand is set apart for such wholesome purposes as eating etc., and the left for wholesome purposes as cleaning dirt from body etc., Has each hand a separate father and mother Does the right hand think of bathing whenever it comes in contact with the left? When we worship God do we worship only with the right hand? When we go to temple, do we leave behind us our left hand? If the right side is superior to the left, do we find fault with anyone for looking at us with his left eye or do we take a kick with the right leg with pleasure? Just like the equal treatment which we give to the various limbs even though they do different work, every Hindu is entitled to equal treatment, he be a Brahmin or a Pulaya. Paraya who dissects the dead bodies of cattle are untouchables, how much more untouchables are the Brahmin and Nair doctors who dissect human dead bodies Thiya is spoken of as low caste because he taps for toddy How worse should be the case of those who drink. How worse still is the case of those who hire out trees for tapping? How worse still is the case of the Government who enrich by the revenue derived from tapping? Does superiority consist in the work one does? Which Sastra says that a Police Officer who takes bribes and a Vakil who gives false evidence are superior because of their birth?

Certain qualities are necessary for the success of Satyagrahis. Those who claim equality with those who *claim - superiority must first consider those who are classed as "under them" as their equal Kshathriya cannot claim equality with a Brahmin if he does not consider a Vaisya and Sudra as equal to him. We must be non-violent. The slightest violence will set at naught all our efforts. If any violence is used by any one, Mahatma Gandhi will wire to stop Satyagraha. Do not be carried away by the smiling faces and kind words of Police Officers. The slightest violence will make them bring in guns and other weapons. If Travancore Government does not successfully meet the situation, the British force will come in for help with Aeroplanes and machine guns and we will be helpless. The slightest violence has brought about complete failure in our fight Therefore we should have only Dharma and patience as our weapon. Edapadam is a village where the congress work was a complete success. The toddy shop was frequented by no one except some Policemen. Everyone wore Khadar. There was complete non-violence. The authorities found it difficult to meet the situation. They applied for appointing a quarrelsome Sub-Inspector. It was accordingly done. As soon as that Sub-Inspector came, he went to the most quarrelsome man in the village and assaulted him. That man lost his temper and assaulted the Sub-Inspector. This news was intimated by wire and armed men came and attacked the village. The same was the case in Chouri Choura. The Akali incident is however an example of a complete success attained because of patience and non-violence. When once we are born it is imperative that we should die. We should be prepared to sacrifice our lives for a good cause. (பக். 5-7)*

என்று பெரியாரின் உரை வெளியாகி உள்ளது. சி.எஸ். ராமச்சந்திர அய்யர் என்ற புலனாய்வு காவல் அதிகாரியின் அறிக்கை இது.

3. கோட்டாறு இன்ஸ்பெக்டர்

இ. சுப்பிரமணிய பிள்ளை என்ற கோட்டாறு இன்ஸ்பெக்டர், நாகர்கோவில் அசிஸ்டெண்ட் சூப்பிரண்டெண்ட் ஆப் போலிஸுக்கு ஒரு கடிதம் அனுப்பி இருக்கிறார். அதிலும் நாகர்கோவிலில் நடந்த கூட்டத்தில் பெரியார் பங்கெடுத்ததை குறிப்பிட்டுள்ளார்.

> *I beg to report that there was a meeting in Nagercoil in connection with the Vaikom Satyagraha on 14.9.99 under the presidency of Mr. P. Chithambaram Pillai B.A.,B.L. Nearly 800 persons were present. Messrs. M. Sivathanoo PIllai, Dr. M.E. Naidoo. P. Swaminatha Pillai, Ghulan Hyder. Kumara Velu Panicker and Ramalinga Panicker took active part in this meeting...*
>
> *Mr. Ramaswami Naicker of Erode, one of the Congress Members who acompanied Dr. Naidoo from Vaikom, spoke about Vaikom Satyagraha. He said that Mahomedans and Christians are allowed to pass through the public roads near Vaikom temple, but the Ezhavas. Pulayas and Parayas who are Hindus are prohibited from going through those roads. If those men become Christians and Mahomedans the Travancore Government are prepared to allow them to go along such roads. He feels sympathy for his depressed Hindu brethren. He requested the audience to support the Satyagrahis at Vaikom with money..."*

என்று குறிப்பிட்டுள்ளார். (பக். 10-11)

4. காவல்துறை அறிக்கை

*The District Superintendent of Police, Trivandrum*க்கு *Thanu Pillai (I.P Thuckalai)* அனுப்பிய கடிதத்தில்

> *Sir,*
>
> *Under the auspices of the Kalkulam congress Sabha and in response to the invitation of Mr. P.S. Maruthanayagom*

Pillai, President, the public of the place about 300 in number assembled at Thykavu mosque, Thuckalai...

Messrs. E.V. Ramaswami Naicker, Aiyyamuthu Gounder, Chittedathoo Sankoo Pillai, Emperumal Naidu and Ramakrishna Das were the speakers as announced. The first four came late and so the last mentioned began his address first...

Mr. Ramaswamy Naicker addressed the meeting in Tamil. He said that the members of the depressed classes were not worse than dogs and other animals which are permitted to go through the prohibited road and it was deplorable that this custom should be suffered to continue in a State where the caste Hindus are holding appointments subordinate to those of lower communities. He also referred to the names of Great Indian Thinkers of the orthodox community who have accepted the justice of the cause and are working for its attainment. (பக். 13)

என்று குறிப்பிடப்பட்டுள்ளது.

5. கோவை அய்யாமுத்து

அய்யாமுத்து கவுண்டரை தடையை மீறிப் பேச வேண்டாம் என்று பெரியார் அறிவுறுத்தியதாக ஒரு காவல் துறையின் அறிக்கை கூறுகிறது.

"We all went to Kazhakuttom but finding that there was no big crowd we proceeded to Sarkara Parampu. On the way Messrs. Ramaswamy Naikkar and Perumal Naidu advised Mr. Goundan that he should not disobey the order. But Mr. Goundan said that if the crowd promises to be non-violent he would disobey the order. I was elected President. I told the people that Mr. Goundan will speak only if they all prove to be non-violent. As a mark of willingness I asked all persons to sit. Everyone present at once sat down. I told that they should not make any noise and immediately perfect silence prevailed. Mr. Goundan then said "വന്ദേ മാതരം. മഹാത്മാ ഗാന്ധികീ ജെയ്. തിരുവിതാകൂർ മഹാരാജാകീ ജയ്" and the Inspector of Police then arrested him" (பக். 29)

இது சி.எஸ். ராமச்சந்திர அய்யர் என்ற இன்ஸ்பெக்டரின் அறிக்கை ஆகும்.

6. காந்தியுடன் உடனிருந்தார் பெரியார்!

காந்தி வருகை தந்த போது ஈ.வெ.ரா.வும் உடனிருந்ததாக ஒரு ஆவணம் குறிப்பிடுகிறது.

Warkalai

Mr. Gandhi was received at the Warkalai Camp-shed by the Peishkar and myself on behalf of Government, and at 12 noon was received in audience by Her Highness The Maha Rani Regent. At 4 P.M. accompanied by Messrs. C. Rajagopalachari, V.V.S. Ayyar and E.V. Ramaswami Naicker of Erode who had joined the party at Warkalai, he had a quasi-private interview with Sri Narayana Guru at Gandhi Asramom (the residence of Alumoottil Channar) near Sivagiri at Warkalai. Only a few Ezhava leaders and sympathisers with the Satyagraha movement were allowed to be present. The different aspects of Satyagraha were discussed and it appears that the Guru declared that he was not a believer in non-violence in agitations for removing social disabilities and that though he excluded inter-dining and intermarriage he was anxious to secure for his community by any method social equality in all other matters with caste Hindus including temple entry and admission to caste Hindu houses. It is said that by means of argument Mr. Gandhi was able to convince the Guru of the efficacy and necessity of non-violence in all social movements and that the Guru agreed to follow Mr. Gandhi's advice. The party was then taken in procession to Sivagiri, the *religious headquarters of the S.N.D.P Yogam and there spent the night. (பக். 135)*

என்று குறிப்பு உள்ளது. காந்தியின் கேரள வருகை குறித்த திருவிதாங்கூர் காவல் துறை அறிக்கை இது. ஒவ்வொரு ஊரிலும் யார் யார் உடனிருந்தார்கள் என்ற அறிக்கை இது. வர்க்கலையில் பெரியார் உடனிருந்துள்ளார். மார்ச் 12, 1925 அன்று இந்தச் சந்திப்பு நிகழ்ந்துள்ளது.

7. தலைமைச் செயலாளருக்கு அனுப்பப்பட்ட அறிக்கை

வைக்கம் போராட்டத்தில் கைதானவர் பட்டியலை தலைமைச் செயலாளருக்கு 18.10.1924 அன்று காவல் துறை ஆணையர் பிட் அனுப்புகிறார். அதுவும் இந்த ஆவணத்தில் இடம் பெற்றுள்ளது.

British Indians convicted in connection with Satyagraha and the leading agitators of Travancore, list of Reference: Your D.O dated 25.9.24

என்று குறிப்பிடப்பட்டுள்ளது. அதில் அய்ந்தாவது பெயராக பெரியார் பெயர் இடம்பெற்றுள்ளது.

E.V. Ramaswamy Naicker - Erode - Sentenced to one month's simple imprisonment - under Section 181 T.P.C. and 4 months rigorous imprisonment under Section 181 T.P.C என்று குறிப்பிடப்பட்டுள்ளது.

8. வைக்கம் புறப்படுகிறார்!

இதனை *'சுதேசமித்திரன்'* நாளிதழ் 16.4.1924 வெளியிட்டு உள்ளது:

"கேரளத்தைச் சேர்ந்த வைக்கத்தில் நடைபெறும் சத்தியாகிரகப் போராட்டச் சம்பந்தமாகப் புறப்படும் தருவாயில் ஸ்ரீமான் ஈ.வெ. ராமஸ்வாமி நாயக்கர் கீழ்க்கண்டவாறு நமக்கு 13 ஆம் தேதியிட்டு ஈரோட்டிலிருந்து எழுதுகிறார்:

ஸ்ரீமான். கே. நீலகண்ட நம்பூதிரிபாட் 4 ஆம் தேதியிட்டு அனுப்பிய தந்தியில் என்னை உடனே புறப்பட்டு வரும்படி கேட்டுக் கொண்டிருந்தார். குளித்தலையில்

கூடிய திருச்சி மகாநாட்டிற்குச் செல்ல வேண்டியிருந்ததால் புறப்பட முடியவில்லை. நான் முக்கியமாக அங்கு வந்துதான் ஆக வேண்டும் என்றால் நான் வருவதாகத் தந்தி கொடுத்தேன். பிறகு அனுப்பிய கடிதத்திலும் இதே விஷயத்தைத் தெரிவித்திருந்தேன். 6 ஆம் தேதி ஸ்ரீமான் ஜார்ஜ் ஜோசப்பும் எழுதியிருந்தார். நான் வர வேண்டுமென்று தாங்கள் நினைத்தால் நான் வர சித்தமென்று பதில் அளித்தேன். 12 ஆம் தேதி இன்னொரு தந்தியை ஸ்ரீமான் நம்பூதிரிபாட் அனுப்பியிருந்ததில் வைக்கம் சத்யாக்கிரக நிலைமையைப் பற்றி யோசிக்கப் பொதுக்கூட்டம் திங்கட்கிழமை கூடுவதாகவும், நான் விஜயம் செய்ய வேண்டுமென்றும் குறிப்பிட்டிருந்தார். அதே சமயத்தில் ஸ்ரீமான் டி.ஆர். கிருஷ்ணசாமி அய்யர் கொச்சியிலிருந்து அனுப்பியுள்ள தந்தியில் நான் அங்கிருக்க வேண்டியது மிகவும் அவசியமென்றும், உடனே புறப்பட வேண்டுமென்றும், ஜோசப் கைதியானாரென்றும் கொச்சியில் தாம் காத்திருப்பதாகவும் குறிப்பிட்டிருந்தார்.

நான் இன்று மெயிலில் வருவதாகவும், திருச்சூரில் என்னை ஸ்ரீமான் நம்பூதிரிபாட் சந்திக்கும்படியும் பதில் தந்தி கொடுத்தேன். இரவு 7 மணிக்கு மூன்றாவது தந்தி கிடைத்தது. 'வைக்கத்தின் நிலைமை பயங்கரமாகவிருக்கிறது. தலைவர்கள் எல்லோரும் கைது செய்யப்பட்டுவிட்டனர். 18 சத்தியாகிரகிகள் உண்ணாவிரதத்துடனிருக்கிறார்கள். நானும் வைக்கத்திற்கும் புறப்பட்டுக் கொண்டிருக்கிறேன். உடனே நான் கைது செய்யப்படுவேன் என்பது நிச்சயம். இயக்கத்தைத் தலைமை வகித்து நடத்துங்கள். தந்தி மூலம் யோசனை கூற வேண்டும்.'

இதற்கப்பால் நான் புறப்பட்டேயாக வேண்டுமென்று எண்ணமேற்பட்டு விட்டதும் இந்த நிலைமையை நானே வலுவில் விரும்பியதாக நினைக்க வேண்டாம். அத்தகைய எண்ணம் இல்லாமல் தடுக்கும் பொருட்டே நான் மேற்கண்ட சமாசாரத்தை வெளியிட்டேன். தமிழ்நாட்டில் நான் செய்யவிருக்கும் வேலை அபரிமிதமாகவிருக்கிறதென்பது தெரிந்த விஷயம். அதிலுள்ள பொறுப்புகளையும் கஷ்டங்களையும் அறிந்து கொண்டிருக்கிறேன். மிகவும்

உபத்தரவமற்ற கதர் வேலைக்கு ஏற்படும் பல தடைகளும் இயக்கத்திலுள்ள இதரக் கஷ்டங்களும் என் மனதிற்குத் தெரிந்தவைகளே. ஆனால், கேரள மாகாணத்திலிருந்து எனக்கு வந்திருக்கும் ஆக்ஞையை மீறி நடப்பதற்கில்லை. நெருக்கடியான நிலைமையேற்பட்டுவிட்டது; அடக்குமுறை ஓங்கி நிற்கின்றது. தீண்டாமையை ஒழிக்கும் பொருட்டு ஸ்ரீமான் ஜார்ஜ் ஜோசப் உள்பட பல சத்தியாகிரகிகள் இந்த அடக்குமுறைக்கு ஆளாகிவிட்டனர். இத்தகைய எண்ணங்கள் என் மனதில் எழுந்தன. நான் புறப்பட்டுவிட்டேன். நானும் கைது செய்யப்படலாம். அது ஒரு பெரிய காரியமல்ல. தலைவர்களாக விருந்தாலும் சரி பிரச்சாரகர்களாகவிருந்தாலும் சரி, தொண்டர்களாகினும் சரி, எல்லாச் சாதியினரும் கேரளத்திற்குக் கூட்டமாக வந்து விடவேண்டுமென்று நான் விண்ணப்பித்துக் கொள்கிறேன். தொண்டு செய்ய முடியாதவர்கள் பண உதவியாவது செய்யலாம்.

தமிழ் நாட்டிலுள்ள தொண்டர்கள் ஒரு சத்யாகிரக இயக்கத்தை எதிர்பார்த்துக் கொண்டிருப்பதாக எழுதியிருக்கின்றனர். தீண்டாமையை ஒழிப்பதற்காகக் கஷ்டப்படத் தயாரென்றும் அவர்கள் எழுதியிருக்கின்றனர். இதுதான் தகுந்த சமயம். இதை நழுவவிட்டு விடாதீர்கள் ஒவ்வொருவரும் இந்த உன்னத லட்சியத்திற்காக முன் வாருங்கள்.

- *சுதேசமித்திரன், 16.4.1924* (வே. ஆனைமுத்து, பெரியார் ஈ.வெ.இரா. சிந்தனைகள்)

9. வைக்கத்தில் பெரியார் பேச்சுகள்

பெரியாரின் அங்கு உணர்ச்சிகரமாக பேசினார் என்பதை முழுமையாக கேரள ஆவணக் காப்பகத்தில் இருந்து எடுத்து வே. ஆனைமுத்து தனது நூலில் முழுமையாகக் கொடுத்திருக்கிறார். அதன் முக்கியப் பகுதிகள் மட்டும்:

"தயவு செய்து எல்லாரும் அமருமாறு கேட்டுக் கொள்கிறேன். அமர்ந்தால் பின்னால் நிற்பவருக்கும் கேட்க வசதியாக இருக்கும். முதலில், எனக்கு

மலையாளமொழி தெரியாததால் என்னுடைய கருத்துகளை உங்களது மொழியில் சொல்வதற்கு முடியாததில் வருத்தப்படுகிறேன். அதனால் தேவைப்படும் நேரத்தில் ஒரு மொழிபெயர்ப்பாளரையும் ஏற்பாடு செய்யலாம் என்று நினைக்கிறேன். (தமிழில் கூறினால் போதுமென்று சபையில் கூறினார்கள்)

முதலாவதாக வைக்கம் சத்தியாகிரகத்தைப் பற்றி. அங்கே ஒரு சாலை இருக்கிறது. அந்த சாலையின் வழியே சில ஆள்கள் நடக்கக் கூடாதென்று அரசாங்கம் அறிவித்ததினால் வைக்கத்தில் இப்போது சத்தியாகிரகப் போராட்டம் தொடங்கவும், அதன் மூலம் மக்களிடையே இந்துக்களிடையே கலகமோ குழப்பமோ ஏற்படாதிருப்பதற்காக அதனுடைய தொடக்கத்திலேயே இந்த நிகழ்ச்சியின் தலைவர்களான கே.பி. கேசவ மேனன் அவர்கள், டி.கே. மாதவன் அவர்கள், எ.கெ. பிள்ளையவர்கள் என்பவர்களை அரசாங்கத்திலிருந்து கைது செய்து திருடர்களையும், கொலையாளிகளையும் அடைக்கக் கூடிய சிறையில் அடைத்துள்ளனர். இதனால் அரசாங்கத்தினுடைய எண்ணம், தலைவர்களைப் பிடித்தால் மற்றவர்கள் அடங்கிவிடுவார்கள் என்றோ குழப்பங்கள் ஏற்படாது என்றோ இருந்தது. மகாத்மா காந்தி உலகத்திலுள்ள பல சாதி மதத்திலுள்ளவர்களும் சமத்துவம் சகோதரத்துவம் சுதந்தரம் என்பனவற்றைத் திரும்பப் பெறுவதற்காக உலகத்தில் அவதரித்துள்ள மகா அவதாரங்களில் எல்லாம் முதன்மையானவர் என்பதில் சந்தேகமே இல்லை.

மகாத்மா காந்தி, அவர்களுடைய உயர்வுக்காகக் கூறியுள்ள சகோதர - சமத்துவத்தை நிறைவேற்றக் கஷ்டப்பட்டு என்ன சங்கடங்கள் ஏற்பட்டாலும் அதையெல்லாம் சத்தியாகிரக விரதம் பூண்டு வெற்றிக்கனியைப் பறிப்பதற்காகத் தீர்மானித்து முன்னால் இறங்கி வந்துள்ளவர்களே காங்கிரசுகாரர். கீழ்மட்ட மக்களின் சங்கடங்களைப் பங்கு வைத்து, இரவு பகலாகப் பட்டினி கிடந்து கஷ்டப்பட்டும் இவர்கள் ஆட்சிக்கு எதிராக நியாய போராட்டம் செய்ய வந்தவர்களே என்று இங்கிருப்பவர்களுக்குத் தெரியும்.

முதலாவதாக, மக்களிடையில் சமுதாய ஒற்றுமையை வளர்த்தாமல் இருந்தாலோ, ஒன்றிரண்டு சமுதாயங்கள் மட்டும் நினைத்தாலோ கட்டாயமாக இதற்கு எளிதான வெற்றி கிடைக்காது.

இப்போது நம்முடைய நாட்டிலுள்ள இந்துக்கள் தங்களுக்குள் ஒற்றுமையில்லாது இழிவு முதலான கெட்ட ஆசாரங்களுக்குட்பட்டு மாசுற்றவர்களாக மாறிவிட்டனர். இந்து சமுதாயத்திலுள்ள முறையற்ற வாழ்க்கை காரணமாக குடும்பப் பாதுகாப்பிற்கும், சுய பாதுகாப்பிற்குமாக கிறிஸ்து மதத்தில் பட்ட பாதிரியார்களை சரணம் அடைகிறார்கள். கேளிக்கை மக்களாக இந்துக்களும், முகம்மதியர்களும், கிறிஸ்தவர்களும் தம்முள் ஒற்றுமையில்லாமல் கலகங்களோடும் மற்ற பலவித அக்கிரமங்களோடும் அதிகமானதால் அவர்களைக் கூலிகளுக்கு நிகரான அடிமைகளாகத் தள்ளப்பட்டிருப்பது இப்போது இந்து மதத்திற்கு நோயும் கிறிஸ்தவ மதத்திற்கு வளர்ச்சியும் அடைந்து வருகிறது. கீழ்மட்ட இந்துக்கள் செயல் சுதந்தரத்திற்காக மட்டும் கிறிஸ்தவ மதத்தில் சேர்ந்து வருகிறார்கள். இந்தியாவில் முப்பத்தியிரண்டு கோடி மக்கள் வாழ்ந்து வருகிறார்கள்.

நாட்டில் சமாதானக் குறைவும் சுதந்தரமும் இல்லாமல் யாருக்கு என்ன நடந்தாலும் சரி நம்முடைய தேவை மட்டும் சரியான விதத்தில் நடந்தால் போதும் என்ற எண்ணமுள்ளவரைத்தான் அதிகமாகக் காணமுடிகிறது. பிராமணர்களிடையே இது கொஞ்சம் அதிகமாகக் காணப்படுகிறது. காலத்திற்கேற்ப வேஷம் போடுபவர்களே இப்போதைய பிராமணர்கள். இதில் ஒரு பிராமணர் மட்டுமல்ல - ஏறக்குறைய எல்லாரும் உட்படுவர் என்பது என்னுடைய எண்ணம். ராஜசக்திகளாகும் பெரிய பீரங்கிகள், வெடிகுண்டுகள், ஆகாய விமானங்கள், இயந்திரத் துப்பாக்கிகள் என்பவைகளால் நம் மீது உபயோகித்து நம்மைக் கீழ்ப்படுத்தலாமென்பதே அவர்களுடைய எண்ணம். ஆனால் காங்கிரஸார் அவர்களுடைய சத்யாகிரகத்தை சக்தி மத்தான ஆயுதமாக்கி, நிராயுதர்களாக ஒற்றுமையோடு சேர்ந்து, மகாத்மா

காந்தியின் போதனைகளை நிறைவேற்றுவார்களெனில் இந்த வெடிகுண்டுகளும் நம்மை எதுவும் செய்ய முடியாது.

இந்தியாவிலுள்ள நாற்பது லட்சம் கிறிஸ்தவர்களும் வெளிநாட்டிலிருந்து இங்கு வந்து சேர்ந்தவர்கள் அல்ல. நாம் நல்லவர்கள் என்று நினைத்து, நம்முடைய இந்து சகோதரர்களோடு நாம் கொடூரமுறையில் செயல்பட்டதால், கிறிஸ்து மதத்தில் சேர்ந்தவர்களே அவர்கள். இந்தச் சிறிய நாடானது பத்து நூறு வருடங்களுக்குள் கிறிஸ்தவர்களைக் கொண்டு நிறையும். மகாத்மா காந்தி இப்படியுள்ள ஆசாரங்களை நீக்கி தீண்டாமையை ஒழித்து இந்து மதத்தை மீண்டும் கொண்டு வருவதற்காக வந்த முதல் மனிதனே. பொது மக்களான முகம்மதியர்களுக்கும் வைக்கத்திலுள்ள சாலை வழியே நடக்கலாமென்று நம்முடைய அரசாங்கம் சம்மதித்துள்ளது.

முகம்மதியருடைய உடல்பலமும் அடாவடித்தனமும் பார்த்தே அவர்களை அப்படி நடக்க அனுமதித்துள்ளது என்று நினைக்க ஏராளம் உரிமைக் காரணங்கள் உண்டு. கிறிஸ்தவர்களுக்கு இந்த உரிமை கிடைத்தது.

ஜாதி மட்டும் ஒரு முக்கியம் அல்ல. நம்முடைய உடலிலுள்ள கை, கால் முதலான சகல பகுதிகளும் ஒரு அப்பாவின் விந்துவில் இருந்து உண்டானதே.

அதில் எங்கு குத்தினாலும் இரத்தம் வரும். இதில் எதற்கு வலி ஜிட்டாலும் ஒன்றுக்கொன்று தொடர்புண்டு. இதில் ஒவ்வொன்றும் ஒவ்வொரு தகவேலைக்காகத் தரம் பிரிந்து உள்ளது. இடதும் வலதும் கைகள் இருக்கிறது. வலது கை சில வேலைகளுக்காகவும் இடது கை சில வேலைகளுக்காகவும் பயன்படுகின்றது. வலது கைக்கு ஏதாவது நோய் ஏற்பட்டால் இடது கை துணை செய்வதில்லை என்று கூறினால் முடியுமா? அது மாதிரி வலது மூக்கும் இடது மூக்கும் இருக்கிறது. இவற்றில் ஒன்று சில சமயம் அடைத்திருக்கும். அதற்காக மற்றது அதன் வேலையைச் செய்யாது இருக்க முடியுமா? இவைகளின் செய்கைகளை வைத்து வலதுகை பிராமணருக்கும் - அதனால் அதற்கு முக்கியத்துவம்

கொடுப்பதும், இடதுகை பறையனுக்குள்ளதுமாதலால் அதற்கு நீசஸ்தானம் (கெட்ட) கொடுப்பதற்கும் வேறொரு கட்டளைக்குமாகவா செய்திருப்பது?

கை நல்லதாக நினைப்பதால், இடது கையை வெட்டியெறிய வேண்டுமென்று நினைத்தால் அந்த வேலையை வலது கை செய்யுமா? இடது கை கெட்ட வேலைகளைச் செய்வதால் இடது கையை முறித்துவிடுகிறோமா? அதுபோல இறைவனை பக்தியோடு வழிபடும் போது இடது கை கெட்டதென்று நினைத்து வலது கையைக் கொண்டு மட்டும் நாம் வழிபடுவதில்லையே! செயல்களை அடிப்படையாகக் கொண்டு கைகளில் வேற்றுமை எண்ணம் காட்டுகிறோம்.

ஒரு பறையன் மாடுகளை அறுப்பதால் அவன் பாவியென்று நினைக்கிறோம். ஆனால் மனிதனை மட்டுமல்ல. எந்த இன சடலங்களையும் அறுத்து வெட்டும் டாக்டர்கள் எந்த அளவு பாவிகள்! மாட்டு இறைச்சி தின்பதால் பறையன் பாவி என்று கூறினால் மாட்டினுடைய இறைச்சியைவிடக் கெட்ட மணமும், கெட்டதுமான பொருள்களைத் தின்று வாழும் கோழி, பன்றி முதலானவற்றின் மாமிசத்தைத் தின்பவர் எந்த அளவு கெட்டவர்களாகிறார்கள் (இளிப்பு, சிரிப்பு). கள்ளு எடுப்பதால் (இறக்குவதால்) ஈழவன் பாவியென்று சொல்கிறார்கள். அதனால் தான் அவன் தாழ்ந்தவனாக மாறினான் என்று. ஆனால் அவன் செத்தி எடுக்கும் கள்ளைக் குடிக்கும் நல்லவர்களைப் போற்றி நடப்பவர்கள் எந்த அளவு பாவிகளும், நீசர்களும் ஆகிறார்கள்? மரம் கொடுத்த உடைமையாளர்கள் அதிலும் பாவிகளல்லவா? கள்ளு வியாபாரத்தில் பணம் சம்பாதிக்கும் கவர்ன்மென்ட் எந்த அளவில் இருக்கிறது என்று நினைத்துப் பாருங்கள்!

வைக்கத்திலுள்ள சத்தியாகிரகம், போராட்டத்தினால் ஒருவேளை நமது சிறைகளெல்லாம் போராட்டக் காரர்களைக் கொண்டு நிறையவும் - சிறையாக உபயோகிக்க நம்முடைய வீடுகளை கவர்ண்மென்ட் வாடகைக்கு எடுக்கவும் நேரிடலாம். இந்த விஷயத்தில்

இருந்து தெளிவாவது என்னவென்றால், அகிம்சையால் போராடினால் அல்லாது சக்தியாகிரகம் வெற்றியில் முடியாது. சத்தியாகிரகத்தைப் பொருத்தவரையிலும் இந்த நாட்டின் எல்லாப் பத்திரிகைகளும் என்பது மட்டுமல்ல - பொது மக்களும் ஆதரவாகவே இருக்கின்றனர். இந்த நேரத்தில் மகாராஜா செய்ய வேண்டியது ஒன்று மட்டுமே.

பொது மக்களின் தேவையைப் பொறுத்து அதை நிறைவேற்றுவது மட்டுமே. வேறு எதுவும் இல்லை. சத்தியாகிரகத்திற்குக் காரணமாக ஒரு மகாராஜாவின் முன்னர் ராஜதுரோகமாகக் கருதக் கூடிய பல சங்கதிகளும் ஒன்றுமல்லாது வரவே செய்யும். அதில் ஒரு கவுரவமும் உண்டாகாது. அதனால் சகோதரர்களாகிய எல்லாப் பேரும் ஒன்று சேர்ந்து செயல்பட வேண்டும் என்றும் உழைக்க வேண்டுமென்றும் முயற்சி செய்வீர்கள் என்று விசுவாசித்துக் கொண்டு என்னுடைய கருத்துரையை முடித்துக் கொள்கிறேன்.

(28.4.1924 அன்று திருவனந்தபுரத்தில், வைக்கம் கிளர்ச்சியைப் பற்றித் தமிழில் சொற்பொழிவு; கோட்டாறு அரசு உளவுத்துறை அதிகாரி இ. சுப்பிரமணிய பிள்ளை மலையாளத்தில் பதிவு செய்திருந்த பேச்சின் தமிழ் மொழிபெயர்ப்பு, ஆதாரம்: அரசு ஆவணக் காப்பகம், திருவனந்தபுரம்.)

10. *'சுதேசமித்திரன்'* தரும் ஆதாரம்

கொச்சி, ஜூன் 30

"தொண்டர்கள் சனிக்கிழமை வழக்கம் போல் சத்தியாகிரகம் செய்தனர். எதிர்க்கட்சியார் மேலண்டை வீதியில் வழி மறித்தார்கள். நேற்றோடு 10 ராட்டினங்கள் பிடுங்கப்பட்டுப் போயின. நேற்று சத்தியாகிரகிகளுக்கு விடுமுறையாகும். வழக்கம் போல் பஜனை ஊர்வலம், தேசிய கீதம் நடந்தது. கீழண்டை வீதியில் 40 வயது நாயர் ஒருவர், 20 பேருடன் கத்திகளை வீசிக் கொண்டு, தொண்டர்களை வழிமறித்தும், தொண்டர்கள் அதைப் பொருட்படுத்தவில்லை.அதன் மேல் அந்த நாயரும் மற்றவர்களும் ஊர்வலஞ்செய்த தொண்டர்களைப் பிடித்துத் தள்ளினர். தொண்டர்கள்,

இன்ஸ்பெக்டர்கள் பிறகு தலையிலும் முகத்திலும் அடிபட்டார்கள். தொண்டர்களைக் கொன்று தள்ளிக் குளத்தில் போட்டு விடுவதாகப் பயமுறுத்தினார்கள். இன்னொருவர் குமாரனை அடிக்க ஆரம்பித்தார். கிருஷ்ணமேனனுக்குத் தோளில் அடி; இரத்தம் சொட்ட ஆரம்பித்தது. மார்த்தாண்டம் அவர்களுக்கும் மார்பில் இரும்புத் தடியால் அடி விழுந்தது. அரைமணி நேரம் இம்மாதிரி அடித்தனர் வலித்துப் போகும் வரை ஆனால் தொண்டர்கள் தெய்வத்தை நினைத்துக் கொண்டு முன் சென்றார்கள். அடித்தவர்கள் கை அடித்துவிட்டு ஓய்ந்தனர். பிறகு தொண்டர்களும் ஆச்சிரமத்துக்குச் சென்றனர். அடிபட்டவர்களுக்குச் சிகிச்சை நடந்து வருகிறது. கண்ணில் சுண்ணாம்பு தீட்டப்பட்டவரின் நிலைமை கவலைக் கிடமாய் இருக்கிறது. இடது கண் போய்விடும் போல் இருக்கிறது. ஸ்ரீமான் ராமஸ்வாமி நாயக்கர் ஈழவர் தலைவர்களைக் காண வைக்கத்தை விட்டுப் புறப்படுகிறார். *(சுதேசமித்திரன், 2.7.1924)*

11. ஈழவர்களுக்கு பெரியார் வைத்த வேண்டுகோள்

ஈழவர்களுக்கு பெரியார் வைத்த வேண்டுகோள் தான் அன்றைய மக்களின் உணர்ச்சியை அதிகம் தூண்டியது என்று கே.பி. கேசவமேனன் எழுதி இருக்கிறார். 6.7.1924 அன்று பெரியார் வெளியிட்ட அறிக்கை இது. இது 7.7.1924 நாளிட்ட 'தி இந்து *(The Hindu)* நாளேட்டில் முழுவதுமாக வெளியிடப்பட்டது.

(நமது செய்தியாளரிடமிருந்து)

வைக்கம், சூலை 6

வைக்கத்தில் இப்போது உள்ள நிலைமை பற்றியும், கோட்டயம் மாவட்ட மாஜிஸ்ட்ரேட்டால் தனக்கு விதிக்கப்பட்ட வெளியேற்ற ஆணையை இரண்டாந் தடவை மீறியதற்காக, வைக்கம் இரண்டாவது வகுப்பு மாஜிஸ்ட்ரேட் கோர்ட்டிற்கு வந்து பதில் சொல்லுமாறு கட்டளை (சம்மன்) பிறப்பிக்கப்பட்டிருப்பது பற்றியும் ஈ.வெ.இரா. பின்வரும் செய்தியை விடுத்துள்ளார்.

"திருவாங்கூர் அரசாங்கத்தார் திருவாங்கூரில் நான் நுழையக் கூடாது என விதித்திருந்த தடையை மீறி நான் நுழைந்து விட்டதற்காக, என் பெயரில் மீண்டும் நடவடிக்கை எடுத்துள்ளனர். 25.7.1924 அன்று மாஜிஸ்திரேட் முன்பு நேரில் வர வேண்டும் என்று எனக்குப் புதிய கட்டளை பிறப்பிக்கப்பட்டுள்ளது. அன்று என் பேரிலான வழக்கு விசாரிக்கப்படலாம். இவ்வழக்கில் அரசு ஆணையை மீறியதற்காக எனக்குக் கடுந்தண்டனை வழங்கப்படலாம். நான் சிறைப்பட வேண்டும் என்ற நோக்கத்தோடு வேண்டுமென்றே அரசாணையை மீறிவிட்டதாகப் பொது மக்கள் கருதக் கூடாது என்று வேண்டிக் கொள்ளுகிறேன். ஸ்ரீமான் சி. ராசகோபாலாச்சாரியார் நேரிலும் கடிதம் மூலமாகவும், எக்காரணங் கொண்டும் தடையாணையை மீற வேண்டாமென்றும், சிறைப்பட வேண்டாமென்றும் கேட்டுக் கொண்டிருக்கிறார். இப்போது திருவனந்தபுரம் மத்திய சிறையில் தண்டனையனுபவிக்கிற தலைவர்களோ அல்லது வேறு பொறுப்பானவர்களோ வைக்கத்துக்கு வந்து இக்கிளர்ச்சிக்குப் பொறுப்பேற்கிற வரையில், நான் வைக்கத்தில் இருப்பதென்று முடிவு செய்து கொண்டேன். அதுவரையில் என் பேரில் இப்போது விதிக்கப்பட்டுள்ள வெளியேற்ற ஆணை தவிர மற்ற எந்த ஆணையையும் நான் மீறுவதாக இல்லை. திருவாங்கூரில் நுழையக் கூடாது என்கிற தடையாணையை மீறி நான் இங்கே எவ்வளவு காலம் தங்க முடியுமோ அவ்வளவு காலம் தங்குவதற்கு முடிவு செய்ததற்குக் காரணம் ஒன்றுதான்.

கிளர்ச்சியில் ஈடுபட்டுள்ள சத்தியாகிரகிகள் முற்றிலும் அகிம்சையைக் கடைப்பிடிக்க வேண்டும்; தங்களுக்கு எதிரிகளால் இழைக்கப்படும் இழிவுகளையும், தாக்குதல்களையும் மனமுவந்தும் மகிழ்ச்சியோடும் அவர்கள் தாங்கிக் கொள்ள வேண்டும். அதற்காக நான் இங்கு இருக்க வேண்டும்.

நான் அருவிக்குத்தி சிறையிலிருந்து விடுதலை பெற்ற போது, இந்த நாடு கடத்தும் ஆணையை மீறுவதாக முடிவு செய்யவில்லை. ஆனால் வைக்கம் ஆசிரமத்துக்கு நான் வந்தவுடன் இங்கு சட்டத்துக்குப் புறம்பான

நடவடிக்கைகளும், பயங்கரத் தாக்குதல்களும் மிக உச்சக்கட்டத்தில் நடப்பதைக் கண்டேன். சத்தியாகிரகிகளில் பலர் கடுமையாகத் தாக்கப்பட்டனர்; முட்டிகளால் குத்தப்பட்டனர்; மற்றும் பல வகைகளில் கொடூரமாகத் தாக்கப்பட்டுத் துன்புறுத்தப்பட்டனர். இவர்களில் இருவர் உயிருக்கு ஆபத்தான காயங்களை அடைந்தனர். ஆயினும் அவர்கள் தெய்வாதீனமாகத் தப்பித்துக் கொண்டனர். இத்தகைய போக்கிரித் தனமான காரியங்களுக்கு அரசாங்க அதிகாரிகளும் உடந்தையாக இருந்திருக்கிறார்கள் என்று கண்டு அதிர்ச்சி அடைந்தேன். ஆதலால், என் பேரில் சட்டவிரோதமாகப் பிறப்பிக்கப்பட்டுள்ள நாடு கடத்தல் ஆணையை மீறுவதைத் தவிர வேறு வழியில்லை என்பதை உணர்ந்தேன்.

குறுக்காபாக்கில் (பஞ்சாப்) (அண்மையில்) நடந்துவிட்ட கொடிய சம்பவங்களை நேரில் பார்த்தவர்களோ, அது பற்றிச் சொல்லக் கேட்டவர்களோ இப்போது வைக்கத்தில் நடக்கும் சம்பவங்களைக் காண நேரிட்டால் வியப்படைய மாட்டார்கள். இங்கு நடக்கும் சம்பவங்களைக் கூர்ந்து கவனிக்கும்படியும், சத்தியாகிரகிகள் மேற்கொண்டுள்ள போராட்டம் நியாயமானதுதான் எனவுணர்ந்தால் அதை ஆதரித்து அதற்கான தங்களின் பங்களிப்பைச் செய்ய வேண்டுமாயும் பொது மக்களை வேண்டிக் கொள்கிறேன்.

ஈழவர்களுக்கு வேண்டுகோள்:

ஈழவர்களுக்கு எனக் குறிப்பாக அவர் விடுத்துள்ள வேண்டுகோளில், கேரள மாநிலத்தில் ஏழு இலட்சம் பேர்களுக்கு மேல் உள்ள பெரிய எண்ணிக்கை கொண்ட நீங்கள், நீங்களாகவே முன் வந்து இந்தக் கிளர்ச்சியை ஏற்று நடத்தாதது நியாயமாகுமா என்று ஈ.வெ.ரா. வினாத் தொடுத்தார். இன்றுள்ள நிலையில் அன்றாடம் செலவுகளுக்கு 100 ரூபாயும் மற்றும் தொண்டர்கள் 100 பேரும் வேண்டப்படுகின்றனர்.

அரசாங்கம் சத்தியாகிரகம் செய்கிற எல்லோரையும் கைது செய்வது என்கிற முடிவை மேற்கொண்டால், மேலும் அதிக எண்ணிக்கையில் தொண்டர்கள் வேண்டப்படுவார்கள்.

இது சமயம் இங்கு ஈழவ வகுப்புத் தொண்டர்கள் 75 பேரே உள்ளனர்.

சத்தியாகிரக ஆசிரமத்திலுள்ள எல்லா நிர்வாகப் பொறுப்புகளையும் ஏற்றுக்கொள்ளவும், மகாத்மா காந்தியின் விருப்பப்படி சத்யாகிரகக் கிளர்ச்சியைத் தொடர்ந்து நடத்தவும் ஈழவர் வகுப்பிலிருந்து தலைவர்கள் முன் வருவதும் தேவை. ஈழவ வகுப்பினர் நடைமுறையிலுள்ள எதையும் மாற்றுவதற்கு அவர்களாக விரும்பவில்லை என்றும் உள்ளூரிலுள்ள ஈழவர்களின் கருத்துகளை அறிந்து கொள்ளாதவர்களும் அவர்களின் கருத்துகளைப் பிரதிபலிக்காதவர்களும் ஆன வெளியாட்கள்தான் இங்கு வந்து இந்தக் கிளர்ச்சியை மேற்கொண்டிருக்கிறார்கள் என்றும் தீய நோக்கத்தோடு செய்யப்படும் பிரச்சாரத்தைப் பொய்யாக ஆக்குவது ஈழவர்களின் கடமையல்லவா?

ஈழவ சமுதாயத்தினர் சுயமரியாதை உள்ள மக்கள் - கொடுத்தாவது தங்களின் சமூக, சமுதாய உரிமைகளைக் காப்பாற்றிக் கொள்ள வேண்டும் என்னும் உறுதி படைத்தவர்கள் என்று உலகத்தாருக்குத் துலாம்பரமாகக் காட்ட இதைவிட வேறு ஒரு வாய்ப்பு ஈழவர்களுக்குக் கிடைக்குமா?

என் அன்புக்குரிய ஈழவச் சகோதரர்களே!

மிகப்பெரிய தேசபக்தர்களும், உங்களின் போராட்டத்தை ஆதரித்து இந்தியாவே ஒன்று திரண்டு நிற்கிறது. இந்தியாவிலுள்ள சீர்திருத்தக்காரர்களும் உங்கள் கிளர்ச்சிக்கு வாழ்த்துகள் வழங்கிக் கொண்டிருக்கிறார்கள். மேலும் மகாத்மா காந்தியின் வழிகாட்டுதலும் இருக்கிறது. இத்தகைய பொன்னான வாய்ப்பைக் கைநழுவவிடுவது அறிவுடைமை ஆகுமா என்று நீங்களே உங்களைக் கேட்டுக் கொள்ள வேண்டுகிறேன்.

ஈழவ வகுப்பு இளைஞர் ஒவ்வொருவரும், தங்கள் சமூகத்தின் அழைப்பை ஏற்றும், அவர்களின் தொண்டு தேவைப்படும் இந்நேரத்தில் துரோகம் இழைக்காமலும் மகிழ்ச்சியுடனும் பங்காற்ற முன்வர வேண்டும்.

ஈழவர்கள், சமூகத்தின் குட்டரோகிகளைப் போல மேல் வருணத்தாரால் நடத்தப்படுகிறார்கள். நாடோடிகளும், மதுக்குடியர்களும், கொலைகாரர்களும் நிரம்பிய மேல்சாதியினர் - சமூகத்தில் மற்ற எல்லோருக்கும் சமமாக உரிமைகளை அனுபவிக்கிறார்கள். ஆனால் ஈழவர்களில் சிறந்தவர்களாக உள்ளவர்கள் கூடத் தீண்டத்தகாதவர்கள், அண்டத்தகாதவர்கள் என்று சமுதாயத்திலிருந்து ஒதுக்கி வைக்கப்படுகிறார்கள்.

ஆதலால் ஈழவ சமுதாயத்தார் இந்த இயக்கத்துக்கு எல்லாப் பங்களிப்பையும் செய்ய வேண்டுமென்றும் ஆனால் அதே நேரத்தில் இன்றையக் கிளர்ச்சியில் இவர்களுக்கு எதிரானவர்களின் பேரில் கெட்ட எண்ணமோ, வெறுப்போ இல்லாமல் செயலாற்ற வேண்டும் என்றும் ஈ.வெ.ரா. தம் அறிக்கையின் முடிவில் கேட்டுக் கொண்டார்.

- "*The Hindu*", Monday, July 7, 1924
(வே. ஆனைமுத்து, பெரியார் ஈ.வெ.இரா. சிந்தனைகள்)

12. இராஜாஜி வெளியிட்ட உருக்கமான அறிக்கை

சிறையில் பெரியார் வேதனைப்படுவதாக அப்போதே இராஜாஜி அவர்கள் அறிக்கை வெளியிட்டார்.

"ஸ்ரீமான் இ.வி. ராமசாமி நாயக்கர் சிறையில் நடத்தப்படும் விதம் ஸ்ரீமான் ஸி. ராஜகோபாலாச்சாரியார் பின்வருமாறு எழுதுகிறார்:

இப்பொழுது திருவனந்தபுரம் சிறைச்சாலையிலிருக்கும் ஸத்யாக்ரஹக் கைதியான ஸ்ரீமான் ராமசுவாமி நாயக்கரை உணவு, இட வசதி முதலிய விஷயங்களில் சாமான்யக் கைதிகளைப் போல் நடத்துவதாக நம்பத்தகுந்த இடத்திலிருந்து எனக்குச் செய்தி கிடைத்திருக்கிறது. அவர் சிறை உடைகளை அணிகிறார். காலில் இரும்பு வளையம் போடப்பட்டிருக்கிறது. மற்ற ஸத்யாக்கிரகக் கைதிகளிடமிருந்து பிரித்துத் தொலைவில் ஒரு தனி அறையில் அடைத்திருக்கிறார்கள். ஆயினும் ஸ்ரீமான்

நாயக்கர் உற்சாகத்துடனிருந்து வருகிறார் என்பதை நான் சொல்லத் தேவையில்லை.

அவருடன் நான் நெருங்கிப் பழகியிருப்பதால் அவரை நன்கறிவேன். அவர் செல்வத்தையும் அந்தஸ்தையும் துறந்து, சங்கடங்களை ஏற்றுக் கொண்ட தீரபுருஷர். அவருடைய தூய்மையைப் பரிசோதிப்பதற்காக இந்தகைய சோதனைகள் செய்வதற்கு அவர் சந்தோஷப்படுகிறார். பிரிட்டிஷ் இந்தியாவில் நடத்தப்படும் தோரணைக்கு இது முற்றிலும் மாறுபட்டிருக்கிறது. இருந்தாலும் ஸ்ரீமான் நாயக்கர் விஷயத்தில் திருவாங்கூர் கவர்ன்மெண்டார் தவறான வழியில் இறங்கிவிட்டதாகத் தோன்றுகிறது. ஸ்ரீமான் நாயக்கருடைய தெரியாமல் அவ்விதம் செய்யலாம். ஆனால் அது ஒரு மனச்சாட்சிக்காகச் சிறை செல்வோர் எத்தகையினராயினும் அவர்களைச் சமாதானமாக முடியாது. கண்ணியமாக நடத்த வேண்டும். அந்த ஜில்லாவை விட்டுப் போய்விடும்படி ஸ்ரீமான் நாயக்கருக்கு உத்தரவிட்டார்கள். சாந்தமாக அதை மீறி நடந்தார்... இருந்த போதிலும் பிரஷ்ட (வெளியேற்ற) உத்தரவின் நோக்கம் சம்பந்தப்பட்டவரைப் வைத்திருப்பதால் நிறைவேறி விடுகிறது. ஆனால் பாதுகாப்பில் அவருக்குக் கடுங்காவல் தண்டனை விதிப்பதும், இரும்பு விலங்குகள் போடுவதும், சிறை உடைகளைக் கொடுப்பதும், மற்றவர்களுடன் சல்லாபமில்லாமற் செய்வதும் நியாய விரோதமாகும்.

திருவனந்தபுரம் சிறையிலிருக்கும் தீரரைத் தமிழ்நாடு பாராட்டுகிறது. இந்த இயக்கத்தை நிறுத்தி விடும்படி யோஜனை சொல்ல மகாத்மா மறுத்துவிட்டார். இதுவரை இயக்கம் பரமசாந்தமாகவும் கௌரவமாகவும் நடந்து வந்திருக்கிறது.

எங்கும் வெள்ளக் கஷ்டம் ஏற்பட்டிருக்கும் சமயத்தில் பண உதவியைக் கோருவது கஷ்டம்... நிவர்த்தி செய்துகொண்ட போதிலும் தீண்டாமைப் பேயை நாம் ஒழிக்காத வரை சாந்தமானதும் உண்மையானதுமான சுயராஜ்யத்தை நாம் அடைய முடியாது. கலப்பு

விவாகமாவது, கலப்பு போஜனமாவது, ஜாதிகளை ஒழித்துவிட வேண்டுமென்றாவது சொல்லுவதாக எவரும் நினைத்துவிட வேண்டாம். ஆனால் ஜாதி வேற்றுமைகளுக்காக ஒருவருடைய சுதந்தரத்தையும் மறுக்க நியாயமில்லை..." *("சுதேசமித்திரன்" 28.8.1924* வே. ஆனைமுத்து, பெரியாரியம் பாகம் 2)

13. மேரி எலிசபெத் கிங் அடுக்கும் ஆதாரங்கள்

வைக்கம் போராட்டம் குறித்து மிக விரிவாக ஆராய்ச்சி செய்தவர் மேரி எலிசபெத் கிங். அவர் தன்னுடைய நூலில் பெரியாரின் பங்களிப்பு குறித்து அதிகம் எழுதி இருக்கிறார். வைக்கம் பற்றி எழுதுபவர்கள் அனைவரும் மேற்கோள் காட்டுவது மேரி எலிசபெத் நூலைத் தான். அவரே பெரியார் குறித்து தனது நூலில் பத்துக்கும் மேற்பட்ட இடங்களில் குறிப்பிடுகிறார். வைக்கத்தில் வைக்கப்பட்டுள்ள பெரியார் சிலையை ஓவியமாக வரைந்து தனது நூலின் 110 ஆவது பக்கத்தில் பயன்படுத்தி உள்ளார்.

Figure 3 Periyar E.V. Ramasamy Naicker of Erode, Tamil Nadu, among the great social reformers of south India and an ardent orator, was called to join the Vaikom struggle (Illustrated by Madanan PV)

Note: With the main leadership group of the struggle imprisoned, from jail they sent for Periyar E.V. Ramasamy Naicker of Erode, from Tamil Nadu. He is recalled as a fiery orator.

என்று குறிப்பிட்டுள்ளார்.

Periyar means "the great one." Ramaswamy is how his name appears in some records and literature, but he preferred Ramasamy as it conveyed a stance against Brahmanism.

என்று அடிக்குறிப்பு விளக்கமாகவும் பதிவு செய்துள்ளார் மேரி.

ஆனால் ஜெயமோகனின் அடிப்பொடிகளில் ஒருவரான அரவிந்தன் கண்ணையன் என்பவர் இந்த நூலைப் பற்றி எழுதும் போது, "காந்தியின் சாதிக்கு எதிரான செயல்பாடுகளில் மிக முக்கியத்துவம் வாய்ந்தது அவரின் ஆரம்ப காலத்தில் (இந்திய அரசியலில்) நிகழ்ந்த வைக்கம் போராட்டம். பலரும் நினைக்கும் வைக்கம் வீரர் பற்றி இந்த நூலில் பிரமாதமாக எதுவும் இல்லை. ஏனென்றால் அதுதான் நிஜம்" என்று ('கிழக்கு டுடே'வுக்கு எழுதிய கட்டுரையில்) குறிப்பிடுகிறார். ஜெயமோகன் மட்டுமல்ல, ஜெயமோகன் அடிப்பொடிகளும் அரைவேக்காடுகள், திரித்தல்வாத திரைமறைவு வரலாற்று மோசடிக்காரர்கள் என்பதை இதன் மூலம் அறியலாம்.

மேரி எலிசபெத் பெரியாரின் பங்களிப்பை முழுமையாகச் சொல்லி இருக்கிறார். அந்த புத்தகத்தின் தலைப்பை மட்டுமே படித்திருப்பார்கள் இவர்கள். இதோ எலிசபெத் நூலில் சொல்லப்பட்டு இருப்பதன் தொகுப்பு...

> Congress leader George Joseph was arrested on April 11, along with K.G. Nyar and PW Sebastian. According to V. Balambal, the leadership group in prison concluded that the one individual who could compensate for their being under lock and key was Periyar E.V. (p.109) Ramasamy Naicker of Erode, in Tamil Nadu. Considered one of the most indispensable lower-strata leaders in south India, he was their unanimous choice. Kurur Nilakantan Namboodiripad and George Joseph sent him a secret letter by messenger from the prison requesting that he assume the leadership:

> We had already started a mission that was too great. As a consequence, governmental opposition too has been let loose. We had never imagined that we would be behind bars so soon. Only if you come here to Vaikom and assume the leadership of the satyagraha and prolong the struggle, our honour and the honour of our Kerala will be left unscathed. There is no time to think too deeply and delay.

Upon receiving the message, Ramasamy Naicker canceled his tour on behalf of the Congress in Tamil Nadu and proceeded to Vykom.

*This was an important development. With virtually all of the prominent Brahmin figures incarcerated by the government of the princely state, the struggle would soon benefit from one of the great social reformers of the time, from Tamil Nadu, Periyar E.V. Ramasamy Naicker. The movement was bereft of prepared leadership, but, Kusuman observed, "the second rank of the leaders invited Naicker, who was also spearheading similar movements in Tamil Nadu. When invited, he came to Vykom and took the leadership position for some time.
(பக். 109-110)*

ஜார்ஜ் ஜோசப் உள்ளிட்ட தலைவர்கள் கைது செய்யப்பட்டார்கள். எனவே அதனை ஈடு செய்யக் கூடிய ஒரு தலைவராக பெரியார் ஈ.வெ.ரா.வைக் கருதினார்கள். தமிழ்நாடு, ஈரோட்டைச் சேர்ந்த இவர், தென்னிந்தியாவில் மிகவும் முக்கியமான ஒடுக்கப்பட்ட மக்களின் தலைவராக கருதப்பட்டார். குரூர் நீலகண்ட நம்பூதிரி பாட்டும், ஜார்ஜ் ஜோசப்பும் இந்தப் போராட்டத்துக்கு தலைமைப் பொறுப்பை ஏற்குமாறு பெரியாருக்கு ஒரு ரகசியக் கடிதம் அனுப்பினார்கள். நீங்கள் இங்கே வந்து சத்தியாகிரகத்தின் தலைமைப் பொறுப்பை ஏற்க வேண்டும். ஏற்றுக் கொண்டால் தான் இப்போராட்டத்தின் மானம் காப்பாற்றப்படும், கேரளாவின் மானமும் காப்பாற்றப்படும் என்று அதில் குறிப்பிட்டார்கள். இச்செய்தி கிடைத்ததும் தனது சுற்றுப் பயணத்தை ரத்து செய்து விட்டு பெரியார் வைக்கம் வந்தார். போராட்டத்தின் மிக முக்கியமான வளர்ச்சியாக இருந்தது. அனைத்துத் தலைவர்களும் கைது செய்யப்பட்ட பிறகு இயக்கத்துக்கு தலைமை தாங்க ஆள் இல்லாமல் இருந்தது. தமிழ்நாட்டில் இது போன்ற இயக்கங்களை நடத்துபவராக பெரியார் இருந்தார். இரண்டாம் நிலைத் தலைவர்களின் அழைப்பை ஏற்று அவர் வைக்கம் வந்து சில காலம் தலைமைப் பொறுப்பை ஏற்றார்.

While Ramasamy Naicker was en route to Vykom, the maharaja Mulam Thirunal sent the police commissioner and the dewan, Peishkar Subramania Iyer, to bring him to the palace, in V. Balambal's account, reciprocating an occasion when the raja had enjoyed Ramasamy Naicker's hospitality at Erode.

Notwithstanding caste demarcations, he had dared to enter a career in trade and politics, and joined the Congress in 1920 "in order to strengthen its constructive programmes which included the amelioration of the underprivileged communities." Ramasamy Naicker describes his personal motivation: "My ardent desire is to make the people rationalists. Caste must go and Brahmanism should not exist in the world. I joined the Congress only for this." Famed for his powerful speeches in colloquial Tamil, he was in 1920 elected president of the Tamil Nadu Congress. Not long after arriving in Vykom, Ramasamy Naicker would be under arrest, but, Balambal notes, "The Maharaja was very lenient and ordered...

one month's imprisonment in Aruvikkuthu prison.

Ramasamy Naicker enjoyed popular acclaim, because when due to be released from prison, notices appeared saying, "Mr. E.V. Ramaswami Naicker will be released from Arukkutti station this month.... [H]e will be received and taken in a special boat with a local musical band and accompanying boats to the Thaliya Parambu Grounds, where there will be a public meeting." After being freed, he continued speaking out against untouchability and unapproachability. He would soon be back behind bars, sentenced this time to six months and treated like a common criminal in Trivandrum's central jail-forced to wear prison garb and an ankle iron in addition to being confined in solitary detention." (பக். 111)

ஜார்ஜ் ஜோசப்புடனான காந்தியின் கடிதப் பரிமாற்றம் பெரியாருக்கு நம்பிக்கை இழக்க வைத்ததாக மேரி எலிசபெத் சொல்கிறார். சமூக இழிவுகளுக்கு மதம் காரணம் என பெரியார் நினைத்தார். ஆனால் காந்தி அப்படிக் கருதவில்லை. மதம் ஒழிக்கப்பட வேண்டும் என்று சொல்லிவிட்டு காங்கிரசை விட்டே பெரியார் வெளியேறினார் என்கிறார் எலிசபெத்.

> The interchange with George Joseph caused E.V. Ramasamy Naicker to lose confidence in Gandhi. Religion was at the heart of the social predicament in Ramasamy Naicker's eyes, but not in Gandhi's sense. As he saw it, "Roots of evil in a society are to be found in religion. Religion or superstition has prevented development in society. Religion must be abolished by rationalism. Caste system and domination of Brahmins must be destroyed." Ramasamy Naicker believed that religion would have to be eradicated before progress and justice could prevail. He would in 1925 leave the Congress because he believed that the party had given benefits to the Brahmins, while discrediting those who were not of their caste.
>
> According to Balambal, he was not satisfied with how Gandhi had handled the Vaikom satyagraha. Ramasamy Naicker's disagreement with Gandhi went beyond the Brahmin question. He also substantially disagreed with upper-caste leaders concerning the limited participation of the Dalits and former slave castes in the Vaikom struggle

என்றும் 120 ஆவது பக்கத்தில் குறிப்பிடுகிறார்.

> On April 13, however, under the leadership of E.V. Ramasamy Naicker, twelve volunteers participated solely on the western side of the temple

என்றும் பதிவு செய்துள்ளார்.

பெரியாரின் உணர்ச்சிகரமான பேச்சுகளால் அவர் குறிவைக்கப்பட்டதாக மேரி எலிசபெத் எழுதுகிறார். இது போன்ற பேச்சுகள் பொது அமைதியைக் குலைக்கும் என்று காவல் துறை அதிகாரி நினைத்தார். இராமசாமி நாயக்கர், கே. அய்யப்பன், நாகர்கோவில் டாக்டர் எம். பெருமாள் நாயுடு ஆகியோர் மீது வழக்கு பதிய ஒப்புதல் தருமாறு மகாராஜாவிடம் கேட்கப்பட்டது. அவர்களது பேச்சுகள் ஆட்சேபனைக்கு உரியவை என உறுதிப்படுத்தப்பட்டது. சில பேச்சுகள் தேசவிரோதமானவை என்றும் குற்றவியல் சட்டப்படி தண்டனைக்குரியவை எனவும் சொல்லப்பட்டன. இவை அனைத்துக்குமான ஆதாரங்களையும் மேரி குறிப்பிட்டுள்ளார்.

Government records reveal that Ramasamy Naicker and others were being targeted for their fervent public speaking. One police officer's perusal of public speeches given around this time by K. Aiyappan indicates that such orations were thought likely to inflame religious hostility, incite offenses, disturb public peace, and to be a "great danger to the safety and public tranquility of Vaikom and other parts of the State." (Pitchoo Iyengur Assistant Superintendent of Police, Vycome [Vykom]District Magistrate, Kottayam, handwritten letter December 17 1923, KSAvol. 8, VSB The letter was written in December 1923, when the Congress party was seeking to restore itself after the Mapilla rebellion of 1921-2 and planning its annual meeting in Kakinada.)

On May 20, the maharaja had been asked to approve the prosecution of Ramasamy Naicker, K. Aiyappan of Vaikom, and Dr. Emperumal Naidu of Nagercoil. (N. Krishnan Oonithan, Palace, Trivandrum, Letter May 20, 1924, KS Avol 8 VSB - no addressee, no file number)

Their speeches were found to be "objectionable. (A letter asks W.H. Pitt to arrange the prosecution of Mssrs. Ramasamy, Emperumal Naidu, and Aiyappan, indicating that copies of their "objectionable speeches" will be forwarded. Letter to WH Pitt, Police Commissioner Travancore, May 20, 1924, KSA: vol. 8, VSB - no signatory, no file number)

"Some lectures were imputed to offend provisions of the Criminal Law relating to sedition. *(R Anandadao, Government of Travancore, to R. Krishna Pillai, Chief Secretary to Government Travancore, "Urgent and Confidential Letter," May 13, 1924, KSA: vol. 8, VSB, file 982 Anandadao's letter says that he has studied reports of speeches given at public meetings in Nagercoil, Trivandrum, and Vaikom [by Ramaswami Naicker, Naidu, and Aiyappan] A handwritten note asks which speeches "offend the law of India?")*

The offending speeches are cited as evidence for prosecution. *(A tabular statement charts details of E.V. Ramaswami Naicker, Emperumal Naidu, and K. Aiyappan, dates, place, section of the Travancore Penal Code under which each is to be prosecuted, name of the complainant (police) court before which each is to appear, and which speeches may be considered as evidence. Chart: List of persons to be prosecuted, May (n.d.), 1924, KSA; vol. 8, VSB - no file number)*

The volume of court orders against individuals speaking on behalf of the struggle appears to have been sufficiently large to demand (p.129) creation of a pro forma magistrate's arrest order, in which a name could be inserted for purposes of issuing a detention order in 1924. The prototype justifies the taking into custody if the accused "uttered words calculated to bring into hatred and contempt and excite disaffection towards, the Sovereign of this Kingdom and his Government and also to promote feelings of enmity and hatred between the several classes of people in His Highness's territory."

(*Form: Order from court of First Class Magistrate of.......... no...... (n.d.) 1924, KSA, vol. 8, VSB - no file*)

ஏப்ரல் மாதம் நடந்த ஆலோசனைக் கூட்டத்தில் பலரும் பேசியது காவல் துறை அறிக்கையில் இருக்கிறது. இதில் பெரியார் பேச்சை மேரி எலிசபெத் மேற்கோள் காண்பிக்கிறார்.

Points accentuated in impassioned speeches by the leadership of the satyagraha in April, some by individuals from outside Travancore, are noted in a government report on a Trivandrum meeting, for which no date is given. In the first mention in archival records of the notion of a discrete road, K.G. Kunjukrishna Pillai, presiding over the session, said that he had heard that the government was contemplating the construction of a separate road for the lower-caste Hindus in Vaikom. He mentions that the satyagraha had not started because of a lack of roads, but to establish the rights of all Hindus to walk upon those in place. He went on to say regarding the dewan, "His Highness is the only one who is really against the Satyagraha [sic]." In the meeting, Ramasamy Naicker stated that stayagraha "is not a fight against [the] Government. It is not a religious fight and it is not a communal fight. It (p.130) is an act of a public good. It is intended to establish equality." He argued that any violence would bring down the harshest of reprisals: "We must be nonviolent. The slightest violence will set at naught all our efforts." The police officers' response to the slightest violence, Ramasamy Naicker explained, would be to employ guns and other weapons, and if the Travancore government does not put down the situation, British forces will arrive with airplanes and machine guns. He described a comparable struggle in the village of Edapadam, where "there was complete nonviolence"; as a result, "[t]he authorities found it difficult to meet the situation." Mannath Padmanabha Pillai, in his turn, remarked that "the government that ordered the arrest of the leaders is an uncharitable Government. It is the government who did the injustice." (CS Ramachandra Iyer, Cantonment Trivandrum, to Trivandrum District Superintendent of Police, Report of speech extracts April 28, 1924, KSA: vol. 5 VS Bhand written files 127-32 (6 pp), 12, 45 Last sentence trans. Dinoo Anna Mathew, 5)

"Ramasamy naikar was banned from district magistrate court 'to prevent pronale riot' என்கிறார் எலிசபெத். (The District Magistrate's Court order was as follows: [W]hereas it is necessary that you should be prohibited from making any public)

ஜூன் மாதம் நடந்த கூட்டத்தில் பெரியாரின் பேச்சு வன்முறையைத் தூண்டுவதாக அமைந்திருந்தது என்கிறார் எலிசபெத்.

The entrance of the impassioned E.V. Ramasamy Naicker was reported to officials of the princely state with scorn:

There was a meeting in the [June] evening in which Naicker spoke in Tamil, ... [H]is speech was a very violent one. Subramonya Chettyar also spoke and said that any amount of money and any number of volunteers can be sent from Tamil country and that all that the local people need is to be patient and cause no violence.

காவல் துறையின் தடையுத்தரவை மீறி பெரியார் இங்கேயே இருப்பதாக மாஜிஸ்திரேட் கண்டித்துள்ளார்.

In today's meeting Naicker has advised them to continue the spinning in spite of the police taking away the charkas. The District Magistrate having requested [sic] to accord sanction for persecuting Mr. Naicker again for continuing to remain here in spite of the... order.

(confidential three page handwritten letter, from camp vaikom, to R. krishna pillai, chief secretary, travancore, June 22. 1924, KSA: vol. 3, VSB, file 692-3)

14. நாகம்மாள்

பெரியாரின் மனைவி நாகம்மாள் பங்கேற்றதை எலிசபெத் எழுதி இருக்கிறார். ஆவணக் காப்பக பதிவுகளில் இருந்து அதனை எழுதி இருக்கிறார்.

By May, women had begun to take a larger part in the Vykom satyagraha. The Mathrubhumi reports that for the first time, on May 24, the (p.158) volunteers' group included five women among them the wife of EV Ramasamy Naicker Of these five, one was from the excluded castes. The women were halted at the entrance of the prohibited road by the police, who told four of them that they could enter but informed the lower-rank woman that she could not. The other four replied "We are going together and we won't leave her alone at the entrance" As a result, they were made to stand for hours at the entry point Local women living in the environs of Vykom were not substantially active in the satyagraha, although this picture started to change several months into the struggle in 1924. Files in the Kerala State Archives show that the chief secretary of the government was being advised of increases in the number of women volunteers taking part. (May-June 1924, several reports to the Chief Secretary from District Magistrate, on women volunteers becoming actively involved during May and even more so in June 1924, KSA: vol. 3. VSB)

Archival and newspaper records reveal the episodic involvement of women in the satyagraha, sometimes noteworthy.

(In October 1924, Poonen Lukosea surgeon appointed to head the Women's and Children's Hospital in

Trivandrum, would become the first woman appointed to the Legislative Council The following year, in January 1925, in Gujarat, Gandhi would address a women's conference and speak about women as vital for swaraj: "I ask you to participate in public life," and to "work for India's salvation," in part by wearing khadi. Gandhi, Speech at Women's Conference, Sojitra (January 16, 1925), in CWMG 30: 108, 110. Upon visiting Travancore in the following March, detailed below, Gandhi will regularly note the presence of girls and women in audiences for his speeches. He will observe that women bring prowess to the handlooming of khadi, which in the national context was not related to gender.)

The Mathrubhumi reports approximately three weeks later, on roughly June 14, 1924, that Mrs Naicker and six or seven of her Brahmin friends were not allowed to enter the Vaikom temple. They proceeded to purify themselves, called poojah, in the open air. (The Satyagraha Struggle at Vykom: Mrs. Naicker Was Not Given Entry to the Temple [event in the June 14 report]" Mathrubhumi (trans. Thilleri) June 19, 1924, 3 This was the wife of Periyar EV Ramasamy Naicker)

For the most part, the individuals who were participating in the events, and would join in the large processions to come, were from Tamil Nadu. EV Ramaswamy Naicker, Ayyamuthu Gounder (also Ayya Muthu Goundan, or Ayyamuttu Gaundar), and Emperumal Naidu were Tamil leaders who courted arrest என்கிறார் மேரி எலிசபெத்.

15. காந்தியுடன் பெரியார் இருந்தார்!

Mr. Gandhi was received at the Warkalai Camp-shed by the Peishkar and myself on behalf of Government, and at 12 noon was received in the audience by Her Highness The Maharani Regent At 4 P.M. accompanied by Messrs. C. Rajagopalachari, V.V.S. Ayyar and E.V. Ramaswamy

Naicker of Erode who had joined the party of Narayana Guru at Gandhi Asramom (the residence of Alumoottil Channar) near Sivagiri at Warkalai. Only a few Ezhava leaders and sympathisers with the Satyagraha movement were allowed to be present. The Guru seems to have attempted to avoid the meeting and was only brought back to Warkalai at the last moment. The different aspects of Satyagraha were discussed and it appears that the Guru declared that he was not a believer in non-violence in agitation for removing social dis-abilities and that though he excluded inter-dining and inter-marriage he was anxious to secure for his community by any method social equality in all other matters with Caste Hindus including temple entry and admission to Caste Hindu houses. It is said that by means of argument Mr. Gandhi was able to convince the Guru of the efficacy and necessity of non-violence in all social movements and that the Guru agreed to follow Mr. Gandhi's advice. The party was then taken in procession to Sivagiri, the religious head-quarters of the S.N.D.P Yogam and there spent the night. (டி.கே. ரவீந்திரன் நூல், பக். 264)

16. பெரியார் தலைமை தாங்கினார் என்கிறார் காவல் துறை அதிகாரி!

டி.கே. ரவீந்திரன் தனது நூலில் அன்றைய மெட்ராஸ் மாகாண அரசின் தலைமைச் செயலாளருக்கு அனுப்பி வைக்கப்பட்ட கடிதத்தை மேற்கோள் காட்டுகிறார். Madras States Agency, Camp Kunnamkulam, 21st April 1924 அன்று இக்கடிதம் எழுதப்பட்டுள்ளது. C.W.E. Cotton Esq., C. IE., IC. S, Agent to the Governor-General என்பவர் இக்கடிதத்தை அனுப்பி இருக்கிறார். வைக்கம் போராட்டம் எப்படி நடந்து கொண்டிருக்கிறது என்பதைப் பற்றிய மிக நீண்ட அறிக்கை இது.

ஏப்ரல் 13 பெரியார் வைக்கம் வந்துவிட்டார். ஏப்ரல் 21 இந்தக் கடிதம் எழுதப்பட்டுள்ளது. அதில் பெரியார் குறித்த தகவல் மட்டும் இங்கே குறிப்பிடப்படுகிறது.

> 5. Mr. Ramasami Naicker arrived on that day from Erode to take charge of the campaign. If more determined attempts are made to push past the police picquets Mr. Pitt has all arrangements in hand for the erection of barricades. His latest report suggests that Satyagrahists are deliberately provoking the rank and file of the police to lose their tempers but have failed dismally. Mr. S. Srinivasa Iyengar arrived from Madras on the 17th and had an informal conference with the caste-Hindus which seems to have come to nothing, before proceeding to Trivandrum. The latest news is that Mr. Perumal Naidu has relieved Mr. Ramasami Naicker as O.C., Satyagraha Head-quarters. (பக். 288)

சமீபத்திய செய்தி என்பது ராமசாமி நாயக்கரை சத்தியாகிரகத் தலைமை அலுவலகத்தில் ஆர்கனைசிங் கமிட்டியில் எம்பெருமாள் நாயுடு இணைத்துள்ளார் என்பது ஆகும் என்கிறது இந்த அறிக்கை.

17. திவான் வீரராகவ அய்யங்கார் சொல்கிறார்

பொறுப்பு திவானாக இருந்த வீரராகவ அய்யங்கார் அறிக்கையில் (24.4.1924) பெரியார் குறிப்பிடப்படுகிறார்.

> "On the 12th, volunteers appeared on the eastern and southern roads as well and continued to sit before the police pickets courting arrest. The total number of Satyagrahis on the 13th instant was 24 of who 2 were taken back by the guardians, 8 are under treatment in the Hospital and the remaining continue seated on the roads. One Ramaswami Naicker of Erode is now leading the movement. On the advice of Mahatma Gandhi, the policy of fasting has been given up and the volunteers in batches of three each come up and stand by turns

at the boards of the 4 side roads" (பக். 296, டி.கே. ரவீந்திரன்)

என்று எழுதுகிறார் திவான் வீரராகவ அய்யங்கார். 13 ஆம் தேதிக்குப் பிறகு ஈரோடு ராமசாமி நாயக்கர் தலைமை தாங்கினார் என்று அறிக்கை கொடுக்கிறார் திருவிதாங்கூர் திவான்.

18. வெற்றி விழா காலக்கட்டம்

Ramasamy Naicker worked behind the scenes to help bring about their release and approached Bahadur T. Raghavaiah (also called Rajaji), a close friend of the dewan, according to Balambal என்கிறார் *(பக். 166)* மேரி எலிசபெத்.

வைக்கம் சத்தியாகிரகம் நவம்பர் 23, 1925 முடிவடைந்தது. 604 நாட்கள் நடந்தது. 29 ஆம் தேதி மாபெரும் பொதுக்கூட்டம் ஈ.வெ. ராமசாமி நாயக்கர் தலைமையில் நடைபெறுவதாக போலிஸ் அதிகாரி கடிதம் அனுப்பி இருக்கிறார். ஈ.வெ. ராமசாமி தலைமையில் மாபெரும் பொதுக்கூட்டம் நடந்தது. சத்தியாகிரகத்தின் நோக்கம் நிறைவேறியதாகக் கருதி சத்தியாகிரகத்தை நிறுத்திக் கொள்ள தீர்மானம் நிறைவேற்றப்பட்டது.

There will be a grand public meeting in the Satyagraha Asraman on the 29th instant [sic] when Mr. E.V. Ramaswami Naicker will preside...

(K. Rama Varier, Police Inspector, Vaikom, to Commissioner of Police, Trivandrum, letter regarding completion of new deviation road, November 24, 1925, KSA: vol. 10, VSB)

Exactly when the secondary road was completed may not be definitively discernible. Pitt's letter conveying the inspector's report to the chief secretary of the government went out ten days later. (W.H. Pitt, Commissioner of Police, Trivandrum, to Chief Secretary of Government, Trivandrum, letter transmitting police inspector's report on deviation road, December 4, 1925, KSA: vol. 10, VSB, file 9385. Attached is K. Rama Varier, Police Inspector,

Vaikom, to Trivandrum Commissioner of Police, "Letter on the New Deviation Road," November 24, 1925, KSA: vol. 10, VSB)

Its attached report countersigned by Pitt says that the deviation road was finished at Vaikom on November 23.

On December 4, from elsewhere in the government in Trivandrum, the dewan was sent in a confidential letter of resolutions passed on November 29, 1925, by a large public assembly led by E.V. Ramasamy Naicker. The declaration resolves: In view of the fact that the Government have thrown open all roads in Vaikom to all citizens irrespective of castes or creed and that they follow no invidious distinction in their use, the object of Satyagraha have been achieved, this meeting approves of the decision of the untouchability committees under instructions from Mahatmaji to dissolve the Satyagraha [ashram] and demobilize the volunteers thereof.

(R Krishna Pillai to M.E. Watts Dewan of Travancore, confidential letter transmitting resolutions, December 4, 1925, KSA: vol. 10, VSB, file 9296, 1)

பெரியார் தலைமையில் நடந்த கூட்டத்தில் தீர்மானம் நிறைவேற்றப்பட்டதாக கேளப்பன் தனது அறிக்கையில் சொல்வதாக மேரி எலிசபெத் எழுதுகிறார். *(K. Kelappan, Secretary, Kerala Congress Untouchability Committee, Calicut letter conveying resolutions, to His Excellency the Dewan of Travancore, Trivandrum, December 7, 1925 KSA: vol. 10, VSB file 9287, 1, 2.)*

ராமசாமி நாயக்கர் தலைமையிலான கூட்டத்தில் நிறைவேற்றப்பட்ட கையால் எழுதப்பட்ட தீர்மானங்கள் அய்யப்பன் எழுதிய கடிதத்தில் உள்ளன. இதன் பிறகு 1925 நவம்பர் 23 அனைத்து சத்தியாகிரகிகளும் வெளியேறினார்கள். இன்று வைக்கத்தின் வடக்கு வாசலில் டி.கே. மாதவன்,

ராமசாமி நாயக்கர், மன்னத்து பத்மநாபன் ஆகியோர் சிலையாக உள்ளனர்.

> I have been instructed to convey to the Government of Her Highness the Maharani regent of Travancore the following resolutions passed at the public meeting held at Vaikom attended by over four thousand people and presided over by Mr. E.V. Ramaswami Naicker of Erode. I have the honor to be, Sir, your most obedient servant, s/ K. Kelappan, Secretary.
>
> His letter contains the same resolutions as those noted from the meeting led by Ramasamy Naicker, written by hand, referencing a fact that (p.211) all roads in Vaikom have been thrown open to all citizens. Four thousand assembled in Vaikom had been told that all roads were open and "the present solution of the road question by the Government is satisfactory."
>
> By November 23, 1925, the last satyagrahi had departed. Today in Vaikom at the northern gate of the temple stand statues of T.K. Madhavan, Ramasamy Naicker, and Mannath Padmanabhan Pillai.

இவ்வாறு மேரி எலிசபெத் கிங் தனது நூலில் முக்கியமான பகுதிகள் அனைத்திலும் பெரியாரைக் குறிப்பிடுகிறார். அதனை கேரள ஆவணக் காப்பகத்தில் இருந்து, காவல் துறை ஆவணங்களில் இருந்து ஆதாரங்களுடன் குறிப்பிடுகிறார். வைக்கம் படிப்பினைகள் தான் காங்கிரசில் இருந்து அவர் வெளியேறுவதற்கும் பின்னர் சுயமரியாதை இயக்கம் தொடங்குவதற்கும் அடிப்படைக் காரணமாக அமைந்திருந்தது என்றும் (பக். 235) சொல்கிறார் மேரி எலிசபெத் கிங்.

19. பாலாம்பாள்

Journal of Kerala Studies - இதழில் வி. பாலாம்பாள் அவர்கள் E.V.R. and Vaikom Satyagraha என்ற கட்டுரையை 1980 ஆம் ஆண்டு எழுதினார். இதில் பெரியாரின் பங்களிப்பை மிகச் சிறப்பாக எழுதி இருக்கிறார். Studies in the History of the

Sangam age, Chola Hisotry, Society Through Ethics & Values ஆகிய புகழ்பெற்ற நூல்களின் ஆசிரியர் இவர்.

20. ராஜ்மோகன் காந்தி

ராஜ்மோகன் காந்தியே பெரியாரின் பங்களிப்பு குறித்து அழுத்தமாக எழுதி இருக்கிறார். நாராயண குருவை காந்தி சந்தித்த போது, ஈ.வெ.ரா.வும் இராஜாஜியும் உடனிருந்தனர். இந்த சத்தியாகிரகத்தில் பகுத்தறிவாளரான பெரியார் ஈ.வெ.ரா. பங்கெடுத்து முக்கிய பங்காற்றினார். சிறையில் இருந்தார். 1925 ஆம் ஆண்டு வைக்கத்தில் நடந்த மாபெரும் பொதுக்கூட்டத்துக்கு ஈ.வெ.ரா. தலைமை வகித்தார் என்று எழுதுகிறார் ராஜ்மோகன் காந்தி.

"... On 12 March, accompanied by two southern allies, EVR and CR, Gandhi called on Narayana Guru, who reiterated his endorsement of the satyagraha...

Destined to be venerated as the rationalist Periyar, EVR played a significant role in the satyagraha and suffered imprisonment for it. In November 1925, he presided at a large public assembly in Vaikom where the struggle's participants and supporters accepted the terms that Gandhi's visit had secured.." (Modern south india - A history from the 17th century to our times)

21. பத்திரிக்கையாளர் மனோஜ் மிட்டா

"This bold initiative was partly an effect of Travancore's proximity to Guruvayur, which had plunged Gandhi into his campaign for temple-entry legislation More importantly, it had roots in the 1924-25 Vaikom Satyagraha, in which Gandhi, along with social reformers Narayana Guru and Periyar E.V. Ramasamy, had played a key role in forcing the Travancore government to let all sections of people use at least three out of the four roads leading to a temple"

என்று 'Caste Pride' என்ற நூலில் மனோஜ் மிட்டா குறிப்பிடுகிறார்.

22. ஏ. ஸ்ரீதர மேனன் எழுதுகிறார்

> The historic Satyagraha began on March 30, 1924 The Devaswam authorities and the Government were bent upon suppressing the agitation They raised barricades along the roads leading to the temple and served prohibitory orders on the leaders of the Satyagraha Among the Kerala leaders who guided the Satyagraha were T.K. Madhavan, K.P. Kesava Menon, Changanasseri Parameswaran, Pillai Mannath Padmanabhan, C.V. Kunjuraman, M.N. Nair, George Joseph, A.K. Pillai and Alummoottil Channar (A.K. Govinda Das) Mahatma Gandhi extended his full moral support to the agitation. Sree Narayana Guru blessed the venture. His Ashram at Vaikom was being used as the Satyagraha camp Leaders from outside Kerala like C. Rajagopalachari, S. Srinivasa Ayyangar, Swami Sraddhanand and E.V. Ramaswami Naicker visited Vaikom and encouraged the Satyagrahis. A group a twelve Akalis who came from the Punjab ran a free kitchen for the volunteers in which hundreds were fed every day The Satyagrahis were subjected to severe hardships because of the oppressive policies of the Government Leaders like T.K. Madhavan, K.P. Kesava Menon, K. Kelappan, A.K. Pillai and K. Velayudha Menon were arrested and sent to the Central Jail in Thiruvananthapuram after being tried and sentenced to imprisonment ranging from 4 to 6 months. The news of the Satyagraha and the arrest of the leaders received wide publicity in the national press. Appeals poured in from all over the country to the Maharaja praying for the abolition of the unfair custom, but did not have any immediate effect." (பக். 77)

என்று எழுதுகிறார் ஏ. ஸ்ரீதர மேனன். *(kerala and freedom struggle)*

23. டி.கே. ரவீந்திரன்

திருவனந்தபுரத்தில் உள்ள கேரள பல்கலைக் கழக வரலாற்று பேராசிரியர் டாக்டர் டி. கே. ரவீந்திரன் *Eight furlongs of freedom* என்ற ஆய்வு நூலை எழுதி 1980 ஆம் ஆண்டு வெளியிட்டார். கேரள அரசாங்கத்தின் ஆவணக் காப்பகத்தில் உள்ள தரவுகளைக் கொண்டு எழுதப்பட்ட நூல் இது. 1924 ஆம் ஆண்டு காவல்துறை குறிப்புகளை வைத்து இந்நூலை எழுதி இருக்கிறார் டி.கே.ரவீந்திரன். இவர் தமிழருமல்ல. திருவிதாங்கூர் கவர்னர் ஜெனரலின் ஏஜெண்டாக இருந்த சி.டபிள்யூ.இ. காட்டன், அன்றைய சென்னை ராஜதானி தலைமைச் செயலாளருக்கு கடிதம் எழுதுகிறார். அதனை ரவீந்திரன் தனது நூலில் குறிப்பிடுகிறார்.இந்தக் கடிதத்தை இணைப்பாகவும் கொடுத்திருக்கிறார் ரவீந்திரன்.

> "... Leaders and volunteers from outside Kerala also came up to take active part in this campaign which in Vaikom went on in the form of passive resistance, and away in towns and villages in the form of fund-raising and propaganda meetings"

என்று எழுதி விட்டு அதற்கு ரவீந்திரன் போடும் அடிக்குறிப்பு இது.

> E.V. Ramaswamy Naickar, AyyaMuthu Goundan, and Emperumal Naidu were some of the Tamil leaders who took part in the Satyagraha and courted arrest. Ramaswami Naickar's firy speeches roused the people of Travancore from their lethargy. (பக். 67)

'தீண்டாமை எதிர்ப்புக் குழுவில் இடம் பெற்ற முக்கியத் தலைவர்கள் அனைவரும் கைது செய்யப்பட்டு சிறையிலடைக்கப்பட்ட பின்னால் பல்வேறு இடங்களில் இருந்து தலைவர்களும் தொண்டர்களும் கேரளாவை நோக்கி வரத் தொடங்கினார்கள்' என்று எழுதி விட்டு தனது நூலில் ஒரு அடிக்குறிப்பு போடுகிறார் ரவீந்திரன்.

'ஈ.வெ. ராமசாமி நாயக்கர், அய்யாமுத்து கவுண்டர் மற்றும் எம். பெருமாள் நாயுடு போன்ற தமிழகத் தலைவர்கள் சத்தியாகிரகத்தில் பங்கேற்று கைது செய்யப்பட்டனர். இதில் ராமசாமி நாயக்கரின் பேச்சு திருவிதாங்கூர் மக்களை ஈர்ப்பதாக இருந்தது' என்று எழுதுகிறார் ரவீந்திரன்.

Thereafter the enthusiasm of the volunteers redoubled and satyagraha by relay was inaugurated. Some leaders also reached Vaikkam and took charge of the Satyagraha campaign. E.V. Ramaswami Naicker who arrived on 14th morning led the first two batches in the relay service for the northern and eastern roads. Arrangements were made for sending relays of volunteers every four hours. Public meetings also were held on the Vaikom foreshore in the evenings. It was decided to enroll women volunteers as well who would look after the feeding and other arrangements at the Ashram. (பக். 88)

...But the support the Vaikkom Satyagrahis received from Madras, both in money and leadership, was very great and impressive. E.V. Ramaswami Naicker's lead gave a new life to the movement. His stirring appeal on the eve of his journey to Kerala had made a deep impression on the mind of Tamil Nadu. He said "the command from the neighbouring sister province of Kerala'is irresistible. A grave situation has arisen. Repression is rampant. Satyagrahis and leaders, including Sriman Joseph in trying to remove untouchability, the cornerstone of our Mahatma's programme have been made the victims of it. These considerations far out-weigh in my mind and I have started. Perhaps I may also be arrested; but it is nothing. I appeal to all sympathisers, be they leaders, propagandists, volunteers or persons of whatever creed, to flock to Kerala. Those that cannot do so, can at least give their financial aid. Many volunteers in Tamil Nadu have often said and also written to me that they were

only looking forward to a Satyagraha and still many others, that they would

His suffer in the cause of the removal of untouchability. (பக். 89)

...A Satyagraha Deputation consisting of prominent congressmen was instituted on the advice of Gandhi in order to propagate the ideal and message of Satyagraha among the people of Travancore and to make them conscious of their duty to lend support for the epic struggle at Vaikkam. The Deputation did splendid work in the cities and villages in collecting money and volunteers for the successful working of the campaign. Ramaswami Naicker, Dr. Emperumal Naidu, Mannath Padmanabhan, Mathunni, Chittedathu Sanku Pillai, Rama Krishna Das, Ayyamuthu Gounder and Govindan Channar were the members of the Deputation. Their activities in the interior parts of Travancore brought a welcome change in the attitude of the conservative people. Ramaswami Naicker's speeches were especially impreessive and their savage force cut through the prestige of the Travancore Government. He was arrested and sent to jail several times. Prohibitory orders were served on other members of the Satyagraha Deputation and most of them were detained for breaking these orders. (பக். 90)

E.V. Ramaswami Naicker of Madras in a public meeting at Vaikkam said, "The Travancore Government have brought out the plea that the Vaikkam temple road belongs to the Devaswam. As the whole of Travancore is dedicated to Padmanabhaswami, neither the Travancore Maharaja nor his predecessor nor his grand-father has any right over it. By virtue of this, everything in Travancore has become the property of the Devaswam. (பக். 115)

"ஒரு சிக்கலான நேரத்தில் தான் சென்னை ராஜதானியில் இருந்து தலைவர்கள் வந்தார்கள். ... சத்தியாகிரகிகளுக்கு ஆதரவும் பணமும் இயக்கத்தை நடத்தும் தலைமையும் சென்னையிலிருந்து கிடைத்தது. ஈ.வெ. ராமசாமி நாயக்கர் இந்த இயக்கத்துக்கு புத்துயிர் ஊட்டினார். கேரளாவுக்கு வருவதற்கு முன் அவர் தமிழ்நாட்டு மக்களுக்கு அறிக்கை வெளியிட்டார். உணர்வுபூர்வமான அறிக்கை இது...

அவரின் உணர்ச்சி பூர்வமான பேச்சுகள் வைக்கத்தின் சுற்றுவட்டாரத்திலும் திருவிதாங்கூரின் பகுதிகளிலும் உள்ள மக்கள் மத்தியில் ஒலித்தது. தர்க்கமாகவும் உறுதியாகவும் அவர் வைத்த வாதங்கள் மனத்தடுமாற்றம் உள்ளவர்களைக் கூட போராட்டத்தின் பக்கம் இழுத்தது. ... ராமசாமி நாயக்கர் பேச்சு குறிப்பாகச் சொன்னால் மக்கள் மத்தியில் பதியக் கூடியதாக இருந்தது. திருவிதாங்கூர் அரசின் மதிப்பையே குலைக்கக் கூடியதாக இருந்தது. எனவே அவர் பலமுறை கைது செய்யப்பட்டார்' என்று தனது நூலின் பல்வேறு பக்கங்களில் (63, 67, 87, 88, 89, 90, 115,) ரவீந்திரன் எழுதுகிறார்.

24. டாக்டர் அய்வி பீட்டர்

நாகர்கோவில் மகளிர் கிறித்துவக் கல்லூரி பேராசிரியையாக பணியாற்றிய டாக்டர் அய்வி பீட்டர் அவர்கள், The History of the Ezhavas upto 1956 என்ற தலைப்பில் முனைவர் பட்ட ஆய்வு செய்தவர். அவரது நூல், 'ஒடுக்கப்பட்ட சமுதாயம் வரலாறு படைத்தது' என்ற தலைப்பில் வெளியாகி உள்ளது. கேரள மாநிலத்தில் தீண்டாமைக் கொடுமைகளுக்கு ஆளான ஈழவர் சமுதாயம் தங்கள் மீதான தடைகளை தகர்த்து சமூக எழுச்சியடைந்த வரலாற்றைக் கூறும் நூல் இது. கேரள அரசின் ஆவணங்களை வைத்து எழுத்தப்பட்ட நூல் இது. வைக்கம் பற்றி மட்டுமல்ல, கேரள சமூக சீர்திருத்தப் போராட்டங்கள் முழுமையாக இதில் உள்ளன.

"தமிழ்நாடு காங்கிரஸ் கமிட்டியின் தலைவராக இருந்த E.V. ராமசாமி நாயக்கரும் போராட்டத்திற்கு தனது முழு ஒத்துழைப்பையும் நல்கினார். போராட்டத்தில் ஈடுபட்டு காவலில் வைக்கப்பட்டிருந்த தலைவர்களின் வேண்டுகோளின் பேரில் அவர் வைக்கத்திற்கு வந்தார்.

சரியான வழி நடத்துதல் இல்லாவிட்டால் போராட்டம் வெற்றி பெறாது என்பதைச் சிறையிலிருந்த தலைவர்கள் உணர்ந்தனர். போராட்டத்தை தொய்வில்லாமல் நடத்திச் செல்லத் தகுதியான மாற்றுத் தலைவர் ராமசாமி நாயக்கர் என்பதே அத்தலைவர்களின் ஏகோபித்த கருத்தாக இருந்தது. எனவே அவர்கள் ராமசாமி நாயக்கரிடம் போராட்டத்திற்குத் தலைமையேற்குமாறு வேண்டுகோள் விடுத்து ரகசியமாக ஒரு கடிதத்தை எழுதி அதை ஒரு தூதுவன் மூலமாகக் கொடுத்து அனுப்பினர்.

கடிதம் கிடைக்கப் பெற்றவுடன் ராமசாமி நாயக்கர் நூற்றுக்கணக்கான தொண்டர்களுடன் தமிழ்நாட்டிலிருந்து புறப்பட்டு வைக்கம் வந்து சேர்ந்தார். அவர் புறப்படும் முன்பு தமிழ்நாட்டிலிருந்தவர்களிடம் போராட்டத்திற்கு உதவுமாறு ஒரு உருக்கமான வேண்டுகோள் விடுத்தார். அவரது தலைமை போராட்டத்திற்குப் புத்துயிர் கொடுத்தது. போராட்டத்தில் ஈடுபட்ட அவர் கைது செய்யப்பட்டு சிறையிலடைக்கப்பட்டார். அவர் இப்போராட்டத்தில் ஈடுபட்டமையால் வைக்கம் வீரர் என்ற சிறப்புப் பெயரைப் பெற்றார். *(பக். 89, 90)*

என்று எழுதுகிறார் டாக்டர் அய்வி பீட்டர். இவர் திராவிட இயக்க ஆய்வாளரோ, ஆதரவாளரோ அல்ல.

25. கேரள கவுமுதி

தூத்துக்குடியைச் சேர்ந்த ஆய்வாளர் த. அமலாவின் தாத்தா பொன்னுமுத்து திருவிதாங்கூர் சமஸ்தானத்தில் வாழ்ந்தவர். அவர்ண வகுப்பைச் சேர்ந்தவர். வைக்கம் போராட்டம் குறித்து தன்னிடம் தனது தாத்தா கூறியதாக த. அமலா சொல்கிறார். அவர் *மலையாள மனோரமா, மாத்ரு பூமி, கேரள கவுமுதி* ஆகிய இதழ்களை வைத்து *'வைக்கம் சத்தியாகிரக நினைவலைகள்'* என்ற நூலாக எழுதி இருக்கிறார். இதில் பெரியாரின் பங்களிப்பு விரிவாக உள்ளது.

வைக்கத்துக்கு பெரியாரை வரச் சொல்லி கடிதம் எழுதியது கேசவ மேனன், ஜார்ஜ் ஜோசப் என்றும் வயிற்றுவலிக்கு மருத்துவம் பார்க்க சென்னை செல்கிறேன் என்று

வீட்டாரிடம் சொல்லிவிட்டு வைக்கம் வந்தார் பெரியார் என்றும் தான் வகித்த காங்கிரசு தலைவர் பதவியை இராஜாஜியிடம் ஒப்படைத்துவிட்டு வந்தார் என்றும் இவர் எழுதுகிறார். பெரியாரை உள்ளடக்கிய புதிய போராட்டக் குழு உருவானது என்றும் சொல்கிறார். கே.ஜி. குஞ்சு கிருஷ்ண பிள்ளை தலைமையில் திருவனந்தபுரத்தில் நடந்த மாநாட்டில் பெரியார் பேசிய உரையை முழுமையாக இவர் வெளியிட்டுள்ளார். பெரியாரின் உரை 13.4.1924 'கேரள கவுமுதி' நாளிதழில் வெளியாகி உள்ளது. (பக். 65 - 70)

பெரியார், கோவை அய்யாமுத்து ஆகிய இருவர் பேசுவதற்கும் தடை விதிக்கப்படுகிறது.

26. மாவட்ட நீதிபதி உத்தரவுகள்

த. அமலா தனது நூலில் தரும் பத்திரிக்கை ஆதாரங்கள்.

"திருவனந்தபுரம் டி.எஸ்.பி.க்கு பாளையம் போலிஸ் இன்ஸ்பெக்டர் (1924 ஏப்ரல் 26) அனுப்பிய அறிக்கையினுடையவும்

25.4.1924 இல் காங்கிரஸ் கமிட்டியைச் சேர்ந்த சில உறுப்பினர்கள் கச்சேரி மைதானத்தில் ஆற்றிய உரைகளினுடையவும்

திருவனந்தபுரம் டி.எஸ்.பி.க்கு புத்தன் சந்தை போலிஸ் இன்ஸ்பெக்டர் அனுப்பிய அறிக்கையினுடையவும் நகல்களைப் படித்தேன். அவற்றின் மீது (28.4.1924) அளிக்கின்ற உத்தரவு: ஈரோட்டைச் சேர்ந்த ஈ.வெ. ராமசாமி நாயக்கர், கோயம்புத்தூரைச் சேர்ந்த அய்யாமுத்துக் கவுண்டர் ஆகியோரின் பொதுக்கூட்ட உரைகள் மகாராஜா திருமனசின் குடிமக்களான பல இனத்தவர்களிடையே பகைமையை வளர்க்க வழிகோலும் என்றும் அமைதிக்கு ஊறுவிளைய காரணமாகும் என்றும் இவை தவிர அவர்கள் இந்த நாட்டிலுள்ள சட்டத்திலும், அதிகாரத் தலங்களிலும் வெறுப்பைத் தோற்றுவிப்பார்கள் என்றும் எனக்குத் தென்படுவதால் இந்த உத்தரவு பிறப்பித்த நாள் முதல் 15 நாள்களுக்குத் திருவனந்தபுரம் மாவட்ட நீதிபதியின்

அதிகார எல்லைக்குள் முன்சொன்ன ஈ.வெ. ராமசாமி நாயக்கரும், அய்யாமுத்துக் கவுண்டரும் எந்தவொரு பொதுக்கூட்டத்திலும் உரையாற்றக் கூடாது என்று நான் இதன் மூலம் உத்தரவிடுகின்றேன்.

"எனது கையொப்பத்துடனும் நீதிமன்ற உத்தரவுடனும் சேர்ந்து *1099* மேடம் *16* ஆம் நாள் உத்தரவிட்டது.

டி. கோவிந்தபிள்ளை (ஒப்பம்) மாவட்ட நீதிபதி

என்கிறது அந்த உத்தரவு. (*த. அமலா நூல், பக். 78*)

27. கோட்டயம் மாவட்ட நீதிபதி உத்தரவு

1924 மே *13* ஆம் நாள் கோட்டயம் மாவட்ட நீதிபதி பின்வரும் தடை உத்தரவைப் பிறப்பித்தார்:

"கி.பொ.கோ. 27 ஆவது பிரிவின்படி வைக்கம் சத்யாகிரக இயக்கத்தைச் சேர்ந்த ஈ.வெ. ராமசாமி நாயக்கரின் உரைகளையும் ஏனைய நடவடிக்கைகளையும் பற்றி ஆய்வு நடத்தியதிலும் அறிக்கைகளைப் பரிசோதித்ததிலும், வைக்கத்திலோ சுற்று வட்டாரங்களிலோ உள்ள அவரின் வருகையோ, தங்குதலோ அமைதி பங்கத்திற்கும், கலவரத்துக்கும் காரணமாகக் கூடும் என்று தெரிவதனால் ராமசாமி நாயக்கர் அவர்கள் கோட்டயம் மாவட்டத்தின் எந்தவொரு பகுதியிலும் வருகை தரவோ தங்கவோ செய்யக்கூடாதென்று நான் இதன் மூலம் தடை விதிக்கின்றேன். "எனது கையொப்பத்துடனும் நீதிமன்ற முத்திரையுடனும் இடபம் முதல் நாள் (வைகாசி, *1* மே *13*) கொடுப்பது.

எம்.வி. சுப்ரமண்யய்யர் (ஒப்பம்)

என்கிறது அந்த உத்தரவு. (*பக். 83*) தந்தை பெரியார் வைக்கம் சத்யாகிரகத்தில் பங்கேற்ற பின்பு கிடைத்த மூன்றாவது தடை உத்தரவு இது என்றும் முதல் இரண்டு தடை உத்தரவுகளையும், சத்யாகிரகக் கமிட்டியில் விருப்பத்திற்கிணங்க அவர் மீறவில்லை என்றும் மூன்றாவது உத்தரவை மீற வேண்டும் என்று

முடிவெடுத்தார் என்றும் அந்த விவரத்தை மாவட்ட நீதிபதிக்கு பெரியார் அறிவிக்கவும் செய்தார் என்றும் த. அமலா கூறுகிறார்.

28. தடையுத்தரவுக்கு பெரியார் பதில்

கோட்டயம் மாவட்ட நீதிபதி போட்ட தடை உத்தரவுக்கு பெரியார் அளித்த பதில்:

"உங்கள் உத்தரவு கிடைத்தது. அதற்கு மதிப்பு அளிக்க இயலாமைக்காக நான் வருந்துகின்றேன். இந்த உத்தரவு பிரிட்டீஷ் இந்திய அரசின் சம்பிரதாயங்களையே எனக்கு நினைவூட்டுகின்றது. எந்தச் சத்யாகிரகத்தின் வெற்றிக்கும் இன்றியமையாத விசயம் வன்முறை இன்மையும் சமாதானமும் ஒற்றுமையுமே ஆகும். அதனால் வன்முறையையும், கலவரத்தையும், குழப்பத்தையும் நிராகரிப்பதற்காகவே நான் வைக்கத்துக்கு வந்து இத்தனை நாள்கள் தங்கி பணியாற்றினேன். எனது உரைகளிலும் பணிகளிலும் இவையே வெளிப்படுகின்றன என்பதில் எனக்கு முழு நம்பிக்கை உண்டு. அதனால் உங்களுடைய இந்த உத்தரவு எனது சமாதான முறையிலான பணிகளிலிருந்து என்னைத் தடுப்பதற்கும் எதுவேனும் வழிகளில் வன்முறையையும், கலவரத்தையும் உண்டாக்கி இந்த இயக்கத்தை முழுமையாக ஒழிப்பதற்கும் திட்டமிட்டே இது செய்யப்படுகின்றது என்று நன்கு தெரிகின்றது. அதனால் இந்த உத்தரவை நான் மீற வேண்டியவனாக இருக்கின்றேன்.

இவண்
ஈ.வெ. ராமசாமி நாயக்கர்
வைக்கம்

17.5.1924 என பெரியார் பதில் அனுப்பி இருக்கிறார். *(த. அமலா நூல், பக். 83)*

29. டேவிட் அர்னால்ட்

The Congress In Tamilnadu - (Nationalist politics in south india 1919-1937) என்பது இவரது மிக முக்கியமான நூல். 1977 ஆம் ஆண்டு வெளியானது. அதில் வைக்கம் பற்றி குறிப்பிடுகிறார்.

Boredom with khadi, disenchantment with Rajagopalachari, and a hankering for dramatic new campaigns led Ramaswami Naicker to join the satyagraha begun at Vaikam in Travancore in 1924. Its objective was to secure for untouchables the right to use a road running near a temple, a right forcibly contested by caste Hindus. Rajagopalachari abstained, disliking the satyagraha partly because it would not help untouchables generally to have access to a single road; but he also feared that the satyagraha would amount to coercion of the caste Hindus and stiffen their opposition to the gradual removal of untouchability. The satyagraha ended in compromise in November 1925 with the Travancore government building a short stretch of new road. In Tamil eyes prestige for the campaign went to Ramaswami Naicker while Rajagopalachari was suspected of covert hostility to the advancement of the untouchables. (பக். 84)

30. அனிதா டைஹல்

Periyar E.V. Ramasamy - A study of the influence of a personality in contemporary south india என்பது இவரது முக்கியமான நூல். இது 1978 ஆம் ஆண்டு வெளியானது.

Vaikom had been chosen as a place for Satyagraha organised by Congress leaders. Periyar who was then touring Madurai district received "a private letter," asking him to join in the Satyagraha. He immediately proceeded to Vaikom, and was accorded "a royal reception" by the Raja in gratitude for the hospitality extended to him by Periyar on his stop-over at Erode, Periyar's home-town. Periyar violated the order not to address public meetings, and was imprisoned for one month a light punishment on the order of the Raja. Gandhi became more and more troubled, as the Satyagraha took the turn of a communal riot, because of conversions taking place to Islam. In vain efforts were made to return Periyar to the Madras State.

After his first release from prison, Periyar was advised to stay away from Vaikom, which he did not do. His second imprisonment was more severe, six months in the Central Jail at Trivandrum. Meanwhile Nakammal, Peryar's first wife, organised women's campaigning When the Raja unexpectedly died, Periyar was released from the Trivandrum prison, because additional trouble was feared, since the death of the Raja, somehow connected with Periyar's imprisonment, was considered as a bad omen. Later, on the order of the Government, Periyar, for breaking public laws, was sent to prison again in Madras to be kept out of the way The compromise to open the streets in the temple area was the outcome of the negotiations between Gandhi and the two Ranis Gandhi had unsuccessfully done everything to keep Periyar out of Vaikom Periyar on his side had to accept that the Vaikom Satyagraha had ended in a compromise To fight untouchability, new Satyagrahas were, however, to follow.

The way in which the Vaikom Satyagraha events have been recorded provides a clue to the image of the two leaders In an article entitled "Gandhi and Ambedkar: a Study in Leadership", Eleanor Zelliot relates the story of the Vaikom Satyagraha, including Gandhi's negotiations with the temple authorities, but does not mention Periyar's name or his activities in relation to the event. Furthermore, the editor of Periyar's "Thoughts" states that Brahmins purposely suppressed news about Periyar's participation. A leading Congress magazine "Young India" in its long reports on Vaikom never mentions Periyar.

As against the pro-Gandhi tradition making Gandhi the leader, if not the initiator, of the Vaikom Satyagraha, we have pro-Periyar Tamil sources, which emphatically speak of Periyar's participation, even to the extent of calling him "the Vaikom Hero."

என்று தனது நூலில் குறிப்பிடுகிறார் அனிதா டேனியல். தீண்டாமைக்கு மதமே அடிப்படை என்றார் பெரியார். அதனை மறுத்தார் காந்தி. இதுவே இவர்கள் இருவருக்கும் இடையிலான முரண்பாடு என்பதையும் இந்நூல் பேசுகிறது.

31. மேற்கு வங்க பேராசிரியர் சொல்கிறார்

மேற்கு வங்காளத்தைச் சேர்ந்த பேராசிரியர் sagar simlandy எழுதுகிறார்:

> On 12 March, accompanied by two southern allies, EVR (EV Ramaswamy Naicker) and CR (C Rajagopalachari), Gandhi called on Narayana Guru who reiterated his endorsement of the satyagraha. Towards the end of Gandhi's nine-day visit, the princely authorities climbed down, yet it was only months later, in November 1925, that all, including Ezhavas and the 'untouchables', were able to walk on the temple roads. Only on three of them, that is. The fourth road was made a 'Brahmins only' path from which Christians and Muslims too were excluded. Destined to be venerated himself as the rationalist Periyar, EVR played a significant role in the satyagraha and suffered imprisonment for it. In November 1925, he presided at a large public assembly in Vaikom where the struggle's participants and supporters accepted the terms that Gandhi's visit had secured. Future critics would call the terms inadequate, but the response at the time was of joy and triumph. A year earlier, Dr Bhimrao Ambedkar, thirty-three at the time, called the Vaikom satyagraha 'the most important event' for the country's 'untouchables'. In 1936, eleven years after the 'three-fourth' victory, Travancore's ruling family would open all its temples, and the roads leading up to them, to all Hindus In the Malayalam country, Vaikom helped the freedom and social justice movements to join hands. Elsewhere in India, the news from Vaikom confronted insulated caste Hindus with the ugly realities

of untouchability and unapproachability. There was another consequence. Since the Vaikom struggle took place in the territory of Travancore, 'the princely states were helped onto the map of the national freedom struggle'.

என்பது மேற்கு வங்க பேராசிரியருக்குத் தெரிகிறது.

32. கேரளாவில் யாரைப் பார்த்தால் சிரிப்பார்கள்?

பெரியாரை வைக்கம் வீரர் என்று சொன்னால் கேரளாவில் சிரிப்பார்கள் என்கிறார் ஜெயமோகன். கேரளாவில் யாரைப் பார்த்து சிரிப்பார்கள் என்பதைப் பார்ப்போமா? கேரள பதிவுகள் அனைத்திலும் பெரியாரின் பங்களிப்பு சுட்டப்பட்டுள்ளது.

* கேரள அரசாங்கத்தின் சார்பில் வைக்கம் நூற்றாண்டு விழாவை (2023) முன்னிட்டு வெளியிடப்பட்ட நூலில் பெரியார் குறித்து விரிவாக ஆங்கிலத்தில் எழுதப்பட்டுள்ளது. *vaikom satyagraha - Dawn of a new era* என்ற தலைப்பில் கேரள மாநில செய்தித் துறை ஒரு நூலை வெளியிட்டுள்ளது. பேராசிரியர் வி. கார்த்திகேயன் நாயர் இதனை எழுதி இருக்கிறார்.

தமிழ்நாட்டில் பிராமணரல்லாத மற்றும் சுயமரியாதை இயக்கங்களின் தலைவரான பெரியாரின் வைக்கம் வருகை போராட்ட முகாமுக்கு உற்சாகத்தை கொடுத்தது. மிகவும் உணர்ச்சிகரமான உரைகளை அவர் ஆற்றினார். ஆத்திரமூட்டும் வகையில் பேசியதாகச் சொல்லி அவரைக் கைது செய்து ஒரு மாத காலம் சிறையில் வைத்தார்கள். பெரியாரையும் அவர் தம் தோழர்களையும் கைது செய்து சிறையில் வைத்தது தமிழ்நாட்டில் எழுச்சியை ஏற்படுத்தியது. இதனால் பெரியார் என்றும் வைக்கம் வீரர் என்றும் அவர் அழைக்கப்பட்டார். அவரது மனைவி நாகம்மாளும் தங்கை கண்ணம்மாளும் இப்போராட்டத்தில் பங்கெடுத்தனர். இப்போராட்டத்துக்கு ஆதரவாக பெண்களை அணி திரட்டினார்கள் என்று எழுதுகிறது அந்த சிறு நூல்.

Entry Of E.V. Ramaswami Naicker (Periyar)

E.V. Ramaswami, a champion of the non-brahminical and Swayam Marayda movements in Tamil Nadu, arrived in Vaikom on April 12th, 1924, accompanied by 17 volunteers, including Maduradas Dwarkadas and Narayana Swamy. His presence generated immense enthusiasm within the protest camp. On April 13th, Ramaswami delivered a passionate and powerful speech, criticizing the British rulers, the aristocracy they defended, the caste customs, and the religious conversions occurring under their governance. Subsequently, he was arrested for his provocative remarks and received a one-month prison sentence.

The government prohibited AyyaMuthu gounder, who had accompanied Ramaswami, from delivering speech in Travancore. Despite the ban, Gounder spoke at Sarkara in Chirainkeezhu, leading to his arrest and a one-month sentence of rigorous imprisonment.

The arrest and conviction of Ramaswamy Naicker and his associates ignited massive protests throughout Tamil Nadu. His visit to Travancore, along with the subsequent ban and punishment, led to widespread demonstrations in the region. The Tamil Nadu government responded by passing a resolution in the assembly that guaranteed freedom of movement for all, declaring its intention to enforce it.

Ramaswamy Naicker earned the nickname Periyar and also became known as 'Vaikom Veera' (Valiant of Vaikom). Additionally, he returned to Travancore with his wife Nagammal, sister-in-law Kanakammal, and stepmother to participate in campaign events, which helped to mobilize women in support of the struggle. Prior to this, women primarily engaged in educational and social service activities. However, they soon began participating in public work as well. (பக். 25-27)

- *தேசாபிமானியில் எழுதப்பட்டுள்ள கட்டுரையில் ஈ.வெ. ராமசாமி நாயக்கர் போன்ற சமூகப் புரட்சியாளர்கள் இணைந்து நடத்திய போராட்டம் என்று சொல்லப்பட்டுள்ளது. பெரியாரையும் இணைத்து குறிப்பிட்டு இவர்கள் இணைந்ததால் தான் சத்தியாகிரகம் என்பது வெகுமக்கள் போராட்டமாக மாறியது எனக் குறிப்பிடப்பட்டுள்ளது.*

"அവർണസമുദായങ്ങളും സവർണരും കൂടാതെ മറ്റു മതങ്ങളിൽപ്പെട്ടവർ, പഞ്ചാബിൽനിന്നുള്ള അകാലികൾ, ഇ വി രാമസ്വാമി നായ്ക്കരെപ്പോലുള്ള സാമൂഹ്യ വിപ്ലവകാരികൾ തുടങ്ങിയവർ സത്യാഗ്രഹത്തിന് ഒപ്പംചേർന്നു. മന്നത്ത് പത്മനാഭന്റെ നേതൃത്വത്തിലുള്ള സവർണ ജാഥയും എം ഇ നായിഡുവിന്റെ നേതൃത്വത്തിലുള്ള ജാഥയും ചേർന്നതോടെ സത്യാഗ്രഹം ബഹുജനപ്രക്ഷോഭമായി മാറുകയായിരുന്നു.

ശ്രീനാരായണ ഗുരു, അയ്യൻകാളി, പൊയ്കയിൽ അപ്പച്ചൻ, ചട്ടമ്പിസ്വാമികൾ, ശിവയോഗി, വാഗ്ഭടാനന്ദൻ, സഹോദരപ്രസ്ഥാനം, എസ്എൻഡിപി, സാധുജനപരിപാലനസഭ മുതലായവരുടെ സംഭാവനകൾ ഈ പ്രക്ഷോഭത്തിന്റെ അടിസ്ഥാനശിലകളായി മാറിയെന്നതിൽ സംശയമില്ല. മുമ്പ് നടന്ന ഓരോ പ്രക്ഷോഭവും ജാതിസമൂഹത്തിന്റെ ആന്തരികവൈരുധ്യങ്ങളും പ്രശ്നങ്ങളും ഉയർത്തിക്കൊണ്ടുവരുന്നതിൽ വിജയിച്ചപ്പോൾ, ഇവയുടെ ഫലമായി ഉയർന്നുവന്ന ജാതിവിരുദ്ധ പൊതുബോധത്തെ ഫലപ്രദമായി പ്രയോജനപ്പെടുത്തി ഒരു പൊതുപ്രക്ഷോഭം വളർത്തിയെടുക്കുകയാണ് വൈക്കം"

- *லிபி சி.எஸ். என்ற கேரள எழுத்தாளர் எழுதுகிறார்:*

வைக்கம் சத்தியாகிரகத்தை முடித்துக் கொண்டு வீடு திரும்பிய ஈ.வெ.ரா. செய்த முதல் காரியம் காங்கிரஸின் முதன்மை உறுப்பினர் பதவியை ராஜினாமா செய்ததே ஆகும். 1924 பிப்ரவரி 29 அன்று தலித்துகளை ஏமாற்றி காங்கிரசில் சேர்க்க கே.பி. கேசவ மேனன் எடுத்த முயற்சியானது, 1925 நவம்பர் 25 முதல் தமிழகத்தில் காங்கிரஸிலிருந்து ஏராளமான ஒடுக்கப்பட்ட மக்களை அந்நியப்படுத்தவே உதவியது. ஈ.வெ.ராமசாமியின் ராஜினாமா, தமிழகத்தில் பிராமண காங்கிரஸுக்கு எதிராக வலுவான திராவிடக் கருத்தியல் தோன்ற வழிவகுத்தது.

இந்த ஈ.வெ. ராமசாமி, காங்கிரஸின் தமிழ்நாடு மாகாணத் தலைவராக இருந்த போது வைக்கம் சத்தியாகிரகத்துடன் தொடர்புடையவர். சத்தியாகிரகத்திற்குப் பிறகு காங்கிரஸுடனான அனைத்து உறவுகளையும் துண்டித்துக் கொண்டு இறக்கும் வரை அப்படியே இருந்தவர். 1924-25 இல் வைக்கம் சத்தியாகிரகத்தில் பங்கேற்ற பெரியார் சங்கிலியால் கட்டப்பட்டு சிறை வைக்கப்பட்டார். இல்லையெனில், அவர் மீண்டும் மீண்டும் சிறைக்குச் செல்வார் என அதிகாரிகள் உறுதியாக நம்பினர்.

1924 ஆம் ஆண்டு ஏப்ரல் 13 ஆம் தேதி தமிழ்நாட்டிலிருந்து இங்கு வந்த அவர் போராட்டத்திற்கு புதிய ரத்தத்தையும் ஆற்றலையும் கொடுக்கிறார். அப்போது அவர் இந்திய தேசிய காங்கிரஸின் தமிழ்நாடு மாகாணத் தலைவராக இருந்தார். அப்போது தமிழ்நாடு, இந்தியாவின் மிகப் பெரிய மாகாணமாக இருந்தது. சி. ராஜகோபாலாச்சாரியிடம் தனது தலைமைப் பொறுப்பை ஒப்படைத்துவிட்டு அவர் இங்கு வந்தார். இவர் வைக்கம் சத்தியாகிரகத்தின் தலைமைப் பொறுப்பை ஏற்றுக்கொள்வதற்கு காந்தி எதிர்ப்புத் தெரிவித்தார். இங்கு வந்த பிறகு சத்தியாகிரகம் முடியும் வரை இங்கேயே இருந்தார். சத்தியாகிரகம் முடிவடைந்து சத்தியாகிரக முகாம் கலைக்கப்பட்ட பின்னர் நடைபெற்ற நிறைவு மாநாட்டிற்கு அவர் தலைமை தாங்கினார். சில சமயம் தன் மனைவி நாகம்மாவையும், சகோதரி கண்ணம்மாளையும் இங்கு அழைத்து வந்தார். அவர் சத்தியாகிரக இயக்கத்துக்கு மிகவும் குரல் கொடுத்த தலைவராக இருந்தார். அதனடிப்படையில்தான் இவரது மாநிலத்தவர் அவருக்கு 'வைக்கம் வீரர்' என்று பெயர் சூட்டிக் கவுரவித்தனர்.

வைக்கம் சத்தியாகிரகத்தை தோல்வியடையச் செய்ய மன்னர் எத்தனையோ காரியங்களை செய்தார். பலர் தாக்கப்பட்டனர். ஆனால் இந்த ஈ.வெ.ரா.வை மட்டும் எதிரியானவர் யாகம் செய்து கொல்ல முயன்றார். பத்மநாப பிள்ளை, கே. கேளப்பன், கே.பி. கேசவமேனன், டி.கே. மாதவன் ஆகியோரைக்கூட மன்னர் குறிவைக்கவில்லை. அதுதான் வைக்கம் சத்தியாகிரகத்தில் ஈ.வெ.ரா.வின்

பங்கேற்றதற்கான தகுதியான சான்று. எனவே சத்தியாகிரகத்திற்குப் பிறகு ஈ.வெ.ரா. எடுத்த நிலைப்பாடு அதைவிட முக்கியமானது.

சத்தியாகிரகத்திற்குப் பிறகு, கேரளாவின் மறுமலர்ச்சியின் வரலாறு சுயமரியாதைக்குரியதாக இல்லை.

என்று எழுதுகிறார் லிபி சி.எஸ்.

* *NewsGil* என்ற மலையாள இணையத் தளம் எழுதிய கட்டுரையில்,

"வைக்கம் சத்தியாகிரகத்தின் தியாகத்தையும் காரணத்தையும் போற்றும் அதே வேளையில், அது உண்மையில் தோல்வியுற்ற போராட்டம், தலித் பிற்படுத்தப்பட்ட மக்கள் வஞ்சிக்கப்பட்ட போராட்டம் என்ற உண்மை இப்போது நடந்து கொண்டிருக்கிறது"

என்று எழுதப்பட்டுள்ளது. பெரியார் இருந்த சிறையைப் பற்றி இந்த இணையத்தளக் கட்டுரை பெருமை பொங்க பேசுகிறது.

"வைக்கம் - இந்த சிறைக்குள் இருந்துதான் வரலாறு தெரிகிறது. அந்தத் தோற்றத்தின் அர்த்தம் 'காலமே கூவு...' என்பதாகும். இந்த இரும்புக் குழிக்குள் இருந்து தான், நான் தோற்கத் தயாராக இல்லை என்று ஈ.வி. ராமசாமி நாயக்கர் உலகுக்கு உரக்கச் சொன்னார். வைக்கம் சத்தியாகிரகத்திற்கு வலு சேர்க்க தமிழகத்திலிருந்து வந்த பெரியார் ஈ.வெ. ராமசுவாமி நாயக்கரின் ஆவேசப் பேச்சின் முன், அதிகாரிகள் அதிர்ந்தனர். அவரைக் கைது செய்து வைக்கம் காவல் நிலையத்தில் உள்ள லாக்கப்பில் அடைத்தனர். அகிம்சை வழியில் போராடுவதே தனது பணி என்று பெரியார் உறுதியாகக் கூறினார். "திருவிதாங்கூர் மக்கள் தங்கள் சுதந்திரத்தைப் பாதுகாக்க வேண்டும். மகாராஜா மற்றும் அவருக்கு ஆதரவான பிரிட்டிஷ் அரசு பீரங்கிகளையும் விமானங்களையும் வைத்திருக்கிறது. சத்தியாகிரகிகளிடம் அகிம்சை, பொறுமை, தன்னம்பிக்கை ஆகிய ஆயுதங்கள் மட்டுமே உள்ளன' என்று அவர் பேசினார். அப்போது ராமசாமி

அடைத்து வைக்கப்பட்டிருந்த அறை இன்றும் பழைய வைக்கம் காவல் நிலையத்தில் உள்ளது. வைக்கம் காவல் நிலையம் ஏப்ரல் 1902 ஆம் ஆண்டு கட்டப்பட்டது. பெரியார் 1924 ஆம் ஆண்டு கைதியாக வந்தார். புதிய கட்டடம் கட்டும் வரை இந்த இடம் காவல் நிலையமாகவே இருந்தது. 2007 ஆம் ஆண்டு ஈ.வி. ராமசாமி நாயக்கரின் வாழ்க்கையை மய்யமாக வைத்து சத்யராஜ் நடித்த 'பெரியார்' திரைப்படத்தில், சிறை அறையில் அந்தக் காட்சியை படமாக்கினார் என்று எழுதுகிறது.

- *Marunadammalayalee.com* என்ற இணைய தளமும் வைக்கம் வீரராக இவர் ஏன் போற்றப்படுகிறார் என்பதை விரிவாக எழுதி இருக்கிறது.

- வைக்கம் நூற்றாண்டு விழாவை முன்னிட்டு கே.ஏ. ஷாஜி எழுதிய ஆங்கில கட்டுரை மிக முக்கியமானதாக அமைந்துள்ளது. வைக்கம் சத்தியாகிரகம் குறித்து தொடர்ச்சியாக சிறப்புத் தொடர் ஒன்றை *south first* இணையத் தளத்தில் கே.ஏ. ஷாஜி எழுதினார்.

அதில் போராட்டம் குறித்த விமர்சனப் பார்வையை வைத்துள்ளார். ஜெயமோகனைப் போல பெரியார் மீதான அவதூறுகள் அதில் இல்லை. அவரது கட்டுரையில் சில கேரள தலித் ஆளுமைகளின் பேட்டிகளும் இடம்பெற்றுள்ளன. வைக்கத்தில் உள்ள பெரியாரின் நினைவகத்தில் இடம்பெற்றுள்ள புகைப்படங்களை இக்கட்டுரை விவரிக்கிறது. வைக்கம் நினைவிடத்தை புதுப்பிக்கவும், பெரியார் சிறையில் இருந்த அருவிக்குத்து சிறையை நினைவகம் ஆக்கவும் மாண்புமிகு தமிழ்நாடு முதலமைச்சர் மு.க. ஸ்டாலின் அவர்கள் அறிவிப்பு செய்திருப்பதை பாராட்டுகிறார் இக்கட்டுரையாளர்.

> "உள்ளூர் காங்கிரஸ் நண்பர்களிடமிருந்து தந்திகளைப் பெற்றுக் கொண்டு போராட்டத்தை முன்னெடுத்துச் செல்ல, தனது சொந்த ஊரான ஈரோட்டில் இருந்து வைக்கம் சென்ற பெரியார், அந்தச் சிறையில் ஒரு சாதாரண கைதியாக நடத்தப்பட்டார். கைவிலங்கிடப்பட்டு, கால்களிலும் கழுத்திலும் விலங்கிடப்பட்ட

நிலையில் அழைத்துச் செல்லப்பட்டார். வைக்கம் சத்தியாகிரகத்தின் தலைவர்களில், நான்கு மாதங்கள் கடுங்காவல் சிறைத்தண்டனை பெற்ற ஒரே நபர் அவர் தான். கே.பி. கேசவ மேனன், ஜார்ஜ் தாமஸ், கே. கேளப்பன், டி.கே. மாதவன், கே. அய்யப்பன் உள்ளிட்ட சத்தியாகிரகத்தின் தலைவர்கள் அனைவரும் கைது செய்யப்பட்டதாகவும், போராட்டத்தின் தலைமையில் வெற்றிடம் ஏற்பட்டதாகவும் நம்பூதிரிபாட் பெரியாருக்கு இரண்டாவது தந்தி அனுப்பினார். இதன் பிறகு பெரியார் இங்கு வந்தார்"

என்கிறார் கட்டுரையாளர்.

காந்தியின் சமரசம் இல்லாமல் இருந்தால் வைக்கம் சத்தியாகிரகம் மிகப் பெரிய சமூக மாற்றத்துக்கான புரட்சி இயக்கத்தின் தொடக்கமாக இருந்திருக்கும் என்று கேரள தலித் சிந்தனையாளரும் எழுத்தாளருமான கே.கே. கொச்சு சொல்வதை ஷாஜி மேற்கோள் காட்டுகிறார்.

"மொழித் தடைகளைத் தாண்டி மனித நேயத்தையும் கண்ணியத்தையும் கொண்டாடும் ஒரு நிகழ்வான பெரியார் மீது கவனம் செலுத்த இந்த நூற்றாண்டு நமக்கு உதவுகிறது,"

என்று AITUC உடன் இணைந்த ஒரு முக்கிய தொழிற்சங்கத் தலைவர் TN ரமேசன் கூறியதாக ஷாஜி சொல்கிறார்கள்.

"வைக்கம் சத்தியாகிரகத்தின் வரலாற்றாசிரியர்கள் காந்திக்கும் பெரியாருக்கும் ஆரம்பத்திலிருந்தே போராட்டத்தின் போக்கைப் பற்றி வெவ்வேறு பார்வைகள் இருந்தன என்று வாதிடுகின்றனர். காந்தி இப்பிரச்சனையை 'இந்து பிரச்சனை' என்று கருதிய போது, பெரியார் அதை அனைவரும் சம்பந்தப்பட்ட விஷயமாகக் கருதினார். பெரியார், கோவில் பிரவேசம் மற்றும் உள்ளூர் மகாதேவா கோவிலை சுற்றியுள்ள சாலைகளில் அன்றைய தீண்டத்தகாதவர்கள் நடந்து செல்வதற்கான உரிமையை விரும்பினார். அதே நேரத்தில்

காந்தி சாலைகளில் நடமாடும் உரிமையை மட்டுமே விரும்பினார்.

o o o

இப்படி மலையாளம், தமிழ், ஆங்கில தரவுகளின் அடிப்படையிலான ஆதாரங்களை வைத்துத்தான் 'வைக்கம் வீரராக' தந்தை பெரியாரை நிலை நிறுத்துகிறோமே தவிர, புனைவுகளின் அடிப்படையில் அல்ல.

நாவல்களில் வரலாற்றையும் - கட்டுரைகளில் புனைவுகளையும் எழுதிச் சேர்ப்பது ஜெயமோகனின் வழக்கமாக இருக்கலாம். ஆனால், பெரியாரின் வைக்கம் வரலாறு என்பது தரவுகளின் அடிப்படையிலானது. அதுவும் திராவிடர் கழக வரலாற்று நூல்களில் இருந்து இவை எடுக்கப்படவில்லை. திராவிடர் கழகம் சாராத நூல்களில் இருந்து தான் எடுத்தாளப்பட்டுள்ளது. திராவிடர் கழகத்துக்கு வெளியில் இருக்கும் தமிழ் - மலையாளம் - ஆங்கில ஆவணங்களையும் ஜெயமோகன் ஏற்க மறுக்கிறார் என்றால் அவருக்கு பெரியாரை நிராகரிக்க வேண்டும் என்பது தான் நோக்கமே தவிர, வைக்கத்தின் உண்மை வரலாறு சொல்லுதல் நோக்கமல்ல.

பெரியாரின் வரலாற்றில் 'வைக்கம்' என்பது ஒரு பகுதி மட்டுமே. இது போல ஏராளமான போராட்டங்களை உள்ளடக்கியது தான் பெரியாரின் வாழ்க்கை ஆகும். எனவே, வைக்கம் பெரியாரை நிராகரிப்பதன் மூலமாக ஒட்டுமொத்த பெரியாரைச் சிதைத்துவிடப் பார்க்கிறார் ஜெயமோகன். இதனை அவரது விஷ்ணுபுர விசிறிகள் வேண்டுமானால் நம்பலாம். வரலாற்றின் சிற்றறிவு உள்ளவர்கள் இவரது கட்டுரைகளை வீசி எறிந்துவிடுவார்கள். எதை எடுத்தாலும் பெரியாரை, திராவிட இயக்கத்தை, நீதிக்கட்சியை விமர்சிப்பதன் மூலமாக தமிழ்ப் புல அரசியலை - தமிழர் சீர்திருத்த போராட்ட இயக்கங்களை மலினப்படுத்த நினைக்கிறார் ஜெயமோகன்.

வைக்கம் என்ற சொல்லை வைத்துக் கொண்டு ஜெயமோகன் பக்கம் பக்கமாக எழுதிக் கொண்டு இருக்கிறார். ஆனால் இது போல பல போராட்டக் காட்சிகள் தமிழ்நாட்டில் உண்டு.

* விருத்தாசலம் தாலுகா பெண்ணாடம் போர்டு உயர்நிலைப் பள்ளியில் இருந்த பார்ப்பன தலைமை ஆசிரியர் ஒருவர் ஆதிதிராவிடப் பிள்ளைகளை அதிகமாகக் கொடுமைப்படுத்தினார். அவரைக் கண்டித்து எழுதி அதனை அடக்கியது சுயமரியாதை இயக்கம். *(குடிஅரசு 7.9.1930)*

* சிங்காநல்லூர் உயர்நிலைப் பள்ளியில் 3 ஆதிதிராவிட மாணவர்களை ஐந்தாவது வகுப்பில் சேர்க்க பிரச்சனை எழுந்தது. அவர்களை பொதுச்சாலைக்குள் அழைத்துச் செல்ல பார்ப்பனர்களும் உயர் சாதியினரும் தடுத்தார்கள். மீறி அழைத்துச் செல்லப்பட்டார்கள். பள்ளியில் சேர்க்கப்பட்டார்கள். அந்த பிள்ளைகளை சாதி பார்த்து தனியாக உட்கார வைத்தார் ஆசிரியர். சில நாட்களில் அந்த பிள்ளைகளின் குடும்பத்தினர் ஊர் விலக்கம் செய்யப்பட்டார்கள். இது அந்த ஊருக்கு வந்த நீதிக்கட்சி தலைவர்களான பி. முனுசாமி, ஏ. ராமசாமி ஆகியோருக்கு சொல்லப்பட்டது. அவர்கள் மாவட்ட கலெக்டர் கவனத்துக்கு கொண்டு சென்றார்கள். அந்த பள்ளியையே அந்த இடத்தில் இருந்து அகற்ற உயர் ஜாதியினர் தாலுகா போர்டு உறுப்பினர்களை தூண்டினார்கள். அம்மாசையப்பன் என்ற ஆதிதிராவிடரை, சாமி அய்யர் என்பவர் செருப்பால் அடித்துவிட்டார். இது புகாராகக் கொடுக்கப்படுகிறது. சாலையின் குறுக்கே நின்று ஆதிதிராவிடப் பிள்ளைகளை செல்ல விடாமல் உயர் ஜாதியினர் தடுத்துள்ளார்கள். இதனால் பிள்ளைகள், பள்ளிக்கு செல்ல முடியவில்லை. போலீசுக்கு சொல்லப்படுகிறது. ஆனால் அவர்கள் வரவில்லை. பின்னர் பார்ப்பனர்களுக்கும் ஆதிதிராவிடர்களுக்கும் நேருக்கு நேர் மோதல் ஏற்பட்டு காயம் ஏற்பட்டது. வழக்கு நீதிமன்றம் போனது.

  2.1.1930 தொடங்கிய பிரச்னை 4.7.1930 வரை ஏழு மாதங்கள் நடந்துள்ளது. இதற்கு மொத்த சாட்சியாக இருந்தவர் எஸ். சின்னப்பாவு. அவர் சிங்காநல்லூரில் ஜாதிப்பேய் தலைவிரித்தாடுதல் என்ற தலைப்பில் இந்த போராட்ட வரலாற்றை விரிவாக எழுதுகிறார். *(குடிஅரசு, 20.7.1930)*

- இராமநாதபுரம் பேருந்துகளில் ஆதிதிராவிடர்களை ஏற்றுவது இல்லை என்றும், ஆதிதிராவிடர்களுக்கு டிக்கெட் தரப்படாது என்றும் எழுதப்பட்டிருந்தது. அப்போது ஜில்லா போர்டு தலைவராக இருந்தவர் நீதிக்கட்சித் தலைவரான சௌந்தரபாண்டியன். உடனே ஓர் உத்தரவு போட்டார். "மோட்டார் கம்பெனி முதலாளிகள் ஏதேனும் ஒரு சமூகத்தாரை பஸ்சில் ஏற்றிச் செல்ல மறுக்கவோ டிக்கட்டுகளில் மறுப்பு விதிகள் அச்சிடவோ செய்தால் அவர்களுடைய லைசென்ஸ், முன்னறிக்கை கொடாமலே ரத்து செய்யப்படுமென இதனால் எச்சரிக்கை செய்கிறோம். இந்தச் சுற்றுக் கடிதம் கிடைத்து ஒரு வாரத்துக்குள் அந்தத் தடைவிதி நீக்கப்பட்டதா அல்லவா என்று சாம்பிள் டிக்கெட்டுடன் ரிப்போர்ட் செய்து கொள்ள வேண்டும்' என்று உத்தரவு போட்டார். *(குடிஅரசு, 4.5.1930)* மோட்டார் கம்பெனி முதலாளிகளுக்கு சவுக்கடி என்று தலைப்பு போட்டார் பெரியார்.

இப்படி தொகுக்கப்படாமல் ஏராளமான வரலாறுகள் இருக்கிறது.

வைக்கத்தில் போய் போராடியவர் தமிழ்நாட்டில் போராடினாரா, தலித்துகளுக்காக என்ன செய்தார் என்று சந்தடி சாக்கில் கோர்த்து விடுகிறார் ஜெயமோகன். பெரியாரை தலித்துகளுக்கு விரோதியாகக் காட்டி குளிர்காயப் பார்க்கிறார் ஜெயமோகன். பெரியாரின் சுயமரியாதை இயக்கம் என்பதே பார்ப்பனர் நீங்கலாக அனைவரது சுயமரியாதைக்குமான இயக்கம் தான். திராவிடர் கழகம் என்பதும் ஆதிதிராவிடரையும் உள்ளடக்கிய கழகம் தான். இதில் கலகம் உண்டாக்க முடியுமா எனப் பார்க்கிறார் ஜெயமோகன்.

பட்டியலின மக்களுக்கு உரிமை உணர்வையும், ஆதிக்கம் செலுத்தும் வகுப்பினரிடம் அதனைத் தவறு என்று கண்டித்தும் தான் பெரியாரின் பெரும்பாலான உரைகள் அமைந்திருக்கின்றன. காந்தி உரையாடல் நடத்திக் கொண்டே இருந்தார் என்று சொல்கிறாரே ஜெயமோகன். அந்த உரையாடலை தமிழ் சமூகத்தில் அதிகம் நடத்தியவர் பெரியாரே.

காஞ்சிபுரம் காங்கிரஸ் மாநாட்டில் வகுப்புரிமை தீர்மானம் கொண்டு வந்தார் பெரியார் என்கிறோமே அந்த தீர்மானத்திலேயே

தீண்டாமை எதிர்ப்பு இருக்கிறது. 15.11.1925 குடிஅரசு இதழில் பெரியார் அப்போது வெளியிட்ட அறிக்கை இருக்கிறது.

"தீண்டாமையை ஒழிக்க வேண்டியது பிராமணரல்லாதாருக்கு மிகவும் முக்கியமானதொரு கடனாகும். ஏனெனில் தீண்டாதார்களின் முன்னேற்றந்தான் பிராமணரல்லாதார்களின் முன்னேற்றமாகும். தீண்டாதார்களின் துன்பந்தான் பிராமணரல்லாதார்களின் துன்பமாகும். தீண்டாமை ஒழிவதன் மூலமாகத்தான் பிராமணரல்லாதார் கடைத்தேற முடியும். தீண்டாமை ஒழிவதன் மூலமாய்த்தான் நாடு சுயராஜ்யமடையும். ஆதலால் தீண்டாமை விலக்கில் கவலையுள்ளவர்களும், தீண்டாதாரென்று சொல்லப்படுபவரும் அவசியம் காஞ்சிபுரம் வந்து அதற்கென்று ஓர் மகாநாடு கூட்டி காரியத்தில் பலன் தரத்தக்க திட்டங்களைக் காண வேண்டுமாய்க் கேட்டுக் கொள்கிறேன்"

என்பதே பெரியாரின் அறிக்கையாகும்.

இந்து முஸ்லிம் ஒற்றுமை, பூரண சுயராஜ்யம், காந்தி - இர்வின் ஒப்பந்தம் ஆகியவற்றை விட தீண்டாமை ஒழிப்பு தான் மிகமிக முக்கியம் என்று எழுதினார் பெரியார். அந்த தீண்டாமை ஒழிப்பானது அழுவாரற்ற பிணமாகக் கிடக்கிறது 1931 ஆம் ஆண்டு எழுதினார். வைசிய குலத்தைச் சேர்ந்த ஆர்.கே. சண்முகமும், சத்திரிய குலத்தைச் சேர்ந்த சௌந்தரபாண்டியனும் திருச்செந்தூர் கோவில் எல்லைக்குள் போகக் கூடாது என்பது நிலை நிறுத்தப்பட்டு விட்டது. வைசிய, சத்திரிய குலமே இப்படி என்றால் சண்டாள குலத்தைச் சேர்ந்தவர் கதி என்ன? - என்று கேட்டார் பெரியார். (குடிஅரசு, 19.4.1931)

சிராவயல் காந்தி வாசக சாலை ஆண்டு விழா நிறைவும், காந்தி கிணறு திறப்பு விழாவும் இணைந்து 7.4.1926 அன்று நடந்தது. ஆதிதிராவிடர் உரிமைக்காக பெரியார் அதிகம் உழைப்பதாக வரவேற்பிதழில் அச்சிடப்பட்டு அறிவிக்கப்பட்டது. இதனை தனது உரையில் மறுத்தார் பெரியார். 'உங்களை உத்தேசித்து நான் எதுவும் செய்யவில்லை' என்றார். பறையர் என்ற சொல்லை விட சூத்திரர் என்ற பெயர் இழிவானது என்றார். தீண்டாதாருக்கு தனிக் கிணறு திறக்கக் கூடாது, பொதுக்கிணறை தான் அவர்கள் பயன்படுத்த வேண்டும் என்று பேசினார் பெரியார்.

"வேறு ஒருவன் வந்து உங்களுக்கு உதவி செய்வான் என்று எதிர்பார்ப்பதும் பெரிய முட்டாள் தனமாகும். உங்களையே நீங்கள் உபயோகப்படுத்திக் கொள்ள துணிவு கொள்ள வேண்டும்" (*குடிஅரசு*, 16.6.1929) என்று பேசியவர் அவர். கஷ்டப்படவும் கட்டுப்பாட்டை உடைத்து எறியவும் உயிரை விடவும் தயாராய் இல்லாமல் எந்தக் காரியத்தையும் சாதிக்க முடியாது என்று சொன்னவர் அவர். விடா முயற்சியுடன் வேலை செய்யுங்கள், தளர்ச்சி அடையாதீர்கள் என்பதையும் சொல்லி வந்தார். மது அருந்துவதும், மாமிசம் சாப்பிடுவதும், சுத்தம் இல்லாமல் இருப்பதும் இழிவுக்கு காரணம் என்று சொல்லப்படுவதைக் கண்டித்தார். இது அயோக்கியத்தனமான காரணம் என்று சொன்னார்.

கோவில்கள், கிணறுகள், சாலைகள், பள்ளிக்கூடங்கள் அனைத்தையும் பொதுவாக அனைவரும் பயன்படுத்த வேண்டும். அதன் பிறகு கல்வி, வேலைவாய்ப்பு, செல்வம், செல்வாக்கு ஆகியவற்றில் உயர வேண்டும். இரண்டும் ஒருசேர நடக்க வேண்டும் என்றார். பக்திக்காக கோவிலுக்குள் நுழைய நினைக்கக் கூடாது, உரிமைக்காக நுழைய முயற்சிக்க வேண்டும் (*குடிஅரசு*, 8.5.1932) என்றார் பெரியார்.

உயர் வகுப்பாரின் முன்னேற்றத்துக்கு முட்டுக்கட்டை போடுங்கள் என்று சொன்னவர் அவர். 'நம்மை எவன் இழிவு படுத்துகிறானோ அவனை நாம் மதிப்பதில்லை என்பதோடு அவனை நாம் இழிவுபடுத்த வேண்டும் என்று முடிவு கட்டிக் கொள்ளுங்கள்' (*குடிஅரசு*, 27.5.1944) என்றவர் பெரியார். சமுதாயத்தில் நம்மை தாழ்மையாகக் கருதுபவர்களுக்கு உதவி செய்வதில்லை என்று ஐந்து ஆண்டுக்கு திட்டம் போட்டுக் கொள்ளச் சொன்னவர் அவர். யாரையும் சாமி என்றோ எஜமான் என்றோ சொல்லக் கூடாது என்று அறிவுறுத்தினார். 'உயர்ந்த ஜாதி என்று எவனெவன் திமிரோடு உங்கள் முன் வருகிறானோ அவனைக் குறுக்கே வரும் பாம்பைப் போலக் கருதி துரத்தி அடிக்க வேண்டும். அதுதான் ஜாதி ஒழிப்புக்குச் சரியான மருந்து. அது ஊசிமருந்து மாதிரி உடனே வேலை செய்ய ஆரம்பித்துவிடும்' (*குடிஅரசு*, 27.2.1948) என்று பேசியவர் பெரியார். உங்களை ஒதுங்கிப் போகச் சொன்னாலோ, உங்களைப்

பார்த்து யாராவது ஒதுங்கிப் போனாலோ அவரிடம் காரணம் கேளுங்கள் என்று சொல்லிக் கொடுத்தவர் அவர்.

"வெகு காலமாகவே தீண்டாமை என்பது நியாயமானதல்ல என்பதை எடுத்துக் காட்டி அக்கிரமமானதென்பதையும் விளக்கிப் போராடி வந்திருக்கிறோம். ஆயினும் இத்தொல்லை காரியத்தில் நீங்கியதாகத் தெரியவில்லை. எங்கு நிர்பந்தமிருக்கின்றதோ அங்கு நீங்கி இருக்கிறது. அதாவது உதை கொடுக்குமிடத்தில் தீண்டாமை நீங்குகிறது. (கூட்டத்தினர் நகைப்பு) மனிதத் தன்மையினாலும் ஜீவகாருண்யத்தை முன்னிட்டும் இத்தீமையை ஒழிக்க வேண்டுமென்று கெஞ்சிக் கேட்டுக் கொள்ளும் போது இத்தீண்டாமை பலமாய் உட்கார்ந்து கொள்வதைக் காண்கிறோம். (கூட்டத்தினர் நகைப்பு) என்று பேசி இருக்கிறார் பெரியார். (*குடிஅரசு*, 17.2.1929) "பாடுபட்ட நீங்கள் பட்டினி கிடக்கவும், கீழ்ஜாதியாய் இருக்கவும், சோம்பேறியாய் இருந்தவர் செல்வவானாய் இருக்கவும் மேல்ஜாதியாய் இருக்கவும் ஏற்பட்ட முறைகள் எதுவானாலும் அதை ஒழிப்பது எந்தவிதத்திலும் குற்றமாகாது' என்றார். (*குடிஅரசு*, 4.12.1932)

லால்குடி தாலுகா களத்தில் வென்றான் பேட்டை கிராமத்தில் நடந்த ஆதிதிராவிட கிறிஸ்தவர்கள் மாநாடு நடந்தது. இழிவை நீக்க மதம் மாறினோம், அங்கும் அதே சூழலே இருப்பதாக பலரும் உணர்ச்சிவசப்பட்டு பேசி இருக்கிறார்கள். இப்படி எல்லாம் பேசுவதால், தீர்மானம் போடுவதால் எந்தப் பயனும் இல்லை என்று சொல்லிவிட்டு, 'உண்மையான விடுதலை உங்களுக்கு வேண்டுமானால் உங்கள் இழிவுக்கும் அடிமைத்தன்மைக்கும் அஸ்திவாரமான ஆதாரத்தை அழிக்க நீங்கள் தைரியம் கொள்ள வேண்டும்' (*குடிஅரசு*, 7.5.1933) என்று பேசினார் பெரியார்.

பட்டை போட்டுக் கொண்டு சுவாமி என்று சொல்லிக் கொண்டாலும் தீண்டாமை போகாது என்றும் சொன்னார். பறையர்கள், ஆதிதிராவிடர், அரிஜன் என்று பெயரை மாற்றிக் கொள்வதால் எதுவுமே நடக்காது என்றார்.

மோகனூரில் நடந்த சேலம் மாவட்ட பள்ளர் மாநாட்டில் பேசும் போது, உங்களுக்கு நீதிக்கட்சி உட்பட எந்தக் கட்சியும் செய்யவேண்டிய அளவுக்குச் செய்யவில்லை என்பதை

வெளிப்படையாக ஒப்புக் கொண்டார் பெரியார். வேலை வாய்ப்புகளில் உரிய பிரதிநிதித்துவம் கிடைக்க போராட வேண்டும் என்றார். (*குடிஅரசு, 10.2.1935*) சாதித் தொழில்களை பார்க்கக் கூடாது என்று கட்டளையிட்டார். மீனவர் மாநாட்டில் பேசும் போது, உங்கள் பிள்ளைகளை படிக்க வையுங்கள் என்றார். சலவைத் தொழில், சவரத் தொழில், நகர சுத்தி தொழில் செய்பவர்கள் வேறு தொழில்களை எடுத்துக் கொள்ளச் சொன்னார். சலவைக்குத் துணி எடுக்க யார் வீட்டுக்கும் போகாதீர்கள், முதல் கட்டமாக அவர்களை கொண்டு வந்து கொடுக்க வையுங்கள் என்றார். (*விடுதலை, 19.4.1960*) மாறுதலுக்கு முதலில் நீங்கள் வாருங்கள், மாறுதலுக்கு சம்மதிக்காதவன் நசுங்கிப் போவான் என்று எச்சரித்தார். (*விடுதலை, 2.1.1968*)

தீண்டாமை ஒழிவதால் சாதி ஒழிந்துவிடாது என்றார். உங்கள் மதம் போகாமல் சாதி இழிவுத்தன்மை ஒழியாது என்றார். மதத்தைக் காப்பாற்றிக் கொண்டே தீண்டாமையையும் சாதியையும் ஒழிக்க முடியாது என்றார். (*விடுதலை, 27.2.1966*) முழுமையான பெரியாரியம் என்பது இதுதான். 'நான் அழிவு வேலைக்காரனே' என்று பெரியார் சொன்னது இதனால் தான். இருப்பதை அழிக்காமல், எதனையும் சரிப்படுத்தி விட முடியாது என்பதால் தான் அவரது தாக்குதல்கள் அனைத்துப் பக்கங்களிலும் விழுந்தது. விழுந்தால் மட்டுமே சமூகத்தை புரட்டிப் போட முடியும் என்று பெரியார் நினைத்தார். அப்படிப் புரட்டிப் போட்டுவிடக் கூடாது என்று சொல்லி, கடந்த காலச் சாதிய - சனாதன - வர்ணாசிரமக் கருத்துகளை மரபு என்ற பெயரால் காப்பாற்ற நினைக்கும் கூட்டத்தின் பிரதிநிதியான ஜெயமோகன் போன்றவர்கள் பெரியாரை ஆதரிப்பார்கள் என்று எதிர்ப்பார்க்கவில்லை. அதேநேரத்தில் பொய்மையின் மூலமாக - பெரியாரை மறைக்கும் கயமையை அம்பலப்படுத்திக் கொண்டே இருப்பதுதான் பெரியாரியத்துக்குச் செய்ய வேண்டிய தொண்டாகும்.

⊙

எடுத்தாளப்பட்ட எழுத்துகள்

ஜெயமோகன் நூல்கள்:

1. ஜெயமோகன் – 60 மணி விழா தொகுப்பு நூல், சியமந்தகம்
2. பின் தொடரும் நிழலின் குரல்
3. ரப்பர்
4. நினைவின் நதியில்
5. நாவல்
6. திசைகளின் வழியே
7. சாட்சி மொழி
8. இன்றைய காந்தி
9. கலாச்சார இந்து
10. சாதி
11. ஜெயமோகன் இணையதளம்

கேரளா வரலாறு – சமூகம் – இலக்கியம்:

1. Sankarasmrti – Introduction, critical edition, translation and appendices – N.P. Unni
2. ஆர்.எஸ். சர்மா – பண்டைக்கால இந்தியா
3. கே.ஏ. நீலகண்ட சாஸ்திரி – தென்னிந்திய வரலாறு
4. A. Sreedhara menon – Kerala and Freedom Struggle
5. பி.கே. பரமேஸ்வரன் நாயர் – மலையாள இலக்கிய வரலாறு (தமிழில்: இராம. கோபிநாதன்)
6. டாக்டர் ஐ.வி. பீட்டர் – ஒடுக்கப்பட்ட சமுதாயம் வரலாறு படைத்தது
7. இந்திய விபரச் சுவடி – கன்னியாகுமரி மாவட்டம்
8. எதிர்க் கடவுளின் சொந்த தேசம் – ஏ.வி. சக்தி தரன்
9. அ.கா. பெருமாள் – தென் குமரியின் வரலாறு
10. பரணிதரன் – கேரள ஆலயங்கள்
11. கி.நாச்சிமுத்து – கேரள சமூகநீதிப் போராட்டங்கள் – நாராயணகுருவும் அய்யங்காளியும் பிறரும்
12. நிர்மால்யா – அய்யங்காளி

13. முர்கூட் குன்ஹப்பா – ஸ்ரீநாராயணகுரு (தமிழில்: எம். சேஷன்)
14. லலிதாம்பிகா அந்தர்ஜனம் – அக்கினி சாட்சி (தமிழில்: சிற்பி பாலசுப்பிரமணியம்)
15. ராம் தங்கம் – கடவுளின் தேசம்

தத்துவம்:

1. விவேகானந்தர் சிந்தனைகள்
2. ஆதிசங்கரரின் மக்கள் விரோதக் கருத்துகள் – பகவான் (தமிழில்: சி. சண்முகம்)
3. தர்மதீர்த்த அடிகளார் – இந்துமதக் கொடுங்கோன்மையின் வரலாறு
4. ஸ்ரீநாராயணகுரு – கருணைப்பதிகம் – அனுகம்பாதசகம்

பெரியாரியம்:

1. கி. வீரமணி – பெரியார் களஞ்சியம், குடிஅரசு தொகுப்புகள்
2. வே. ஆனைமுத்து – ஈ.வெ.ரா. சிந்தனைகள்
3. தந்தை பெரியார் – நமது குறிக்கோள்
4. தந்தை பெரியார் காங்கிரசை விட்டு விலகியது ஏன்?
5. வே. ஆனைமுத்து – பெரியாரியம் 1, 2
6. கழிஞ்சூர் செல்வராசு – காந்தியாருடன் பெரியார் ஈவெரா, எஸ். ராமநாதன், குத்தூசி குருசாமி, எஸ். லீலாவதி அம்மை சந்திப்பு
7. கேரளாவில் பெரியார் – தந்தை பெரியார் திராவிடர் கழகம் வெளியீடு
8. வே. ஆனைமுத்து – பெரியார் ஈ.வெ.ரா. காலக்கண்ணாடி
9. நீதிமன்றங்களில் பெரியார் – தந்தை பெரியார் திராவிடர் கழகம் வெளியீடு
10. ப. திருமாவேலன் – இவர் தமிழர் இல்லை என்றால் எவர் தமிழர்? பாகம் 1, 2
11. ப. திருமாவேலன் – ஆதிக்க சாதிகளுக்கு மட்டுமே அவர் பெரியாரா?
12. ப. திருமாவேலன் – இன்றைய ஆட்சிமுறை ஏன் ஒழியவேண்டும்? (தடை செய்யப்பட்ட தமிழ் எழுத்தும் காலமும் 1)

தன்வரலாறுகள்:

1. தந்தை பெரியாரே எழுதிய சுயசரிதை
2. திரு.வி.க. – வாழ்க்கை குறிப்புகள்
3. கோவை அய்யாமுத்து – எனது நினைவுகள்
4. கே.பி. கேசவ மேனன் – பந்தனத்தில் நின்னு (மலையாளம்)
5. போராட்டக் களங்களில் பெரியார் வீட்டுப் பெண்மணிகள் – த.பெ.தி.க.
6. Thanthai Periyar Prior to 1930 – S. Raju

காந்தி:

1. மகாத்மா காந்தி நூல்கள் தொகுதி 7, 8, 17
2. காந்தி பட எரிப்புப் போராட்டம் - த.பெ.தி.க.
3. ப. திருமாவேலன் - காந்தியார் சாந்தியடைய

வைக்கம் குறித்த முந்தைய நூல்கள்:

1. பி. சிதம்பரம் - ஆலய பிரவேச உரிமை
2. K.T. Ravindran - Eight Furlones of Freedom (1980)
3. Mary Elizabeth King - Gandhian non - violent struggle and untouchability in south india: The 1924-25 vaikom satyagraha and mechanisms of chance (2015)
4. கி. வீரமணி - வைக்கம் போராட்ட வரலாறு
5. கி. வீரமணி - காங்கிரசு பழைய வரலாறும், வைக்கம் போராட்டமும்
6. கி. வீரமணி - கோவில் நுழைவுப் போர் செய்தவர் யார்? எதிர்த்தவர் யார்?
7. சக்குபாய் (தொகுப்பு) - பெரியாரியம் - வைக்கம் அறப்போர் பவளவிழா கருத்தரங்கம்
8. கு.வெ.கி. ஆசான் - வைக்கம் போராட்டம் ஒரு விளக்கம்
9. அ. புவியரசு - வைக்கம், சேரன்மாதேவி பற்றிய நவசக்தி பதிவுகள்
10. பழ. அதியமான் - வைக்கம் போராட்டம்
11. த. அமலா - வைக்கம் நினைவலைகள்
12. மஞ்சை வசந்தன் - வைக்கம் வீரர், ஜெயமோகனுக்கு மறுப்பு

தமிழ்நாடு அரசியல், வரலாறுகள்:

1. David Amold - The Congress In Tamilnadu - Nationalist Politics in South India, 1919-1937
2. Indhu Rajagopal - The Tyranny Of Caste - The Non-Brahman Movement and Political Development in South India
3. Anita Diehl - Periyar E.v. Ramasamy A Study of the Influence of a Personality In Contemporary South India
4. Manoj Mitta - Caste Pride, Battles for equality in hindu india
5. சந்திரபாபு - தமிழகத்தில் சமூக ஒடுக்குமுறைக்கு எதிரான கிளர்ச்சி

கட்டுரைகள்:

1. V. Balambal - EVR and vaikom satyagraha (Journal of kerala studies - 7)

2. Robin Jeffrey – Temple–entry Movement in Travancore, 1860–1940 (Social Scientist)
3. Raj sekar babu – Gandhi, satyagraha and struggle for social equality: The untold stories of the vaikom satyagraha in travancore 1924–25
4. Sushila ramaswami, Subrata mukherjee – Periyar and Gandhi 1, 2
5. K.A. Shaji – Vaikom satyagraha: Thanthai periyar role and his many differences with Gandhi (south first)
6. Dr Ajay Shekhar – Vaikom, one of the last Buddhist temples in Kerala

ஆவணங்கள்:

1. குடிஅரசு – வார இதழ்
2. விடுதலை – நாளிதழ்
3. Vaikom satyagraha commemoration volume (വൈക്കം സത്യഗ്രഹ സ്മാരക ഗ്രന്ഥം – 1975), Edited, Printed and Published By Sukumaran Moolakkattu, Convener: Vaikom Satyagraha Golden Jubilee Souvenir, Vaikom, Kerala, Printed ar Mathrubhumi Press, Cochin Kerala, மலர் குழுத் தலைவர் Chairman, Editorial Board: K.P. Kesava Menon, President Publishing Committee: S. Narasimha Naik.
4. Selected Documents on Vaikom Satyagraha – 2006, ஆசிரியர்: S. Raimon (Director, Kerala State Archives Department Government of Kerala)
5. Vaikom satyagraha – Dawn of a new era – 2023, கேரள மாநில செய்தித் துறை வெளியீடு, பேராசிரியர் வி. கார்த்திகேயன் நாயர் தயாரித்துள்ளார்.